AF845400

தமிழ் சினிமா

நவீன அலையின் புதிய அடையாளங்கள்

தமிழ் சினிமா

நவீன அலையின் புதிய அடையாளங்கள்

சுரேஷ் கண்ணன்

கிழக்கு

தமிழ் சினிமா: நவீன அலையின் புதிய அடையாளங்கள்
Tamil Cinema: Naveena Alaiyin Puthiya Mugangal
Suresh Kannan ©

First Edition: October 2016
248 Pages
Printed in India.

ISBN 978-81-8368-948-9
Kizhakku - 938

Kizhakku Pathippagam
177/103, First Floor,
Ambal's Building, Lloyds Road,
Royapettah, Chennai 600 014.
Ph: +91-44-4200-9603

Email : support@nhm.in
Website : www.nhm.in

kizhakkupathippagam
kizhakku_nhm

Author's Email: sureshkannan2005@gmail.com

Kizhakku Pathippagam is an imprint of New Horizon Media Private Limited.

என் சமகால ஆசான்களில் ஒருவரான
ஜெயமோகனுக்கு, பேரன்புடன் சமர்ப்பணம்

உள்ளே

முன்னுரை

நண்பர்களே,

தமிழ் சினிமாவில் கடந்த சில ஆண்டுகளாக குறிப்பிடத்தக்க சில மாற்றங்கள் நிகழ்ந்து கொண்டிருக்கின்றன. குறும்பட உலகிலிருந்து பல புதிய இளம் இயக்குநர்கள் வெள்ளித் திரையில் நுழைந்து ஒரு நவீன அலையை உருவாக்கிக் கொண்டிருக்கிறார்கள். உலக சினிமாவின் பரிச்சயமும் தாக்கமும் கொண்ட அவர்களின் மூலமாக தமிழ் சினிமாவிலும் நுட்பம், விவரிப்பு பாணி, திரைக்கதை, திரைமொழி என்று பல தளங்களில் புத்துணர்வான கோணங்கள் உருவாகிக் கொண்டிருக்கின்றன.

சர்வதேச திரைவிழாக்களில் விசாரணை, காக்கா முட்டை, குற்றம் கடிதல் போன்ற மாற்று முயற்சிகள் பாராட்டுக்கும் கவனத்துக்கும் உள்ளாகி வருகின்றன. தரம் எனும் அளவுகோலில் தமிழ் சினிமா கடக்க வேண்டிய தூரம் இன்னமும் அதிகமிருந்தாலும் இது போன்ற புதிய அடையாளங்கள் நம்பிக்கையையும் மகிழ்ச்சியையும் அளிக்கின்றன.

பிலிமில் இருந்து டிஜிட்டலில் மாறிய நுட்ப பரிணாமம் ஒரு சினிமாவை உருவாக்குவதை இன்னமும் எளிமைப்படுத்தியிருக்கிறது. பழைய திரையரங்கங்கள் ஒருபுறம் மூடப்பட்டுக் கொண்டிருக்கும் நிலையில் மறுபுறம் மல்டிப்ளக்ஸ் அரங்கங்கள் நவீன வசதிகளுடனும் பார்வையாளர்கள் தரப்பிலிருந்து அதற்கேயுரிய சில புகார்களுடனும் உருவாகிக்கொண்டிருக்கின்றன.

இப்போதைய சூழலில் ஒரு திரைப்படத்தின் வணிகரீதியான வெற்றி தோல்வியை அதன் துவக்க கட்டத்தில் நிர்ணயிப்பதும் பிரதான காரணமாக இருப்பதுவும் பொதுவாக இளம் பார்வையாளர்களே. அவர்களிடம் மெல்ல உருவாகி வரும் ரசனை மாற்றமும் எதிர்பார்ப்பும் திரைப்பட இயக்குநர்களுக்கு பலவிதமான நெருக்கடிகளை உருவாக்கு கின்றன. இனி வழக்கமான தேய்வழக்கு மசாலா திரைப்படங்கள் வெற்றி பெற முடியாது என்கிற சூழலை இளைய தலைமுறை ஏற்படுத்திவருகிறது.

இவ்வகையான புறச்சூழல்களின் அழுத்தங்கள் தமிழ் சினிமாவின் உள்ளேயும் கணிசமான மாற்றத்தை உண்டாக்குகின்றன. ஆக்ஷன், ரொமான்ஸ், திரில்லர் என்று அது எந்த வகைமையிலான திரைப்பட மாக இருந்தாலும் அது தனித்துவமானதாகவும் பிரத்யேகமானதாகவும் இல்லாவிட்டால் அதன் வெற்றி கவலைக்குரியதாகிவிடுகிறது.

●

தோராயமாக கடந்த ஆறு ஆண்டுகளில் உருவான பல தமிழ் திரைப்படங் களைப் பற்றிய கட்டுரைகள் இந்த நூலில் உள்ளன. திரைப்படத்தின் உள்ளடக்கத்தைப் பற்றி மட்டும் பேசுபவையாக அல்லாமல் சமூகம், கலாசாரம், பண்பாட்டு, உளவியல் என்று பல தளங்களில் இந்த திரைப்படங்களை அணுகும் முயற்சியில் எழுதப்பட்டுள்ளன. இதில் தேர்ந்தெடுக்கப்பட்டிருக்கும் ஒவ்வொரு திரைப்படமுமே தமிழ் சூழலில் அதனதன் அளவில் முக்கியமானது. எனவே, ஒரு காலக் கட்டத்து தமிழ் சினிமாவின் உலகை ஒரு குறுக்குவெட்டுப் பார்வையில் அறிய இந்தக் கட்டுரைகள் உதவிகரமாக இருக்கும் என நம்புகிறேன்.

இந்தக் கட்டுரைகள் உயிர்மை, அம்ருதா, காட்சிப்பிழை, படப்பெட்டி ஆகிய இதழ்களில் வெளியாகின. தொடர்புள்ள இதழ்களுக்கும் அதன் ஆசிரியர்களுக்கும் நன்றி. இதர கட்டுரைகள் என்னுடைய வலைப்பதிவில் (pitchaipathiram.blogspot.in) வெளியாகின. இந்த நூலை பதிப்பிக்க முன்வந்த கிழக்கு பதிப்பகத்தினருக்கும் இது நூலாக்கம் பெற ஒத்துழைப்பும் ஆதரவும் அளித்த நண்பர்கள் ஹரன் பிரசன்னா, மருதன், மகாதேவன் ஆகியோருக்கும் என் மனப்பூர்வமான நன்றி.

வாசித்துவிட்டு உங்கள் கருத்துகளை எழுதுங்கள்.

பிரியத்துடன்

சுரேஷ் கண்ணன்

sureshkannan2005@gmail.com

நந்தலாலா

மிஷ்கினின் கூழாங்கற்கள்

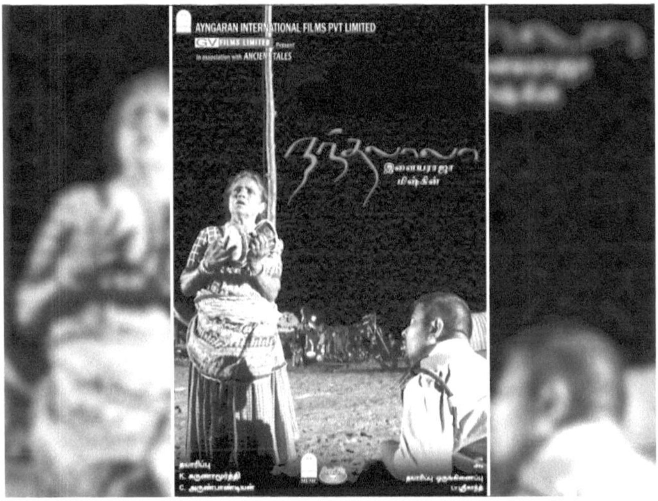

எழுத்தாளர் மாலனின் நாவல் ஒன்று உண்டு: நந்தலாலா. தாயின் பாசமே பெரிதும் பிரதானமாக இன்றும் பேசப்பட்டுக் கொண்டிருக்கும் சூழலில் ஒரு தந்தையின் பாசத்தை, மகனை இழக்க முடியாமல் தன் தந்தைமையை நிறுவ முயலும் ஒரு மனிதனின் உணர்வுப் போராட்டங்களைப் பற்றின நாவல். பாரதி மீதான அபிமானத்தால் மாலன் இந்தத் தலைப்பைத் தேர்ந்தெடுத்திருக்கலாம். மிஷ்கினும் இந்தக் காரணத்தையே முன்வைக்கிறார். சித்திரம் பேசுதடி, அஞ்சாதே (அச்சம் தவிர்), நந்தலாலா, யுத்தம் செய் என்று அவரின் படத்தலைப்புகள் அனைத்தும் பாரதியின் படைப்புகளோடு தொடர்புடையவை.

தமிழ் சினிமாவில் குறிப்பிட்ட இடைவெளிகளில் அதன் போக்கைத் தற்காலிகமாவது புரட்டிப்போடுமளவுக்கு சில டிரெண்ட் செட்டர்கள் உருவார்கள். மிஷ்கின் தனது நந்தலாவின் மூலம் அந்தச் சாதனையை நிகழ்த்தியிருக்கிறார் என்றே நம்புகிறேன். நிச்சயம் தமிழ்ச் சினிமாவில்

இதுவொரு மைல்கல் படம்தான். ஆனால் அதை முழுமையான பெருமையுடன் தலைநிமிர்ந்து சொல்லமுடியாதபடி நெருடலொன்று இடறுகிறது. சரி. அதைப் பின்பகுதியில் பார்ப்போம்.

உலக சினிமாக்களில் திரைமொழியின் சில நுட்பமான குறியீடுகள் தேர்ந்த இயக்குநர்களால் முன்வைக்கப்படும். காட்சியின் போக்கை பார்வையாளர்கள் பூடகமாக உணர்ந்துகொள்ளும் குறியீட்டுக் காட்சிகள் அவை. முதன் முறையாக ஒரு தமிழ் சினிமாவில் அது அர்த்தபூர்வமாக உபயோகப்படுத்தப்படுவதைக் கண்டேன். படத்தின் இறுதிப் பகுதியில் சிறுவன், தன்னுடைய பயணத் தோழனின் (மாமாவின்) காலணிகளைச் சரியாக அணியுமாறு மாற்றி வைப்பான். அதுவரை அது வலது இடமாக மாற்றியே அணியப்பட்டிருக்கும். பாஸ்கர் மணி என்கிற மனிதனை அகி என்கிற சிறுவன் தன்னுடைய முழுமையான நண்பனாக ஏற்றுக்கொண்டுவிட்டான்; 'போடா மெண்ட்டல்' என்று அவரைத் திட்டிய தன்னுடைய தவற்றுக்கு மன்னிப்பு கேட்கிறான்; இதுவரை நேர்மாறாக நடைபெற்றுக் கொண்டிருந்த நிகழ்வுகள், இனி சரியாக நடக்கும் என பல விதங்களாக அதைப் புரிந்துகொள்ளலாம்.

நந்தலாவில் இது போன்று பல குறியீட்டுக் காட்சிகள் உண்டு. அன்னவாசல், தாய்வாசல் என்கிற கருவறையைக் குறிக்கும் பெயர்கள், மிஷ்கின் சுவற்றுடன் விரலால் தொடர்பு ஏற்படுத்திக்கொண்டே செல்வது, சாலையைக் கடந்துச் செல்லும் மரவட்டை, மலைப்பாம்பு, பாலியல் தொழிலாளி மிஷ்கினின் கால்சட்டையை மழையில் இறுக்கிக் கட்டுவது, வெள்ளை நிறத்தைத் தாங்கி நிற்கும் வீடுகள், தாயின் வீட்டை சுட்டிக்காட்டும்போது பயன்படுத்தப்படும் நிழல், தமக்கு உதவும் சிறுமியிடமும் தன்னுடைய தோழனான சிறுவனுக்கும் மிஷ்கின் கையளிக்கும் கூழாங்கற்கள்...

இவற்றை அகவுணர்வு சார்ந்து அவரவர்களின் அனுபவங்களுக் கேற்பப் புரிந்துகொள்ளலாம். அவை ஒன்றாகவோ சரியாகத்தான் இருக்க வேண்டும் என்கிற கட்டாயமோ கிடையாது.

தன்னை மனநலக் காப்பகத்தில் நிராதரவாக விட்டுவிட்ட தாயைச் சந்திக்கக் கோபத்துடன் கிளம்பும் ஓர் இளைஞனும் தான் இதுவரை பார்த்தேயறியாத தாயைச் சந்திக்க அன்புடன் கிளம்பும் ஒரு சிறுவனும் ஒரு புள்ளியில் இணைந்து பயணிக்கிறார்கள். அவர்களின் பயண அனுபவங்களையும் அதன் முடிவையும் பற்றி விவரிக்கிறது நந்தலாலா. இறுதியில் கோப இளைஞன் தாயைக் கண்டு கண்ணீர் உகுப்பதும், தான் தருவதற்கென்று முத்தங்களைச் சேமித்து வைத்திருந்த சிறுவன் ஏமாற்றமடைவதும் என எதிரெதிர் நிலையை அடைகிறார்கள்.

இந்தப் படத்தின் ஹீரோ என்று ஒளிப்பதிவாளர் மகேஷ் முத்து சுவாமியைச் சொல்வேன். ஏமாற்றத்தைத் தருமளவுக்கு மிகச் சாதாரண மாக ஆரம்பிக்கும் காட்சிகள், நகரத்தைத் தாண்டியவுடன் இயற்கைச் சூழலில் மிகுந்த அழகியல் உணர்வுடன் பிரமிப்பேற்படுத்துகிறது. நடிகர்களை பிரதானமாக பதிவு செய்யாமல் அவர்களைப் பரந்த நிலவெளியோடு பதிவு செய்திருக்கும் வைட் ஆங்கிள் ஷாட்களும் லாங் ஷாட்களும் இதுவரை பார்த்தறியா தமிழ் சினிமா அனுபவத்தைத் தருகின்றன.

இத்திரைப்படத்தின் மிகப் பெரிய குறைபாடு இதன் ஒலிப்பதிவு. படம் பெரும்பான்மையும் திறந்தவெளியில் இயங்கும்போது அதற்கு முரணாக பாத்திரங்களின் வசனங்கள் - குறிப்பான சிறுவனின் குரல் - டப்பிங்கில் பதிவான டிஜிட்டல் துல்லியத்துடன் ஒலிக்கின்றன. ஒழுங்கின்மையோடு அலையும் காட்சிகளின் பின்னணியில் இந்த ஒழுங்குத்தன்மை துருத்திக்கொண்டு முரணாக நிற்கிறது. மாறாக 'லைவ் சவுண்ட்' நுட்பம் பயன்படுத்தப்பட்டிருந்தால் காட்சிப் பின்னணிகளின் பொருத்தமான ஒலிகளைக் கேட்டிருக்கமுடியும்.

பிரதான பாத்திரத்துக்கு விக்ரம் உட்பட பல 'ஹீரோ'க்களின் பெயர்கள் உத்தேசிக்கப்பட்டதாக அறிந்தேன். அபத்தம். மிக மோசமான படைப்பாகிவிட்டிருக்கும். ஒரு திறமையான புதுமுகம் பயன்படுத்தப் பட்டிருந்தால்தான் அந்த வலிமையான பாத்திரத்தோடு பார்வையாளன் பிம்பத் தொந்தரவுகளின்றி இயையமுடியும். மிஷ்கின் தன்னையே தேர்ந்தெடுத்திருப்பது நல்ல முடிவு. கூடுமானவரை அதற்கான நியாயத்தைத் தந்திருக்கிறார். ஆனால் மனநலம் பாதிக்கப்பட்டவன் என்றாலே அவன் மூர்க்கமானவனாகத்தான் இருக்க வேண்டும் என்கிற கிளிஷேக்களை கைவிட்டிருக்கலாம். மேலும் இம்மாதிரியான பாத்திரங்களின் மூலம் இயல்பாகவே பார்வையாளனிடமிருந்து அனுதாபத்தைப் பெறவும் முடியும்; அதிர்ச்சியையும் தரமுடியும். ஏனெனில் யதார்த்த வாழ்க்கையில் பொது சமூகம் இம்மாதிரியான மனிதர்களை கணநேரத்துக்கு மேலாகப் பார்க்க விரும்புவதில்லை. சில இடங்களில் அவரின் உடல்மொழி கவனத்தைக்கோரும் நோக்கத்துடன் அதீதமாக அமைந்திருக்கிறது. பிதாமகன் மற்றும் சேது படங்களில் நடித்த விக்ரமின் உடல்மொழியையும் சமயங்களில் நினைவுப்படுத்துகிறது. உடன் பயணிக்கும் சிறுவன் அவன் வயதுக்கேற்ற இயல்போடு அமைதியாக நடித்திருக்கிறான்.

லாரி டிரைவர், இளநீர் வியாபாரி. ஐஸ்கிரீம் விற்பவர், மாற்றுத் திறனாளி என்று அன்றாட வாழ்வின் பல இயல்பான முகங்கள் பொருத்தமாகத் தேர்வு செய்யப்பட்டு முறையாகப் பயன்படுத்தப் பட்டிருக்கிறார்கள். ஆட்டோ டிரைவராக நடித்திருந்தவரின்

உடல்மொழி மோசமாக அமைந்திருந்ததை இயக்குநர் தவிர்த்திருக் கலாம். கொலைவெறியுடன் ஒருவன் துரத்தும் போது அதை எதிர்பார்க்கிற பாவனையுடன் அவர் மெதுவாக நகர்வது செயற்கை யாக அமைந்துவிட்டது. பதிவர் லிவிங் ஸ்மைல் பெயரை டைட்டில் கார்டில் உதவி இயக்குநர்களின் வரிசையில் காண மகிழ்ச்சி.

பாடல்களே தேவைப்பட்டிருக்காத இந்தப் படத்துக்கு ஆறு பாடல்கள் உருவாக்கப்பட்டு அவற்றில் சில உபயோகப்படுத்திருக்கின்றன. மாறாக சரோஜா அம்மாள் பாடின அந்த ஜிப்சி பாட்டை மாத்திரம் உபயோகப்படுத்தியிருந்தாலாவது தமிழ் சினிமா பார்வையாளனுக்கு வித்தியாசமான அனுபவம் கிட்டியிருக்கும். இளையராஜா பின்னணி இசையை ஒரு பாத்திரமாக உபயோகிக்கும் உன்னதங்களைப் பற்றி நாம் நிறையவே அறிந்திருக்கிறோம். இதிலும் அந்த மாதிரியான தருணங்கள் பலவுண்டு. குறிப்பாக காவல் அதிகாரியிடமிருந்து தப்பிக்கும் நோக்கத்துடன் இளைஞனும் சிறுவனும் மலம் கழிக்கும் சாக்கில் ஓடுவதும் கான்ஸ்டபிள் அவர்களைப் புல்வெளியில் பின்தொடர்வதுமான காட்சியில் பின்னணியிசை உயர்ந்த தரத்துடன் அமைந்திருந்தது.

அடிபட்ட பள்ளி மாணவியின் காயத்தை இளைஞன் பாவாடையை விலக்கிப் பார்க்க, இயல்பான தன்னுணர்வில் அவள் இளைஞனை அறைகிறாள். தொடர்ந்து அறைகளை வாங்கிக்கொண்டே காயத்தைப் பார்க்கும் இளைஞன் ‘வலிக்குதாம்மா?’ என்கிறான். அங்கே புறப்படும் ஒரு நரம்பு வாத்தியத்தின் இசை என் ஆன்மாவைத் தொட்டது. இயல்பாக மனம் கலங்கியது. என்னுடைய மனிதம் உயிர்த்தெழுந்த கணங்களில் ஒன்றாக அதைச் சொல்வேன்.

ஆனால் ராஜா மௌனத்தை இன்னும் மேலதிகமாக பயன்படுத்தியிருக் கலாமோ என்று தோன்றுவதையும் தவிர்க்க முடியவில்லை. சில காட்சிகளில் தேவையேயின்றி ஓர் ஆழமான ஃபேஸ் வயலின் தொடர்ந்த உரக்க அலறுகிறது.

முன்னரே குறிப்பிட்டதுபோல இத்திரைப்படத்தின் பல காட்சிகளை மிகு நுண்ணுணர்வுடன் இயக்குநர் அமைத்திருக்கிறார். இளைஞனும் சிறுவனும் இருளான ஒரு பகுதியைக் கடக்க வேண்டியிருக்கிறது. தான் வெறித்துப் பார்த்துக்கொண்டிருந்த யேசு சிலையின் கீழிருக்கும் விளக்குகளை இளைஞன் கையில் எடுத்துக்கொள்கிறான். இருளில் இரண்டு விளக்குகளின் ஒளிப்பொட்டுகள் மாத்திரம் தெரிய கடவுளின் சிலை இருளில் மூழ்குகிறது. ஜென் கதை அனுபவங்களுக்கு நிகரான காட்சி இது.

எவ்விதப் பயனுமின்றி தான் நொண்டியாக இருப்பதற்கான தாழ்வுணர்வில் மிகுந்த மனவேதனையில் உழலும் ஓர் இளைஞனுக்கு சிகிச்சையளிக்கும் பெண் மருத்துவர் காலைத் தாங்கி நடந்து செல்லும் காட்சி அவுட் ஆஃப் போகஸில் காட்டப்படுகிறது. என்னை மிகவும் நெகிழ வைத்த காட்சியிது.

வழக்கமான வணிகத் திரைப்படங்களின் மசாலா கச்சடாக்களைத் தவிர்த்து படம் எடுக்க முன்வந்த மிஷ்கினை எத்தனை பாராட்டினாலும் தகும். 'வித்தியாசமான படங்கள்' என்று அறியப்பட்ட தமிழ் திரைப்படங்களிலும் வணிகநோக்குச் சினிமாக்களின் தடங்களும் இணைப்புகளும் உண்டு (பிதாமகனில் சிம்ரனின் நடனத்தை நினைவுப் படுத்திக் கொள்ளுங்கள்). இதில் பாடல்களைத் தவிர்த்து அவ்வாறான எவ்வித அசிங்கங்களுமில்லை. இப்போதைய இளம் இயக்குநர்கள் மிகுந்த நம்பிக்கையளிக்கும் முயற்சிகளை மேற்கொள்வது மகிழ்ச்சியாகவே இருக்கிறது.

நந்தலாலா உணமையாகவே தமிழ் சினிமாவின் ஒரு முக்கியமான மைல்கல்தான். ஆனால், அது தமிழ் சினிமா பார்வையாளர்களுக்கு மட்டும் என்று திருத்திச் சொல்ல விரும்புகிறென். முழுமையாக இதைக் கொண்டாட முடியாதபடியான தடைக்கல்லை மிஷ்கினே ஏற்படுத்தி வைத்திருப்பது துரதிர்ஷ்டம்.

துவக்கத்திலேயே இது, டகேஷி கிடானோவின் 'கிகுஜிரோவின்' நகல் என்ற பேச்சு எழுந்தது. மிஷ்கின் அப்போது இந்தக் குற்றச்சாட்டை ஏற்றுக்கொள்ளவில்லை. படத்தின் புகைப்படங்கள் கிகுஜிரோவின் புகைப்படங்களோடு பெரும்பான்மையாக ஒத்துப்போகும் போதுகூட இந்தப் பொய்யை அவர் சாதித்துக்கொண்டிருந்தார். பல சிக்கல் களுக்குப் பிறகு படம் வெளிவந்த சூழலில் இந்தப் பேச்சு பலமாக எழுந்த பிறகு வேறுவழியின்றி, ஏதோ தாமே முன்வந்து சொல்வது போல 'கிடானோ'வுக்கான என் மரியாதை என மழுப்புவது எத்தனை பெரிய அயோக்கியத்தனம்.

படத்தின் கதையிலிருந்து காட்சிக் கோர்வைகளிலிருந்து கோணங்களி லிருந்து பெரும்பாலும் இது மூலத்திலிருந்து அப்படியே நகல் செய்யப் பட்டிருக்கிறது. கிகுஜிரோவைப் பார்த்தவர்கள் எவரும் இந்த எளிய உண்மையைத் தெளிவாக உணர முடியும்.

மிக மென்மையான நகைச்சுவையுடன் ஆர்ப்பாட்டமில்லாமாத இயல்புடன் உருவாக்கப்பட்டிருந்த மூலப்படத்தை, தமிழக மனங்களுக்கு தேவைப்படும் தாய் சென்டிமெண்ட், மனநல பாதிப்பு பாத்திரம், ராஜாவின் இசை போன்ற உறைப்பான சமாச்சாரங்களை உள்ளூர் கலவைகளுடன் இணைத்து தந்திருப்பது மாத்திரமே

மிஷ்கினின் பணி. 'கிகுஜிரோவில் இல்லாத பல உன்னதமான தருணங்கள் நந்தலாவில் இருக்கிறதுதான். மறுக்கவில்லை. அதற்கான மிஷ்கினின் உழைப்பு அங்கீகரிக்கப்படவேண்டியதுதான். அதையும் மறுக்கவில்லை. ஆனால் பெரும்பான்மையான சமாச்சாரங்கள் வேறு படத்திலிருந்து கையாளப்பட்டிருக்கும் காரணத்தினால் இந்த உழைப்பு பின்தள்ளப்படுவது துரதிர்ஷ்டமே. பொதுமக்களுக்குச் சேர வேண்டிய கோடிக் கணக்கான ரூபாயைக் கொள்ளையடிக்கும் ஓர் அரசியல்வாதி, 'என் சொந்தப் பணத்திலிருந்து சில சமூக சேவைகளைச் செய்திருக்கிறேன்' என்று தன் தவறை மழுப்ப முனைந்தால் அதை ஒப்புக்கொள்வோமா?

குறைந்த பட்ச நேர்மையாக டைட்டில் கார்டிலாவது இதை மிஷ்கின் ஒப்புக்கொண்டிருககலாம். கிடானா மீது அவர் உண்மையாக மரியாதை வைத்திருப்பதின் அடையாளமாகவாவது அது ஆகியிருக்கும். 'பூ' சசி, 'பேராண்மை' ஜனநாதன், 'பச்சைக்கிளி முத்துச்சரம்' கௌதம்மேனன் என்று இதற்கு முன் உதாரணங்கள் உண்டு. ஆனால் தமக்கு விருது கிடைப்பதற்கு இந்தக் குறிப்பு தடையாக அமையலாம் என்ற நோக்கத்திலோ, வெளிப்படையாக ஒப்புக்கொண்டால் இதற்கு பணம் தரவேண்டியிருக்குமோ, நமக்குக் கிடைக்கவேண்டிய பாராட்டை பங்கு போட நேருமோ என்ற காரணத்தினாலோ எப்படி செய்திருந்தாலும் இதுவோர் அறிவுசார் சொத்து திருட்டே. இதில் 'கிடானாவோடு' இத்திரைப்படத்தை அமர்ந்து காண விரும்புகிறேன் என்று பேட்டியளிக்க எத்தனை நெஞ்சுரம் வேண்டும்? உதவி இயக்குநர் களை குறைசொல்லும் மிஷ்கின் தாம் அதற்கு முன்னுதாரணமாய் இருக்கவேண்டாமா? சேரன் போன்ற இயக்குநர்களும் இந்தத் திருட்டுக்கு உடன்படுவது பெரும்சந்தேகத்தை எழுப்புகிறது (நாளைக்கு நீ எனக்கு சொறிஞ்சு விடு, என்ன?) 'நான் உலக சினிமாக்களை பார்ப்பதில்லை; எந்த நூலையும் வாசிப்பதில்லை' என்று இதனால்தான் முன்னெச்சரிக்கையாகச் சில இயக்குநர்கள் பொதுவில் சொல்கிறார்கள் போலிருக்கிறது.

குப்பையான தமிழ்ச் சினிமாவில் ஒரு நல்ல படம் வருவதை ஏன் முழு மனதுடன் பாராட்டமாட்டேன்கிறீர்கள், இயக்குநர் இதை வெளிக்கொணர எத்தனை நிதிச் சிக்கல்களை சமாளித்திருக்கிறார் போன்ற காரணங்கள் எல்லாம் இந்தத் தவற்றை மழுப்பிவிட முடியாது. இவை தற்காலிகச் சூழ்நிலைகளே. பல வருடங்களுக்குப் பின்னும் இன்றும் ரேவின் பதேர் பாஞ்சாலியையும் சாருலதாவையும் கொண்டாடிக் கொண்டிருக்கிறோம். ஏன்? அவையெல்லாம் இலக்கியப் படைப்புகளிலிருந்து முறையாக அனுமதிப் பெற்று உருவாகப்பட்டவை. மேலும் மூலப்படைப்பை ஒரு வரைபடமாக

வைத்துக் கொண்டு தன்னுடைய நுண்ணுணர்வுகளாலும் கற்பனைத் திறமையாலும் சமயங்களில் மூலத்தையே தாண்டிச் சென்று காவியமாக்கிய உதாரணங்கள். இன்ஸ்பிரேஷனாக இருந்தது என்று அவற்றைத்தான் சொல்லமுடியம். புதுமைப்பித்தனின் 'சிற்றன்னை' குறுநாவல்தான் 'உதிரிப்பூக்களுக்கு' இன்ஸ்பிரெஷனாக இருந்தது மகேந்திரனே முன்வந்து சொன்னபிறகுதான் நமக்குத் தெரியவந்தது. அவர் சொல்லியிராவிட்டால் நமக்குத் தெரியாமல் போயிருக்கும் அளவுக்கு புதுமைப்பித்தனின் படைப்புக்கும் உதிரிப்பூக்களுக்கும் எவ்வித சம்பந்தத்தையும் நம்மால் உணர முடியாது!

ஒருவேளை இது முக்கிய சர்வதேச விருதுகளுக்கு அனுப்பப் படுமாயின் நமட்டுச் சிரிப்புடன் அவர்கள் இதைப் புறக்கணிக்க மாட்டார்களா? தன் மகன் திருடிவிட்டான் என்றாலும் தாயுள்ளத்துடன் நாம் அதை மறைக்க முயன்றாலும் காவல்துறையிலும் நீதித்துறையிலும் நோண்டி நுங்கெடுத்துவிடுவார்களே?

தமிழகத்தின் இலக்கியவாதிகளும் மிஷ்கினின் இந்தத் தவறுக்கு உடன்படுவது துரதிர்ஷ்டமே. ஆப்ரிக்க கலாசாரத்தின் தடயங்களை அப்படியே கண்மூடித்தனமாக தன் படத்தில் காப்பிடியத்த அமீரை (யோகி) சவட்டியெடுத்த சாருநிவேதிதா மிஷ்கினின் படத்தை மாத்திரம் கண்ணீர் மல்கப் பாராட்டும் அபத்தம் ஏன்? எதற்காகவும் சமரசம் செய்து கொள்ளமாட்டேன் என்று நேர்மையாக முழங்குவதான பாவனை செய்யும் அவா, இதை மாத்திரம் தூக்கி வைத்துக் கொண்டாடும் மர்மம் என்ன? மூலப்படத்தை இன்னும் பார்க்கவில்லை என்றெல்லாம் காமெடி செய்யக்கூடாது. ஆரம்பத்திலிருந்தே இது ஜப்பானியப்படத்தின் தழுவல் என்கிற பேச்சு இருந்தது. கிகுஜிரோவின் படத்தில் வரும் சில பாத்திரங்களின் உடைகளை (பைக் இளைஞர்கள்) வாகனத்தையும் பனையோலை செருகிச் செல்வதையும் அப்படியே கண்மூடித்தனமாக நகலெடுத்திருக்கிறார் மிஷ்கின்.

கிகுஜிரோவில் காட்டப்படும் மனநலம் குன்றிய தாய்க்கும் அதற்கு அவரது மகன் வெளிப்படுத்தும் மென்மையான ஆனால் நம்மால் அழுத்தமாக புரிந்துகொள்கிற உடலமொழிக்கும், நந்தலாலாவில் உணர்ச்சிக் காவியமாகிய மிஷ்கின் அழுது புரண்டு காண்பிக்கும் ஆர்ப்பாட்டங்களுக்கும்தான் எத்தனை வித்தியாசம். இங்குதான் மாஸ்டர்களும் சீடர்களும் வித்தியாசப்பட்டு நிற்கிறார்கள்.

ஏன் நம்மிடம் இலக்கியப்படைப்புகளோ சமூகப் பிரச்னைகளோ நம்மைச் சுற்றி நிகழும் ஆயிரம் கதைகளோ இல்லாமலா போயின?

அதிலொன்றை மிஷ்கின் கையாண்டிருந்தால் அவரைத் தூக்கி வைத்துக் கொண்டாடியிருக்கலாம். தம்முடைய சிலுவையை தாமேதான் மிஷ்கின் தோந்தெடுத்துக் கொண்டார். மெய்வருத்தக் கூலி தரும். அவருக்கு என் பாராட்டுக்களும் அனுதாபங்களும். குற்றவுணர்வோடு கொண்டாடப்படும் மகிழச்சியைவிட தவற்றின் ஒப்புதல் தரும் ஆசுவாசமான கண்ணீரே உன்னதமானது.

அழகர்சாமியின் குதிரை

அழகர்சாமியின் கழுதை

திரைப்படத்தின் பெயர் தவறாக எழுதப்பட்டிருக்கிறதோ என்று சிலர் சந்தேகம் கொள்ளலாம். இல்லை. பிரக்ஞைபூர்வமாகத்தான் எழுதியிருக்கிறேன். நண்பன் ஒருவனிடம் இத்திரைப்படத்தின் சாதக பாதக அம்சங்களைக் குறிப்பிட்டு உரையாடிக் கொண்டிருந்தேன். குறைபாடு உள்ள விஷயங்களைப் பற்றிப் பேசும்போது நான் குறிப்பிட்டவற்றை தர்க்கபூர்வமாக மறுக்காமல் கோபத்துடன் திட்ட ஆரம்பித்துவிட்டான். 'நீ ஒரு சினிக். எதிலும் குறைசொல்வது ஒரு மனநோய். ஊரே பாராட்டும் ஒன்றை வீம்புக்காகவது மறுத்துப் பேசி அனைவரின் கவனத்தையும் ஈர்க்கும் சீப்பான டெக்னிக்' என்று அடுக்கிக்கொண்டே போனான். இத்தனைக்கும் அவன் பொதுவாக மாற்றுக்கருத்துகளை கவனிக்கவும் வரவேற்கவும் செய்கிறவன். அவனே இத்தனை கோபம் கொள்ளும்போது பொதுத் தளத்தில் இந்தக் கருத்துக்கு எதிர்வினை என்னவாக இருக்கும் என்பதை எதிர்பார்க்க முடிந்தாலும் பயங்கலந்த சுவாரசியமாகத்தான் இருக்கிறது.

ஆனால், ஒன்று மட்டும் நிச்சயமாகச் சொல்லமுடியும். வீம்புக்காக அல்லாமல் இத்திரைப்படம் குறித்து என் மனதுக்கு சரி எனப் படுபவற்றை எவ்வித பூசி மெழுகலும் இல்லாமல் நேர்மையாக பதிவு செய்ய முயன்றிருக்கிறேன். முழுவதும் வாசித்துவிட்டு நான் சொல்ல முயன்றது சரியா தவறா என்கிற முடிவுக்கு நீங்கள் வரலாம்.

'அழகர்சாமியின் குதிரை' என்கிற திரைப்படம் எனக்கு சற்றே சற்றுதான் பிடித்திருந்தது; ஊடகங்களும் விமர்சகர்களும் பெரும்பாலான ரசிகர்களும் கொண்டாடி மகிழுமளவுக்கு என்னைக் கவரவில்லை.

நான் எப்போதும் மறுபடியும் அடிக்கடியும் மீண்டும் மீண்டும் சொல்வதுதான். வழக்கமான தமிழ் சினிமாவிலுள்ள சம்பிதாயமான குப்பை மசாலாக்களைத் தவிர்த்து அதை சற்று தாண்டி ஒரு படம் வந்தாலே அதை நல்ல படம், உலக சினிமா என்றெல்லாம் கொண்டாடும் ஒரு கலை வறட்சியான, துரதிர்ஷ்டமான சூழலில் இருக்கிறோம். வணிக நோக்கு விஷயங்களைத் தவிர்ப்பதெல்லாம் நல்ல சினிமா அல்ல. இதைப் புரிந்துகொள்ளாமலேயே ஒரு திரைப்படத்தை கொண்டாடுவதிலிருந்து எத்தனை மொண்ணையான நுண்ணுணர்வற்ற சூழலில் வாழ்கிறோம் என்பதைப் பார்க்க பரிதாபமாகவே இருக்கிறது. முன்பெல்லாம் எந்தவொரு மோசமான தமிழ் சினிமாவைப் பற்றி எழுதும் போதும் அதை நல்லதொரு உலக சினிமாவுடன் ஒப்பிட்டு ஆதங்கப்பட்டுக்கொண்டிருப்பேன். இதற்காகவே என்னைத் திட்டினவர்களும் உண்டு. நான் வாழும் பிரதேசத்திலும் தரமான படங்கள் வெளிவரவே வராதா என்கிற ஆதங்கமும் ஏக்கமுமே என்னை அவ்வாறு எழுத வைத்தது. ஆனால் இனி அவ்வாறு செய்வதாக இல்லை. ஏனெனில் தமிழ் சினிமாவையும் உலக சினிமாவையும் ஒப்பிட்டு எழுதுவது மைக் டைசனையும் ஓமக்குச்சி நரசிம்மனையும் மோத விட்டுப் பார்க்கும் அடிப்படை அறமேயில்லாத குரூரமான விளையாட்டு என்பது தாமதமாகத்தான் புரிந்தது. எனவே, இனி அந்தத் தவறைச் செய்வதாக இல்லை.

சரி. இனி 'அழகர்சாமியின் குதிரை' திரைப்படத்திலுள்ள சாதகமான, பாதகமான அம்சங்களைப் பார்ப்போம்.

ஓர் எழுத்தாளரின் படைப்பிலிருந்து தன்னுடைய சினிமாவை உருவாக்குவது என்று யோசித்த சுசீந்திரனின் எண்ணம் நிச்சயம் பாராட்டப்பட வேண்டியது. ஏனெனில் பெரும்பாலான தமிழ் சினிமா இயக்குநர்கள் தங்களுடைய நேர்காணல்களில் 'வாசிப்பு பழக்கம்' பற்றிப் பேசும்போது எவ்வாறு நடிகைகள் 'எனக்கு தமிழ் வராது' என்று பெருமை கலந்த தொனியுடன் சொல்கிறார்களோ அவ்வாறே 'நூல்கள் வாசிக்க நேரம் கிடைப்பதில்லை' என்கிறார்கள். சமீபத்தில் நிகழ்ந்த,

தமிழ் சினிமா குறித்த கருத்தரங்கில் 'ஏதாவது நல்ல கதையிருந்தால் என்னிடம் கொண்டுவாருங்கள்' என்று பேசினார் ஒரு தமிழ் சினிமா இயக்குநர். அவர் பேசிக்கொண்டிருந்ததே தமிழ் இலக்கிய நூல்கள் நிறைந்திருந்த ஒரு நூலகத்தின் கட்டடத்தில்தான்! இயக்குநர்களின் 'கலை குறித்தான தேடல்' இந்த லட்சணத்தில் இருக்கிறது. ஏற்கெனவே உருவாக்கி வைக்கப்பட்டிருக்கும் வெளிநாட்டு டிவிடிகளின் காட்சிகளை, கதைகளை அப்படியே உருவிவிடலாம் என்கிற தைரியத்தினாலேயே பல இயக்குநர்கள் தைரியமாக படபூஜையைப் போட்டுவிடுகிறார்கள்.

அவ்வாறில்லாமல் இயக்குநர் சுசீந்தரன், பாஸ்கர் சக்தியின் சிறுகதையினால் கவரப்பட்டு அதைப் படமாக்க முடிவு செய்ததற்காகப் பாராட்டு. ஆனால் பாஸ்கர் சக்தியின் சிறுகதை, வணிகப் பத்திரிகைக்காக, அவருக்கே உரிய பிரத்யேக மெல்லிய நகைச்சுவையுடன் எழுதிய ஒரு சாதாரண சிறுகதை. அதை சினிமாவாக உருமாற்றுவதற்கான முகாந்திரங்கள் பெரிய அளவில் அந்தச் சிறுகதையில் இல்லை. ஆனால் அப்படியும் தீர்மானமாகச் சொல்லி விடமுடியாது. ஒரு திறமையான திரைக்கலைஞனால், ஒரு நாவலின் மையத்தை ஒரு வரியாக எடுத்துக்கொண்டு தன்னுடைய கலைத்திறனால் சினிமாவுக்கு ஏற்றாற்போல் நுண்ணுணர்வு மிகுந்த காட்சிகளுடன் அற்புதமான கலைப்படைப்பாக உருமாற்றிவிட முடியும். உதாரணமாக, உமா சந்திரனின் 'முள்ளும் மலரும்' நாவலை எடுத்துக்கொண்டால் அதுவும் ஒரு வணிகப் பத்திரிகையில் தொடராக எழுதப்பட்ட ஒரு சாதாரண நாவல். ஆனால் மகேந்திரன் என்னும் திரைக்கலைஞனால் அதை 'முள்ளும் மலருமாக' மறக்க முடியாத அனுபவமாக உருமாற்ற முடிந்தது (அப்படியெல்லாம் ஒன்றுமில்லை. அது பீம்சிங் இயக்கிய 'பாசமலரின்' சற்று மேம்பட்ட வடிவம், அவ்வளவுதான்' என்பான், இந்தப் பதிவின் முதல் பாராவில் வந்த நண்பன்).

ஆனால் சுசீந்திரன், சாதாரணமான அந்தச் சிறுகதைக்கு விசுவாசமாக, சில காட்சிகளை மாத்திரம் சற்று நீட்டி தன் திரைப்படத்தை உருவாக்கி யிருக்கிறார். விளைவு, திரைப்படம் ஒரே மையத்தில் சுழன்று சுழன்று சாவகாசமாக மிக மெதுவாக நகர்ந்து ஊர்கிறது (பதிவின் தலைப்பைக் கவனிக்கவும்).

ஒரு நல்ல திரைக்கதை என்பது 'ஒருவன் வழி தவறி அடர்ந்த கானகத்துக்குள் நுழைந்துவிட்ட பயணத்தின் அனுபவத்தைப் போல் இருக்கவேண்டும்' என்று நினைக்கிறேன். எப்போது வேண்டு மானாலும் சிறுத்தையோ, கரடியோ வந்து தாக்கலாம். இருள் மேகம் சூழ கடும் மழை பெய்யலாம். அருவியில் பழங்குடி அழகி எவராவது குளித்துக் கொண்டிருக்கலாம். ஆபத்தின் வருகையை பறவைகளும் சிறு

மிருகங்களும் எச்சரித்து குரல் கொடுக்கலாம். களைத்துப் போன நேரத்தில் வெளியே செல்லும் வழி சட்டென்று தோன்றலாம். கால் தவறி புதரின் சரிவில் விழ நேரிடலாம்.

அடுத்து நிகழப் போகும் காட்சியை, கதை செல்லும் போக்கை புத்திசாலியான பார்வையாளன்கூட யூகிக்க முடியாதபடியான திரைக்கதை எந்தவகையிலாவது நகர்ந்து கொண்டேயிருக்க வேண்டும். 'அழகர்சாமியில்' இந்த மாயம் பெரும்பாலும் நிகழவேயில்லை. குதிரை தொலைந்து போனது, அதை தேடுவது தொடர்பாகவே பெரும்பாலான படம், சோகையான நகைச்சுவையின் மூலம் நகர்வதால் சலிப்பு ஏற்படுகிறது. மோசமாக உருவாக்கப்பட்ட ஒரு பள்ளிக்கூட டிராமாவை பார்க்கும் உணர்வும் சமயங்களில் ஏற்படுகிறது.

பணிக்குச் செல்லும் விடலை வயது மகளின் குடும்பம், ஊரை மிரட்டினாலும் வீட்டுக்குள் அஞ்சி நடுங்கும் கோடங்கியின் குடும்பம் (இதுவே ஒரு கிளிஷே), குதிரை ஊருக்கு வந்த புண்ணியத்தில் அதுவரை வாழாவெட்டியாக இருந்த பெண், கணவனைச் சென்று சேர்வது, பள்ளிக்கூடத்து உணவை தம்பியுடன் பகிர்ந்துண்ணும் சிறுவனின் பரிவு என்று சில கிளைக்கதைகளுடன் இந்தச் சலிப்பை இயக்குர் சமன் செய்ய முயன்றாலும் அதைப் படம் முழுக்க நீட்டி வளர்க்காமல் துண்டு துண்டாகப் பதிவு செய்து அப்படியே விட்டு விட்டது முழுமையைத் தரவில்லை.

அடுத்ததாக இயக்குநரின் சிறப்பம்சமாக குறிப்பிட்டுச் சொல்ல வேண்டியது நடிகர்கள் தேர்வு. பிரதான நடிகர்களை விட்டு விடுவோம். சிறு சிறு வேடங்களில் கடந்து செல்பவர்களைப் பற்றிப் பேசுவோம். தமிழ் சினிமாவில் ஆண்டாண்டு காலமாக என்ன நடந்து கொண்டிருக்கிறதென்றால், ஒரு சில துணை நடிகர்களே, வேறு வேறு பாத்திரங்களில் நூற்றுக்கணக்கான படங்களில் திரும்பத் திரும்ப வந்து கொண்டிருப்பார்கள். ஒரு படத்தில் சுடுகாட்டு வெட்டியானாக வந்த அதே நபரே, இன்னொரு படத்தில் வெள்ளைக் கோட்டுடன் கண்ணாடியைக் கழற்றி வசனம் பேசுவார் (வெட்டியானுக்கும் டாக்டருக்கும் ஒரே நபரைத் தேர்வு செய்வதில் ஏதோ ஒரு நகைச்சுவையான தொடர்பு இருக்கும் போலிருக்கிறது). இவர்களை மீறி, கதாபாத்திரங்களுக்குப் பொருத்தமான நபர்களைத் தேர்வு செய்யும் சுதந்திரம் இயக்குநர்களுக்கு இல்லை. துணை நடிகர் சங்கத்தின் உறுப்பினர்களைத்தான் பயன்படுத்தவேண்டும் என்கிற விதியின் காரணமாகவே இந்த அவலம். தொழிலாளர்களின் பாதுகாப்பு, இதையே நம்பியிருக்கும் அவர்களுக்கு தொடர்ந்த வேலை வாய்ப்பு என்கிற அடிப்படையில் இதைப் புரிந்துகொள்ள முடிகிறதுதான். ஆனால் சினிமா என்பது ஒரே மாதிரியான ரொட்டி

சுடும் தொழிற்சாலை அல்ல. நம்பகத்தன்மையை ஒவ்வொரு காட்சியிலும் வெளிப்படவைக்கவேண்டியது இயக்குநரின் கடமை. துணை நடிகர்கள் பயன்பாடு விஷயத்தில் இப்போதைய நடைமுறை நிலவரம் என்னவென்று தெரியவில்லை.

'அ.கு' வில் வரும் சிறு சிறு பாத்திரங்கள்கூட அசலான கிராமத்து முகங்களாக இருப்பது பெரிய ஆறுதல். கோயில் வரி தராமல் ஏய்க்கும் கிழவி (என்னவொரு சிறந்த நடிப்பு), லாரியில் ஏறி பணிக்குச் செல்லும் சிறுமி, பரோட்டா சிறுவன், உள்ளூர்க் கோடங்கி (நான் கடவுளில் கான்ஸ்டபிளாக வருபவர்), அப்புக்குட்டி உணவருந்தும் போது பக்கத்தில் மௌனமாக உணவருந்தும் கிழவி, காவல்துறை அதிகாரி, நாத்திக இளைஞன், கூலிங்கிளாஸ் மைனர், மகளின் திருமணத்துக்காக சேர்த்த சில்லறைகளை கோயில் வரிக்காக தரும் ஆசாரி ('பூ'வில் பேனாக்காரராக நடித்தவர்), ஒல்லிப்பிச்சான கோழித் திருடன், ஊர் பெரிசுகள், அப்புக்குட்டி திருமணம் செய்யப் போகும் பெண்ணின் தந்தை, தாய்... இப்படி ஒரு சில பிரேம்களில் கடந்து போகும் முகங்களோடு முக்கிய பாத்திரத்தில் நடித்திருக்கும் அப்புக்குட்டி என்று பல இயல்பான முகங்கள்.

நெருடல் என்று பார்த்தால் மலையாள மாந்திரீகனாக வரும் கிருஷ்ணமூர்த்தி (அவருடைய எரிச்சலூட்டும் நடிப்பும்), நாத்திக இளைஞனின் காதலி மற்றும் அப்புக்குட்டியின் வருங்கால மனைவி. ஆண்களின் பாத்திரங்களை துணிச்சலுடன் யதார்த்தமாக தேர்வு செய்த இயக்குநர், அதை சமன் செய்வதற்காகவோ என்னவோ, அதற்கு முரணான நகரப் பின்னணி முகங்களைத் தேர்வு செய்தது ஒரு சறுக்கல்.

படத்தின் பிரதான துணைப்பாத்திரங்களில் ஒன்றாக அப்புக்குட்டியைத் தேர்வு செய்ததற்காக இயக்குநரை பாராட்டலாம். பத்து வருடங்களாக கோமாவில் படுத்துக் கொண்டிருக்கும் நோயாளி பாத்திரம்கூட பத்து இன்ச்சுக்கு ஒப்பனை அணிந்திருக்கும் தமிழ் சினிமாவின் அசட்டுத்தனமான அழகியல் குறித்து எனக்கு நீண்ட வருடங்களாக ஒவ்வாமையுண்டு. இந்தத் திரைப்படத்தில் குதிரைக்காரன் பாத்திரத்துக்கு மார்க்கெட்டிங் வால்யூவுக்காக முன்னணி நடிகரை தேர்வு செய்து முகத்தில் கரி பூசி செயற்கையாக ஒப்பனை செய்து, அவர் இமேஜுக்காக ரெண்டு டூயட்களையும் சண்டைகளையும் சேர்த்து... இப்படியெல்லாம் செய்யாமல் குதிரைக்காரனின் அளவுக்கேற்ற காட்சிகளையும் அதற்குப் பொருத்தமான நபரையும் துணைப் பாத்திரமாகத் தேர்வு செய்தது நன்று. ஆம், அப்புக்குட்டி இதில் துணைப்பாத்திரம்தான். பலரும் குறிப்பிடுவதைப் போல் இப்படத்தின் ஹீரோ அல்ல. அவரின் வருங்கால மனைவியாக வருபவரும் ஹீரோயின் அல்ல. போஸ்டரில் யாருடைய படம் பெரிதாக

இருக்கிறதோ அவரை ஹீரோவாக நினைத்துக் கொள்ளும், திரைப்படம் என்றிருந்தாலே அதில் ஹீரோவாக யாராவது இருந்தேயாகவேண்டும் என்று எதிர்பார்க்கும் சூழலில் சிறு சிறு கதாபாத்திரங்களை வைத்தே ஒரு சினிமாவை உருவாக்கியிருப்பது மகிழ்ச்சி.

குதிரைதான் இந்தப் படத்தின் மையப்பாத்திரம். அதனைச் சுற்றியே எல்லாப் பாத்திரங்களும் வந்துபோகிறார்கள். சில விஷயங்களைத் தவிர்த்து இயக்குநர் சுசீந்திரன் இதை சாதித்துக் காட்டியிருப்பது, தங்களை தமிழ் சினிமாவின் தூண்களாகக் கருதிக்கொண்டு பஞ்ச் டயலாக் பேசும் சூப்பர் ஹீரோக்களுக்குப் பேரிடியாக இருக்கும்.

முந்தைய பகுதியில் இதன் திரைக்கதையின் மெதுவான நகர்வு குறித்து உரையாடினோம். அ.சா.கு -வின் இன்னொரு பெரிய மைனஸ் காட்சிகளின் நம்பகத்தன்மையின்மை. ‘நகைச்சுவைக்கு லாஜிக் தேவையில்லை’ என்பார்கள். அது மைலாப்பூர் சபா நாடகங்களுக்கு வேண்டுமானால் இருக்கலாம். உலகத்தின் மிகச் சிறந்த கிளாசிக் காமெடிகளை எடுத்துப் பார்த்தால் அதன் பாத்திரங்கள், அவற்றின் இயல்பிலிருந்து மாறாமலேயே செயல்பட்டுக் கொண்டிருக்கும். உதாரணம் சார்லி சாப்ளின். ஆனால் அ.சா.கு.விலோ பார்வையாளர் களிடம் சிரிப்பைப் பிடுங்கிவிடவேண்டும் என்பதற்காக அசட்டுத் தனமாக நடித்தும் பேசிக்கொண்டும் இருக்கிறார்கள். ஊர்ப் பெரியவர்கள் காவல் நிலையத்தில் புகார் அளிக்கும் காட்சி ஒன்றே போதும்.

மரக்குதிரை தொலைந்து போன சமயத்தில் வந்து சேர்ந்த நிஜக் குதிரையை ‘சாமி’ எனக் கொண்டாடுகிறார்கள். குதிரைக்குச் சொந்தக்காரன் திடீரென அங்கு குதித்து அதைக் கட்டிப்பிடித்து கதறியழுகிறான் (இதைப் பார்த்து அழுகையே வந்துவிட்டது என்கிறார் தமிழின் முன்னணி திரை விமர்சகர் ஒருவர்). குதிரைக்கும் அவனுக்கும் உள்ள உறவு அழுத்தமாக நிறுவப்படாமலேயே, எப்படி அந்தக் காட்சி பார்வையாளர்களை அழுத்தமாகக் கவரமுடியும்? கிராமத்துக் காடசிகள் ஒருபுறம் காட்டப்படும்போதே இணைக் கோடாக குதிரையும் குதிரைக்காரனின் நட்பை காட்டி பின்பு இந்தக் காட்சியை சேர்த்திருந்தால், பார்வையாளர்கள் இதை இன்னும் உணர்ச்சிப்பூர்வமாக அணுகியிருக்க முடியும். மேலும் விலங்குக்கும் மனிதனுக்கும் இடையில் உள்ள நேச உறவுகூட இதில் அசட்டுத் தனமாகவே நிறுவப்பட்டுள்ளது. பின்னால் வரும் பிளாஷ்பேக்கிலும் ஒரே பாடலில் ஹீரோ பணக்காரனாக ஆவதைப் போல் குதிரையை அவனுடன் நடக்கவிட்டு ஓடவிட்டு மேலோட்டமாகவே இதை இயக்குநர் சாதிக்க முயன்றிருக்கிறார்.

ஒரு கட்டத்தில் ஊரிலுள்ள கெட்டவர்களையெல்லாம் சரியாக அடையாளங்கண்டு குதிரை தண்டிக்க ஆரம்பிக்கும்போது படம் சின்னப்பா தேவர் அளவுக்குத் தரமிரங்கிவிடுகிறது. சாதாரண மனிதர்களைத்தான் ஊதிப் பெருக்கி சூப்பர் ஸ்டார் வேடமிட்டு திரையில் காண்பித்துக் கொல்கிறீர்கள் என்றால், விலங்குகளையாவது அதனுடைய இயல்புக்குத் திரையில் உலவவிடக்கூடாதா? குதிரைக்காரனின் திருமணத்தைக்கூட குதிரைதான் நிச்சயம் செய்ய வேண்டுமா? கடவுளே! பல ஆண்டுகளுக்கு முன் வெளிவந்த ஆட்டுக்கார அலமேலு திரைப்படம் குறித்து சுஜாதா எழுதியதுதான் நினைவிற்கு வருகிறது.

ஊர்ப் பெரியவர்களே காமெடி செய்யும் அந்த இத்துப் போன கிராமத்தில் அதன் தலைவர் பதவிக்குப் போட்டி வேறு நிகழ்கிறது. இந்தப் பதவியை எப்படியாவது கைப்பற்றிவிட வில்லன் தோற்றத்தில் அவ்வப்போது வந்து போகிறார். அவர் என்ன செய்கிறார், ஏன் அப்படி செய்கிறார் என்பதையெல்லாம் யாராவது விளக்கிச் சொன்னால் தேவலை. சீப்பை ஒளித்து வைத்து கல்யாணத்தை நிறுத்துவது போல திருவிழாவை நிறுத்த அவர் என்னென்னமோ சீரியஸாகச் செய்கிறார். நமக்குத்தான் காமெடியாகத் தோன்றுகிறது.

இன்னொரு நம்பகத்தன்மையில்லாத பாத்திரம் குதிரைக்காரனின் வருங்கால மனைவி. ஏற்கெனவே குறிப்பிட்டதுபோல் இந்த பாத்திரத்துக்கு சாதாரண தோற்றமுடைய கிராமத்துப் பெண்ணை நடிக்க வைத்திருந்தாலே போதும். அத்தனை அழகுடைய பெண், குண்டான குள்ளமான கறுப்பான ஒருவரை திருமணம் செய்ய மனப்பூர்வமாக சம்மதிப்பது யதார்த்ததில் அபூவர்மானது. அன்றாட வாழ்க்கையில் இப்படியான தம்பதியினரைக் கண்டிருக்கிறேன். ஆனால், அழகான பெண்கள், சுமாரான தோற்றமுடையவரைத் திருமணம் செய்ய சம்மதித்தால் பெரும்பாலும் மணமகன் செல்வந்தராக இருப்பார். நடிகைகள் ஏன் லைட்மேனைத் திருமணம் செய்து கொள்ளாமல் தொழில் அதிபர்களை சரியாகத் தேடி திருமணம் செய்துகொள்கிறார்கள் என்று துவங்கி இதை யோசித்துப் பார்க்கலாம். பெண்கள் எதை வேண்டுமானாலும் விட்டுத் தருவார்கள், தன்னுடைய வாழ்க்கையின் பாதுகாப்பை எதற்காகவும் விட்டுத்தர மாட்டார்கள். இந்த விஷயத்தில் அவர்கள் மிக ஜாக்கிரதையானவர்கள். அவலட்சண மான ஒருவரைக்கூடத் திருமணம் செய்ய சம்மதிப்பார்கள். ஆனால், குதிரைக்காரனோ அன்றாட பிழைப்புக்கே அவனுடைய குதிரையை நம்பியிருக்கும் அளவுக்கு வறுமையுள்ளவனாக இருக்கிறான். அல்லது மணப்பெண்ணின் வீடு வறுமையானது, பெண்ணை யாருக்காவது கட்டித்தந்து தலை முழுகிவிடும் நிலையிருக்கிறார்களா என்று

பார்த்தால் அப்படியும் இல்லை. குதிரைக்காரன் குதிரையைத் திரும்பப் பெற்றால்தான் திருமணம் என்று கறாராக சொல்லுமளவுக்கு கெத்தாகவே இருக்கிறார்கள்.

'தாழ்த்தப்பட்ட சாதியைச் சேர்ந்த பெண்ணைத் திருமணம் செய்து விட்டானே என் மகன்' என்று ஊர்த்தலைவர் கதறுகிறார். அன்றாடப் பேச்சு வழக்கில், அதுவும் சாதிப்புத்தி அழுத்தமாகப் படிந்து போன கிராமத்து மனிதர் பேசும்போது 'தாழ்த்தப்பட்ட சாதி' என்றா சொல்வார்? இப்படிப் பல அபத்தங்களை இந்தப் படத்திலிருந்து பட்டியல் போடலாம்.

இத்தனை நுணுக்கமாகவெல்லாம் இயக்குநரோ பார்வையாளனோ கவனிக்கவேண்டுமா என்று சிலருக்குத் தோன்றாலாம். பின்பு எதற்கு கதை உருவாக்கம், விவாதம் என்கிற சம்பிரதாயங்கள் எல்லாம் pre-production-ல் நடக்கவேண்டும்? எதைக் காட்டினாலும் பார்வையாளன் பார்த்துவிட்டு கைத்தட்டிவிடுவான் என்கிற நிலையில்தான் லாஜிக் என்கிற வஸ்துவைக் கண்டுகொள்ளாமலேயே இத்தனை வருட தமிழ்சினிமா ஓடியிருக்கிறது. இனியும் அது தொடரத்தான் வேண்டுமா?

மேலும் முழுமையான கலைப்படைப்பு என்று ஒன்று இல்லவே இல்லை. அது ஒரு மித். ஆனால் எல்லா கலைப்படைப்புகளும் அந்த உச்சத்தை நோக்கிய உண்மையான முயற்சிகளாக இருக்கவேண்டும். அ.சா.கு அந்த முயற்சியை நோக்கி நகரவேயில்லை. ஒட்டுமொத்த தமிழ்சினிமாவே குப்பையாக இருப்பதால்தான் இப்படிப்பட்ட குறைப்பிரசவங்கள்கூட, 'சிறந்த படங்களாக' நமக்குத் தோன்றும் விசித்திரங்கள் நிகழ்கின்றன.

படத்துக்கு இசை ராஜா என்றாலே பல இயக்குநர்கள் உடனே அட்டென்ஷனில் எழுந்து நின்று அவர் என்ன தருகிறாரோ, அப்படியே பிரசாதம்போல் பெற்று வாயைப் பொத்தி ஏற்றுக் கொள்கிறார்கள். Captain of the ship என்பதெல்லாம் கோபத்தில் சரியாக நடிக்கத் தெரியாத நடிகையைக் கன்னத்தில் அறைவதோடு முடிந்துவிடுகிறது. ராஜா என்கிற மேதை பல நேரங்களில் பிரசாதம் தருகிறார்தான், ஆனால், சில நேரங்களில் விபூதி என்கிற பெயரில் வெற்றுச் சாம்பலையும் தந்துவிடுகிறார். இளம் இயக்குநர்களைக்கூடப் பெரும் பாலும் அவர் பேசவே விடுவதில்லை என்று தெரிகிறது. இதனால்தான் முன்னணி இயக்குநர்கள் சகிக்கமுடியாமல் அவரிடமிருந்து விலகி விடுகிறார்கள் என நினைக்கிறேன். ரஹ்மான என்ற கலைஞனின் மகத்தான உதயமும் இந்தக் காரணத்தினாலேயே நிகழ்ந்தது.

இந்த மிக எளிமையான கிராமத்து படத்தை ‘உலகத் தரத்துக்கு’ உயர்த்துவதற்காக ஹங்கேரியிலிருந்து இசைக்கலைஞர்களை வரவழைத்தாக ஒரு தொலைக்காட்சி நேர்காணலில் ராஜா குறிப்பிடுகிறார். உலகத் திரை விழாக்களில் கலந்து கொள்ளும் திரைப்படங்கள், அந்தந்த நாட்டின் கலாசாரத்தை, இசையைப் பிரதிபலிக்கவேண்டும் என்பது பொதுவான எதிர்பார்ப்பு. தமிழ்படத்தைக் காண வரும் வெளிநாட்டு பார்வையாளர்களுக்கு நம்முடைய மண்ணின் இசையை அளிக்காமல், இன்னொரு கலாசாரத்தின் பிரதிபலிப்பை தருவது சரியா எனத் தெரியவில்லை. எந்த ஹங்கேரி படத்திலாவது தமிழ் இசைக் கருவிகளின் பின்னணி இசையைக் கேட்டதுண்டா என்ற கேள்வியின் பின்புலத்தில் இதை யோசித்துப் பார்க்கலாம்.

இன்னொரு வகையில் பார்த்தால் இசைக்கு மொழியோ கலாசாரமோ தடையில்லை. எந்தவொரு நாட்டின் இசைக்கருவியாலும் மனிதனின் சில ஆதாரமான, பொதுவான உணர்வுகளைப் பிரதிபலிக்க முடியும். அந்தவகையில் ராஜாவின் இசை மகத்தான பிரமிப்பைத் தருகிறது. குதிரையின் அறிமுகக் காட்சி, குதிரைக்காரனின் அறிமுகக் காட்சி, குதிரையை மீட்கப் போராட்டம் நிகழும் சண்டைக் காட்சி போன்றவற்றில் ராஜாவின் பின்னணியிசை உன்னதமான அனுபவத்தைத் தந்தது என்பதை மறுக்கமாட்டேன். ஆனால் அது இந்தப் படத்துக்குப் பொருந்தவில்லை என்றுதான் சொல்வேன்.

பிட்ஸாவுக்கு நாட்டுக்கோழி குழம்பைத் தொட்டுச் சாப்பிடும் ஒரு சங்கடமான உணர்வை ராஜாவின் பின்னணியிசை தந்தது என்பதை இசை குறித்த பாண்டியத்தியம் அல்லாத ஒரு பாமர ரசிகனாக இங்கு பதிவுசெய்ய விரும்புகிறேன் திரைப்படத்தில் காட்சிகளுக்கேற்பதான் செயல்படவேண்டுமே தவிர, படைப்பாளி தன்னுடைய மேதமையை எந்த இடத்திலும் காட்டக்கூடாது என்பது ராஜாவின் நிலைப்பாடு. சுசீந்திரன் தனது இயக்கத்தில் அவ்வாறு செயல்பட்ட ஒரு காட்சியை ராஜா சுட்டிக்காட்டியதில், இயக்குநரும் அந்தக் காட்சியை திருத்திக்கொண்டதாக ஒரு பேட்டியில் குறிப்பிடுகிறார். இந்த நிலைப்பாட்டில் நம்பிக்கை கொண்ட ராஜா, படத்துக்குப் பொருத்தமான அவரது அழுத்தமான அடையாளமான கிராமத்து இசையை அல்லவா பெரிதும் பயன்படுத்தியிருக்க வேண்டும்?

படத்தின் இன்னொரு பலம் பாஸ்கர் சக்தியின் இயல்பான அவருக்கேயுடைய பிரத்யேக நகைச்சுவை. ஆனால் இது மென் தீற்றலாக சில இடங்களில் மாத்திரமே வந்து போகிறது.

ஆங்காரமாய் உடுக்கையடிக்கும் கோடங்கியைப் பார்த்து ஒரு சிறுவன் கேட்கிறான்.

‘டேய் கோடங்கி சாமியா, இல்ல பேயாடா?‘

‘ரெண்டுமே ஒண்ணுதான்டா‘

இரவுக்காவல் செல்லும் இளைஞர்கள், ஒல்லிப்பிச்சான் ஒருவனும் அவன் மனைவியும் கோழி திருடுவதைக் காண்கிறார்கள். இளைஞர்களில் ஒருவன் சொல்கிறான். ‘என்னதான் திருடித் தின்னாலும் தொத்தலாத்தான் இருக்காய்ங்க’.

கவனிக்கப்படவேண்டும் என்கிற நோக்கமில்லாமல் போகிற போக்கில் இந்த வசனம் சொல்லப்படுவதினாலேயே இந்த நையாண்டி சிறப்பாகத் தோன்றுகிறது.

கோயில் வரி வசூலிக்க வந்திருக்கும் ஊர்க்காரர்களின் முன்னால் கட்டபொம்மன் வசனம் பேசும் சிறுவனின் காட்சி சற்று மிகை என்றாலும் ரசிக்கத்தக்கதாக இருந்தது.

இது போன்ற நையாண்டியும் பகடியும் படத்தின் ஆரம்பக் கட்டங்களில் சில இடத்தில் மாத்திரமே வந்துபோகிறது. அசட்டு நகைச்சுவைக்கு பதில் படம் பூராவும் இது போன்றவை இடம் பெற்றிருந்தால் இன்னும் சுவாரசியமாக இருந்திருக்கும்.

படத்தின் ஒளிப்பதிவாளர் தேனீ ஈஸ்வருக்கு இது முதல்படமாம். புகைப்படக்காரராக இருந்து ஒளிப்பதிவாளராக உருமாறியிருக்கிறார். ரசனையான ஒளிப்பதிவு. அந்தக் கிராமத்து நிலப்பகுதிகளின் விஸ்தீரணம் அழகாகத் தெரியும் பாடல்காட்சிகளிலும் ‘கெட்டவர் களை’ குதிரை துரத்திக்கொண்டு காட்சிகளிலும் சண்டைக்காடசி களிலும் இவரது பணி சிறப்பாக இருக்கிறது. அழகுணர்ச்சியோடு பதிவு செய்வதுதான் சிறந்த ஒளிப்பதிவு என்பதாக ஒரு பிரமை யிருக்கிறது. அந்த மாயையிலிருந்து தமிழ் சினிமா வெளிவந்தால் நல்லது.

அந்தக் கிராமத்தின் பிரத்யேக அடையாளம் படத்தில் வெளிப்பட வேயில்லை. குதிரை கட்டிப் போடப்பட்டிருக்கும் இடமும் ஊருக்கு வெளியே வனாந்திரத்தில் அமைந்திருக்கும் மரக்குதிரையின் இடமும் (ஊரின் வெளியிலா அழகரின் வாகனத்தை வைத்திருப்பார்கள்) இது சினிமா செட் என்பதை பட்டவர்த்தனமாகக் காட்டுகிறது. மேலும் ‘சுப்ரமணியபுரத்தின்’ பாதிப்பிலோ என்னமோ, படம் 80-களில் நிகழ்வதாகக் காட்டப்பட்டிருப்பதும் அதை நிறுவ பழைய காசுகளும் ரூபாய்களும் மாத்திரம் சில குளோசப்களில் காட்டப்படுவது படத்தின் அடிப்படை நிகழ்வுகளுக்கு எந்தவிதத்தில் உதவுகிறது என்பது புரியவில்லை. 80-களில்தான் கிராமத்தில் இம்மாதிரியான மூடத்தனங்கள் இருந்தன என்றும் சொல்ல முடியாது. இன்றும்

கிராமங்களில் சுருட்டு சாமியார்களும் பீர் சாமியார்களும் நீக்கமற நிறைந்திருக்கின்றார்கள்.

சுசீந்திரனின் முதல் திரைப்படமான 'வெண்ணிலா கபடி குழு' தமிழ்ச் சினிமாவின் வழக்கமான சட்டகத்துக்குள்தான் இயங்கியது என்றாலும் படம் முடிவடைந்தபோது பார்வையாளனாக என்னால் ஒரு முழுமையை உணர முடிந்தது. ஆனால் துரதிர்ஷ்டவசமாக அ.சா.குவில் அதை உணர முடியவில்லை. படத்தின் சில சிறப்பான தருணங்கள் ஆங்காங்கே சிதறி அங்கேயே தேங்கி நின்றுவிட்டன. முழுமையை நோக்கி நகரவேயில்லை. இதனால்தான் ஊடகங்களும் விமர்சகர்களும் இதை சிறந்த சினிமா என்றும் இளையராஜா உட்பட இதை 'உலக சினிமா' என்றும் குறிப்பிடும்போது கசப்புடன் மறுக்க வேண்டியிருக்கிறது.

உலக சினிமாவோடு தமிழ் சினிமாவை ஒப்பிடமாட்டேன் என்று முன்னரே குறிப்பிட்டிருந்தாலும் இதைச் சொல்லிவிடுகிறேன். இதே போன்றதொரு ஸ்கிரிப்டை, இரானிய இயக்குநர் அப்பாஸ் கிராஸ்தமி போன்றவர்கள் கையாண்டிருந்தால் எப்படியிருந்திருக்கும் என்று யூகித்துப் பார்த்தால் நான் சொல்ல முயல்வது இன்னும் தெளிவாகப் புரியும். அப்படியெல்லாம் இங்கு சினிமாவை உருவாக்கினால் யார் பார்ப்பார்கள் என்றெல்லாம் கேட்டு நம்மை நாமே அவமதித்துக் கொள்ளவும் அடையாளங் காட்டிக்கொள்ளவும் வேண்டாம். மோசமான, அரைகுறைப் படைப்புகளை, கலையை உன்னதம் என்று புளகாங்கிதம் அடைந்து கொண்டிருக்கும் நம் சமூகம்தான் அதிலிருந்து தம்மை மீட்டெடுத்துக்கொண்டு மேலே வர வேண்டும்.

மூன்று பின்குறிப்புகள்:

1) இந்தப் பதிவில் ஒரு நண்பருடன் உரையாடியதாக வந்த பகுதிகள் நினைவிருக்கலாம். அந்த நண்பர் வேறு யாருமல்ல. என்னுடைய ஆல்டர் ஈகோதான்.

2) என்னுடைய மகளிடம் விசாரித்தபோது 'இந்தப் படம் பிடித்திருக்கிறது' என்றுதான் சொன்னாள்.

3) மிருகங்களுக்கும் மனிதர்களுக்குமான உறவை கலை முதிர்ச்சியுடன் பதிவு செய்த படமாக பிரெஞ்ச் இயக்குநர் ராபர்ட் பிரெஸ்ஸான் இயக்கிய Au Hasard Balthazar-*ஐ பரிந்துரை செய்ய விரும்புகிறேன்.*

ஆரண்ய காண்டம்

தமிழ் சினிமாவின் மஞ்சள் நீராட்டு விழா

பொதுவாக தமிழ் சினிமா பற்றி எப்போதும் திட்டியே எழுதிக் கொண்டிருக்கிறேன் என்று என் மீது ஒரு புகார் உண்டு. ஆனால் அது அனைத்துமே தமிழ் சினிமாவின் மீதான பிரேமையினால்தான் என்பதை என் பதிவுகளைச் சரியான தொனியில் வாசிப்பவர்கள் புரிந்து கொண்டிருப்பார்கள். வழக்கமான தமிழ் சினிமாவிலுள்ள அபத்தங்கள் குறித்து ஆவேசமாக உரையாடியிருக்கிறேன்; வருத்தப் பட்டிருக்கிறேன்; அதன் மூலம் ஆபாச வசவுகளைப் பெற்றிருக்கிறேன். இப்படி எழுதுவது குறித்து சமயங்களில் என் மேலேயே எனக்கு எரிச்சல் உண்டு.

ஆனால் இவற்றிலிருந்து பெரியதொரு விடுதலையை பெற்றுத் தந்திருக்கிறார் ஆரண்ய காண்டம் திரைப்படத்தின் இயக்குநரான தியாகராஜன் குமாரராஜா. தமிழ் சினிமாவின் முன்னோடிகள் என்று இதுவரை சொல்லப்பட்டிருப்பவர்கள் அனைவரையும் ஓர் அசுரப் பாய்ச்சலில் தாண்டிச் சென்றிருக்கிறார். சம்பிரதாயமான சொற்களில்

அல்லாமல் உண்மையாகவே ஓர் உலக சினிமாவின் இலக்கணங் களுடன் உருவாகியிருக்கிறது ஆரண்ய காண்டம். ஆம். தமிழ் சினிமா சற்று முதிர்ச்சியடைந்து தனது மஞ்சள் நீராட்டு விழாவைக் கொண்டாடுவதன் மூலம் 'வயதுக்கு வந்ததன்' அடையாளத்தை வெளிப்படுத்தியிருக்கிறது. அதைச் சாத்தியப்படுத்திய தியாகராஜன் குமாரராஜாவை எவ்வளவு பாராட்டினாலும் தகும்.

உலக சினிமா என்றாலே, ரத்தம், வன்முறை, ஆபாசம், கெட்ட வார்த்தைகள் போன்றவற்றைக் கொண்டவை என்கிற முன்முடிவு களோடும் தவறான புரிதல்களோடும் அணுகுகிறவர்கள் உண்டு. ஒரு துளி ரத்தத்தைக்கூடக் காண்பிக்காமல் வன்முறையின் உக்கிரத்தையும் அழகியலையும், ஒரு முத்தம்கூட இல்லாமல் காதலின் அவஸ்தையையும் சித்திரித்திருக்கிற பல உலக சினிமா உதாரணங்களைச் சுட்ட முடியும். ஆரண்ய காண்டம், தான் பயணிக்கிற காட்சிக் கோர்வைகளுக்குப் பொருத்தமான தொனியையும் நிறத்தையும் இருண்மையையும் மிகக் கச்சிதமான திரைமொழியையும் கொண்டிருக்கிற காரணத்தினாலேயே இதை சந்தேகமின்றி உலக சினிமா என்று குறிப்பிட முடிகிறது.

இயக்குநர் மகேந்திரன் ஒரு நேர்காணலில் குறிப்பிட்டதைப்போல தமிழ் சினிமாவில் இருக்குமளவுக்கான நகைச்சுவை நடிகர்கள் வேறெந்த பிரதேச சினிமாவிலும் இருப்பார்களா என்று எனக்கும் தோன்றுவதுண்டு. ஆனால் தமிழில் இதுவரை அசட்டுத்தனமாக அல்லாமல் உருப்படியாக நகைச்சுவைக்கென்றே பிரத்யேக தமிழ் சினிமா ஏதும் வந்திருக்கிறதா என்றால் பாலுமகேந்திராவின் 'சதி லீலாவதி' , பாலச்சந்தரின் பாமா விஜயம், தில்லுமுல்லு போன்ற ஒரு சில திரைப்படங்களே நினைவுக்கு வருகின்றன. தமிழில் கிளாசிக் காமெடி என்றால் பலரும் சட்டென்று குறிப்பிடுவது 'காதலிக்க நேரமில்லை'. ஆனால் இதை சில காட்சிகள் தவிர்த்து, முழுமையான திரைப்படமாக எத்தனை முயன்றும் என்னால் ரசிக்கவே முடியவில்லை.

ஆனால் 'இருண்மை நகைச்சுவை' என்கிற வகைமையில் ஒரு தமிழ்த் திரைப்படம்கூட இதுவரை வெளிவரவில்லை என்று சொல்லலாம். ஆரண்ய காண்டம் அந்த அவலத்தைத் துடைத்தெறிந்திருக்கிறது. ஒருவனின் புட்டத்தில் இன்னொருவன் எட்டி உதைப்பது என்பதையே தமிழ் சினிமாவின் நகைச்சுவையாகப் பெரும்பாலும் இதுவரை பார்த்து வந்திருக்கிறோம். 'கருப்பு நகைச்சுவை' என்பது தீவிரமான தளத்தில் இயங்கிக் கொண்டிருக்கும் படத்தில் அடியாழமாக ஒரு இழை நகைச்சுவையுடன் ஓடிக் கொண்டிருக்கும். மிகத் தீவிரமாக துவங்கும் காட்சி எதிர்பாராத ஒரு தருணத்தில் நகைச்சுவையாக முடிவது,

நகைச்சுவையாக துவங்கும் காட்சி தீவிரத்தன்மையுடன் முடிவது போன்றவை கருப்பு நகைச்சுவையின் சில இயல்புத்தன்மைகள். Quentin Tarantino, Coen brothers, Guy Ritchie போன்ற இயக்குநர்கள் இதில் விற்பன்னர்கள். இந்த வரிசையில் தமிழிலும் ஓர் இயக்குநர் உண்டு என்று பெருமையுடன் குறிப்பிடக்கூடிய ஒரு சாத்தியத்தை தியாகராஜன் குமாரராஜா ஏற்படுத்தியிருக்கிறார்.

முன்னரே குறிப்பிட்டிருந்தபடி திரை மொழியை மிகக் கச்சிதமாகக் கையாண்டிருப்பதின் மூலம் உலக சினிமாவின் அந்தஸ்தை ஆ.கா. எட்டியிருக்கிறது. பெரும்பாலும் கிளிஷேக்களைக் கைவிட்டிருக்கிற, நான்-லீனியர் திரைக்கதை, நிகழ்வுகளுக்குப் பொருத்தமாக, சற்று வெளிச்சமும் பெரும்பாலும் இருளுமான பின்னணியில் இயங்கும் ஒளிப்பதிவு, அட்டகாசமான பின்னணி இசை, விளிம்பு நிலை சமூகத்தின் பாசாங்கற்ற வசனங்கள், டைம் லைனைப் பெரும்பாலும் கைவிடாத துல்லியமான எடிட்டிங், பொருத்தமான காஸ்டிங், பிரக்ஞை பூர்வமாக நிகழ்த்தப்பட்ட இயக்கம் என்று அனைத்தும் சேர்ந்து வறண்ட பாலைவனத்தின் மழைபோல இந்தத் திரைப்படத்தைக் கொண்டாட வைக்கின்றன.

அதற்கும் முன்பாக நாம் பாராட்ட வேண்டியது, இந்தத் திரைப்படத்தின் தயாரிப்பாளரை. இங்கு பல தயாரிப்பாளர்களுக்கு சினிமா குறித்த ஆர்வமோ அறிவோ கனவுகளோ இருப்பதாகத் தெரியவில்லை. இரண்டு கோடியைப்போட்டு ஐந்து கோடியை அள்ளி விடும் திட்டத்துடன் எவ்வித சமரசத்தையும் செய்யும் நிலையில் வணிகர்களே இங்கு இருக்கிறார்கள். ஒரு தயாரிப்பாளர், கதை சொல்ல வந்த புது இயக்குநரிடம் 'உன் ஜாதகத்தைக் கொண்டு வா, அது என் ஜாதகத்துடன் பொருந்தினால்தான் படம் தயாரிக்க ஒப்புக் கொள்வேன்' என்று கூறிய செய்தியைக் கேள்விப்பட்டபோது எனக்கு பெரிதாக ஆச்சரிய மொன்றும் ஏற்படவில்லை. இதைவிடக் கேனத்தனமான மூடநம்பிக்கைகள் எல்லாம் திரையுலகில் உலவுகின்றன. ஆனால் எஸ்பிபி சரண், சென்னை-28-ன் வெற்றிக்குப் பிறகு இந்த ஸ்கரிப்ட்டைத் தயாரிக்க முன் வந்தது மாத்திரமன்றி, பட வெளியீட்டின் தாமதத்தைப்பற்றிக் கவலைப்படாமல் அசட்டுத்தனமான சென்சார் விதிகளிடம் போராடி படத்தை அதிக சேதமின்றி மீட்டுக் கொண்டுவந்திருக்கிறார். இவருக்குப் பாராட்டுகள்.

இந்தப் படத்தின் மிக முக்கியமான விஷயம் நடிகர் தேர்வு. ஒவ்வொரு பாத்திரமும் அதற்கெனவுள்ள பிரத்யேக குணாதியசங்களுடன் கச்சிதமாகத் தீர்மானிக்கப்பட்டிருக்கிறது என்றால், அதற்குப் பொருத்த மான நடிகர்களை தேர்வு செய்திருப்பது முக்கியமானதாக இருக்கிறது. தமிழின் பல மூத்த நடிகர்கள் நடிக்க மறுத்த வேடத்தை

(சிங்கப்பெருமாள்) இமேஜ் பற்றியெல்லாம் கவலைப்படாமல் அட்டகாசமாக நடித்திருக்கிறார் ஜாக்கி ஷெராஃப். எந்தவொரு இடத்திலும் வேற்று பிரதேச நடிகர் என்கிற உணர்வு பார்வையாளனுக்கு வராமலிருப்பதே இந்தப் பாத்திரத்தின் வெற்றி. 'சப்பை' என்கிற அசட்டுத்தனமான கோழை இளைஞன் பாத்திரத்தில் கச்சிதமாகப் பொருந்தியிருக்கிறார் ரவிகிருஷ்ணா. பசுபதி, கஜேந்திரன், கஜபதி, சிறுவன் கொடுக்காப்புளி, சுப்பு, மயில்வாகனம். என்று ஒவ்வொரு பாத்திரமும் அதனதன் வார்ப்பில் கச்சிதமாக இயங்கி பிரமிப்பை ஏற்படுத்துகிறது.

நான் பிரத்யேகமாக குறிப்பிட்டு அழுத்தமாகச் சொல்ல விரும்புவது வாழ்ந்து கெட்ட ஜமீன் காளையனாக நடித்திருக்கும் சோமசுந்தரம் என்கிற நடிகரைப்பற்றி. இவர் கூத்துப் பட்டறை குழுவின் நடிகர் என அறிகிறேன். பிரேமின் ஓரமாக வந்து போகும் துணைப் பாத்திரம் போல் முதலில் அறிமுகமாகி, பின்பு ஒவ்வொரு பிரேமிலும் விஸ்வரூபம் எடுத்துக்கொண்டே போகும் இவரின் அசாத்தியமான நடிப்பைப் பார்த்து பிரமித்தே போனேன். தமிழின் சிறந்த யதார்த்த நடிப்பு என்று இதுவரை அறியப்பட்டிருக்கும் அத்தனை திறமைகளையும் ஒரே தாவலில் தாண்டிச் சென்றிருக்கிறார் என்று நான் குறிப்பிடுவது சற்று மிகையாகத் தோன்றினாலும் அது குறைந்தபட்சம் எண்பது சதவீதமாவது உண்மையாகத்தான் இருக்கும். 'நீ வேஸ்டுப்பா...' என்று சிடுசிடுக்கும் மகனிடம்.... 'நீயும் அப்படிச் சொல்லாதடா..என் வெள்ளக் குஞ்சு' என்று தழுதழுக்கும் காட்சியில் எனக்குப் பொறி கலங்கிப் போயிற்று. இத்தனையொரு சிறந்த நடிப்பை இதுவரையில் எங்கும் நான் கண்டதில்லை. ராபர்ட் டி நீரோ என்கிறோம். ஜாக் நிக்கல்சன் என்கிறோம். சாமுவெல் ஜாக்சன் என்கிறோம்... அந்த வரிசையில் தமிழில் இனி இவரையும் வைத்துக் கொண்டாடலாம். ஆனால், இதற்குத் தீனி போடும் வகையிலான இயக்குநர்கள்தான் துரதிர்ஷ்டவசமாக தமிழில் இருக்கப் போவதில்லை.

ஆரண்ய காண்டத்தில் கதை என்கிற வஸ்து பெரிதாக ஒன்றுமில்லை. போதைப் பொருள் கடத்தல் சரக்குக்காக மல்லுக்கட்டும் இரண்டு ரவுடிக் கோஷ்டிகள், அதன் வலது கரங்கள், அல்லக்கைகள், இதனிடையே சிக்கி அல்லலுறும் ஒரு கோழை இளைஞன், மூத்த ரவுடியிடம் அவ்வப்போது அறைவாங்கும் இளம்பெண், தனது ஊரில் இழந்த போன பெருமையை நகரத்தில் பணம் சம்பாதிப்பதன் மூலம் மீட்க விரும்பும் ஜமீன், அவனின் மகன்... இவர்களின் நிகழ்வுகள், அடுக்கு மாடியின் ஜன்னல் காட்சிகள்போல் மாற்றிக் மாற்றிக் காட்டப் படுகின்றன. ஓர் அழுக்குப் பையிலிருக்கும் போதைப் பொருளை மையமாகக்கொண்டு சுழன்று வீழ்ந்து எழுந்து மடிகிறது இவர்களின்

வாழ்க்கை. இதுவரை தமிழ் சினிமா அறவே கண்டிராத பிரமிக்க வைக்கும் திரைக்கதையின் மூலம் திறமையான கதைச் சொல்லாடலை முன்வைத்திருக்கிறார் இயக்குநர் தியாகராஜன் குமாரராஜா.

ஒரு கானகத்துக்குள் நுழையும் அந்நியனின் உணர்வை ஒரு திரைக்கதை தரவேண்டும் என்று முந்தைய பதிவில் எழுதியிருந்தேன். அதற்கு மிகச் சிறந்த உதாரணமாக ஆ.கா.வின் திரைக்கதையைக் கூறலாம். சாவகாசமாகத் துவங்கும் காட்சிகள், நெற்றில் அடித்தாற் போன்ற உணர்வுடன் சட்டென்று முடிகின்றன. ஒரு உதாரணம் சொல்கிறேன்.

சிங்கப்பெருமாளின் வலது கையான கஜபதி, போட்டி ரவுடித் தலைவனான கஜேந்திரன் என்பவன் எதிரிகளைத் துடைத்தெடுப்பதில் எத்தனை குரூரமானவன் என்பதை தேநீர் கடையில் அமர்ந்து சக அடியாட்களிடம் விவரித்துக் கொண்டிருக்கிறான். 'அந்தப் பொண்ணு கட்டைவிரலை பிடிச்சு கஜேந்திரன் கரகரன்னு கடிச்சுத் துப்பிட்டான். அதான் தப்பு செய்யலையேன்னு கேட்டா... தப்பு செஞ்சப்புறம் கடிச்சுத் துப்ப முடியுமான்றான்'. கஜபதி இதைச் சொல்லிக் கொண்டிருக்கும்போது கேட்டுக் கொண்டிருப்பவர்களில் ஒருவன் நம்பாமல் கபகபவென்று சிரிக்கிறான். 'இதெல்லாம் பீலா. யாராவது ஒருத்தன் கிளப்பி இன்னொருத்தன் கிட்ட சொல்லி... அவன் இன்னொருத்தன் கிட்ட...'

அந்த நான்கு பேருக்கும் தேநீர் கொண்டு வந்து வைக்கும் பணிப்பெண்ணின் கையை குளோசப்பில் காட்டுவதோடு இந்தக் காட்சி சட்டென்று முடிகிறது.

தீவிரமாக துவங்கி சட்டென அபத்தமாக முடிவது 'கருப்பு நகைச்சுவை' யின் இயல்புகளில் ஒன்று என்று சொல்லியிருந்தேன் அல்லவா? அதற்கான உதாரணக் காட்சி ஒன்று.

தனது நம்பிக்கையான அடியாட்களில் ஒருவனான முள்ளு, தங்களுக்குத் தெரியாமல் எதிரணி நபரான பசுபதியிடம் எதையோ பேரம் பேசப் போகிறான் என்பதைத் தெரிந்து கொள்ளும் ரவுடித் தலைவன் கஜேந்திரனும் வலது கை கஜபதியும் காவல் நிலைய வாசலில் காத்துக் கொண்டிருக்கிறார்கள். எப்போதும் எதற்கும் அசராத கஜேந்திரன் பொறுமையாகக் காத்துக் கொண்டிருக்க, கஜபதியோ பல்லைக் கடித்துக் கொண்டிருக்கிறான். அப்போது அங்கு வரும் ஜோஸ்யம் கூறும் ஒருவன் இருவரிடமும் தொணதொணவென்று அரற்றிக் கொண்டேயிருக்கிறான். ' பாருங்க சார்... நீங்க ரெண்டு பூவ மனசுல நினைச்சுக்கங்க. அதை நான் சரியா சொல்லிட்டன்னா... என் கிட்ட ஜோசியம் பாருங்க... இல்லாட்டி வேண்டாம் சார்... நீங்க நினைச்சது வெள்ளைல மல்லிகையும் சிவப்புல ரோஜாவும். சரியா'

ஜோஸ்யக்காரனின் தொணதொணப்பைச் சகிக்க முடியாமல் கஜபதி தவிக்க, கஜேந்திரன் அதற்கும் அசராமல் உட்கார்ந்திருக்கிறான். ஒருநிலையில் ஜோஸ்யக்காரன் தன் தோல்வியை ஒப்புக்கொண்டு விலகிவிடுகிறான். இருந்தாலும் இடிச்சபுளி போல அமர்ந்திருக்கும் கஜேந்திரனிடம் தழுதழுத்த குரலில் கேட்கிறான். 'அப்படி என்ன பூவத்தான் நினைச்சீங்க?'

சற்று நேரம் மவுனம். கஜேந்திரன் கரகரத்த குரலில் சொல்கிறான்.

பிரபு - குஷ்பு.

இந்த பெயர்களின் பின்னாலுள்ள trivia-வினால் திரையரங்கமே வெடிச்சிரிப்பில் அலறுகிறது.

சப்பையும் சுப்புவும் உடலுறவுக்குப் பின் சாவகாசமாக அமர்நது பேசிக் கொண்டிருக்கும்போது கதவு தட்டப்பட, சிங்கப் பெருமாள்தான் வந்து விட்டார் என்று சப்பை அழ ஆரம்பிக்க... அந்தக் காட்சி இன்னொரு உதாரணம்.

நகைச்சுவையில் துவங்கி தீவிரத்தில் முடிவதற்கு உதாரணம் .. ஸ்பீக்கர் போன் காட்சி. 'பசுபதிய போட்டுத் தள்ளிடு'

இந்தப் படத்தின் இன்னொரு சிறப்பம்சம்... மிக யதார்த்தமான உரையாடல்கள். வடசென்னை ரவுடிகள் என்ன ஆக்ஸ்போர்டு ஆங்கிலத்திலா பேசிக் கொள்வார்களா? 'யாருண்ணே.. அண்ணியா, என்ற கேள்விக்கு... மனைவி தந்த தொணதொணப்பு எரிச்சலில் இருக்கும் பசுபதி 'இல்ல. சுண்ணி' என்கிறான். ஆனால் விவஸ்தையே இல்லாத சென்சார் போர்டு இந்த மாதிரி வார்த்தைகளை வெட்டி அதன் மூலமே இந்தக் காட்சிகளை ஆபாசப்படுத்தியிருக்கிறது. பொதுச் சமூகத்துடன் புழங்கும்போது இம்மாதிரியான வார்த்தைகளை நிச்சயம் நாம் கடந்து வந்திருப்போம்; உபயோகித்திருப்போம். ஆனால் திரையில் இதைக் கேட்கும்போது மாத்திரம் பாசாங்குடன் கோபம் கொள்கிறோம் என்பது மாத்திரம் எனக்கு புரியவில்லை. மேலும் இது 'வயது வந்தவர்களுக்கான படம்' என்ற சான்றிதழுடன்தான் வெளியாகிறது. அதிலும் குறிப்பாக ஆ.கா. போன்ற படங்கள் Matured Audience எனப்படும் முதிர்ச்சியடைந்த பார்வையாளர்களுக்கு மாத்திரமான படைப்பு. தயாரிப்பாளரான, எஸ்.பி.சரண், குழந்தைகளும் படத்தின் தொனியோடு உடன்பாடில்லாத பார்வை யாளர்களும் தவிர்க்கவேண்டிய படம் என்று தெளிவுப்படுத்துகிறார்.

வசனங்களில் யதார்த்தம் தவிர, ஒரு குறிப்பிட்ட வகையான உரத்த குரலில் அல்லாத பிரத்யேக நையாண்டி படம் பூராவும் பொங்கி வழிந்து கொண்டேயிருக்கிறது.

‘நீ மாத்திரம் உயிரோட இருந்திருந்தா கொன்னு போட்டிருப்பண்டா’

‘சாமி கூட உக்கார்ந்து சரக்கடிச்சேன்னு சொன்னால ஊருல ஒரு பய நம்பமாட்டானே’

‘தோத்தாங்கோளிகளா, என் பீயத் தின்னுங்கடா.. கிழட்டுக் கோளி...

‘என்னா நீங்க டொக்காயிட்டீங்களா?’

‘ரெண்டு கோடி சரக்கை அம்பது லட்சத்துக்கு தரேன்றான் குருவி.’ - ‘ஏன் அவங்க அக்கா என்ன லவ் பண்றாளா?’

‘ஆண்டிங்கள உஷார் பண்ணனும்னா ஒரு டெக்னிக் இருக்கு. ரஜினி பிடிக்குமா, கமல் பிடிக்குமா -ன்னு கேட்கணும். கமல் பிடிக்கும்னு சொன்னா ஈசியா கவுத்திரலாம்’.

‘பயம் போகலை.. ஆனா தைரியம் வந்துடுச்சு’

‘பசுபதிய என்ன பண்றது -ன்னு யோசிக்கறேன்’ - ம்.. முத்தம் கொடுத்து மேட்டர் பண்ணு’.

‘சார்.. இத வெளில சொல்ல மாட்டீங்கள்ள... - ம்.... தெரியலே....

குறிப்பாக சிங்கப்பெருமாளின் அடியாள் ஒருவன் ஆண்ட்டிகளை மடக்குவதற்கான டெக்னிக்குகளை விவரிப்பது, மற்றவர்கள் சப்பையைக் கலாய்ப்பது, கஜேந்திரனின் குரூரத்தைப் பற்றி பசுபதி டீக்கடையில் விவரிப்பது போன்ற காட்சிகளின் தொனியும் நீளமும், சாவகாசமும்... Quentin Tarantino -வின் படக்காட்சிகளை நினைவுப் படுத்துகின்றன. அந்த வகையறா இயக்குநர்களின் பாதிப்பு ஆ.கா.வில் தெரிந்தாலும் ஈயடிச்சான் காப்பியாக அல்லாமல் inspiration-ல் தமிழ்ச் சூழலுக்கு பொருத்தமாக வசனங்களையும் திரைக்கதையையும் அமைத்திருப்பதுதான் தியாகராஜன் குமாரராஜாவை சிலாகிக்க வைக்கிறது.

படத்தின் இன்னொரு பெரிய பலம் வினோத்தின் ஒளிப்பதிவு. படத்தின் உள்ளடக்கத்துக்குப் பொருத்தமாக இயக்குநரின் மனச்சாட்சி போல் செயல்பட்டிருக்கிறார். Source of lighting எனப்படும் அந்தச் சூழலில் இருக்கும் இயற்கையான ஒளியைக்கொண்டே பெரும்பாலான காட்சிகள் படமாக்கப்பட்டிருக்கின்றன. சிங்கப்பெருமாள் வீட்டின் இருளும் வெளிச்சமும் இன்டீரியரும், பாவா லாட்ஜின் கோணங்களும் பசுபதி சேஸிங் காட்சிகளும் தமிழ் சினிமாவுக்குப் புதியது. ஒரே நாளின் நிகழ்வுகளின் தொகுப்பு என்பதால் எடிட்டிங்கின் பங்களிப்பு இதில் சிறப்பாக அமைந்துள்ளது. ஆனால் இப்படியானதொரு கால எல்லைக்குள் திரைக்கதையை அமைத்துக் கொள்ளும்போது காலத்தின்

தொடர்ச்சி கறாராகவும் சீராகவும் வருவதில் கவனமாக இருக்க வேண்டும். ஆனால் சில இடங்களில் இதில் நழுவியிருப்பதுபோல் தோன்றுகிறது.

இளையராஜா தன்னுடைய இத்தனை வருட அசுர உழைப்பால் கிடைத்த பின்னணியிசைப் புகழை, யுவன் இந்தப் படத்தின் மூலம் பெற்றிருக்கிறார் என்று சொன்னால் சற்று மிகையாகத் தோன்றலாம். இசையை நவீன யுகத்துக்கு பொருத்தமாகவும் கிளிஷேக்களை உதறியும் உபயோகிப்பதில் ராஜாவையும் யுவன் தாண்டிச் சென்றிருக்கிறார் என்பது நிச்சயம் மிகையாக இருக்காது. பசுபதிக்கும் கஜேந்திரன் குழுவினருக்கும் இடையில் நிகழும் தீவிரமான சண்டைக்கு (ஆனால் எனக்கு காமெடியாகத்தான் தோன்றியது) வழக்கமாக உபயோகிக்கும் பரபரப்பான இசைக்குப் பதிலாக துள்ளலான இசையையும், சிறுவன் கொடுக்காப்புளி கோகெய்ன் பையை ஒளித்துவிட்டு வர ஓடிச் செல்லும் காட்சியில் தந்திருக்கும் இசையும் சப்பையும் சுப்புவும் உரையாடும் காட்சிகளில் தந்திருக்கும் இசையும் பிரமிக்க வைக்கிறது. என்றாலும் பீத்தோவனின் இசைத் துணுக்குகளும், In the Mood for Love திரைப்படத்தின் பின்னணி இசையும் சில இடங்களை நினைவுகூரவைக்கின்றன.

தமிழ் சினிமாவை சர்வதேச தளத்துக்கு நகர்த்திச் செல்வதை இந்தப் படத்தின் மூலம் சாத்தியப்படுத்தியதில் யுவனின் பங்கும் அபாரமாக அமைந்திருக்கிறது.

மறுபடியும் மறுபடியும் இயக்குநர் தியாகராஜன் குமாரராஜா என்னும் நவீன திரைக் கதைச் சொல்லியை வியக்க வேண்டியிருக்கிறது. சில உதாரணங்கள் தருகிறேன்.

இந்தப் படத்தில் பெரும்பாலும் 80-களின் திரைப்படங்களின் பாடல்கள் எங்காவது ஒலித்துக் கொண்டேயிருக்கின்றன (இது சற்று அசௌகரியத்தை தருகிறது என்பதையும் சொல்லவேண்டும்). தொலைக்காட்சி வீடியோவில் ஒளிபரப்பாகும் பாடல்களை பார்வையாளனுக்கு எந்தவொரு இடத்திலும் இயக்குநர் காட்டுவதில்லை. ரவுடிகளுக்கு இடையே இடைத்தரகராக செயல்படும் சப்-இன்ஸ்பெக்டர் மயில்வினாயகம், டீக்கடையில் பொன்மேனி உருகுதே... வீடியாவில் சிலுக்குவைப் பார்த்து சிலாகிக்கிறார். ‘இந்தப் பொண்ணை எனக்கும் பிடிக்கும்யா’. அதேபோல் சிங்கப் பெருமாளின் வீட்டிலும் தொலைக்காட்சி இயங்கிக்கொண்டேயிருக்கிறது. எல்லா இடத்திலும் அவற்றின் ஒலியை மாத்திரமே பார்வையாளனால் கேட்க முடிகிறது. ஆனால் ஒரே ஒரு இடத்தில் தொலைக்காட்சியின் பிம்பத்தை இயக்குநர் காட்டுகிறார். அது அணைக்கப்பட்ட தொலைக்காட்சியின்

முன் சப்பையும் சுப்புவும் அமர்ந்து உரையாடிக் கொண்டிருக்கும் பிம்பங்கள். போலியாக கட்டமைக்கப்பட்ட பிம்பங்களைவிட அன்றாட வாழ்வின் நிஜ பிம்பங்களையே இயக்குநர் பார்வையாளனுக்குக் காட்டவிரும்புகிறார் என்று யூகிக்க முடிகிறது. (எப்பூடி).

பசுபதியின் மனைவி நைச்சியமாக கடத்தப்படும்போது வீட்டின் முன் வடை சுட்டுக் கொண்டிருக்கும் ஒரு கிழவி பிரேமின் ஓரத்தில் போகிற போக்கில் தெரிகிறார். இயக்குநர் நினைத்திருந்தால், அவருக்கு ஒரு குளோசப்பைப் போட்டு, சிங்கப்பெருமாளின் ஆட்கள் பசுபதியின் மனைவியை அழைத்துச் செல்வதை பார்ப்பதுபோல் காட்டி, பார்வையாளனின் மனதில் நிறுவி, அடுத்தக் காட்சியின் தொடர்ச்சிக்கு உபயோகப்படுத்தியிருக்கலாம். சிறிது நேரம் கழித்து பசுபதி வந்து அந்தக் கிழவியிடம் விசாரிக்கும் போதுதான் அவர் குளோசப்பில் காட்டப்படுகிறார்.

நாயகன், சென்னையிலிருந்து சிங்கப்பூர் வருவதை இன்னமும் விமானத்தைக்காட்டி, பார்வையாளனை அவமானப்படுத்தவேண்டாம் என்பதற்காக இதை உதாரணமாகச் சொல்கிறேன்.

அதேபோல் சிறு கதாபாரத்திரத்தைக்கூட எப்படி நுட்பமாக வடிவமைப்பது என்பதற்கான பாடம் இதில் இருக்கிறது. சில காட்சிகளில் மாத்திரமே தோன்றும் சப்-இன்ஸ் மயில்வினாயகம். குருவி மூலம் கடத்தி வரப்படும் கஜேந்திரனின் சரக்கைக் குருவி விற்று விட நினைக்கிறான். அது எங்கே கிடைக்கும் என்கிற விவரத்தை மயில்விநாயகம்தான் பசுபதிக்குப் பணத்தை வாங்கிக்கொண்டு தெரிவிக்கிறான். கூடவே அது கஜேந்திரனின் சரக்கு, ஜாக்கிரதை என்று எச்சரிக்கவும் செய்கிறான்.

உரையாடலின் இறுதியில் பசுபதி ‘இதை வெளியில் சொல்ல மாட்டீங்களே‘ என்று கேட்பதற்கு மயில்விநாயகம் சொல்கிறான்: ‘தெரியலையே’.

இன்னொரு முறை இன்னொரு தகவலைப் பரப்புவதற்கு தொலைபேசுவதற்காக பசுபதியின் மொபைல் போனைக் கேட்கிறான். தகவல் தெரிவிப்பதற்காக பணம் பெற்றுக்கொண்டாலும் போன் காசை மிச்சப்படுத்தும் அல்பத்தனம் காரணமாக இதைச் செய்கிறான். பசுபதி அதற்கும் தான் காசு தருவதாகச் சொல்வதும் அசடு வழிந்துகொண்டே தன்னுடைய மொபைலை உபயோகிக்கிறான். இடைத்தரகனுக்கு, அல்பத்தனமாக இருந்தாலும் பணம்தான் முக்கியம் என்பதற்கான கச்சிதமான கதாபாத்திர வடிவமைப்பு என்று எனக்குத் தோன்றுகிறது.

அதேபோல் கொலைவெறியுடன் துரத்தும் கஜேந்திரனின் ஆட்களிடம் தப்பிப்பதற்காக உயிர்பயத்துடன் ஓடும் பசுபதியின் கூடவே அவனது

மனவோட்டமும் ஒலியாக பார்வையாளர்களுக்கு சொல்லப்படுகிறது. ‘என் கூட என் சாவும் ஓடிவர்றது எனக்குத் தெரியுது’. படத்தின் கவித்துவமான தருணங்களில் இந்தக் காட்சியும் ஒன்று.

இந்தப் படத்தின் அசலான லொக்கேஷன்கள் பிரமிக்க வைக்கிறது. ஒரு மளிகைக்கடை காட்டப்படுகிறதென்றால் அது உண்மையான மளிகைக் கடையாக இருக்கிறது. சௌகார்பேட்டை, மின்ட் தெருவில் நுழையும் காமிரா அற்புதமாக அதை படம்பிடித்திருக்கிறது (ஆனால் இது வடசென்னையின் நிலப்பகுதியைக் காட்சிப்படுத்தவில்லை. அந்த அடையாளம் தேவையில்லையென்று இயக்குநர் நினைத்திருக்கலாம்).

இப்படி பல நுட்பமான காட்சிகளை உதாரணமாக சொல்ல முடியும். அதே சமயத்தில் சிறு சிறு குறைகளும் இல்லாமல் இல்லை. தனது தந்தையை, கடத்திச் சென்றவர்களிடமிருந்து மீட்டுத் தருவதாக உறுதியளிக்கும் பசுபதியிடம், சிறுவன் கொடுக்காப்புளி கேட்கிறான். ‘உன் பொண்டாட்டியையே பத்திரமா வெச்சுக்கத் துப்பு இல்ல. எப்படிய்யா எங்க அப்பாவை கொண்டாருவே?’ அதிகப்பிரசங்கித் தனமாக பேசும் குழந்தைகள், தமிழ் சினிமாவுக்குப் புதிதில்லை என்றாலும் இத்தனை விஷயங்களில் கவனம் செலுத்தியிருக்கும் இயக்குநர் இந்தப் பிசிறுகளையும் கவனித்திருக்கலாம். சிக்கலான ஒரு சூழ்நிலையில், அதுவும் முகம் பார்த்திராத ஓர் அந்நியனிடம் ஒரு சிறுவனால் இப்படிப் பேசு முடியுமா? மற்றபடி அந்தச் சிறுவனின் நடிப்பு பல இடங்களில் அட்டகாசம்.

இயக்குநர் தியாகராஜன் குமாராஜா லயோலாவில் விஸ்.காம் படித்து விட்டு, சில விளம்பரப் படங்களை இயக்கிவிட்டு, ஆட்டோ (ஓரம் போ) -வுக்கு வசனம் எழுதிவிட்ட அனுபவங்களில் இந்தப் படத்தை இயக்க முன்வந்திருக்கிறார். குறிப்பிட்டுச் சொல்ல வேண்டியது, அவர் யாரிடமும் இதுவரை உதவி இயக்குநராக இருந்ததில்லை என்பது. தனித்தன்மையோடு ஒரு திரைப்படத்தை இயக்குவதற்கு இது ஒரு முக்கியமான தகுதி என்று நினைக்கிறேன். தமிழ் சினிமாவில் இன்னமும்கூட குருகுல வாசமே கல்வியாக அமைகிறது. இது ஒரு வகையில் பலம்தான் என்றாலும் இன்னொரு வகையில் குருக்களின் அபத்தங்களின் வழியிலேயே சிஷ்யர்களும் பின்பற்றிச் செல்லும் அவலமே பெரும்பாலும் நிகழ்கிறது. தமிழ் சினிமாவின் பாதையில் முக்கியமான மைல்கல் திரைப்படமான ‘நாயகன்’ இயக்கிய மணிரத்னமும் யாரிடமும் உதவியாக இருந்திராதவர் என்பதையும் இங்கு நினைவுகூரலாம்.

ஆரண்ய காண்டம் தமிழ் சினிமாவில் ஒரு புதிய அத்தியாயத்தைத் துவக்கி வைத்திருக்கிறது எனலாம். கதைச் சொல்லாடலில் ஓர்

அதிநவீன பாதையை இட்டுச் சென்றிருக்கிறார் குமாரராஜா. இனி வரும் இளம் இயக்குநர்கள் அதை இன்னமும் முன்னெடுத்துச் செல்வார்களா, வணிகப்பட மாய்மாலங்களின் உத்திகளின் மூலம் அந்தப் பாதையை குப்பைகளினாலும் மலத்தினாலும் மூடி விடுவார்களா என்பதைக் காலம்தான் சொல்லவேண்டும்.

நிச்சயமாக இந்தத் திரைப்படத்தை திரையரங்கில் காணுங்கள். நிச்சயம் அது ஒரு புதிய அனுபவமாக இருக்கும். ஒளிப்பதிவும் பின்னணி இசையும் அத்தகையது. மொக்கை பிரிண்டில் கண்டிப்பாக பார்க்காதீர்கள். அரங்கில் காண முடியாவிட்டால் ஒரிஜினல் டிவிடி வரும் காத்திருந்தாவது பாருங்கள். எவ்வித அரசியலும் இல்லா விட்டால், ஆரண்ய காண்டத்துக்கு நிச்சயம் நான்கைந்து தேசிய விருதுகள் நிச்சயம். சோமசுந்தரத்துக்கு துணை நடிகருக்கான விருது நிச்சயம் கிடைக்கும் என்று நினைக்கிறேன். இயக்கம், ஒளிப்பதிவு, எடிட்டிங்.. பின்னணி இசை, சிறந்த திரைக்கதை.. இத்தனைக்கும்.

இத்தனை எழுதி விட்டாலும். ஆரண்ய காண்டத்தின் முக்கியத்துவத்தைச் சரியாகச் சொல்லவில்லையோ என்கிற தயக்கம் ஏற்படுகிறது. அத்தனை வலுவான படத்தை இன்னமும் வலுவாக உங்களுக்கு பரிந்துரைப்பதில் பெருமகிழ்ச்சி கொள்கிறேன். DO NOT MISS IT. முன்னமே சொல்லியிருந்தபடி இந்தத் திரைப்படம் முதிர்ச்சியுள்ள பார்வையாளர்களுக்கானது. இன்னமும் லாலிபாப் சுவைக்கும் வாலிப வயோதிகர்கள், இந்தப் படத்தின் அருகில்கூட வந்து தொலைக்காதீர்கள். நன்றி.

தெய்வத் திருமகள்

தெய்வத் திரு(ட்டு)மகன்

சரி. முதலில் நல்ல விஷயங்களைப் பேசிவிடலாம்.

அதிகார அமைப்புகள் எந்தவொரு சட்ட, திட்டத்தையும் உருவாக்கும் போதும் பெரும்பாலும் அவை சமூகத்தின் மையத்தையே கவனத்தில் கொள்கின்றன. சிறுபான்மை, விளிம்புநிலை போன்ற சமூகங்களைக் கவனத்தில் கொள்வதில்லை. மனித உரிமை அமைப்புகள், தன்னார்வல அமைப்புகள் போன்றவைதான் இவர்களுக்காக குரல் தரவேண்டி யிருப்பது மாத்திரமல்ல, பாதிப்பை அடையும் சமூகமும் தனக்கான உரிமைகளுக்காகதானே போராட வேண்டிய அவலமும் ஏற்படுகிறது. இது இப்படியென்றால் பொதுச் சமூகமும் விளிம்புநிலைச் சமூகத்தை வெற்று அனுதாப பாவனையுடன் உள்ளூற வெறுத்து ஒதுக்குகிறது. எல்லாமே விளம்பரப்படங்களில் வரும் பளபளப்பான விஷயங்கள் போல இருக்கவேண்டுமென்று எதிர்பார்க்கிறது. பக்கத்து இருக்கையில் ஒரு திருநங்கை அமர்வதை பெரும்பாலும் எவரும் விரும்புவதில்லை. கட்டணம் செலுத்த தயாராயிருந்தும்கூட திரையரங்கத்துக்குள் அனுமதி

மறுக்கப்பட்ட நரிக்குறவர் பற்றின செய்தியை நாளிதழ்களில் வாசித்திருக்கலாம்.

விளிம்புநிலை மனிதர்களுக்கென்று ஒரு மனமிருக்கும், பிரத்யேகமான உலகிருக்கும், பாசமும் மகிழ்ச்சிகரமான தருணங்கள் அவர்களுக்கும் இருக்கும் என்பதை எவரும் யூகிக்கவோ கவனிக்கவோ விரும்புவதில்லை. அவர்கள் சமூகத்தின் ஓரத்தில் வாழ்ந்து அப்படியே மறைந்து தொலைய வேண்டுமென்றுதான் பொதுச்சமூகம் விரும்புகிறது.

மனநலம் பாதிக்கப்பட்ட நபர்களை நம் தமிழ் சினிமா இதுவரை எப்படி சித்திரித்திருக்கிறது என்று பார்க்கும்போது ஏமாற்றமாகவே இருக்கிறது. மிகையுணர்ச்சியுடன், செயற்கையாக் கட்டமைக்கப்பட்ட பரிதாபத்துடன், பார்வையாளர்களுக்கு அவர்களின் மீது அதீத பரிதாபம் அல்லது பயம் ஏற்படும்படியான அசட்டுத்தனத்துடன் காட்டி யிருக்கிறதே ஒழிய, இயல்பாக சித்திரித்ததேயில்லை. சிப்பிக்குள் முத்து, அக்னிசாட்சி, குணா, அஞ்சலி, ஆளவந்தான், குடைக்குள் மழை, பிதாமகன் என்று சட்டென்று நினைவுக்கு வருகிற சில உதாரணங்களைச் சொல்லலாம். இதில் பாலச்சந்தரின் அக்னிசாட்சி மாத்திரம் சற்று சுமாரான முயற்சி. ஆனால் இவற்றை இந்திய இயக்குநர் அபர்ணா சென் இயக்கிய 15 பார்க் அவென்யூ - போன்ற உதாரணத்துடன் ஒப்பிட்டால் தமிழ் சினிமா எத்தனை பரிதாபகரமான நிலையில் நிற்கிறது என்பதை உணரலாம். உண்மையில் மனநலம் பாதிக்கப்பட்டவர்கள் யார் என்கிற கேள்வியும் இங்கு தோன்றுகிறது.

இயக்குநர் விஜய் இயக்கிய 'தெய்வத் திருமகளும்' இந்த வரிசையில் அச்சு பிறழாமல் இயங்குகிறது. இந்தத் திரைப்படத்தை மூன்று அடுத்தடுத்த நிலைகளில் இருந்து பார்க்கலாம்.

முதல் நிலையில் பார்க்கும்போது, தமிழ் சினிமாவின் வழக்கமான ஆபாசங்களிலிருந்தும் அசட்டுத்தனங்களிலிருந்தும் பெரும்பாலும் விலகி நிற்கிற காரணத்துக்காகவே இந்தத் திரைப்படத்தையும் இயக்குநர் விஜய்யையும் பாராட்டலாம். 'பஞ்ச் டயலாக்' மாஸ் ஹீரோக்களின் வரிசையில் இன்னும் ஒருபடி மேலே ஏறுவதற்கான வாய்ப்பிருந்தும் இப்படியொரு மாற்று முயற்சியில் தன்னை ஈடுபடுத்திக் கொண்டதற்காக விக்ரம் நிச்சயம் பாராட்டுக்குரியவர். அவரிடம் வெளிப்படும் செயற்கையான பாவனைகளைத் தவிர்த்து, படத்தின் ஆரம்பம் முதல் இறுதி வரை அந்தப் பாத்திரத்திலிருந்து பெரிதும் விலகாமலிருந்தது ஓர் ஆறுதல். நாசர் மற்றும் சிறுமியின் நடிப்பு குறிப்பிட்டுச் சொல்லவேண்டியது.

ஒளிப்பதிவாளர் நீரவ்-ஷாவின் பங்களிப்பு அபாரமானது. ஊட்டியில் பதிவாகியிருக்கும் காட்சிகள் அழகியலுடன்

உருவாக்கப்பட்டிருக்கின்றன. மொத்தத்தில் இத்திரைப்படத்தை தமிழ்ச் சினிமாவின் ஒரு சராசரி பார்வையாளன் கண்கலங்கி நெகிழ்ந்து விட்டு வெளிவரலாம். அந்த அளவில் கல்லா கட்டும் முயற்சியில் படம் பெருவாரியாக வெற்றி பெற்றிருக்கிறது.

இரண்டாவது நிலையில் ஒரு படைப்பை அடிப்படை தர்க்க நிலையில் நோக்கும் பார்வையாளனின் நிலையில்பார்க்கும் போது படத்தில் தனித்தன்மையுடன் வலிமையாக உருவாக்கப்பட்ட பாத்திரங்களோ, காட்சிகளில் எந்தவிதமான தர்க்க ஒழுங்கோ என்று எதுவுமில்லை. எல்லாமே மொண்ணைத்தனமான அசட்டுத்தனங்களுடன் இயங்குகிறது.

அமலாபாலின் பாத்திரம் ஒன்று போதும். குழந்தைகளிடம் அத்தனை கருணையுடன் பழகுவதாக அறிமுகப்படுத்தப்படும் இவர், பின்பு ஏன் அத்தனை குரூரமாக குழந்தையை தந்தையிடமிருந்து பிரித்து வைக்க ஒப்புகிறார் என்பது புரியவில்லை. அதேபோல் அவரது தந்தையும் சொல்லி வைத்தாற் போல் கிளைமாக்சில் சட்டென்று திருந்தி விடுகிறார். வக்கீல்களை இத்தனை கீழ்த்தரமாக சித்திரித்த படமொன்றும் சமீபத்தில் வந்ததாய் நினைவில்லை. தனியார் பேருந்து நடத்துநர்கள் டிக்கெட்டுக்காகக் கூவுவது போன்று வக்கீல்கள் கேஸுக்காக அலைகிறார்கள். நாசர் பாத்திரம் பழைய கால நம்பியார் பாத்திரத்துக்கு சற்றும் குறையாத தோரணையிலிருக்கிறது. மனநல வளர்ச்சி குன்றிய கிருஷ்ணாவுக்கும் தனது மனைவிக்கும் முறைகேடான உறவிருக்குமோ என்று சந்தேகப்படுகிறார் கிருஷ்ணாவின் சகதொழிலாளி ஒருவர் (எம்.எஸ்.பாஸ்கர்). இது தொடர்பான காட்சிகள் கீழ்த்தரமான நகைச்சுவை சிந்தனையுடன் சித்திரிக்கப் பட்டிருக்கின்றன. மாறாக அவரின் சந்தேகத்தை, மனஉளைச்சலை subtle ஆக சொல்லியிருந்தால் அழுத்தமாக வெளிப்பட்டிருக்கும். பிறகு நீதிமன்றத்தில் கிருஷ்ணாவுக்கு எதிராக சாட்சி சொல்லும் இவர், அடுத்த காட்சியிலேயே கிருஷ்ணாவுடன் கண்ணீர் விட்டுக் கதறுவது என்ன காட்சித் தொடர்ச்சியோ?

ஒரு காட்சியில் கிருஷ்ணா மேல் தெரியாத்தனமாக மோதிவிடுகிறார் பெண் வக்கீலான அனுஷ்கா. 'என்னய்யா நீ.. இத்தனை செலவு செஞ்சு அனுஷ்காவைப் போட்டுட்டு கொஞ்சம்கூடக் கிளுகிளுப்பே இல்லாம' என்று தயாரிப்பாளர் இடையில் திட்டியிருப்பார் போலிருக்கிறது. அந்த இடத்தில் CG மாயமாலங்களோடு இயக்குநர் ஒரு பாட்டு போட்டிருக்கிறார் பாருங்கள். தமிழ்சினிமா திருந்த வாய்ப்பேயில்லை என்று எரிச்சலுடன் மனதுக்குள் முனகிக்கொண்டேன்.

இப்படியாக ஒரு படைப்பில் குறைந்தபட்ச அடிப்படையான தர்க்க ஒழுங்கை எதிர்பார்ப்பவர்கள இதில் காணப்படும் பல பிழைகளைப் பெரிய பட்டியலாகவே போட முடியும்.

ஒளிப்பதிவு தமிழ் சினிமாவின் சம்பிரதாயமான தரத்தைத் தாண்டவில்லையென்றாலும் நான் கவனித்தவரையில் ஒரேயொரு இடத்தில் பாத்திரத்தின் அகவுணர்ச்சியை வெளிப்படுத்தும் விதத்தில் ஒளிப்பதிவு அமைந்திருப்பதாக உணர்ந்தேன். அமலாபால் தன் காதலனிடம், ‘குழந்தையை தக்கவைத்துக் கொள்வதுதான் முக்கியம், திருமணம்கூட அத்தனை முக்கியமில்லை’ என்று உரையாடும் காட்சியில் காமிரா அமலா பாலின் முகத்தை ஃபோகஸிலும் காதலனின் முகத்தை அவுட் ஆஃப் போகஸிலும் காட்டுகிறது. பொதுவாக இவ்வாறு காட்டும்போது, ஃபோகஸில் காட்டப்படும் பாத்திரம் பேசி முடித்தவுடன், அவுட் ஆஃப் போகஸ் பாத்திரம் ஃபோகஸுக்கு வரும். ஆனால், இந்தக் காட்சியில் கேமிரா இறுதிவரையில் முதல் நிலையிலேயே நீடிக்கிறது. காதலன் அவளுடைய வாழ்க்கையிலிருந்து மறையக்கூடிய முடிவைக்கூட அவள் எடுக்கத் தயாராயிருக்கிறாள் என்பதை இது சூசகமாக வெளிப்படுத்துவதாகப் புரிந்துகொள்கிறேன்.

மூன்றாம் நிலையில்தான் பார்வையாளர்களுக்கு மிகப் பெரிய அதிர்ச்சி ஒன்று காத்திருக்கிறது. அதாவது I am Sam என்கிற ஹாலிவுட் படத்தை ஏற்கெனவே பார்த்திருந்தவர்கள், தெரியாமல் இதைப் பார்க்க வந்திருந்தால் தொலைக்காட்சி சீரியல் காண திணிக்கப்பட்டவர்கள் போல் மகா அவஸ்தைக்கு ஆளாகியிருப்பார்கள். ஆம், தெய்வத்திருமகள், குறிப்பிட்ட ஹாலிவுட் படத்திலிருந்து மிக மோசமாக நகலெடுக்கப்பட்ட ஒரு திருட்டுப் பிரதி. கதையின் அவுட்லைன் முதற்கொண்டு பிரதான பாத்திரத்தின் ஹேர்ஸ்டைல், உடை (அங்கே கோட் என்றால் இங்கே ஸ்வெட்டர்), உடல்மொழி, வசனங்கள் போன்றவை மிக அலங்கோலமாகக் காப்பியடிக்கப் பட்டிருக்கின்றன.

உதாரணத்துக்கு ஒன்று சொல்கிறேன். ஹாலிவுட் படத்தில் ஷான் பென், சிக்னலைக் கடந்து வரும் போது சிவப்பில் முறையாய் நின்று வருவார். படத்தில் போகிற போக்கில் இந்தக் காட்சி சில விநாடிகள் காட்டப்படும். ஏழு வயதுச் சிறுவனுக்குரிய மனவளர்ச்சியைக் கொண்டிருந்தாலும் முறையான குடிமை உணர்வையும் ஒழுங்குணர்வையும் அவன் கொண்டிருக்கிறான் என்பதற்கான அடையாளமது. படத்தின் துவக்கத்திலேயே இது பார்வையாளர்களுக்கு மிக அழுத்தமாக நிறுவப்பட்டுவிடும்.

ஆனால் இதே காட்சி தமிழ்படத்தில் குதறி எடுக்கப்பட்டிருக்கிறது. கிருஷ்ணா மகளைக் காண சில நிமிடங்களே நேரமிருக்கும்போதுகூட சிக்னல் சிவப்பில் பரபரப்பான பின்னணி இசையுடன் காத்திருப்பதாக இயக்குநர் இந்தக் காட்சியை ‘தமிழ்ப்’ படுத்தியிருக்கிறார். போக்குவரத்து விதிகளை ஒழுங்காக மதிப்பதென்பது பொதுவாக மேற்கத்தியர்களுக்கு

ரத்தத்தில் ஊறிப்போனதொன்று. அதைக் கொண்டு வந்து இங்கு செண்டிமென்ட்டாக இணைப்பது எத்தனை அபத்தம்? ஆனால் இதே கிருஷ்ணாதான் நாசரால் அடைத்து வைக்கப்பட்டிருக்கும்போது அங்கிருந்து தப்பித்துப் போகிறான். ஏனாம்? நாசரின் மகனின் உயிரைக் காப்பாற்ற. விதிகளை மதிக்கும் ஒழுங்குணர்ச்சி இங்கு மீறப்படுகிறது. மருந்து வாங்கி வந்தவுடன் மீண்டும் வந்து தானே சிறையில் அடைபட்டுக் கொள்கிறான். ஏழு வயதுக்கான மனநிலையில் இயங்குபவனால் எத்தனை செண்டிமென்ட்டாக நடந்து கொள்ள முடிகிறது பாருங்கள்.

மூலப்படத்தில் காஃபி ஷாப்பில் சர்வராகப் பணிபுரியும் ஷான் பென், தனது அடுத்த நிலை பதவி உயர்வுக்காக (காஃபி தயாரிப்பாளர்) போராடிக் கொண்டேயிருப்பார். இறுதியில் அது வெற்றிகரமாக தோற்றுப் போகும். ஏழு வயது உறைந்து போன மனநிலையில் இருந்து சூழ்நிலைகளின் மூலம் கற்றலில் அவர் முன்னேறத் துடிப்பதின் அடையாளமாக அது இருக்கும். ஆனால் தமிழில் அது விக்ரம் சாக்லேட் டப்பாவைத் துடைப்பதோடு நின்றுவிடுகிறது. அது மாத்திரமல்லாமல், ஷான்பென் பாத்திரம் நுண்ணுணர்வு கொண்ட பாத்திரம் என்பது அவர் தனது உணவு வகையை கறாராகத் தேர்வு செய்வதிலிருந்தும், பீட்டில்ஸ் இசை அறிந்து வைத்திருப்பதிலிருந்தும், தனக்காக வாதாடும் வக்கீலே தன்னை அவமதிப்பதாக உணரும்போது வெடிப்பதிலிருந்தும் தெரிந்து கொள்ள முடியும். தமிழில் இப்படியாக எதுவுமில்லை. ஒரு பாத்திரத்தை மிக நுட்பமாக பிரத்யேகமாக வடிவமைப்பதற்கும் மொண்ணையாகக் காட்டுவதற்கும் உள்ள வித்தியாசம் இதுதான்.

ஷான் பென்னின் நண்பர்களாக வரும் மாற்றுத் திறனாளிகள் நால்வருமே பிரத்யேக தனி அடையாளங்களுடன் சித்திரிக்கப் பட்டிருக்கின்றனர். அதில் ஒருவர் தனது அன்றாட உரையாடலில் உலக சினிமாக் காட்சியை உதாரணம் காட்டிக் கொண்டேயிருப்பார். ஆனால் தமிழில் அந்த நால்வருமே மொண்ணையாக பயன்படுத்தப்பட்டிருக் கிறார்கள். காலர் பட்டனை இறுக்கக் கட்டிவிட்டு குளறி குளறிப் பேசினால் அவர்கள் மனநலம் குன்றியவர்கள். அவ்வளவுதான். பழைய கால ஜெய்சங்கர் படங்களில் ஹீரோ, முகத்தில் மரு ஒட்டிக்கொண்டு வில்லனின் இடத்திலேயே நடமாடுவான். யாருக்கும் அவனை அடையாளம் தெரியாது. சமகால தமிழ் சினிமாவும் பாத்திர வடிவமைப்பு விஷயத்தில் காலத்தால் உறைந்துபோய் அதே இடத்திலேயே நின்று கொண்டிருக்கிறது.

ஆங்கிலப்படத்தில் குழந்தையின் தாய், அது பிறந்தவுடனே தந்தையிடம் கொடுத்துவிட்டு போய்க்கொண்டேயிருப்பாள். ஆனால்

தமிழில் அவ்வாறு வைத்துவிட முடியுமா? தமிழ் இயக்குநர்கள், பண்பாடு, கலாசாரம் குறித்த கவலையுடன் இந்தக் காட்சியை மாற்றி அமைத்ததாக முட்டாள்தனமாக எண்ணிக் கொள்ளக்கூடாது. ‘லேடீஸ் ஆடியன்ஸ்’-ன் வருகை பாதிக்கப்படலாம், அவர்கள் சங்கடப்படலாம்; எதிர்ப்பு வரலாம் என்கிற வணிக நோக்கம் சார்ந்த சிந்தனையே அந்தப் பாத்திரத்தை இறந்து போவதாகச் சித்திரிக்கிறது. அவ்வப்போது போட்டோவைக் காட்டினால் சென்டிமென்ட்டுக்கும் ஆகுது பாருங்கள்.

படத்தின் மிக முக்கிய அம்சமே, மன வளர்ச்சி குன்றியவனால், அதாவது ஏழு வயதுக்குரிய மனநிலை கொண்டவனால் எப்படி ஆறு வயதைத் தாண்டிக் கொண்டிருக்கும் ஒரு பெண் குழந்தையைப் பொதுச் சமூகம் எதிர்பார்க்கும் அத்தனை தகுதிகளுடனும் கற்றல்களுடனும் வளர்க்கமுடியும் என்று அடிப்படை மனிதஉரிமை சார்ந்து நீதித்துறை தன் பார்வையை முன்வைப்பதுதான். சட்டத்தின் பார்வையில் நோக்கும்போது அது சரியானதொன்றுதான். குழந்தையின் முறையான வளர்ச்சிக்கு அதுதான் நல்லது. தந்தையின் பாசம் குறித்த மிகையுணர்ச்சியுடன் இயங்கினாலும் ஆங்கிலப்படம் இந்தப் புள்ளியையும் அடிநாதமாக கொண்டிருக்கும். ஆனால் தமிழிலோ சட்டத்தை ஏதோ மோசமான வில்லனைப்போலச் சித்திரித்திருப்பார்கள்.

இப்படியாக, ஹாலிவுட்டிலிருந்து உருவப்பட்ட தெய்வத்திருமகள், தமிழ் சினிமாவின் சம்பிரதாயமான கச்சடாக்களால் பிசையப்பட்டு எத்தனை மோசமானதொரு பண்டமாக கெடுக்கப்பட்டிருக்கிறது என்பதை விளக்கமாகவே நிறுவ முடியும். ஏற்கெனவே குறிப்பிட்டிருந்த படி மூலப்படத்தை பார்த்திருந்தவர்களுக்கு, தெய்வத்திருமகள் ஒரு கொடுமையான அனுபவமாக அமையும் என்பதில் சந்தேகமில்லை.

தெய்வத்திருமகளையொட்டி, தமிழ் சினிமா சூழலில் இவ்வாறான முயற்சிகளுக்கு சராசரி பார்வையாளர்களின் பொதுப்பார்வையில் தோன்றும் சில கேள்விகளுக்கு விடை காண முயல்வோம்.

1) தமிழ் சினிமாவில் தொடர்ந்து வணிக மசாலாக்களை உள்ளடக்கிய மோசமான திரைப்படங்களே வெளியாகிக் கொண்டிருக்கின்றன. இந்நிலையில் தெய்வத்திருமகள் போன்று அபூர்வமாக வெளியாகும் நல்ல திரைப்படங்களை உங்கள் மேதமையை காட்டிக் கொள்வதற்காக இப்படி குதறியெடுக்கிறீர்களே, இது நியாயமா?

மீண்டும் மீண்டும் நான் சொல்லிக் கொண்டிருப்பது இதுதான். குத்துப்பாடல், ஆபாச நகைச்சுவை, பஞ்ச் டயலாக் வெற்று வீராப்புகள் போன்ற வணிகநோக்கு சினிமாக்களின் வடிவமைப்புகளைத் தாண்டி

அல்லது அதைத் தவிர்த்து ஒரு சினிமா வந்தாலே அது ‘நல்ல சினிமா’ என்கிற உணர்வு நமக்குள் தோன்றிவிடுகிறது. ஊடகங்களும் சம்பந்தப் பட்ட இயக்குநர்களும் இதை இன்னும் ஊதிப் பெருக்கி ‘உலக சினிமா’ ‘சர்வதேச தரம்’ ‘ஆங்கிலப்படங்களுக்கு நிகராக’ என்றெல்லாம் தம்பட்டமடித்துக் கொள்கிறார்கள். (இவ்வாறான போலித்தனங்கள் அல்லாமல் ‘வணிக நோக்கத்துக்காகத்தான் படமெடுக்கிறேன்’ என்று வெளிப்படையாகவே தெரிவித்துக் கொள்ளும் பேரரசு, கே.எஸ். ரவிகுமார், ஹரி போன்றவர்களை அந்த ஒரு காரணத்துக்காகவே பாராட்டித் தொலைக்கலாமோ என்கிற நிலைக்குத் தள்ளிவிடுகின்றன இவர்களின் போலித் தம்பட்டங்கள்).

சர்வதேச அளவில் வெளியாகும் சிறந்த படைப்பாளிகளை, சினிமாகளைத் தொடர்ந்து அவதானிப்பதின் மூலம் ‘நல்ல சினிமா’ என அறியப்படும் இவ்வகையான போலிகளை உடனேயே அடையாளம் காண முடியும். போலிகள் என்றால்கூடப் பரவாயில்லை. மோசமாக நகலெடுக்கப்பட்ட போலி என்பதுதான் கொடுமை. மோனாலிசா படத்தை காப்பியடிக்கிறேன் பேர்வழி என்று கொல்லங்குடி கருப்பாயியின் படத்தை வரைந்து வைத்தால் எப்படி? (கருப்பாயியின் ரசிகர்கள் உடனே பாயவேண்டாம். ஓர் உதாரணத்துக்காகச் சொன்னது).

தமிழ் சினிமாக்களைப் பற்றி எழுதும் போது சற்று அதீத கோபமும் மேதமைத்தனத்தை பறைசாற்றிக் கொள்வதான பாவனையும் வெளிப்படுவதில் சற்று உண்மையிருக்கலாம். நல்ல கலையை நுகர்பவர்களுக்கு தன்னிச்சையாக வெளிப்படும் உணர்வுதான் அது. குட்டி குட்டி தேசங்களிலிருந்துகூட மகத்தான திரைப்படங்கள் வெளியாகும்போது உலகிலேயே அதிக திரைப்படங்களை உருவாக்கும், பண்பாட்டு பின்புலமுள்ள தேசத்திலிருந்து பெரும் பாலும் குப்பைகளே வெளியாவது குறித்து ஆதங்கமும் கோபமும்கூட உபகாரணங்கள். அதனால்தான் பாலைவனத்தில் இரண்டு நாட்கள் நா வறண்டு நடந்தவனுக்கு ஒரு குவளைத் தண்ணீர் கிடைத்தைப் போன்று ‘ஆரண்ய காண்டம்’ போல அபூர்வமாக நல்ல முயற்சிகள் வந்துவிடும் போது சற்று உயரமாகவே தூக்கிக் கொண்டாடும் உணர்வு தோன்றி விடுகிறது.

2) ஆங்கிலம் தெரியாதவர்களும் உலக சினிமாக்களைப் பார்க்கும் ரசனையும் வாய்ப்பும் இல்லாத தமிழ் சினிமா ரசிகர்களுக்கு - அது திருடப்பட்டால்தான் என்ன - அதைப் போன்ற கதைகளைக் கொண்ட படங்களை தமிழில் பார்க்கும் வாய்ப்பு கிடைக்கிறதே? அதில் என்ன உங்களுக்கு பிரச்னை?

சத்யராஜும் கவுண்டமணியும் நடித்த நகைச்சுவைக் காட்சியொன்று. இரண்டு பேரையும் லாக்கப்பில் போட்டுவிடுவார்கள். கவுண்டமணி அவமானத்திலும் பயத்திலும் புலம்பிக் கொண்டிருக்க, சத்யராஜ், கொட்டாவியுடன் எழுந்து சொல்வார். 'இந்த லாக்கப்லதான் கொசுத் தொல்லையே கிடையாது'.

ஆக.. தமிழ் சினிமா ரசிகர்களின் நிலைமையும் இப்படித்தான் ஆகி விட்டது. எந்த சூழலுக்கும் ஊழலுக்கும் பழகிவிடும் தன்மையும் எதையும் சகித்துக்கொண்டு வாழும் தன்மையும் சினிமாவுக்கும் பொருந்திப் போய்விட்டது போலும். எனவேதான் அரைவேக்காடான படைப்போடு திருப்தியடைந்துவிடுகிறான். ஒரு நல்ல எழுத்திலிருந்து, படைப்பிலிருந்து, சினிமாவிலிருந்து பாதிக்கப்பட்டு, உந்துதல் பெற்று இன்னொரு படைப்பை உருவாக்குவதில் தவறொன்றுமில்லை. இன்னொரு பண்பாட்டின், கலாசாரத்தின் பாதிப்புகளோடு மரபுத் தொடர்ச்சியுடன் பாதிப்புடன் உருவாவதுதான் (உருவுவது அல்ல) கலையின் வரலாறு.

ஒரு நல்ல படைப்பினால் பாதிப்படைந்து அதற்கு உரிய மரியாதையை அளித்து அதையும் தாண்டி ஒரு படி உயர்ந்து நிற்கிற கலைப்படைப்பாக உருவாக்குபவரை நாம் கலைஞன், படைப்பாளி எனலாம். ஆனால் தமிழ் சினிமாவில் பொதுவாக நிகழ்வது வேறு. எந்தவொரு சர்வதேச சினிமாவையும் சினிமா ஆர்வலர்களையும் தாண்டி மிக ஆவலாக எதிர்பார்ப்பவர்கள் அதன் இயக்குநர்கள்தான் போலிருக்கிறது. தமிழ் சினிமாவின் சராசரி பார்வையாளனின் மனநிலைக்கு எது ஒத்துவருமோ, இதமாக இருக்குமோ அந்தப் படத்தின் அவுட்லைனையும் சில காட்சிகளையும் மாத்திரம் சுட்டு அதற்குரிய மரியாதையையும் அளிக்காமல் வணிக நோக்கத்துக்காக தமிழ் சினிமாவின் சம்பிதாயமான கச்சாடாக்களை அதில் பிசைந்து தந்து மூலத்தையும் அவமரியாதை செய்து விட்டு அதை 'சுய படைப்பாக' பிரகடனம் செய்வதும் எத்தனை பெரிய அயோக்கியத்தனம்.

இதை சம்பந்தப்பட்ட குழு மாத்திரம் செய்யாமல் பெரும்பாலும் ஒட்டுமொத்த தமிழ் சினிமாத்துறை மற்றும் ஊடகத்துறைகள் இந்த களவாணித்தனத்துக்கு உடன்போகின்றன. ஒருவரையொருவர் காட்டிக் கொடுக்காத மாஃபியாத்தனமான கட்டுப்பாட்டோடு அமைதி காப்பது மட்டுமன்றி, இந்த போலிப் படைப்புகளை வாய்கூசாமல் புகழவும் செய்கின்றனர். தெய்வத்திருமகளின் பத்திரிகை விளம்பரங் களைக் கவனித்தால் தினந்தோறும் ஒரு இயக்குநர் அதைப் பாராட்டிச் சொன்ன வார்த்தைகளை முக்கியத்துவம் தந்து பிரசுரிக்கின்றனர். அந்த வரிசையில் ஓர் இயக்குநர் சொன்னது 'இராமாயணம், மகாபாரதம் ஆகிய இரு இதிகாசங்களின் வரிசையில் தெய்வத்திருமகளை

வைக்கலாம்'. 'வருங்கால அமெரிக்க ஜனாதிபதி வாழ்க' என்று ஓவராக கூவும் நகைச்சுவைக்காட்சி நினைவுக்கு வருகிறதா? இதிலுள்ள முரண்நகை என்னவென்றால், இது போன்ற திருட்டுப் படைப்பு இயக்குநர்களும் நடிகர்களும் தொலைக்காட்சிகளில் 'திருட்டு விசிடிகளில் பார்க்காதீர்கள்' என்று வைக்கும் வேண்டுகோள்கள்தான்.

இவ்வாறான திருட்டுக்களை 'தமிழில் பார்க்க இயலும் ஒரே வாய்ப்புக்காக' நாம் ஆதரிப்பதும் அதற்கு உடன்போவதும் எத்தனை பெரிய தவறு?

இன்னொன்று. உலக சினிமா என்று கருதப்படும் படைப்புகள், ஒரு சராசரி பார்வையாளனுக்கு புரியாது, ரசிக்க முடியாது என்று உலவும் கருத்துகள் எல்லாம் ஒரு மாயை. முயற்சி ஏதும் செய்யப்படாமல் தாழ்வு மனப்பான்மையின் முனையில் நின்று சொல்லப்படுபவை. இன்று உலக சினிமா பார்வையாளர்களாக இருக்கும் பெரும்பான்மையோர் அந்தப் புள்ளியிலிருந்து நகர்ந்து வந்தவர்கள்தான். நம்முடைய ரசனையை நாமே தாழ்த்தி மதிப்பிட்டுக் கொள்வதும் அதையே சொல்லித் திரிவதும் அறியாமையே அன்றி வேறில்லை.

3) ஊர்ல உலகத்துல எவனுமே திருடலையா? என்னமோ நீங்கதான் ரொம்ப யோக்கியம்போல சுவுண்டு வுடறீங்க? ஒலக சினிமா பார்த்துக் கிழிக்கிற நீங்களே நெட்லதானே இருந்துதானே அதையெல்லாம் டவுன்லோட் செய்யறீங்க?

என்னைப் பொறுத்தவரை இப்படியாக இணையத்திலிருந்து தரவிறக்கம் செய்து பார்ப்பது நிச்சயம் தவறுதான். அதை நான் எந்தவிதத்திலும் நியாயப்படுத்தமாட்டேன். ஒரு படைப்புக்குத் தகுந்த சன்மானம் அளிக்காமல் நுகர முயல்வது நிச்சயம் அயோக்கியத்தனம்தான் (இம்மாதிரியான கட்டணங்களில் அதிகம் கொள்ளையடிப்பது இடைத்தரகர்கள்தான் என்பது வேறு விஷயம்). அதனால் தமிழில் நல்ல சினிமா முயற்சியாக அறியப்படுபவற்றை அரங்கில் சென்று பார்ப்பது என்பதை ஒரு தார்மிக நியாயமாக சுயக்கட்டுப்பாடாக வைத்துள்ளேன்.

ஆனால் சினிமா மீது அதீத ஆர்வமுள்ளதைத் தவிர வேறெந்த நோக்கமும் அல்லாத தனிநபர் செய்வதற்கும் அதையே பல கோடிகள் சம்பாதிப்பதற்கான ஒரு சாதனமாக உபயோகித்துக் கொள்ள முயலும் வணிகர்களுக்கும் வித்தியாசமுள்ளதா இல்லையா? அது மாத்திரமல்ல. மூலப்படைப்பை, நாய் கொண்டு போட்ட வஸ்து போல் வாந்தியெடுத்து வைத்துவிட்டு அதை 'தமிழின் உலக சினிமா' என்று பெருமையடித்துக் கொள்வது மாத்திரமல்லாமல், அதை சர்வதேச விருதுக்கான போட்டிகளுக்கும் அனுப்பி வைக்க எத்தனை நெஞ்சுறுதி

வேண்டும்? இந்த வணிகர்களின் சுயபெருமைத் தேடல்களுக்காக சர்வதேச அரங்கில் ஒரு தேசமே அவமானப்பட நேர்வது எத்தனை பெரிய வெட்கமான செயல்.

4) மூலப் படைப்பை acknowledge செய்யாதது அத்தனை பெரிய குற்றமா என்ன? சிலாகிக்கப்படும் அந்த மூலப்படைப்பே இன்னொரு பிரதியின் நகலாக இருக்கும் வாய்ப்பிருக்கிறதே?

இருக்கலாம். ஆனால் அது நிறுவப்படாதவரை நாம் அறிந்திருப்பது தான் மூலப்படைப்பாக இருக்கமுடியும். வெளிநாட்டுத் திரைப்படங்களை நகலெடுப்பது என்பது சமீபத்தில் துவங்கினதொன்றோ கமல்ஹாசன்தான் இதை நிறையச் செய்திருக்கிறார் என்பதோதான் பொதுவான கருத்தாக இருக்கிறது. சினிமா என்கிற நுட்பம் இங்கு இறக்குமதியானவுடன் கூத்து, நாடக வடிவம்தான் அப்படியே திரைப்படச் சுருளுக்குள் புராணப்படங்களாக சென்றன. அது தீர்ந்தவுடன், மக்களின் மனநிலையும் மாறினவுடன் சமூகப்படங்கள் உருவாகத் துவங்கின. எம்.ஜி.ஆர், சிவாஜி போன்றோர் பிரதான நடிகர்களாக புழங்கின காலகட்டத்திலேயே வெளிநாட்டுத் திரைப்படங்களும் அயல்மாநிலத் திரைப்படங்களும் (வங்காளம்) அனுமதி ஏதும் பெறப்படாமல் தமிழில் அதன் பிரத்யேக மசாலா கலந்து உருமாறத் துவங்கின. திரைத்துறையினர் மாத்திரம் அறிந்திருந்த இந்த ரகசியங்களும் சர்ச்சைகளும் பார்வையாளர்களின் கவனத்துக்கு வராமலே போனதால் பெரிதும் எவ்வித சர்ச்சையும் உருவாகாமல் போனது. தமிழ் சினிமாவின் பிரம்மாக்களின் பெருமையும் அதுநாள் வரை காப்பாற்றப்பட்டு வந்தது.

ஆனால் உலக சினிமா பற்றிய தேடலும் அதை அடையக்கூடிய வாய்ப்பும் அதிகரித்துவிட்ட இன்றைய சூழலில்கூட பிரம்மாக்கள் அதையே தொடர்வது, சமூகத்தை முட்டாள்களின் கூட்டமாக, வணிகர்களின் பார்வையில் தங்கள் பொருட்களின் நுகர்வோர்களாக மாத்திரமே பார்ப்பது கொடுமை. என்றாலும் கௌதம் மேனன், சசி, வெற்றிமாறன் போன்ற ஆறுதலான விதிவிலக்குகள் இருப்பது குறிப்பிட்டுச் சொல்ல வேண்டியது. புதுமைப்பித்தனின் படைப்புக்கும் தாம் உருவாக்கிய திரைப்படத்துக்கும் வெளிப்படையான ஒற்றுமை ஏதுமில்லாமலேயே அதன் பாதிப்பில்தான் ‘உதிரிப்பூக்கள்’ படத்தை உருவாக்கியதாக அறிவித்து திரைப்படத்திலும் அதற்கான முறையான ஒப்புதலை அளித்தார் மகேந்திரன். அதுதான் ஒரு கலைஞனின் அடிப்படை அறமாக, நேர்மையாக இருக்க முடியும்.

நான் ஈ

நாயக பிம்பங்களுக்கு விடுக்கப்பட்ட சவால்

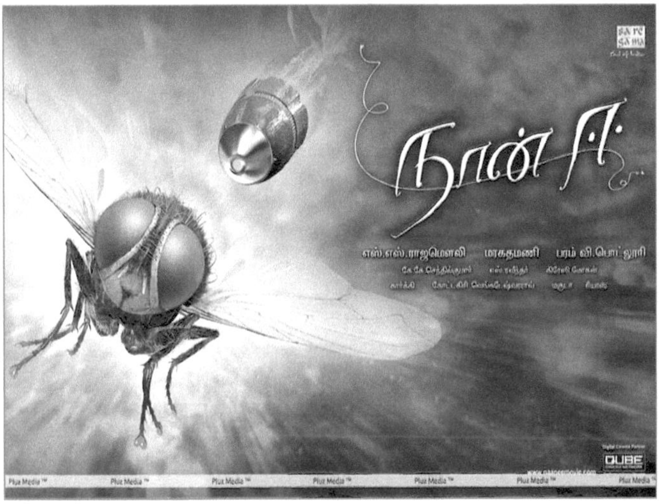

ராஜமவுலி இயக்கி வெளிவந்த ‘நான் ஈ’ திரைப்படம் குறித்த முன்னோட்டங்களும் புகைப்படங்களும் விளம்பரங்களும் துவக்கத்தில் எனக்குள் எவ்வித ஆர்வத்தையும் ஏற்படுத்தவில்லை. மாறாக ஓர் ஒவ்வாமையையே அளித்தது. அவரின் முந்தைய படங்களை பார்த்த அனுபவமின்மை ஒரு காரணமாக இருக்கக்கூடும். படம் வெளிவந்து பெரும்பான்மையினரால் புகழப்பட்ட போதும் சலனமின்றி ஈ போல் ஆடாமல் அசையாமலேயே இருந்தேன். ஆனால் தொலைக்காட்சியில் ஒளிபரப்பப்பட்ட ‘ஈடா ஈடா’ என்கிற பாடல்தான் சிறு ஆர்வத்தைக் கிளறியது.

CG நுட்பத்தை அது இருக்கிறது என்கிற காரணத்தினாலேயே உபயோகப்படுத்தாமல் தேவையான அளவிலும் பொருத்தமாகவும் குறும்பாகவும் அந்தப் பாடலில் உபயோகப்பட்டிருக்கப் பட்டிருப்பதாக உணர்ந்தேன். நண்பர்களின் பரிந்துரைகளும் பின்னால் வந்து சேர்ந்தன. CG நுட்பத்தைப் பெரிதும் சார்ந்து இயங்கும்

திரைப்படம் என்பதாலும் குழந்தைத் திரைப்படங்களுக்குரிய கூறுகளைக் கொண்டிருந்ததாலும் இதை திரையரங்களில் குழந்தை களுடன்தான் காண்பது என முடிவு செய்திருந்தேன். தாமதமாகவாவது அவ்வாறே நேற்று நிகழ்ந்தது.

ராஜமவுலி ஒரு சிறந்த (திரை) கதைசொல்லி என்பதை உணர முடிந்தது. சுமார் இரண்டரை மணி நேரத்தைப் பெரும்பாலும் எவ்வித விலகலும் இல்லாமல் பார்வையாளனை ஒன்றிப் பார்க்கவைக்கும் திறமையைப் பெற்றிருக்கிறார். காட்சிக் கோர்வைகளில் எவ்வித தர்க்கப்பிழையும் நிகழ்ந்துவிடக்கூடாது என்பதற்காக கறாராக உழைத்திருக்கிறார். இந்த ஒழுங்கே சமயங்களில் ஆயாசத்தை ஏற்படுத்துகிறது. உதாரணமாக நாயகன், நாயகியுடன் நடு இரவுத் தனிமையில் பாடிச் செல்லும் போது மரங்களிலுள்ள இலைகள் ஆசிர்வசிப்பதுபோல் அவர்களின் மேலே உதிர்ந்து கொண்டேயிருக்கின்றன. இது எப்படி சாத்தியம் என்று கேட்கலாம். இலைகள் அவ்வாறு உதிர்வதற்கு முன் நாயகன் மேலே எம்பி மரக்கிளைகளைப் பிடித்து உலுக்கிவிடுகிறான். அதனால்தான் இலைகள் உதிர்கின்றன என்பதால் பார்வையாளன் மனதில் எவ்வித ஐயமும் எழாது. ஆனால் அது இரண்டு, மூன்று நிமிடங்களுக்கு மேல் நிகழுமா என்றெல்லாம் அசட்டுத்தனமாக கேட்கக் கூடாது.

அது மாத்திரமல்ல. எப்படி ஈயால் 'I Will Kill you' என்று ஆங்கிலத்திலும் ‘நான் ஈயாக மறுபிறவி எடுத்திருக்கிறேன்’ என்று தமிழிலும் எழுத முடிகிறது என்றெல்லாம் கேட்கக்கூடாது. அந்த ஈ, பள்ளியில் அஆஇஈ படித்த ஈயா என்று கேட்பதும் அறிவீனமே. இங்குதான் இயக்குநர் புத்திசாலித்தனமாக ஒரு காரியம் செய்திருக்கிறார். ஒரு தகப்பன் தன் குழந்தையை உறங்க வைப்பதற்காகச் சொல்கிற கதை என்பதை துவக்கத்தில் சொல்லி விடுகிறார். கதை என்றால் அதுவும் குழந்தை களுக்கான கதை என்றால் அது எப்படியும் இருக்கலாம்தானே? (அந்த அப்பா மற்றும் குழந்தையின் குரல்கள் அத்தனை சிறப்பாக நடித்திருக்கின்றன).

இந்தத் திரைப்படத்தில் எனக்கு மிகப்பிடித்த அம்சமே, ஒரு ஈயை நாயகனாக ஆக்கியதுதான். கேமராவை பார்த்து மெசேஜூம் பஞ்ச் டயலாக் பேசும், தீயசக்திகளை அழிப்பதற்கென்றெ அவதாரம் எடுத்திருப்பதான பாவனை செய்யும் அசட்டுத்தனமான நாயக பிம்பங்களுக்கு நேரடியாக விடுக்கப்பட்ட சவால் இது. ஒழுங்காக, சுவாரசியமாக கதை சொல்லத் தெரிந்தால் சூப்பர் ஸ்டார்கள் தேவையில்லை, கணினியால் உருவாக்கப்பட்ட செயற்கை ஈ யே போதும் என்கிற பொட்டில் அடித்த மாதிரியான இந்தச் செய்தியே எனக்கு மிக்க மகிழ்ச்சியைத் தருகிறது. இத்திரைப்படம் வணிக ரீதியாக வெற்றி பெற்றிருப்பதும் கூடுதல் மகிழ்ச்சியை அளிக்கிறது.

CG நுட்பத்தை உபயோக்குவதில் ஹாலிவுட் இதைவிட அதிக அளவு முன்னணியில் இருக்கிறது என்றாலும் நம் பிரதேசத்திலும் இதை உருப்படியாக கையாள ஒரு ஆள் இருக்கிறார் என்பதே கவனத்துக்குரியது. ஷங்கர் திரைப்படங்களைப் போன்று அபத்தமாக அல்லாமல் (குறிப்பாக பாடல் காட்சிகள்) கதையின் போக்கு கேற்றவாறு மிகப் பொருத்தமாக சுவாரசியமாக சிந்திரித்திருப்பதே பாராட்டத்தக்கதாக இருக்கிறது. ஈக்கும் மனிதனுக்குமான அந்தப் போராட்டத்தை ராஜ்மவுலி இன்னும் கூட சுவாரசியப்படுத்தியிருக்க முடியும் என்றே கருதுகிறேன்.

மேலும் இதை குழந்தைகளுக்கான பிரத்யேகமான திரைப்படமாக ராஜ்மவுலி உருவாக்கியிருக்கலாம். எனில் இத்திரைப்படம் வேறொரு சுவாரசியமான தளத்தில் வந்திருக்கக்கூடும். ஈயின் தொந்தரவு தாங்காமல் வில்லன் அவஸ்தைப்படும் போதெல்லாம் திரையரங்கில் குழந்தைகள் கும்மாளமிட்டு சிரிக்கிறார்கள். ஆனால் இந்தத் தருணங்கள் மிக சொற்பமானதாக இருக்கின்றன.

இதில் பிரதான பாத்திரத்தில் நடித்த சுதீப்பை பாராட்டியே ஆக வேண்டும். பின்னால் உருவாக்கப்பட போகும் கணினி ஈ தம்மை தொந்தரவு செய்வதை முன்கூட்டியே கற்பனையாக உணர்ந்து அதற்கேற்றவாறு உடல்மொழியைப் பயன்படுத்துவது என்பது நிச்சயம் கடினமான காரியம். சுதீப் இதை மிக கச்சிதமாக செய்திருக்கிறார். இதற்காக கடுமையாக உழைத்திருக்கும் ஒளிப்பதிவாளரும் விஷுவல் எபெக்டஸ் குழுவினரும் பாராட்டப்பட வேண்டியவர்கள்.

வசனம் கிரேசி மோகன் என்று பார்த்தேன். கடைசிக் காட்சியில் அவர் தோன்றுவதைத்தவிர படத்தில் அவரின் பிரத்யேகமான தடயங்கள் எங்குமே தெரியவில்லை. இந்தக் கதைச் சூழலுக்கு கிரேசியின் நகைச்சுவை பொருத்தமில்லாமல் போகலாம் என்று இயக்குநர் கருதியிருக்கலாம்.

இதன் அடுத்த பாகத்தை இயக்குநர் திட்டமிட்டிருப்பதாக ஒரு தகவலை அறிய நேர்ந்தது. அதை குழந்தைகளுக்கான பிரத்யேகமானதாக உருவாக்கினால் சிறப்பாக இருக்கும்.

நீர்ப்பறவை

உடைந்த சிறகுகள்

இயக்குநர் சீனு ராமசாமியின் 'தென்மேற்கு பருவக்காற்று' படத்தைப் பார்த்திராத, இயக்குநரைப் பற்றின எவ்வித அறிமுகமுமில்லாத நிலையில் 'நீர்ப்பறவை'யை ஓர் வெற்றான மனநிலையில் பார்க்கச் சென்றிருந்தேன். ஒரு நல்ல புதினத்தை வாசித்த உணர்வை திரைப்படம் தந்திருந்தாலும் திரைக்கதையை இன்னமும் நவீனமான மொழியிலும் சுவாரசியத்திலும் சொல்லியிருந்தால் படம் இன்னமும் சிறப்பாக அமைந்திருக்கும். பார்வையாளர்களைப் படத்தில் தொடர்ந்து கவனம் செலுத்த வைக்கும் ஒரு வலுவான கொக்கியில்தான் படம் துவங்குகிறது.

'உயிரோடு இருக்கிறானா, இல்லையா' என்ற நிலைமை தெரியாத, கடலுக்குள் காணாமற் போன கணவனுக்காக பல வருடங்களாகக் கடற்கரையில் காத்திருக்கும் எஸ்தரோடு படம் துவங்குகிறது. (பதினாறு வயதினிலே 'மயிலு' இன்னும் சாகவில்லை). ஆனால் அந்தக் கணவன் இறந்துபோய் அவனுடைய பிணம் வீட்டியிலேயே

புதைக்கப்பட்டிருப்பதை எஸ்தரின் மகனே வெளிப்படுத்துகிறான். காவல்துறை எஸ்தரை கைது செய்து விசாரண செய்கிறது. 'ஆம். என் கணவரை நான்தான் கொன்றேன்' என்கிறாள் எஸ்தர். பல வருடங்களாகக் கணவனுக்காகக் காத்திருந்த எஸ்தரே தன் கணவனை ஏன் கொன்றாள்?' எனும் சுவாரசியமான முரண். எத்தனை அருமையான துவக்கம்? இதை அறிந்துகொள்ள படத்தின் இறுதி வரை சில சலிப்பூட்டும் காட்சிகளைத் தாண்டி காத்திருக்க வேண்டியிருக்கிறது. ஆனால் அத்தனை எதிர்பார்ப்பும் உப்புச் சப்பற்ற முடிவால் மடிந்து போகிறது. இயக்குநர் இதில் கவனம் செலுத்தியிருக்கலாம்.

அருளப்ப சாமி மற்றும் எஸ்தரின் காதலுக்கு இடையில் தமிழக மீனவர் பிரச்னையும் இடையிடையில் ஓரமாக (சமுத்திரக்கனியின் பாத்திரம் மூலமாக) சற்று காரமாக சொல்லப்பட்டாலும், தமிழ் சினிமாவின் மிக முக்கியமான கச்சாப் பொருளான காதலைத் தவிர்த்து ஓர் சமூகப் பிரச்னையை ஊறுகாயாக பயன்படுத்திக் கொள்ளாமல் நம்மால் திரைப்படத்தை உருவாக்க முடியவில்லை என்பது துரதிர்ஷ்டவசமான சூழலே. அப்படியே படமெடுத்திருந்தாலும் 'துப்பாக்கி' போன்ற வணிக வழிப்பறிகளுக்கு தரும் வரவேற்பை இந்த மாதிரியான படங்களுக்கு நம் சுரணையற்ற சமூகம் தருமா என்பதையும் இணைத்தே யோசிக்க வேண்டியிருக்கிறது.

படத்தின் சுவாரஸ்யத்துக்கு பிரதான முதற் காரணம் சுனைனா. தமிழ் சினிமாவில் பிளாஸ்டிக் பொம்மைகளாகவும் லூசுத்தனமாகவும் சித்திரிக்கப்படும் ஹீரோயின்களுக்கு இடையில் இதைப் போன்ற பாத்திரத்தைப் பார்த்து நீண்ட காலமாகிறது. இவரின் தோற்றத்தை வடிவமைத்தவர்களை நிச்சயம் பாராட்டலாம். வழித்து வாரப்பட்ட கோண வகிடும், காதுகளின் அருகே சுருள் முடியும், சட்டை பாவாடையும் என ஒரு கிறித்துவ மீனவப் பெண்ணாக சிறப்பாக நடித்திருக்கிறார். வசனங்கள் அதிகமில்லாத நிலையில் இவரது கண்களும் முகபாவங்களுமே பல இடங்களில் சிறப்பாக நடித்திருக்கின்றன. திறமையாக வேலை வாங்கியிருக்கும் இயக்குநர் பாராட்டுக்குரியவர்.

படத்தில் பல திறமையான நடிகர்கள் பயன்படுத்தப்பட்டிருக்கிறார்கள். குறிப்பாக சரண்யா. தமிழ் சினிமாவின் 'அம்மா'வாக மனோரமாவுக்கு மாற்றாக ஆக்கும் அபாயமிருந்தாலும் இவரின் முகபாவங்களும் வசன உச்சரிப்புகளும் சுவாரசியம். 'ஆனி வந்தா டாப்பா வருவான்' ஹேங்ஓவரில் இருந்து உடனே வெளிவருவது இவருக்கு நல்லது. 'பூ' படத்தில் பேனாக்காரராக நடித்த 'ராம்' சிறப்பாக நடித்திருக்கிறார். தன் மகனை ஒரு மீனவனாக ஆளாக்க முடியவில்லை என்று வருந்து மிடங்களும், குடிகார மகனை குணப்படுத்திய மருத்துவருக்கு

நெகிழ்ச்சியுடன் மீன் பரிசளிப்பதும் தன்னுடைய பெயர் பொறித்த படகை தடவிப் பார்ப்பதும் என நல்ல பங்களிப்பு. வடிவுக்கரசி போன்ற திறமைசாலிகளை இன்னமும் நம்மால் முழுமையாக பயன்படுத்திக் கொள்ளமுடியவில்லை. நந்திதா தாஸ் பாவம்.

படத்தின் சில இடங்களில் பாத்திரங்களின் மனநிலைக்குள் என்னால் உள்ளே செல்ல முடிந்தது. குறிப்பாக அருளப்பசாமி - எஸ்தர் காதல் தொடர்பான காட்சிகள். குடிகார இளைஞனாக இருக்கும் அருளப்ப சாமிக்குள் எஸ்தர் மிகப் பெரிய மாற்றத்தை ஏற்படுத்துகிறாள். அவன் குடிநோயிலிருந்து வெளிவரும்போது நானும் மகிழ்ச்சியடைந்தேன். இவ்வகையான பரவச தருணங்கள் படத்தில் அபூவர்மாகவே நிகழ்கின்றன. மற்றபடி படம் சற்று சலிப்பாகவே நகர்கிறது.

வசனம் - ஜெயமோகன் மற்றும் சீனுராமசாமி. மீனவர் பிரச்னை தொடர்பான பஞ்ச் டயலாக்குகளை இயக்குநர் எழுதியிருப்பார் என்று யூகிக்க முடிகிறது. மற்றபடி பாத்திரங்களின் யதார்த்த மொழியில் படம் நெடுக ஜெயமோகன் வெளிப்படுகிறார். அருளப்பசாமி காமம் தருகிற அவஸ்தையில் மனைவி எஸ்தரிடம் மல்லுக்கட்டுகிறான். அவளோ சம்பாதிக்க போகச் சொல்லி மல்லுக்கட்டுகிறாள். இந்தக் காட்சிக் கோர்வைகள் அருமையாகப் பதிவாகியிருக்கின்றன.

விலகிப் போகும் மனைவியிடம் ‘முதுகைப் பாரு... படமெடுக்கிற பாம்பு மாதிரி‘ என்கிறான். அருமையான உவமை. இலக்கியவாதிகள் சினிமாவில் நுழைவதில் இம்மாதிரியான ஆச்சரியங்கள் பார்வை யாளனுக்குக் கிடைக்கின்றன.

இலங்கை கடற்படையினரின் துப்பாக்கிச்சூட்டில் தப்பிப் பிழைக்கும் அகதியான அருளப்பசாமியின் வாழ்க்கையில் மூன்று மதங்கள் குறுக்கிடுகின்றன. கிறித்துவம் அவனைத் தத்தெடுத்துக் கொள்கிறது. இந்து மதம் (காஞ்சி சாமியார் படம்) அவனை நல்வழிப்படுத்துகிறது. இஸ்லாம் அவன் பொருளாதார ரீதியில் உயர உதவுகிறது. இப்படியாக ‘சமய நல்லிணக்கத்தோடு’ சிந்தித்திருக்கிறார் இயக்குநர் (?!).

நெய்தல் காட்சிப் பரப்புகள், சர்ச்சின் உட்புறம் போன்றவை சில தருணங்களில் அற்புதமாகப் பதிவாகியிருக்கின்றன. குறிப்பாக டாப் ஆங்கிள் காட்சிகள். தேவையில்லாத ஒரு சண்டைக்காட்சியில் அருளப்ப சாமியும் இன்னொருவனும் கடலில் ஓடிவரும் போது கேமரா மேலிருந்து நோக்குகிறது. நீல நிறப் பின்னணியில் இருவரும் துரத்தி வரும் தடயங்கள் உடனான காட்சி அற்புதம். எடிட்டரோ இயக்குநரோ சொற்ப கணத்திலேயே ஏனோ அதை வெட்டி விட்டிருக்கிறார்கள்.

முன்பே குறிப்பிட்டபடி வலுவான துவக்கத்துடனான திரைக்கதை, அதை தக்க வைத்துக் கொள்ளாமல் சாதாரணமாக முடிவது ஏமாற்றம். என்றாலும் வழக்கமான வணிக சினிமாவுக்கு இடையில் ஒரு புதினத்தை வாசித்த அனுபவத்தைத் தருகிற 'நீர்ப்பறவை'யை ஒரு முறையாவது காணலாம். தமிழ் சினிமாவில் நல்ல முயற்சிகள் நிகழ்வதில்லை என்று புகார் சொல்கிற சினிமா ஆர்வலர்கள் 'நீர்ப்பறவைக்கு ஆதரவளிக்க கடமைப்பட்டிருக்கிறார்கள். இல்லையெனில் நமக்கு 'துப்பாக்கிகளும் மாற்றான்களுமே' மிஞ்சும்.

காதலர்கள் தங்களின் உறவு குறித்தான சிக்கல்களை விவாதிக்கும் பகுதிகள், கௌதம் மேனனின் படங்களில் தொடர்ந்து சிறப்பாக காட்சிப்படுத்தப்படுகிறது. இதிலும் அவ்வாறே. இது தொடர்பான காட்சிகளில் சமந்தா மிகச் சிறப்பாக நடித்திருக்கிறார். குறிப்பாக மிக நீளமாக வரும் மொட்டை மாடிக் காட்சியிலும் இறுதிக் காட்சிகளிலும்.

படம் நிறைவடைவதற்குச் சில நிமிடங்களுக்கு முன்பாக, தன் அகங்காரங்களைத் துறந்து வருணிடம் முழுமையாகத் தன்னை ஒப்படைத்துக் கொள்வதின் அடையாளமாக "I love you' என்று அவர் வெடிக்கும் போது எனக்கு தன்னிச்சையாக கண்ணீர் பொங்கியது. (என்றாலும் அம்மணி டைஃபாய்டு காய்ச்சலில் இருந்து மீண்டுவந்தது போலவே பெரும்பாலான காட்சிகளில் தோற்றமளித்தது சற்று அசௌகரியமாக இருந்தது. 'நான் ஈ'யில் கூட நன்றாக இருந்தாரே).

ஆக்ஷன் திரைப்படங்கள் உட்பட கௌதமின் எல்லா படங்களிலுமே காதல் தொடர்பான காட்சிகள் மிகச் சிறப்பாக மிக வலுவானதொரு இழையாக படம் முழுதும் படர்ந்திருக்கும். நீஎபொவ -வைக் கூட 'விண்ணைத் தாண்டி வருவாயின்' இன்னொரு பரிமாணமாக, நீட்சியாகக் கொள்ளலாம். அது இயக்குநரின் பிரத்யேகமான முத்திரைகள் என்றாலும் கௌதமின் கிளிஷேக்களாக சிலவற்றைச் சொல்லலாம். மூத்தவயது காதலி, அப்பாவை (பெரும்பாலும் கிருஷ்ணன்) மிக நெருக்கமாக உணரும் நாயகன், கேரளப் பயணம், மேல்தட்டு வர்க்க காதல், போன்றவற்றை சலிக்குமளவுக்கு உபயோகிப்பதைத் தவிர்ப்பது நல்லது.

என் மனதுக்கு மிக நெருக்கமான இளையராஜாவை, கௌதமின் திரைப்படங்களின் முன்அனுபவத் தடைகளினாலோ என்னவோ - இத்திரைப்படத்தில் மிக அந்நியமாக உணர்ந்தேன். பெரும்பாலும் அவரது பாடல்களோ பின்னணி இசையோ (சற்று முன்பு... போன்ற அபூர்வ தருணங்களைத் தவிர்த்து) படத்தில் ஒட்டவேயில்லை.

டேவிட்

மத பயங்கரவாதத்தின் ஊற்றுக்கண்

மணிரத்னத்தின் சிஷ்யர் பிஜோய் நம்பியார் இயக்கியிருக்கும் 'டேவிட்' திரைப்படம் இரண்டு தனித் தனி காலகட்டங்களில் பயணிக்கிறது. ஒன்று 1999 மும்பை. மற்றொன்று 2010 கோவா. டேவிட் என்கிற பெயர் கொண்ட இரண்டு தனி நபர்களின் கதைச் சரடுகள், துண்டு துண்டாக நான்-லீனியர் பாணியில் சொல்லப்பட்டு இறுதியில் ஒரு புள்ளியில் இணைகிறது. இந்த உத்தி படத்தின் கட்டமைப்புக்கோ அழுத்தத்துக்கோ எவ்விதத்திலும் பிரதானமாக உதவவில்லை. 'உலகசினிமா' என்கிற பாவனையை உருவாக்குவதற்காக இயக்குநர் இதைப் பயன்படுத்தியிருக்கலாம். என்றாலும் வணிக சம்பிதாயங் களைப் பெரும்பாலும் தவிர்து இரண்டு கதைகளும் இணைக்கோட்டு சுவாரசியத்துடன் சொல்லப்பட்ட காரணத்துக்காகவே இந்தக் குறையைப் பொருட்படுத்தத் தேவையில்லை என்று தோன்றுகிறது.

சிறுபான்மையினர், குறிப்பாக இஸ்லாமியர்கள் பயங்கரவாதிகளாகத் தொடர்ந்து சித்திரிக்கப்பட்டுக் கொண்டிருக்கும் திரை ஊடகத்தில்

பெரும்பான்மையினரின் பயங்கரவாதமும் அதன் பின் இயங்கும் அரசியலும் தமிழ்த்திரையில் பெரிதும் பேசப்படவில்லை அல்லது பேசப்படுவதற்குத் தயக்கம் கொண்டிருக்கும் சூழலில் ‘டேவிட்’ திரைப்படம் இதைப்பற்றி உரையாடின காரணத்துக்காகவே குறிப்பிடத்தகுந்த படைப்பாக அடையாளப்படுத்த வேண்டியதின் அவசியத்தைக் கோருகிறது.

1999 மும்பையில் வசிக்கும் தமிழ் கிறித்துவக் குடும்பம். தந்தை நோயல் மத போதகர். கிறிஸ்துவின் தீவரமான, உண்மையான விசுவாசி. இவரது மகன் டேவிட் (ஜீவா) இசைத்துறையில் உயர்ந்த இடத்தைப் பிடிப்பதற்கான கனவுகளுடனும் லட்சியத்துடனும் வாழ்கிறான். அதன் மூலம் இரண்டு சகோதரிகள் உள்ளிட்ட தனது குடும்பத்தின் வறுமையைப் போக்கமுடியும் என்பது உபநோக்கம். ‘மதமாற்றம் செய்கிறார்’ என்கிற காரணத்தைக் கூறி இந்து மத அரசியல் கும்பலொன்று டேவிட்டின் தந்தையை அவமானப்படுத்தித் தாக்குகிறது. இதற்கான காரணத்தையும் பின்னணியையும் தேடியலையும் டேவிட் உச்சமாக ஓர் அரசியல் தலைவரைக் கொல்ல முடிவு செய்கிறான். இது ஒரு கதை.

2010 கோவாவில் வசிக்கும் மீனவனான டேவிட்டின் (விக்ரம்) மனைவி திருமண நாளன்றே தனது காதலனுடன் ஓடிப்போகிறாள். ஊராரின் கேலிக்கு ஆளாகும் இவன் பெண்கள் மீது வெறுப்பு கொண்டு தொடர்ந்த குடிப்பழக்கத்துக்கு ஆளாகிறான். சான்ட்டா கிளாஸ் முகமூடி அணிந்து மணப்பெண்களைத் தாக்கிவிட்டு ஓடுகிறான். தனது நண்பனுக்கு நிச்சயமாகும் பெண்ணின் மீது காதல் ஏற்படுகிறது. குற்றவுணர்வுக்கும் காதலுக்கும் இடையில் அல்லாடுபவன் இறுதியில் நண்பனின் திருமணத்தை நிறுத்த முடிவு செய்கிறான். இது மற்றொரு கதை.

இரண்டு டேவிட்களும் சந்திக்கும் இறுதிக் காட்சிகளின் மூலம் அவர்களின் முடிவைச் செயல்படுத்தினார்களா இல்லையா என்பதை அறிந்து கொள்ள முடிகிறது. மும்பையின் காட்சிகள் தீவிரத்துடனும் வேகத்துடனும் பயணிக்கும்போது கோவாவின் காட்சிகள் நுட்பமான நகைச்சுவையுடன் சாவகாசமாக நகர்ந்து படத்தின் ஓட்டத்தை சமன் செய்கிறது.

●

மும்பைக் காட்சிகள் இயங்கும் காலத்தின் பின்னணியை 1999-ஆக இயக்குநர் தேர்ந்தெடுத்திருப்பதற்கு ஒரு காரணம் இருந்திருக்கலாம். இதே ஆண்டில்தான் ஒரிசா மாநிலத்து கிராமமொன்றில் கிரகாம் ஸ்டெய்ன்ஸ் என்கிற பாதிரியார் தனது சிறிய இரண்டு மகன்களுடன்

இந்து அமைப்பினர் சிலரால் ஜீப்பில் வைத்து எரித்துக் கொல்லப் பட்டார். நாட்டையே பதறவைத்த படுகொலை அது. இதிலும் ஃபாதர் நோயலை (நாசர்) இந்து மதத்தைச் சேர்நத அரசியல் கும்பலொன்று வீட்டுக்குள் புகுந்து இழுத்து அடித்து உதைத்து முகத்தில் சேற்றைப் பூசி அவமானப்படுத்துகிறது.

நாசரின் உடல்மொழி மிக நுட்பமாக வெளிப்பட்டிருக்கும் படங்களில் இதை முக்கியமானதாகச் சொல்லலாம். தன்னுடைய சம்பளத்தின் பெரும்பான்மையைப் பாதிக்கப்பட்டவர்களுக்காக செலவழித்து இயேசுவை உண்மையாகப் பின்பற்றும் விசுவாசி. நிரபராதியான தான் அவமானப்படுத்தப்பட்டதை எண்ணி எண்ணி இவர் கூனிக்குறுகும் காட்சிகள் அபாரமாய் பதிவாகியிருக்கின்றன. முகச்சவரம் செய்து கொள்ளும் காட்சியில் தன் முகத்தில் பூசப்பட்ட சேற்றுக்கறையையும் நீக்குவதான மன அவஸ்தையில் தன்னை சிதைத்துக் கொள்ள முயலும் காட்சி அதன் உக்கிரத்தோடு பதிவாகியிருக்கிறது. 'மன்னிப்பதே மனிதனின் அரிய குணங்களுள் என்று' என்கிற இடத்தை வந்து இறுதியில் அடைவதின் மூலம் தன்னை மீட்டுக் கொள்கிறார்.

ஆனால் இவரது மகன் டேவிட் தனது தந்தை அவமானப்படுத்தப் பட்டதை அத்தனை எளிதாக எடுத்துக் கொள்ளவில்லை. இத்தனைக்கும் குடும்பத்தைக் கவனிக்காத தந்தையின் பரோபரிகாரதனத்தின் மீது இவனுக்கு கடும் எரிச்சல் இருக்கிறது. என்றாலும் ஆழ்மன பாசம் காரணமாக அவமானம் செய்த கும்பலையும் அதற்கான காரணத்தையும் தேடுகிறான். கும்பலிலிருந்த ஒருவன் தரும் தகவலின் மூலம் ஒரு ரவுடியை வந்தடைகிறான். அவன் டேவிட்டுக்கு அரசியல் வகுப்பு எடுக்கிறான். 'பிரச்னை தீர்க்கப்படாமலிருப்பதில் தான் அரசியல் ஆர்வம் காட்டும். பிரச்னையை உருவாக்கும், விளம்பரம் செய்யும். அதற்கான தற்செயலான பலிகடா உன் அப்பா'. அவன் கைகாட்டுவது எம்எல்ஏ மாலதி தாய். அப்பாவித் தொண்டன், ரவுடி, அரசியல்வாதி என்று இந்திய அரசியல் நிழலாகச் செயல்படும் அடிப்படையான அடுக்குமுறை.

பாஜகவின் சுஷ்மா சுவராஜை நினைவுபடுத்தும் எம்எல்ஏவாக ரோஹிணி அட்டங்காடி (படத்தின் தயாரிப்பாளர்களுள் ஒன்றாக அம்பானி நிறுவனம் இருப்பதற்கும் இதற்கும் தொடர்பிருக்காது என்று நம்புவோம்). டப்பிங் குரல் எரிச்சலூட்டினாலும் இவரது நடிப்பு சிறப்பாக அமைந்திருக்கிறது. மதவெறியும் அதன் பின்னேயுள்ள அரசியல் நோக்கமும் உள்ள ஒரு முகம். 'உன்னோட அப்பா நிரபராதியாக இருக்கலாம். ஆனால் ஒருத்தர அடிச்சாதான் மத்தவங் களுக்கு ஒரு பயம் இருக்கும்' என விளக்கம் தருகிறார்.

மத அரசியலும் அதன் பின்னணயில் இயங்கும் வன்முறையும் ஒரு தனிநபரின் கனவையும் லட்சியத்தையும் ஆளுமையையும் எப்படி சிதைக்க முடியும், எப்படி அந்த வாழ்க்கையின் போக்கை மாற்றியமைக்க முடியும் என்பதை டேவிட்டின் இந்த ஒரு துண்டு வாழ்க்கை வெளிப்படுத்துகிறது. சமகால இளைஞனின் கோபத்தையும் இறுதியில் முற்றிலுமாக அதிலிருந்து விலகி இன்னொரு நிலைக்கு மாறுவதையும் ஜீவா அபாரமாக வெளிப்படுத்தியிருந்தார்.

●

2010 கோவாவில் நிகழும் இன்னொரு டேவிட்டின் காட்சிக் கோர்வைகள் மந்தபுத்தியுள்ள இளைஞன் ஒருவனின் தோல்வி யடையும் காதலை நகைச்சுவையுடன் சொல்கிறது. கமலுக்குப் பிறகு ஏதாவது குறையுள்ள பாத்திரத்தில்தான் விக்ரம் நடிப்பார் என்பதே ஒரு விதியாகிவிட்டது. பஞ்ச் டயலாக்குள் பேசி படுத்தியெடுப்பதை விட தோல்வியுறும் ஒரு மனிதனின் பாத்திரத்தில் விக்ரம் நடிக்க முன்வந்ததற்காக அவரைப் பாராட்டலாம். என்ன, படம் பூராவும் விதவிதமான பாட்டில்களில் குடித்துக் கொண்டேயிருக்கிறார். 'குடி உடல்நலத்துக்கு கேடு' எனும் எச்சரிக்கை லோகோவை இவர் வரும் காட்சிகளில் எல்லாம் சூப்பர் இம்போஸ் செய்துவிடுகிறார்கள். அதே பழக்கத்தில் இவர் குடிக்காத காட்சிகளில்கூட அது வரும் வாசனைக்காகவே டிஃபால்ட்டாக லோகோவைப் போடுவது சற்று அதீதம்தான்.

திருமண நாளன்றே தன் மனைவி ஓடிப்போய்விடுவதால் பெண்கள் என்றாலே வெறுப்பு. மசாஜ் பார்லர் நடத்தும் தபுதான் இவரின் ஒரே ஆதரவு. இறந்துபோன அப்பாவும். இரா.முருகனின் நாவல்களில் செத்துப்போன 'மாய யதார்த்த' முன்னோர்கள் வழிநடத்திக் கொண்டிருப்பதைப்போல இதிலும் விக்ரமின் அப்பா குடித்துணை யோடு படம் நெடுகிலும் வழிநடத்துகிறார். ('பொண்ணுங்க வியர்வையிலிருந்து சென்ட் செஞ்சா பிரமாதமா இருக்கும்'). இந்தக் காட்சிகள் முழுக்க கொண்டாட்ட மனநிலையோடும் இருண்மையான நகைச்சுவையோடும் நிகழ்கின்றன. இவ்வாறு அருவமாக ஒரு பாத்திரம் படம் நெடுக வருவது தமிழ்த் திரைக்கு புதியது. நண்பனுக்காக நிச்சயிக்கப்பட்டிருக்கும் செவிட்டு, ஊமைப் பெண்ணை காதல் செய்யத் துவங்குகிறார் விக்ரம். நட்பு காரணமாக குற்றவுணர்வு கொள்ளும் இவரை ஆற்றுப்படுத்துகிறார் தபு. கையைக் கிழித்துக் கொண்டு தனக்காகப் பெண் கேட்டுப் போகச் சொல்லி தன் குண்டு அம்மாவை இவர் மிரட்டும் தீவிரமான காட்சி, குண்டு அம்மா நாற்காலி விழுந்து இவர் மீதே விழும் நகைச்சுவையோடு முடிகிறது.

இரண்டு டேவிட்களுமே தங்களின் பெண் தோழமைகளின் மூலம்தான் நட்பையும் ஆதரவையும் தேடிக்கொள்கிறார்கள். மும்பை டேவிட் தான் கிடார் சொல்லித்தரும் மாணவனின் விதவைத்தாயின் மூலம். கோவா டேவிட் மசாஜ் பார்லர் நடத்தும் ஃப்ரென்னியின் மூலம். இருவர் களுக்குமான தாய்மை கலந்த காதல் மிக நுட்பமாகச் சொல்லப்படுகிறது.

●

இத்திரைப்படம் பிரதானமாக இந்திக்காக உருவாக்கப்பட்டிருந்தாலும் (இந்தியில் மூன்று டேவிட்கள்) கலாசாரத் தடைகளைத் தாண்டின பொதுத்தன்மைக்காகவும் சுவாரசியமான திரைமொழிக்காகவும் வழக்கமான வணிக மசாலாக்களைத் தாண்டினதொரு மாற்று சினிமாவாக அடையாளப்படுததப்படும் தன்மையைக் கொண்டிருக்கிறது. டப்பிங் குரல்கள்தான் எரிச்சல். நீர்ப்பறவை, கடல், டேவிட் என்று கிறிஸ்தவ சார்புள்ள படங்கள் தமிழ்த் திரையில் சமீபமாக தொடர்ந்து வெளியாவது தற்செயலா அல்லவா என்பதை யோசிக்க வேண்டியிருக்கிறது.

(உயிர்மை - மார்ச் 2013)

பரதேசி

துயரத்தின் நாயகன்

தமிழ் சினிமாவில் இரண்டு வகையான இயக்குநர்கள் இருக்கிறார்கள். ஒரு பிரிவினர், 'கலை-மண்ணாங்கட்டி என்றெல்லாம் ஒன்றும் கிடையாது, லாபம் சம்பாதிப்பதற்காகத்தான் மசாலாப்படங்களை தயாரிக்கிறோம்' என்பதை வெளிப்படையாகவே காட்டிக் கொள்பவர்கள். திரைக்குப் பின்னே இயங்கும் வணிகமும் லாபமுமே இவர்களின் பிரதான குறிக்கோள். இது குறித்த வெட்கமோ குற்றவுணர்வோ இவர்களுக்குக் கிடையாது. ஷங்கர், கே.எஸ். ரவிகுமார், பேரரசு, முருகதாஸ் போன்றவர்கள் இதற்கு உதாரணம்.

இன்னொரு பிரிவினர், உண்மையாகவே ஒரு நல்ல சினிமாவை உருவாக்கிவிட வேண்டுமென்கிற அடிப்படை ஆர்வமும் நோக்கமும் கொண்டவர்கள். அதற்காக மெனக்கெடுபவர்கள். ஆனால் அதற்காக வணிக நிர்ப்பந்தங்களை முற்றிலும் கைவிடக்கூடிய துணிச்சல் இல்லாதவர்கள். வெகுஜன ரசனையைத் திருப்திப்படுத்தும் சமரசங்களும் வணிக வெற்றியின் மூலம் தன் இருப்பைத் தொடர்ந்து

தக்கவைத்துக் கொள்வதற்கான அச்சமும் தயாரிப்பாளர்களின் முகமும் இவர்களின் ஆழ்மனங்களில் தொடர்ந்து செயல்பட்டுக் கொண்டிருக்கும். ஆனால், தாங்கள் தமிழில் உலக சினிமாவை உருவாக்கிவிட்டதான கற்பனையிலும் இறுமாப்பிலும் இருப்பவர்கள். இச்சமூகத்தில் அதற்கான அங்கீகாரமும் கிடைக்கவேண்டும், அதே சமயத்தில் படத்தின் வணிக லாபமும் பாதிக்கப்படக்கூடாது என்கிற இரட்டைக் குதிரைகளில் சவாரி செய்ய முயல்கிறவர்கள். அதாவது மாற்று சினிமாவுக்கும் வெகுஜன சினிமா இரண்டுக்கும் இடையில் அல்லாடுபவர்கள். மணிரத்னம், கௌதம்மேனன், செல்வராகன், அமீர் போன்றவர்கள் இதற்கு உதாரணம்.

மாறாக எவ்வித சமரசங்களும் அன்றி தான் உருவாக்க விரும்பும் லட்சிய சினிமாவை உறுதியுடன் உருவாக்கக்கூடிய இயக்குநர்களோ சூழலோ ரசனையோ தமிழில் இல்லை என்பது துரதிர்ஷ்டமான உண்மை. திரைப்படம் எனும் கலைவடிவம் அதிக பொருட்செலவைக் கோருவது எனும் அடிப்படையில் ஒரு தரமான சினிமாவின் வணிகத்துக்கான வாய்ப்பு சமகால சூழலில் குறைவாகவே உள்ளது என்பதும் கசப்பானதொரு உண்மை. இது போன்ற தடைகளை மீறித்தான் ஒரு திரைக்கலைஞன் உருவாக வேண்டியிருக்கிறது. அதுவரை இது போன்ற சமரசங்களுடன் கூடிய முயற்சிகளைத்தான் சிறந்த சினிமாவாகப் பார்க்க வேண்டிய நிலை.

மேற்குறிப்பிட்ட இரண்டாவது பிரிவில் கவனிக்கத்தக்க இயக்குநர்களில் ஒருவர் பாலா. புதிய தலைமுறை இயக்குநர்களில் அடிக்கோடிட்டுக் குறிப்பிட வேண்டியவர். பொதுவெளியில் அதிகம் கவனிக்கப்படாத, கவனிக்கப்பட விரும்பாத விளிம்பு நிலை மனிதர்களையும் அவர்களின் இருண்மையான பக்கங்களையும் சற்று உறுத்தலான வன்முறையின் அழகியலோடு திரையில் பதிவாக்க முயன்று கொண்டிருப்பவர். தமிழ் சினிமாவின் வழக்கமான கதை மற்றும் களத்திலிருந்து விலகி தனக்கேயான பிரத்யேகமான உலகத்தையும் மனிதர்களையும் இயன்றவரையிலான நம்பகத்தன்மை யோடு உருவாக்கும் திறமையைக் கொண்டிருப்பவர் பாலா. ஒரு திறமையான கலைஞனுக்கு அடிப்படையாக இருக்க வேண்டிய ஆளுமைத்திறன் இது. பாலாவின் திரைப்படங்களைத் தொடர்ந்து அவதானிக்கிறவர்கள் இதை மறுக்கமாட்டார்கள்.

ஆனால், இவ்வாறான திறமையை வைத்துக்கொண்டு பாலா எந்த மாதிரியான திரைப்படங்களை உருவாக்குகிறார் என்பதைப் பார்க்க வேண்டும். பாலாவின் திரைப்படங்களில் சில காட்சிக் கோர்வைகளும் தருணங்களும் உன்னதமானதாக இருந்தாலும் ஒட்டுமொத்த வடிவமாக நோக்கும்போது அது பெரும்பாலும் வாழ்க்கையின் மீதான

அவநம்பிக்கையை அடிச்சரடாகக் கொண்டிருப்பதையும் எல்லாத் திரைப்படங்களுக்கும் சலிக்கவைக்கும் ஒரு பொதுத்தன்மையையும் காணமுடிகிறது. மூர்க்கமான வன்முறையும் அதை சமன் செய்ய செயற்கையான கோணங்கித்தனமும் அப்பாவித்தனமும் கொண்ட இரு பாத்திரங்களை அவர் படங்களில் தொடர்ச்சியாகக் காணமுடியும். 'வாழ இயலாதவர்களுக்கான வரம், மரணம்' என்பது போன்ற அற்புதமான செய்திகளைப் பார்வையாளன் படத்தின் நீதியாக உள்வாங்கிக் கொள்ளமுடியும். இந்த அடிப்படையில் பாலாவின் சமீபத்திய திரைப்படமான 'பரதேசி'யைப் பார்ப்போம்.

●

இந்தியாவின் சுதந்திரத்துக்கு சற்று முந்தைய காலக்கட்டத்தைப் பின்னணியாகக்கொண்டு படம் துவங்குகிறது. 1939. தமிழகத்தின் தென்கிராமங்களுள் ஒன்று சாலூர். பஞ்சம் காரணமாகப் பிழைக்க வழியில்லாத கிராம மக்கள், கங்காணியின் பேச்சுக்கு மயங்கி தேயிலைத் தோட்டத்தில் பணிபுரியச் செல்கின்றனர். மீள முடியாத தொரு நரகத்தில் கொத்தடிமைகளாக மாற்றப்பட்டிருக்கிறோம் என்பதை அங்கு சென்ற பின் உணர்கிறார்கள். ஒட்டுப்பொறுக்கி (அதர்வா) என்கிற பிரதான பாத்திரத்தின் மூலமாகக் கதை சொல்லப் படுகிறது. மூன்றாம் உலக நாடுகளின் மீதான காலனியாதிக்கத்தின் பிரித்தாளும் அரசியல், சாதிகளாகவும் வர்க்கங்களாகவும் அறியாமையிலும் பிரிந்து கிடக்கும் ஏழை மக்களின் மீது அதிகாரமும் மதமும் இணைந்து நிகழ்த்தும் உழைப்புச் சுரண்டல் ஆகிய பல தளங்களில் விரிந்து பயணிக்க வேண்டிய, ஒடுக்கப்பட்டவர்களின் பிரதிநிதிக்குரலாக ஒலிக்க வேண்டிய திரைப்படத்தை நாயகனின் மீளாத்துயர் என்கிற ஒற்றைப் பரிமாணத்திலேயே பெரும் பான்மையாகப் பயணித்து கையறு நிலையிலான சோகக் காவியமாக்கி தந்திருக்கிறார் பாலா. இப்படியொரு களத்தையும் சூழலையும் பின்னணியாகக்கொண்டு ஒரு திரைப்படத்தை உருவாக்கலாம் என்று சிந்தித்தற்காகவே பாலாவைப் பாராட்டலாம் என்றாலும் வெகுஜன சினிமாவின் வணிகக்கூறுகளைத் தவிர்த்து இன்னமும் நுட்பமாக பரதேசியை ஒரு மாற்று சினிமாவாகப் படைத்திருந்தால் கொண்டாடியே இருக்கலாம்.

பி.எச்.டேனியல் ஆங்கிலத்தில் எழுதி தமிழில் இரா.முருகவேளால் 'எரியும் பனிக்காடு' என்று மொழிபெயர்க்கப்பட்ட புதினத்தின் தூண்டுதல் காரணமாக இந்தப் படத்தை உருவாக்கியிருக்கிறார் இயக்குநர். புதினத்தில் தேயிலைத் தோட்டத் தொழிலாளர்கள் அங்கு வந்து சேர்ந்த விதம், அதன் பின்னணி, மலைக்காட்டில் அவர்கள் படும் கொடுமைகள், அங்குள்ள வாழ்வியல், தோட்டத்தின் அதிகார

அடுக்குகளில் நிகழும் அரசியல், ‘பிச்சைக்கார இந்தியர்களின்’ மீதான ஆங்கிலேயர்களின் நிறவெறியும் அலட்சியமும், தொழிலாளப் பெண்களின் மீதான பாலியல் சீண்டல்கள் போன்றவை நுட்பமான விவரணைகளாக பதிவு செய்யப்பட்டிருக்கிறது. ஆனால் பாலா தனது திரைப்படத்தில் இவற்றை மேலோட்டமாகவே பயன்படுத்தி யிருக்கிறார்.

தன்னுடைய சினிமாவை உருவாக்குவதற்கான தூண்டுதலை ஏற்படுத்தின புதினத்தை, இயக்குநர் அப்படியே பின்பற்றவேண்டும் என்பதில்லைதான். புதினத்தின் சாரத்தை ஒரு துளியாக எடுத்துக் கொண்டு திரைப்பட ஊடகத்துக்கேயுரிய சாத்தியங்களைக் கொண்டு புதினத்தையும் தாண்டியதொரு உன்னதமான படைப்பாக மாற்ற முடியும். மகேந்திரனின் உதிரிப்பூக்கள் ஓர் சிறந்த உதாரணம். உமா சந்திரன் எழுதிய சாதாரணமானதொரு நாவலை ‘முள்ளும் மலரும்’ என்கிற குறிப்பிடத்தகுந்த படமாக்கியிருந்தார் மகேந்திரன் எனும் மகத்தான கலைஞன். ஆனால் பாலா, நாவலின் ஆன்மாவைக் கைப்பற்றும் முயற்சியில் தோற்றுள்ளதோடு மாத்திரமல்லாமல் துயரங்களோடு தொடரும் புதினத்தில் நம்பிக்கை ஏற்படுத்தும்விதமாக வரும் மருத்துவர் பாத்திரத்தையும் தனது திரைப்படத்தில் கேலிக்கூத்தாக்கியுள்ளார்.

திரைப்படத்தின் துவக்கத்தில் ஒரு ‘லாங் டேக்கில்’ அறிமுகப் படுத்தப்படும் அந்த கிராமம் ‘செட்’ என்பது தெளிவாகத் தெரியும்படி அத்தனை புதிதாக, நம்பகத்தன்மையற்றதாக தோற்றமளிப்பதிலேயே படத்தின் தோல்வி ஆரம்பமாகிவிடுகிறது. கடுமையான பஞ்சம் காரணமாகத்தான் ஆண்டாண்டு காலமாக வாழ்ந்த தங்களின் கிராமத்தை விட்டு பிழைப்பதற்காக மக்கள் புலம் பெயர்கிறார்கள் என்பது கதைச் சூழல். ஆனால் அந்த ‘பஞ்சம்’, பாலா உருவாக்கிய கிராமத்தில் எங்கே இருக்கிறது என்பதை பூடகமாகக்கூட கண்டுபிடிக்க முடியவில்லை. திருமணத்தில் அபூர்வமாகக் கிடைக்கும் நெல்லுச் சோறு’ தின்பதற்காக ஊர்ப்பெரியவரின் மரணத்தை மறைக்க முடிவு செய்வதையொட்டிதான் அந்தக் கிராமத்தில் பஞ்சம் நிலவுவதாக நாம் புரிந்துகொள்ள வேண்டுமா? பிற்பாடு சோகமான காட்சிகள் வரப்போகிறது என்பதற்காக பார்வையாளர்களை மகிழ்ச்சிப்படுத்த அதற்கு முரணாக திருமணக் கொண்டாட்ட நிகழ்ச்சிகளோடுதான் படம் துவங்குகிறது.

புதினத்தில் பிரதான பாத்திரமான கருப்பன் ஒரு தலித் என்பது தெளிவாக குறிப்பிடப்படுகிறது. மாத்திரமல்ல, கருப்பனை தந்திரமாக அழைத்துச் செல்லும் கங்காணியான சங்கர பாண்டியனும் பொருளாதாரீதியில் வசதியுள்ள தலித்தே. ஆனால் பாலா சுட்டிக் காட்டும் கிராமத்தில் இந்த சாதிய அடுக்குமுறை பற்றிய விவரணைகளேயில்லை. சுதந்திர

இந்தியாவுக்கு முன்பிருந்தே சாதியத் தடங்கள் ஏதுமில்லாத, மக்கள் ஒற்றுமையுடன் மகிழ்ச்சியாக வாழந்த ஒரே இந்தியக் கிராமம், பாலா காட்டும் சாலூர் கிராமம் மட்டுமாகத்தான் இருக்கமுடியும். மற்றவர்கள் மேலே துண்டுடன் இருக்க, மேல்சட்டை அணிந்திருக்கும் ஒரே நபரான ராசா, பிழைப்புக்காக பக்கத்து ஊருக்கு சென்று டீக்கடையில் பெஞ்சின் மீது அமர்ந்து அதனால் கடைக்காரனிடம் அடிவாங்கும் போது 'எனக்குத் தெரியாது சாமி.. நான் வெளியூர்க்காரன் சாமி...' என்று அலறுவதின் மூலம்தான் சாதிக் கொடுமைகள் அற்ற பாலா உருவாக்கிய ஒரு கற்பனாவாத கிராமத்திலிருந்து ராசா வருகிறான் என்பது பார்வையாளர்களுக்குப் புலனாகிறது.

வழக்கமாக பாலா திரைப்படங்களின் நாயகர்கள் எவரைப் பற்றியும் கவலையின்றி மூர்க்கத்தனமான வன்முறையைப் பின்பற்றுபவர்களாக இருப்பார்கள். மாறாக பரதேசியின் நாயகனான 'ஒட்டுபொறுக்கி என்கிற ராசா' வெள்ளந்தித்தனமாக இருக்கிறான். எழுத்தாளர் நாஞ்சில் நாடனின் 'இடலாக்குடி ராசா'வின் சிறுகதை பாத்திரத்திலிருந்து ஒட்டுபொறுக்கியின் பாத்திரத்தை வடிவமைத்திருக்கிறார் பாலா. சிறுகதையும் கொத்துபரோட்டா போல் படத்தில் உபயோகப்படுத்தப் பட்டிருக்கிறது. நாஞ்சில்நாடனின் சிறுகதையில் இறுதி வரியான 'யாருக்குமே சாப்பிடப் பிடிக்கவில்லை' என்பதுதான் அந்தச் சிறுகதையின் உச்சமே. திரைப்படத்தில் இது மொண்ணையான காட்சிக் கோர்வைகளுடன் உச்சத்துக்கான அழுத்தமேயில்லாமல் உருவாக்கப் பட்டுள்ளது.

வெள்ளந்தித்தனமான ஒட்டுபொறுக்கி, தன்னுடைய காதலி அங்கம்மாவை பாழடைந்த குடிசை ஒன்றில் டூயட் ஒன்றின் இடையில் கர்ப்பமடையச் செய்கிறான். சின்னதம்பி பிரபு காலத்திலிருந்து தெய்வத்திருமகள் விக்ரம்வரை 'இந்த' விஷயத்தில் மாத்திரம் விவரமானவர்களாக இருக்கிறார்கள். ஒட்டுபொறுக்கி மாத்திரமல்ல, அந்த கிராமத்து மக்கள் அனைவருமே கோழைகளாக அப்பாவிகளாகச் சித்திரிக்கப்பட்டுள்ளனர். சாலூர் கிராமத்திலிருந்து எதற்கோ 48 நாட்கள் கடந்து செல்லும் தூரத்தில் இருக்கிற மலைக்காட்டுக்கு கால்நடை யாகவே அழைத்துச் செல்கிறான் கங்காணி. செல்லும் வழி முழுவதுமே அந்தக் காட்சிகளை லாங்ஷாட்களில் உச்சபட்ச சோகத்துடன் சொல்வதற்கு ஏதுவாக பாலைவனம் போலிருக்கிறது. 1930-களின் கிராமச் சாலைகள் இத்தனை வெறிச்சோடியா இருக்கும் என்ற கேள்வி எழாமலில்லை. சுமைதாங்கிகளும் தண்ணீர்ப் பந்தல்களும் வழிப்போக்கர்கள் இரவில் உறங்குவதற்காக திண்ணை வைத்துக் கட்டப்பட்ட கிராமத்து வீடுகளும் பாலா 'உருவாக்கும்' வெட்ட வெளியில் மாயமாய் மறைந்துவிடுகின்றன. கடந்து வரும்

வழியில் ஒருவர் உடல்நலக்குறைவால் குற்றுயிராய் விழுந்துவிட, கங்காணி அப்படியே விட்டு வரச் சொல்கிறார். அந்தக் கிராமத்து மக்களில் ஒருவரென்றால், ஒருவர்கூட அதை ஆட்சேபித்தோ கண்டித்தோ குரல் எழுப்பும் காட்சியை ஒரு பாவனைக்காகக்கூட இயக்குநர் சித்திரிக்கவில்லை. தேயிலைக்காடுகளிலும் இப்படியே. வரும் வழியில் கிடக்கும் குட்டையில் இயக்குநரின் விருப்பப்படி மிருகங்கள்போல் வாய்வைத்து நீரருந்துகிறார்கள்.

●

'எரியும் பனிக்காடு' புதினம் 1925-ல் துவங்குகிறது. 1900-ல் இருந்து 1930 வரை தோட்டங்களில் பணிபுரிந்து தொழிலாளர்கள் பலரைப் பேட்டி கண்டு அந்த வாக்குமூலங்களின் அடிப்படையில் புதினத்தை உருவாக்குகிறார் டேனியல். 1902-ல் பிரிட்டிஷ்காரர்கள் உருவாக்கும் மெட்ராஸ் தேயிலைத் தோட்டச் சட்டம், அடிப்படையிலேயே தொழிலாளர்களுக்கு எதிரானதாக இருக்கிறது. எந்தவொரு தொழிலாளியாவது வேலைக்கு வராமலிருந்தால் 14 நாட்கள் வரை சிறைத்தண்டனை அளிக்கப்படலாம் என்கிறது அந்தச் சட்டம். ஆனால், பாலாவின் திரைப்படம் 1939-ல் துவங்குகிறது. இந்தக் காலகட்டத்தில் தேயிலைத் தோட்டங்களில் தொழிற்சங்கங்கள் உருவாக ஆரம்பித்து விட்டன. இதற்கு காரணகர்த்தாவாக இருந்தவர் பி.எச்.டேனியல். ஆனால் திரைப்படத்தில் இதற்கான சுவடுகளே யில்லை. அந்தக் காலக்கட்டத்தில் நிகழ்ந்து கொண்டிருக்கும் அரசியல் மாற்றங்கள் பற்றியோ பிரிட்டிஷ்காரர்களின் அலட்சியம் பற்றியோ திரைப்படம் பேசவே இல்லை. ஒட்டுபொறுக்கி உள்ளிட்ட கிராமத்து கும்பல், கங்காணிகளாலும் பிரிட்டிஷ்காரர்களாலும் கொடுமைப் படுத்தப்படுவதைப் பார்வையாளர்கள் கண்ணீரில் மூழ்கும் படி மெலோடிராமாவாகச் சொல்லிச் செல்வதில்தான் கவனம் கொள்கிறது. அப்படிச் செய்வதின் மூலம் அந்தத் தொழிலாளர்களுக்கு விடிவுகாலமேயில்லை என்கிற அவநம்பிக்கை பார்வையாளர்களுக்கு அழுத்தமாகப்படும்படி கவனமாகப் பார்த்துக் கொள்கிறார் இயக்குநர்.

புதினத்தின் படி அந்த மலைக்காட்டுக்கு புதிதாக ஓர் இந்திய மருத்துவர் வருகிறார். மாட்டுக் கொட்டகை மாதிரியிருக்கும் மருத்துவமனையையும் மருத்துவம் பற்றிய அடிப்படை அறிவுகூட இல்லாத ஒருவர் அங்கு மருத்துவராக அதுவரை பணியாற்றிக் கொண்டிருப்பதையும் மோசமான சுகாதாரச் சூழலில் வாழும் தோட்டப் பணியாளர்களையும் கண்டு கொதிப்படைகிறார். தொழிலாளர்களுக்காகப் பரிதாபம் கொள்கிறார். பிரிட்டிஷ் உயர் அதிகாரியிடம் மருத்துவமனையை சீர்செய்ய வேண்டியதின் அவசியத்தை விளக்கி அதற்காகப் போராடுகிறார். அதுவரை தேயிலைக்காடுகளின் அதிகாரிகளின் தொல்லையோடு

மோசமான தட்பவெப்ப சூழலினாலும் நோயுறும் தொழிலாளர்களுக்கு இந்த மருத்துவரே ஒரு நம்பிக்கையின் சின்னமாக விளங்குகிறார். ஆனால், பாலா தனது திரைப்படத்தில் இந்த நம்பிக்கையின் ஒளியும் வராமல் பார்த்துக் கொள்கிறார். அந்த மருத்துவரை ஒரு கோமாளியாக்கி, சாகும் தறுவாயில் இருக்கும் தொழிலாளிகளையும் கிருத்துவ மதத்துக்கு மாற்றம் செய்யும் ஒரு கொடூரனாக சித்திரித்திருக்கிறார். பிதாமகனில் சிம்ரனின் நடனக்காட்சிபோல சோகத்தில் ஆழ்ந்திருக்கும் பார்வையாளர்களுக்கு ஓர் ஆசுவாசம் ஏற்படும் வகையில் பரதேசியிலும் ஒரு கோமாளி நடனத்தை பாலாவின் 'வணிக மூளை' சிந்தித்திருக்கிறது. டேனியல் எழுதிய புதினத்தின் அடிப்படையை அப்படியே பயன்படுத்திக் கொண்டு சம்பவங்களையும் பாத்திரங்களையும் தன் இஷ்டத்துக்குத் திரித்திருக்கும் பாலாவின் படைப்புச் சுதந்திரம் குரூரமானதாக இருக்கிறது.

ஒட்டுப் பொறுக்கி என்கிற ராசாவாக அதர்வா சிறப்பாகவே நடித்திருக்கிறார். ஆனால் பிரச்னை எங்கேவெனில் பாலாவின் திரைப்படங்களில் பிரதான பாத்திரங்கள் அனைத்தும் ஒரே மாதிரியான தோற்றத்தையும் உடல்மொழியையும் கொண்டிருக்கின்றன. ஓர் இயக்குநராக இது அவருக்கு வெற்றிதான் என்றாலும் இந்த ஸ்டீரியோடைப் எரிச்சலைத்தான் தருகிறது. மேலும் அந்தப் பாத்திரத்தின் வடிமைப்புக்கான பின்னணியும் தெளிவாகச் சொல்லப் பட்டிருக்காது. பிதாமகனில் விக்ரமின் பாத்திரத்தை உதாரணமாகச் சொல்லலாம். சுடுகாட்டில் பிறந்து வளர்ந்தவன் என்கிற காரணத்தினா லேயே ஒரு மிருகத்துக்கான உடல்மொழியை கொண்டிருப்பதின் காரணத்தை திரைப்பட ஆய்வாளர்கள் இன்றுவரை ஆராய்ந்து வருகிறார்கள். வேதிகாவும் அப்படியே. அவன்இவனில் வரும் ஆர்யாவை பெண் வடிவத்தில் பார்ப்பது மாதிரியே உள்ளது. எல்லா கதைச் சூழலுக்கும் இயக்குநர் தன்னுடைய ஆளுமையையே எல்லாப் பாத்திரங்களின் மீதும் திணிப்பதால் ஏற்படும் அபாயமிது. என்றாலும் இருவருமே தங்களுக்கான சாத்தியங்களின் எல்லைகளில் சிறப்பாகவே நடித்திருக்கிறார்கள். ஒருபுறம் பஞ்சாயத்து தீவிரமாக நிகழ்ந்து கொண்டிருக்க, இருவரும் சமிக்ஞையில் உரையாடிக் கொள்வது சிறப்பு.

பாடல் காட்சி ஒன்றின் இடையில் சாமி கும்பிட்டுக் கொண்டிருக்கும் ராசாவை, மறைந்திருக்கும் அங்கம்மா ஊதுகுழல் ஒன்றின் விநோத சப்ததத்தின் மூலம் பயமுறுத்துகிறாள். அவன் பயந்து ஓடி ஒளிவதைக் கண்டு நகைக்கிறாள். பிறகு வரும் காட்சிகளில் இதன் தொடர்ச்சியாக தேயிலைத் தோட்டத்தில் தொழிலாளர்களை பணிக்கு அழைக்க அதிகாலையிலேயே ஊதப்படும் ஒலியைக் கேட்டு பதறியடித்து

எழுகிறான். இதுபோல சில தருணங்கள் சுவாரசியமான நுட்பங்களோடு பதிவாகியிருக்கின்றன.

ஓர் ஆறுதலாக மரகதமாக நடித்திருக்கும் தன்சிகாவின் பெண்ணிய நோக்கிலான பாத்திர வடிவமைப்பும் பங்களிப்பும் குறைவானதாக இருந்தாலும் சிறப்பானதாக இருக்கிறது. தேயிலைத் தோட்டத்தில் அவதிப்படும் தொழிலாளிகளுள் ஒருவர் மரகதம். இவருடைய கணவன் இவரை விட்டுவிட்டு அங்கிருந்து தப்பிச் சென்றுவிடுகிறான். இவருடைய அறையைத்தான் பங்கு போட்டுக்கொள்ள பின்னர் ஒட்டுபொறுக்கி வருகிறான். 'எந்த ஆம்பிளையாவது உள்ளே நுழைஞ்சீங்கன்னா தெரியும் சேதி' என்று அவனை விரட்டும் அவள் பிறகு அவனின் வெள்ளந்தித்தனத்தையும் தன்னுடைய மகளைக் கவனித்துக் கொள்ளும் பரிவையும் கண்டு அவனுடன் தோழமை கொள்கிறாள். தனிமையில் அவதிப்படும் ராசாவுக்கு மரகதத்தின் மகள் வள்ளிதான் ஆறுதல். அங்கம்மா கர்ப்பமாகியிருப்பதை கடிதம் மூலம் அறிந்து கொள்ளும் ராசா, தனக்கு மகன் வேண்டும் என்று சொன்னவுடன், வள்ளி வந்து சிறுகுச்சியால் அடிக்க 'வள்ளி போன்ற மகள்தான் வேண்டும்' என்பதன் மூலம் இருவரின் நட்பும் சிறப்பாகப் பதிவாகியிருக்கிறது.

●

படத்தின் இன்னபிற சிறப்பான அம்சங்களில் ஒன்றாக நாஞ்சில் நாடனின் வசனத்தைச் சொல்லலாம். 'ஐ லவ் யூ' என்கிற வார்த்தையே சலித்து இன்று ஒதுங்கிப் போய்விட்ட சூழலில் 'நான் உன்னை நெனக்கறேன்' என்று காதலை பரிமாறும் அக்காலக்கட்டத்தின் மொழியை சிறப்பாக பயன்படுத்தியிருக்கிறார். படத்தின் எந்தவொரு வசனமும் மிகையாகவோ துருத்தலாகவோ இல்லை. கிராமத்து பாலியல் கிண்டல்கள் இயல்பாக பயன்படுத்தப்பட்டுள்ளன. தமிழ் சினிமாவில் இலக்கியவாதிகளின் பங்களிப்பு தொடர்வது உற்சாகமாக உள்ளது. மக்கள் பயணப்படும் வெட்டவெளிக் காட்சிகளிலும், மருத்துவமனையின் உட்புறக் காட்சிகளின் இருண்மையையும் செழியனின் ஒளிப்பதிவு அற்புதமாக பதிந்திருக்கிறது. மௌனமாகக் கடந்து சென்றிருக்க வேண்டிய பல காட்சிகள, ஜீவி பிரகாஷின் பொருத்தமற்ற நாராசமான பின்னணியிசையால் அதன் சிறப்புகளை இழந்திருக்கின்றன.

மக்களின் அறியாமையையும் வறுமையையும் பிரிவுகளையும் பயன்படுத்தி கொத்தடிமைகளாக மாற்றி உழைப்புச் சுரண்டல்களை நிகழ்த்தும் நிலை, கருப்பினத்தவர்களை அடிமைகளாக வியாபாரம் செய்த காலத்திலிருந்து துவங்கி இன்று டை கட்டின அடிமைகள் பன்னாட்டு நிறுவனங்களில் பணிபுரியும் சமகாலம் வரை நீடித்துக்

கொண்டேதான் இருக்கிறது. கடந்த காலத்தைப் பதிவு செய்யும் தமிழ் சினிமா வரிசையில் சுதந்திரத்துக்காகப் போராடின தனிநபர்களை நாயக அந்தஸ்துடன் துதிபாடும் தொனியில் திரைப்படங்கள் வந்திருக் கின்றனவே ஒழிய சாதாரண மக்களின் துயரங்களைப் பேசும் திரைப்படங்கள் உருவாக்கப்பட்டதில்லை எனும் சூழலில் பரதேசி குறிப்பிட்ட அளவில் ஒரு சாதனையைப் புரிந்திருக்கிறது. ஆனால், ஒரு முழுமையான சினிமாவாக, அதன் அனுபவத்தைத் தரவில்லை என்பதுதான் அதன் பெரிய குறை. மாறாக வெகுஜன சினிமாவின் சுவாரசியத்தையும் கொண்டிருக்கவில்லை.

கட்டமைப்பு, மொழி நேர்த்தி போன்ற இலக்கிய அளவுகோல்களின் படி பார்த்தால் 'ரெட் டீ' ஒரு தட்டையான நாவலே. ஆனால் அது பதிவு செய்திருக்கும் வரலாறு முக்கியமானது என்பது வகையில் அதுவொரு முக்கியமான ஆவணம். பரதேசி உருப்படியான முயற்சி என்றாலும் தன்னுடைய படைப்பின் மையத்தை அடைய முடியாத, எல்லா நம்பிக்கைகளையும் சிதறடிக்கிற, ஒரு ஆவணப்பதிவாககூட ஏற்றுக் கொள்ளாதபடிக்கு உருவாக்கப்பட்டிருக்கிறது. இது நியாயமா பாலா?

(உயிர்மை - ஏப்ரல் 2013)

மரியான்

மாற்று சினிமாவின் பாவனை

முன்னோட்டக் காட்சிகளைக் கண்டு ஒரு திரைப்படத்தைப்பற்றித் தீர்மானிக்கக்கூடாது என்பது பாலபாடமென்றாலும் மரியான் திரைப்படத்தின் முன்னோட்டக் காட்சிகளைப் பார்த்தபோது சமீபத்திய தமிழ் திரைப்பட வரவுகளில் இதுவொரு முக்கியமான திரைப்படமாக இருக்கும் என உள்ளுணர்வு காரணமாகக் கருதினேன். ஆனால், படம் வெளிவந்து பார்த்து முடித்த பிறகு அந்த டிரைய்லரைத் தொகுத்த எடிட்டரை நிச்சயம் பாராட்டியேயாகவேண்டும் என்று தோன்றியது. ஏனெனில் படத்தில் சிறிதளவே இருக்கும் சிறப்பான காட்சித் துணுக்கு களைத் தேடிப் பிடித்துத் தொகுத்து முழுப்படமும் சிறந்தபடம் என்கிற தோற்றத்தை ஏற்படுத்துவதில் வெற்றி கண்டு விட்டார்.

சிறந்த நடிகர்கள், தொழில்நுட்பக் கலைஞர்கள், பெரிய பட்ஜெட், வெளிநாட்டுக் காட்சிகளின் மாய்மாலங்கள், இலக்கியவாதிகளின் பங்களிப்புகள், உண்மைச் சம்பவம் அடிப்படையில் உருவான கதை போன்றவற்றை மாத்திரம் வைத்துக்கொண்டு ஒரு சிறந்த

திரைப்படத்தை தந்துவிடமுடியாது என்பதற்கான சமீபத்திய உதாரணம் 'மரியான்'. எவ்வித முன்திட்டங்களுமல்லாமல் படப்பிடிப்புத் தளத்துக்குச் சென்ற பிறகுதான் 'சீன்' யோசிக்கும் அதிசய இயக்குநர்களுக்கு மத்தியில் bounded script வைத்து கறாராக திட்டமிட்டாலும் இயக்குநர் நினைத்தபடியான இறுதி வடிவம் வருவது என்பது மாத்திரமல்லாமல் அதுவொரு சிறந்த சினிமாவுமாக ஆவதும்கூட ஒரு தற்செயலான விஷயமாக அமைவதில் ஏதோ ஒரு மாயமிருக்கிறது. சினிமா என்பது பல கலைஞர்களின் கூட்டு உழைப்பால் நிகழ்வது என்பதால் இயக்குநரின் முழுக் கட்டுப்பாட்டில் அந்தக் குழுவே ஒத்த அலைவரிசையில் இயங்கினால்தான் ஒரு நல்ல சினிமா உருவாக முடியும்.

மரியானில் துண்டு துண்டாகச் சில அற்புதமான கணங்கள் உள்ளன. ஆனால் முழுமையான வடிவத்தில், பொருளுக்காக குடும்பத்தைத் துறந்து புலம் பெயர்ந்துள்ளவர்களின் துயரங்களை பிரதிநிதித்துவப் படுத்தும் ஒரு சிறந்த சினிமாவாக மலரும் வாய்ப்பை தவறவிட்டு விட்டதில் எல்லாமே வீண். மரியானின் மிகப் பெரிய பலவீனம் திரைக்கதை. ஒரேநிலையில் தேங்கிக் கொண்டிருந்தால் அது சிறந்த திரைக்கதையல்ல. பல்வேறு கிளையாகப் பிரிந்து ஒரு மைய இழையை நோக்கி நகர்ந்து கொண்டேயிருப்பதே சுவாரசியமான திரைக்கதையின் அடிப்படையாக இருக்கும். சாவகாசமான டைம்லைனில் எடுக்கப் படுவதுதான் மாற்று சினிமா என்பது ஒரு மாயை. வேகமாக நகரும் திரைக்கதையின் மூலமும் ஒரு நல்ல திரைப்படத்தை உருவாக்கலாம். இரானிய திரைப்படமான A Separation - ஓர் உதாரணம். மரியானின் இன்னொரு பலவீனம் அழுத்தமேயில்லாத பாத்திரங்களின் வடிவமைப்பு. இப்படியாக பலவற்றைச் சொல்லலாம்.

நீரோடி என்கிற கற்பனையான குமரி மாவட்டத்துக் கடற்கரையின் திறமைசாலியான மீனவன் மரியான் (தனுஷ்). தன்னை விழுந்து விழுந்து காதலிக்கும் பனிமலரைப் (பார்வதியைப்) புறக்கணிக்கும் அவன் பின்னர் ஏற்றுக்கொள்ள முடிவு செய்கிறான். பணம் இருந்தால் தான் அவளைத் திருமணம் செய்யமுடியும் என்கிற சிக்கலான சூழலில் அதற்காக இரண்டு வருட பணி ஒப்பந்தத்தில் சூடான் நாட்டுக்கு செல்கிறான். பணிக்காலம் முடிந்து வீட்டுக்கு திரும்பும் போது அங்குள்ள இளம் தீவிரவாதிகளால் பணத்துக்காகக் கடத்தப்படுகிறான். மரியான் மீண்டானா, பனிமலருடன் இணைந்தானா என்பது இறுதிப்பகுதி. உண்மைச் சம்பவத்தை அடிப்படையாகக் கொண்டு இத்திரைப்படம் உருவாக்கப்பட்டிருக்கிறது.

காதல்+ தீவிரவாதம் என்பது மணிரத்னம் கண்டுபிடித்த அற்புதமான வணிக ஃபார்முலா. தமிழ் சினிமாவின் தீராத வெற்றிகரமான சலித்துப்

போன கச்சாப் பொருளாகிய காதலை, மார்பகங்கள் குலுங்கும் காட்சிகளுடன் நைசாகச் சொல்லிவிடலாம். தீவிரவாத எதிர்ப்பு என்பதையும் மிகையுணர்ச்சியுடன் சொல்லி தேசிய நீரோட்டத்தில் இணைந்து பிரகாசிக்கலாம். மணிரத்னம் 'ரோஜா' விலிருந்து இதை துவங்கியதால், விளம்பரப் பட இயக்குநரான பரத்பாலாவும் இந்த ஃபார்முலாவைப் பின்பற்றியிருக்கிறார் என்று நம்பத் தோன்றுகிறது. ஆனால் மணிரத்னமிடமுள்ள சுவாரசியமாக கதை சொல்லும் திறன் துளிகூட இவரிடமில்லை. சில நிமிடங்களுக்குள் ஒரு செய்தியை மிக சுவாரசியமாகவும் அழுத்தமாகவும் சொல்ல வேண்டுமென்பது விளம்பரப் படங்களுக்குள்ள நியதி. அந்தப் பின்னணியிலிருந்து திரைப்படம் இயக்க வந்த பரத்பாலா, இத்தனை மேலோட்டமாக ஒரு திரைப்படத்தை உருவாக்கியிருப்பது ஆச்சரியமாக இருக்கிறது.

முதல் பகுதி பெரும்பான்மையும் பனிமலர் தன் காதலை மரியானிடம் தெரிவிக்க விழையும் காட்சிகளில் மிக சாவகாசமாக நகர்கிறது. ஆனால் இது பலவீனமான திரைக்கதையுடன் எவ்வித நம்பகத் தன்மையும் நுண்ணுணர்வுகளுடனான காட்சிகளுடன் இல்லாமலிருப்பதால் இவற்றுடன் உணர்வுரீதியாக ஒன்ற முடியாமல் விலகியே நிற்க வேண்டியிருக்கிறது. இதனாலேயே இரண்டாவது பகுதியில் மரியான் தனிமையில் துன்புறும்போதும் பனிமலர் இவனுக்காக ஏங்கி காத்திருக்கும்போதும் காட்சிகளுக்கு உணர்வு ரீதியாக போதுமான அழுத்தம் கிடைக்கவில்லை. வெறும் பாடலாக கேட்ட போது அற்புதமான உணர்வுகளைக் கிளறின 'எங்க போன ராசா' கூட காட்சிகளின் பின்னணியில் வெறுமையாக நகர்கிறது.

தனுஷ் - ஆடுகளம் மூலமாக தேசிய விருதின் வெளிச்சம் இவர் மீது விழுந்த பிறகு தேசிய சினிமாவுக்கு நகர்ந்திருப்பது மகிழ்ச்சி. ஆஸ்கர் விருதை நோக்கி சிறந்த நடிகராகவே ஆவது என்கிற வெறித்தனத்துடன் இருக்கிறார் என்பது தெரிகிறது. சில காட்சிகளில் இவரது உடல்மொழியும் வசனமும் அற்புதமாக இருந்தாலும் (ஆரம்பக் காட்சியில் தொலைபேசிக் கட்டணத்தை பார்த்துக்கொண்டே காதல் பொங்கப் பேசுவது உதாரணம்) பல காட்சிகளில் செயற்கையாகத் தோன்றுவதற்கு திரைக்கதையின் பலவீனமே காரணம். கமல் தேசிய விருது பெற்று சிறந்த நடிகர் என்று நிறுவப்பட்ட பிறகு நாயகனில் அவர் வாந்தியெடுப்பதுபோல் அழுவதையே ஒரு கிளிஷேவாக தொடர்ந்து தொலைக்காட்சிகளில் காட்டி வெறுப்பேற்றுவார்கள். அப்படியே தனுஷுக்குமான காட்சிகளும் இதிலுண்டு.

பார்வதியும் அப்படியே. கலைடாஸ்கோப்பின் வழியாக பார்ப்பது போல் இவர் முகத்தில் பல்வேறு உணர்ச்சிகள் மின்னல் இடைவெளியில் மாறி மாறி தோற்றமளிக்கின்றன. எனவேதான்

ஒளிப்பதிவாளர், மிக தைரியமாக இருவருக்கும் மிக நெருக்கமான அண்மைக்கோண காட்சிகளை பயன்படுத்தியுள்ளார் என்று தோன்றுகிறது. அழுகின்ற காட்சிகளில் எம்.ஜி.ஆர் ஏன் முகத்தை மூடிக் கொள்கிறார் என்று யோசிக்கும் போதுதான் குளோசப் காட்சிகளில் நடிக்கும் சிரமமும் அதன் தகுதியும் தெரியும். பார்வதி தன்னுடைய சிறப்பான நடிப்பை வழங்கியிருந்தாலும் இதுவும் வெற்றாய் ஆனதற்கு இயக்குநர்தான் காரணம். ‘பூ’ திரைப்படத்தின் மாரிக்கும் ‘மரியானின்’ பனிமலருக்கும் உள்ள வித்தியாசத்தை உணருவதின் மூலம் இதைப் புரிந்துகொள்ள முடியும்.

தேசிய விருது பெற்றிருக்கும் இன்னொரு மலையாள நடிகரான சலிம் குமார், மொழிப் பிரச்னையினாலோ என்னவோ இத்திரைப்படத்தில் மைதானத்தில் விரட்டப்படும் எலி போலவே தவித்திருக்கிறார். திரைக்கதை மாத்திரமல்ல, எந்தவொரு பாத்திரத்தின் பின்னணியுமே அதனதன் தனித்தன்மையோடு அழுத்தமாகவும் நம்பகத்தன்மையுடன் உருவாக்கப்படாததினாலேயே எவ்வித பாதிப்பையும் ஏற்படுத்தாமல் போகிறது. இதனாலேயே பாலைவனத்தில் அலைந்து திரிந்து பித்தநிலைக்கு சென்று சிறுத்தைகளின் பிம்பங்களைக் காணும் மரியானின் உழைப்பும் கடலுக்கும் அவனுக்குள்ள உறவும் எவ்வித அனுதாபத்தையும் உணர்வையும் ஏற்படுத்தவில்லை.

படத்தின் நாயகனை, நாயகி துரத்தி துரத்தி காதலிக்கும் எம்.ஜி.ஆர் காலத்து பாணி இதிலும் தொடர்கிறது. இந்தக் காதல் என்கிற விஷயத்தில் தமிழ்த் திரையின் நாயகர்கள் இருமுனைகளில் இயங்கு கிறார்கள். ஒன்று, எந்தப் பெண்ணையும் ஏறெடுத்து பார்க்காமல் மிக ஒழுக்கசீலராக செயல்படுவது. அல்லது பொறுக்கித்தனமாக பின்னா லேயே சுற்றி மிரட்டியாவது அவளிடமிருந்து காதலைப் பிடுங்கி யெடுப்பது. மரியான் இதில் முதல் வகையில் செயல்படுகிறார். இவருக்குள்ளும் காதல் இருந்தாலும் வேண்டுமென்றே பனிமலரை வெறுப்பதுபோல் நடிக்கிறார் (அந்த சர்ச் காட்சி அற்புதம்). நாயகியே மேலே வந்து விழுந்தாலும் ‘பிட்டு’ படங்களில் வரும் ஆண்மைக் குறைவுள்ள பாத்திரம்போல் தள்ளி விடுகிறார். இப்படி தமிழ் சினிமா நாயகர்கள் யதார்த்தலிருந்து விலகி நின்று தங்களது கற்பைக் காக்கும் மரபை உடைத்த படமாக 'அட்ட கத்தி'யை சொல்லலாம். அதில் ஒரு பெண்ணை நினைத்து உருகும் நாயகன், பேருந்து பயணத்தின்போது தம்மை பாலியல் இச்சையுடன் நெருங்கும் ஒரு முதிர்கன்னியை மெல்லிய குற்றவுணர்வோடு உரசி இன்புறுகிறான். இதில் மரியான் தன்னுடைய காதலை வெளிப்படையாக ஒப்புக் கொள்வதற்கு ஒரு சீன் வைத்திருக்கிறாரே, இயக்குநர், அந்தக் காரணத்தை மாத்திரம் மன்னிக்கவே முடியாது.

'மரியான்' கடற்கரையோர மீனவர்கள் தொடர்பான படமென்கிற பாவனையுடன் இயங்கினாலும் செம்மீன் போல அது எவ்வகை பாதிப்பையும் ஏற்படுத்தாதது, அதிலுள்ள பிளாஸ்டிக்தனம்தான். இந்த லட்சணத்தில் சமூகப் பிரச்னையைத் தொட்டுச் செல்லும் ஆசையும் இயக்குநருக்கு வந்துவிடுகிறது. மரியானின் நண்பர் ஒருவர் மீன்பிடிக்கச் செல்லும்போது கடலில் சுடப்படுகிறார். 'சுட்டுட்டாங்க.. சுட்டுட்டாங்க...' என்று உறவினர்கள் பொதுவாக அலறுவதும் மரியான் மிக உருக்கமாக கண்ணீர் சிந்துவதோடும் இந்தக் காட்சி கடந்து விடுகிறது. தமிழக மீனவர்கள் இலங்கை கடற்படையினரால் சுட்டுக் கொல்லப்படும், பல ஆண்டுகளாகத் தொடரும் இந்தக் கொடுமையை சென்சார் பயத்தினாலோ என்னவோ கள்ள பாவனையுடன் கடப்பதற்குப் பதில் அதை முழுவதுமாகவே தவிர்த்துவிடுவதாவது ஒருவகையில் நேர்மையாக இருக்கும். முன்னர் 'நீர்ப்பறவை' என்கிற திரைப்படத்திலும் இம்மாதிரியான பாவனையே பல்லிளித்தது. இந்த உள்ளூர் அரசியல் மாத்திரமல்ல, வறுமையில் வாடும் ஆப்ரிக்க மக்களின்அரசியலையும் அதன் பின்னணியையும்கூட ஒரு வரியிலேயே கடந்துவிடுகிறார் இயக்குநர். அது சரி, இது தமிழ் சினிமாதானே? பனிமலர், மரியானின் உதட்டில் முத்தமிடும் காட்சியில் திரையரங்கில் இதையே பெரிய சாதனையாக நினைத்து ரகசியக் கிளர்ச்சியுடன் கூச்சலிடும் தமிழ் சமூகத்துக்கு இந்தத் தரம் போதும்தான்.

காதல், பிரிவு, உயிர்த்தெழுதல் போன்ற உணர்வுகளைப் பற்றின படம் என்று படத்தின் அறிவிப்புகள் முழங்கினாலும் சில விடுபடல்களைத் தவிர்த்து அதில் எவ்வித அசலான தன்மையையும் காண முடியவில்லை. தமிழ் சினிமாவில் வழக்கமான கழிவுகளைத் தவிர, உருப்படியாக படம் எடுப்பவர்கள் என்று அறியப்படுபவர்களின் திரைப்படங்கள் பெரும்பாலும் இப்படித்தான் இருக்கின்றன. துண்டு துண்டாக சில மின்னல் கீற்றுகள் இருந்தாலும் ஒட்டு மொத்த சினிமாவாகப் பார்க்கும்போது அது தரும் உன்னதத்தை இழந்து விடுகின்றன. இங்குதான் சர்வதேச தரத்திலான படைப்புகளுக்கும் தமிழ் சினிமாவின் தரத்துக்குமான விலகலையும் தூரத்தையும் உணர முடிகிறது. தீவிரவாதிகளால் ஒரு குழியில் தள்ளப்பட்டு சில நாட்களைக் கடந்து தலை நிறைய முடியுடன் காட்சியளிக்கும் மரியான், அதிலிருந்து தூக்கப்படும்போது வெட்டப்பட்ட குறைந்த முடியுடன் வருகிறான். Continuity -என்றொரு விஷயம் இருக்கிறதா இல்லையா? இப்படி அடிப்படையான விஷயத்தில்கூட அலட்சியத்துடன் இருக்கும் வரை தமிழ் சினிமா, உண்மையான சர்வதேச விருதுகளை நினைத்துக் கூடப் பார்க்க முடியாது.

பரதவர்களின் வாழ்வியலை 'ஆழி சூழ் உலகு' புதினத்தில் பதிவு செய்த ஜோ.டி. குரூஸ் இதில் வசனகர்த்தாவாக பணியாற்றியுள்ளார். (ஒரு

காட்சியில் வந்தும் போகிறார்) கவிஞர் குட்டி ரேவதியும் இணை இயக்குநராக பணியாற்றியதோடு ஒரு பாடலையும் எழுதியுள்ளார். இலக்கியத்தில் தொடர்புள்ளவர்கள் இப்படியாக தமிழ் சினிமாக்களில் தொடர்ச்சியாகப் பணியாற்றுவது சமீப காலத்தில் அதிகரித்துள்ளது மகிழ்சசி என்றாலும் வணிக சினிமா எனும் இயந்திரம், அவர்களின் திறமையை தன் வார்ப்புக்கேற்றவாறு உபயோகப்படுத்திக் கொண்டு சக்கையாக மென்று துப்புவதுதான் துரதிர்ஷ்டமானது. ரஹ்மான் பாடல்களை சிறப்பாக உருவாக்குவதில் வழக்கம் போல் வெற்றி பெற்றுள்ளார். இவற்றை தனி ஆல்பமாக கேட்கும் வரைதான் சிறப்பு. படத்தோடு பொருத்திப் பார்க்கும் போது நரகம். அதிலும் தாய் மண்ணே.. ஞாபகத்தில் 'நெஞ்சே எழு…' என்று பாடும்போது திரையரங்கில் பார்வையாளர்கள் இருக்கையிலிருந்து எழுத் தயாராகின்றனர். இத்தனை வருடங்களுக்குப் பிறகும் பின்னணி இசையில் மௌனத்துக்கும் பங்குள்ளது என்பதை இன்னமும் புரிந்து கொள்ளவேயில்லை. குமரி கடற்கரை மாவட்டத்தின் குளிர்ச்சியையும் பாலைவனக் காட்சிகளின் வெம்மையையும் ஒளிப்பதிவாளர் Marc Koninckx சிறப்பாகப் பதிவு செய்துள்ளார். பெல்ஜிய ஒளிப்பதி வாளரான இவர் பெர்னார்டோ பெட்ரோலூசி உள்ளிட்ட பல சர்வதேச இயக்குநர்களின் திரைப்படங்களில் பணியாற்றியுள்ளார். பத்திருபது பேர் பின்னணியில் ஆடும் டூயட் காட்சிகளை நிச்சயம் உள்ளூர ஒரு நகைப்புடன் பதிவு செய்திருப்பார் என்று தோன்றுகிறது.

மரியான் என்றால் மரணமில்லாதவன் என பொருள். அப்படியே இதில் மரியான் சாவதில்லை. பார்வையாளர்கள்தான்.

(உயிர்மை - ஆகஸ்ட் 2013)

ஆதலினால் காதல் செய்வீர்

ஆதலால் கலவி செய்வீர்

சில ஆண்டுகளுக்கு முன்பு நடிகை குஷ்பு ஒரு நேர்காணலில் தமிழக கலாச்சாரத்தின் பாசாங்கு விழுமியங்களுக்கு சங்கடத்தை ஏற்படுத்தும் வகையில் ஒரு கருத்தை தெரிவித்தார்.

‘ஒரு பெண் திருமணம் ஆகும்போது அவள் கன்னித்தன்மை கலையாமல் இருக்க வேண்டும் என்ற எண்ணங்களில் இருந்து நமது சமூகம் விடுதலையாக வேண்டும். கல்வி பெற்ற எந்த ஆண் மகனும், தான் திருமணம் செய்யப் போகும் பெண் கன்னித் தன்மையோடு இருக்கவேண்டும் என்று எதிர்பார்க்கமாட்டான். ஆனால், திருமணத்துக்கு முன் செக்ஸ் வைத்துக்கொள்ளும்போது கர்ப்பமாகாமலும் பால்வினை நோய்கள் பரவிவிடாமலும் பெண் தன்னை பாதுகாத்துக் கொள்ள வேண்டும்’ என்பது போன்றது அது.

தமிழகத்தின் கலாசார, பண்பாட்டு காவலர்கள் இந்த விபரீதமான கருத்தைக் கேட்டு கொதித்தெழுந்தார்கள். விடுதலைச் சிறுத்தைகள்,

பா.ம.க ஆகிய அரசியல் கட்சிகள் இதை மூர்க்கமாக எதிர்த்தன. இதனால் குஷ்பு பல வழக்குகளைச் சந்தித்து நீதிமன்றம் நீதிமன்றமாக ஓட வேண்டியிருந்தது. கோவில் கட்டி கும்பிட்ட தமிழக மக்களுக்கு தான் அந்நியரல்ல என்று மன்றாட வேண்டியிருந்தது. 'குஷ்பு தெரிவித்தது அவரது தனிப்பட்ட கருத்து. இது எவ்வித்தில் சமூகத்தைப் பாதித்தது. ஓர் ஆணும் பெண்ணும் திருமணம் ஆகாமல் இணைந்து வாழ்வதும் பாலுறவு கொள்வதும் குற்றமல்ல' என்று தீர்ப்பளித்த உச்சநீதிமன்றம் அவர் மீதிருந்த அனைத்து வழக்குகளையும் தள்ளுபடி செய்த பிறகுதான் இந்த விவகாரத்திலிருந்து குஷ்புவால் விடுபட முடிந்தது.

'ஒரு பெண்ணுக்கு 18 வயது, ஒரு ஆணுக்கு 21 வயதும் பூர்த்தியாகி, (ஏற்கனவே திருமணம் ஆகாத நிலையில்) அவர்கள் பாலியல் தொடர்பு வைத்துக் கொள்வதன் மூலம், அந்தப் பெண் கர்ப்பம் தரித்தாள் என்றால், அவள் மனைவி என்றும் அவன் கணவன் என்றும் கருதப்பட வேண்டும்' என்று சமீபத்திய வழக்கு ஒன்றில் உயர்நீதிமன்றம் தீர்ப்பளித்திருந்ததையும் இங்கு கவனத்தில் கொள்ளவேண்டும். இந்தியாவில் குறிப்பிட்ட சதவிகித்தனர், திருமணத்துக்கு முன்பே பாலுறுவு கொண்டுள்ளதாக ஒப்புக் கொண்டுள்ளனர் என்கிறது பாலுறவு தொடர்பான ஓர் ஆய்வு. இதில் நகரங்களில் வாழ்பவர்களும் பாலினப் பிரிவில் ஆண்களும் அதிக சதவிகித்தனர் உள்ளனர்.

●

Premarital Sex தொடர்பாக குஷ்பு சொன்ன அதே கருத்தை, தன்னுடைய சமீபத்திய திரைப்படமான 'ஆதலால் காதல் செய்வீர்' -ல் இயக்குநர் சுசீந்திரன் உறுதிப்படுத்தியிருக்கிறாரோ என்று எண்ணத் தோன்றுகிறது. 'நிரோத் உபயோகியுங்கள்'ன்னு டிவிலயும் ரேடியோவுலயும் கத்திக்கிட்டே இருக்கானே.. எதுக்கு பலூன் ஊதி பறக்க விடறதுக்கா…' என்றும் இதன் மூலம் அநாதைக் குழந்தைகள் உருவாவதைத் தவிர்க்கமுடியும் என்றும் 'புதிய பார்வை'த்தனமாகவும் இத்திரைப்படம் யோசித்திருக்கிறது. என்றாலும் தன்னைக் கற்பழித்தவனை அல்லது காதலிக்கும்போது உறவு கொண்டவனையே - அவனைத் திருத்தியாவது - திருமணம் செய்துகொள்ளவேண்டும் என்று தமிழ் சினிமா இதுவரை கூறிவந்த மரபை உடைத்திருக்கிறது ஆ.கா.செ. என்கிற வகையில் கவனிக்கத்தக்கதாக அமைந்திருக்கிறது.

இத்திரைப்படம் 'ஆணுறைக்கான' பிரசாரப் படமாக மாறியிருக்கக் கூடிய அபாயத்தைத் தனது சுவாரசியமான, கச்சிதமான திரைக்கதை யால் தவிர்த்திருக்கிறார் இயக்குநர். 'நகைச்சுவை டிரெண்ட்' என்ற பெயரில் சமீபத்தில் புற்றீசல் போல் வெளிவந்த அபத்தமான

திரைப்படங்களின் மத்தியில், வணிகநோக்குத் திரைப்படங்களின் வார்ப்பிலிருந்து விலகாவிட்டாலும், இன்றைய இளைய தலை முறையினருக்கு அவசியமானதொரு கருத்தைக் கவனப்படுத்தி யதற்காக இயக்குநரைப் பாராட்டலாம்.

கல்லூரியில் படிக்கும் கார்த்திக்கும் ஸ்வேதாவும் சிலபல காட்சி களுக்குப் பிறகு காதலிக்கத் துவங்குகிறார்கள். திட்டமிட்டே மாமல்லபுரம் செல்கிறார்கள். ஆணுறை வாங்க காசில்லையோ அல்லது முறையாக பயன்படுத்தத் தெரியவில்லையோ என்னவோ, அந்தப் பெண் கர்ப்பமாகிறாள். இரு வீட்டாரின் பெற்றோர்களுக்கும் நிகழும் கசப்பான விவாதங்கள் மற்றும் மோதல்கள் காரணமாக திருமண முடிவு நின்று போகிறது. இதனாலேயே பையனும் பெண்ணும் பரஸ்பரம் வெறுத்துக் கொள்கிறார்கள். பெண்ணுக்குப் பிறக்கும் குழந்தையை அவரது தந்தை அநாதை இல்லத்துக்கு அளித்து விடுகிறார். சுமார் 2 வருடத்திற்குப் பிறகு பெண்ணுக்கு வேறு ஒருவனுடன் திருமணமாகப் போகும் காட்சிகளுடனும் பையன் வேறொரு பெண்ணைக் காதலிக்கும்தொனியில் உரையாடிக் கொண்டிருப்பதான காட்சிகளுமாக விரிந்து, இறுதிக் காட்சியில் அந்தக் குழந்தை அநாதை இல்லக் காட்சியோடு படம் நிறைகிறது (வீல் சத்தத்தைத் தவிர்த்திருக்கலாம்).

ஸ்வேதாவாக நடித்திருக்கும் மனிஷாவின் முகபாவங்கள் அற்புதமாகப் படம் முழுவதும் நிறைந்திருக்கின்றன. வழக்கு எண்.18/9-ல் இவர் சிறப்பாக நடித்திருந்தார். அப்பாவாக ஜெயப்பிரகாஷ், அம்மாவாக துளசி ஆகிய இருவருமே நன்றாக நடித்திருக்கிறார்கள். இன்றைய தலைமுறையினரின் மனவோட்டங்கள், தந்திரங்கள், பொய்கள், போன்றவை சிறப்பாகப் பதிவாகியிருக்கின்றன. பாடல்கள் வேகத்தடைகளாக இருந்தாலும் படத்தின் 106 நிமிடங்களைத் திறமையான திரைக்கதையால் சுவாரசியப்படுத்தியிருக்கிறார் சுசீந்திரன். எல்லாமே அவசரமாகவும் வேகமாகவும் நிகழும் இந்தக் கால கட்டத்தில் அதற்கேற்ப காதலும் அற்ப ஆயுளிலேயே முடிந்து விடுகிறது என்பதை வசனங்கள் பல இடங்களில் நினைவுப்படுத்திக் கொண்டேயிருக்கின்றன.

ஆணுக்கும் பெண்ணுக்குமான இனக்கவர்ச்சியின் உணர்வுகள் பொதுவாக இருந்தாலும் உடற்கூறுரீதியாக பெண்ணே அதிக பொறுப்பை ஏற்க வேண்டியிருக்கிறது. கர்ப்பப்பை, தாய்மை, பாசம் போன்ற உணர்வுகள் அவளை குடும்பம் என்கிற நிறுவனத்தோடு காலங்காலமாக இணைத்துப் போடுகிறது. குழந்தையைப் பெற்றுக் கொள்ளவும் அதைப் பார்த்துக் கொள்ளவுமான கடமை ஆணைவிட பெண்ணுக்கே அதிகமாக போதிக்கப்பட்டிருக்கிறது. மாறாக ஆணுக்கு

இதில் அதிக பொறுப்பில்லை. இதனாலேயே பெண் தன் கர்ப்பப்பை குறித்த பிரக்ஞையையும் பயத்தையும் பொறுப்பையும் தொடர்ந்து நினைவில் வைத்துக்கொள்ள வேண்டியிருக்கிறது. நிலவுடைமைச் சமுதாய சிந்தனையைத் தொடர்ந்து தன்னுடைய வாரிசு குறித்த அடையாளத்தை நிச்சயித்துக் கொள்ளவும் சொத்தை பாதுகாத்துக் கொள்ளவும், திருமணம், குடும்பம் என்று உருவாக்கப்பட்டிருக்கும் ஆணாதிக்க கற்பிதங்களுக்கு பெண் பிணைக்கப்பட்டிருக்கும் சூழல் தொடர்ந்து கொண்டேயிருக்கிறது.

'உண்மையான பெண்கள் விடுதலைக்கு பிள்ளை பெறும் தொல்லை அடியோடு ஒழிந்துபோகவேண்டும். பெண்கள் பிள்ளை பெறும் தொல்லையிலிருந்து விடுதலையாகவேண்டும் என்கிற மார்க்கத்தைத் தவிர வேறு எந்த வகையிலும் ஆண்மை அழியாது என்பதோடு பெண்களுக்கு விடுதலையும் இல்லை என்கிற முடிவு நமக்குக் கல்லுப்போன்ற உறுதியுடையதாய் இருக்கிறது' என்கிற பெரியாரின் சிந்தனையையும் இங்கு நினைவுகூரலாம்.

மேலும் பாலுறவு என்பதை பாவமாகவும் அது குறித்த குற்றவுணர் வையும் மதம், கடவுள் போன்ற நிறுவனங்களின் மூலம் ஏற்படுத்தி ஆனால் உள்ளுக்குள் பாலுறவு குறித்த விழைவுகளை, தேடல்களை ரகசியமாகச் சுமந்து அது தீராததொரு பாலியல் வறட்சி கொண்டதாக நம் சமூகம் இயங்கிக் கொண்டிருக்கிறது.

அமெரிக்கத் திரைப்படமான Juno *(2007)* -ம் திருமணத்துக்கு முந்தைய கர்ப்பத்தைப் பற்றி உரையாடினாலும் அதன் பிரதான பாத்திரமான ஜுனோவுக்குத் தன்னுடைய கர்ப்பம் குறித்தோ குழந்தை குறித்தோ எவ்வித குற்றவுணர்வும் பிரக்ஞையும் முதலில் இருப்பதில்லை. குழந்தையைப் பெற்று அதனை வளர்க்க விரும்பும் தம்பதியினருக்குக் கொடுத்துவிடுவதுதான் அவளது விளையாட்டான தீர்மானமாக இருக்கிறது. பிறகு தன்னிச்சையாக அவளுக்குள் கிளைக்கும் உணர்வின் காரணமாகத்தான் குடும்பம் என்கிற அமைப்பை நோக்கி நகர்கிறாள். நம் சமூகத்தில் இது தலைகீழாக நடக்கிறது. இதைப் பற்றியெல்லாம் இந்த தமிழ் சினிமா உரையாடியிருக்கலாம். ஆனால் 'அதிகமா ஆசைப்படற ஆம்பளையும் அதிகமா கோபப்படுற பொம்பளயும் நல்லா வாழ்ந்ததாக சரித்திரமே கிடையாது' என்பது போன்ற ஆணாதிக்க சிந்தனைகள் மலிந்திருக்கும்வரை தமிழ் சினிமா கடந்து செல்ல வேண்டிய தூரம் அதிகமிருக்கிறது என்கிற கசப்பான உண்மையை ஏற்றுக்கொள்ளத்தான்வேண்டும்.

ஓநாயும் ஆட்டுக்குட்டியும்

கானக விதிகளுக்குப் புறம்பான ஆட்டம்

தமிழ் சினிமாவின் மந்தையிலிருந்து விலக நினைக்கும் ஆடுகளின் எண்ணிக்கை அபூர்வமாகவே இருந்தாலும் எப்போதுமே அதிலொரு தொடர்ச்சி இருப்பது ஆறுதலான விஷயம். உரைநடைத் தமிழில் உரையாடிக் கொண்டிருந்த தமிழ் சினிமாவை யதார்த்த தமழில் பேச வைத்த ஸ்ரீதர், செயற்கையாக உருவாக்கப்பட்டிருக்கும் அரங்கு களுக்குள் இயங்கிக் கொண்டிருந்ததை அசலான திறந்த வெளிக்குள் இழுத்துப்போட்டு சுதந்திரக் காற்றை சுவாசிக்க வைத்த பாரதிராஜா, வசனங்களின் சிக்கனத்தையும் காட்சிகளின் நவீனத்தையும் அறிமுகப் படுத்திய மணிரத்னம் போன்றவர்கள் தமிழ் சினிமாவின் ஆச்சாரங் களைக் கலைத்து வேறொரு பரிமாணத்துக்குள் பயணிக்க வைத்தார்கள். தங்களால் இயன்ற மாற்றங்களை இவர்கள் முன்னெடுத்தாலும் தமிழ் சினிமாவின் சில பிரத்யேகமான சம்பிதாயங்களிலிருந்து இவர்களாலும் வெளிவரவே முடியவில்லை. எவ்வித வணிக சமரசங்களும் அல்லாமல், சராசரியான தமிழ் சினிமா பார்வையாளனின் புரிதல் களைக் கருத்தில் கொண்டு காட்சிகளில் சமரசங்கள் செய்யாமல்,

எவ்விதத் தடைகளும் அல்லாமல் ஓர் இயக்குநர் தான் உருவாக்க விரும்பினபடியான ஒரு படைப்பையாவது இதுவரை தமிழ் சினிமாவில் தரமுடிந்திருக்கிறதா என்றால் யோசிக்க வேண்டியிருக்கிறது. வீடு, சந்தியா ராகம் என்று திரும்பத் திரும்ப சில பெயர்களிலேயேதான் ஒரு யூகமாகத்தான் நிலைகொள்ள வேண்டியிருக்கிறது. அதாவது எந்தவொரு ஆடும் மந்தையிலிருந்து முழுமையாக விலகவில்லை என்பதுதான் சோகமும் ஆதங்கமும்.

இம்மாதிரியான வேலிகளைத் தாண்ட முயலும் சமீபத்திய ஆடு மிஷ்கின். சில ஆதாரமான விஷயங்களை அவரின் துவக்கப் படைப்பிலிருந்து கவனித்தால் தமிழ் சினிமாவின் சலித்துப்போன வடிவமைப்பிலிருந்து அவர் தொடர்ந்து மீற முயற்சித்துக் கொண்டேயிருப்பதைக் கவனிக்கலாம். குறிப்பாக, திரைமொழியை அவர் பயன்படுத்தும்விதம் நுட்பமானது. ஆனால், தமிழ் சினிமாவிலுள்ள இன்னொரு பிரச்னை என்னவென்றால் இவற்றில் சிறந்த படங்களாகக் கருதப்படுபவற்றை இன்னொரு சக தமிழ் சினிமாவுடன்தான் ஒப்பிட்டுக்கொள்ளமுடியும். உலகத்தின் சிறந்த திரைப்படங்கள் என்று அறியப்படுபவற்றுக்கும் தமிழ் சினிமாவுக்கும் உள்ளது ஓர் அகண்ட துன்பியல் இடைவெளி. எந்தவொரு மற்ற சிறந்த படைப்புகளிலும் உள்ள கதை உள்ளிட்ட சிறந்த அம்சங்களை தமிழ் சினிமா நகலெடுக்கும்போது அதை தன்னுடைய வார்ப்புக்குள்ளாகச் செரித்துக் கொள்ளும்படி இயங்குவதும் இன்னொரு துன்பியல் சமாச்சாரம்.

அந்த வகையில் மிஷ்கினின் மூலாதாரமான விருப்பங்கள், நகல்கள் ஏதாவதொரு ஜப்பானிய, கொரிய திரைப்படங்களின் விதைகளிலிருந்து முளைத்திருக்கலாம் என்றொரு யூகம். ஓ.ஆ -விலும் மருத்துவக் கல்லூரி மாணவனின் தோற்றம், கொரியத் திரைப்படங்களின் மனிதர்களை நினைவுப்படுத்துவது இயக்குநரின் ஆழ்மனதிலிருந்து விளைந்த தன்னிச்சையான செயல்பாடா அல்லது வேறு ஏதேனுமா என்று யோசிக்கலாம். ‘நந்தலாலா’ வை டகேஷி கிட்டனோவுக்குச் செய்த காணிக்கை என மிஷ்கின் நம்பிக் கொண்டிருப்பது அவர் விருப்பம். இரண்டு பிரதியையும் கண்டிருப்பவர்களால் ‘கிகுஜிரோவில்’ இருந்த கலையமைதி மிஷ்கினின் படைப்பில் இல்லை என்பதையும் அது தமிழ் சினிமாவுக்குள்ள சில குணாதியங்களிலிருந்து விலகவில்லை என்பதையும் எளிதாகவே உணரமுடியும்.

அந்தவகையிலேயே மிஷ்கினின் ‘ஓநாயும் ஆட்டுக்குட்டியும்’ திரைப்படத்தை உலகசினிமா என்றெல்லாம் வகைப்படுத்தி உணர்ச்சிவசப்படாமல் ஒரு சுவாரசியமான தமிழ் சினிமா திரில்லர் என்கிற வகையிலேயே பார்த்தால் எந்த பிரச்னையுமின்றி ரசிக்க முடியும். அந்த வகையில் சமீபத்திய தமிழ் சினிமாக்களில் இது ஒரு

சிறந்த வரவு. மிகுகற்பனைத் திரைப்படங்களில் தர்க்க ஒழுங்குகளின் அடிப்படையை ஒரு பார்வையாளன் எதிர்பார்க்கவே கூடாது. இயக்குநர் உருவாக்க விரும்பும் கற்பனை உலகில் கதைகேட்கும் குழந்தையின் மனோநிலையுடன் நுழைந்தால்தான் அந்தப் படைப்பை அந்தக் கணத்தில் முழுமையாக ரசிக்க முடியும். அதிலுள்ள தர்க்க ஓட்டைகளை நம் மனம் பிறகு நிதானமாக யோசிப்பது இயல்புதா னென்றாலும் திரைப்படத்தை நுகர்ந்து கொண்டிருக்கும் சமயத்தில் இணையாக இதையும் சிந்தித்துக் கொண்டிருத்தல், புணர்ச்சி நேரத்தில் மக்கள் தொகை பற்றிய புள்ளிவிவரங்களைச் சிந்தித்துக் கொண்டிருக்கும் அபத்தம் போல் ஆகிவிடும். மிஷ்கினின் திரைப்படம் அவரது முந்தைய படங்களில் உள்ள தேய்வழக்குகள் சிலவற்றைப் பெரும்பாலும் தவிர்த்து சுவாரசியமான திரைக்கதையைக் கொண்டிருக்கிறது.

இத்திரைப்படத்தின் தலைப்பே குழந்தைகளின் கதைக்கான எளிமையையும் தொனியையும் கொண்டிருக்கிறது. கதையின் உள்ளடக்கமும் பழைய நீதிக்கதையொன்றின் சாரமே. இது பல திரைப்படங்களின் உள்ளடக்கமாக வந்திருக்கிறது. ‘அன்புக்கு நான் அடிமை’ என்றொரு திரைப்படத்தில் தன்னால் கொல்லப்பட்டுவிடும் ஒரு காவல்துறை அதிகாரியின் நிராதரவான குடும்பத்துக்கு ஆதரவாகவும் பாதுகாப்பாகவும் ரஜினிகாந்த் இருப்பதுதான் அதன் கதைக்களம். இந்த மசாலாவை ரசிக்கத்தக்க திரைமொழியின் மூலமும் சுவாரசியமான திரைக்கதையின் மூலமும் அடுத்த தளத்துக்கு நகர்த்திச் சென்றிருப்பதே மிஷ்கினின் உன்னதமான பணி. ஒரு படைப்பின் இடைவெளிகளை வாசகன் பூர்த்தி செய்துகொள்வான் என்கிற வகையிலும் அவனையும் தன்னுடைய படைப்பில் பங்குபெற வைக்க வேண்டும் என்பதே ஒரு நல்ல படைப்பாளியின் உருவாக்க சிந்தனையாக இருக்கமுடியும். அந்த வகையில் சில விஷயங்களை மிஷ்கின் திட்டமிட்டு வேண்டுமென்றே தாண்டிச் செல்கிறார். இல்லையெனில் ஒரு கதாபாத்திரத்தின் பெயருக்கு மிக அந்நியமாக ‘வுல்ஃப்’ என்று அத்தனை நேரிடையாக பெயரிட முடியாது.

●

காவல்துறையால் தீவிரமாக தேடப்படும் ஒரு கொலையாளி சுடப்பட்டு உயிருக்காக போராடிக் கொண்டிருக்கிறான் (மிஷ்கின்). அவனை மருத்துவக் கல்லூரி மாணவனொருவன் (ஸ்ரீ) சிகிச்சையளித்து காப்பாற்றுகிறான். ஆனால், கொலையாளியோ மாணவனை கடத்திக் கொண்டு பயணிக்கிறான். ஒருபுறம் காவல்துறை ‘வுல்ஃப்’ என்கிற அந்தக் கொலையாளியைக் கொல்லத் துரத்துகிறது. இன்னொருபுறம் வுல்ஃபின் பழைய முதலாளியின் ஆட்கள் அவனைச் சாகடிக்கத் துரத்துகிறார்கள். இதற்கிடையில் வுல்ஃபுக்கு தான் தப்பிப்பதை

விடவும் இன்னொரு நோக்கமிருப்பது பூடகமான சில சம்பவங்களின் மூலம் தெரிகிறது. ஆக, ஓநாயும் ஆட்டுக்குட்டியும் தங்களின் உயிர்வாழ்தலுக்காக ஆபத்துக்களின் இடையில் நிகழ்த்தும் பயணமே இத்திரைப்படத்தின் மையம். ஓநாயும் ஆட்டுக்குட்டியும் தற்காலிமாக பரஸ்பரம் தங்களின் நிலைகளில் இருந்து மாறி மாறிப் பயணிப்பது சுவாரசியம்.

இத்திரைப்படத்தில் பாராட்டுதலுக்குரிய முக்கியமான அம்சமே, பிளாஷ்பேக் எனும் உத்தியை இயக்குநர் பயன்படுத்தாமலிருப்பது. பூடகமான காட்சிகளின் தொடர்ச்சியான இயங்குதலில் பார்வை யாளனுக்கு அவற்றின் பின்னணி குறித்த ஆர்வம் அதிகமாகும். சமயங்களில் அவன் எரிச்சலடைந்து படைப்பிலிருந்து விலகுவதற்கான சாத்தியங்கள் உண்டு. இதனாலேயே இயக்குநர்கள் பார்வையாளனின் நிலையை கருத்தில் கொண்டு பொருத்தமான இடங்களில் அவற்றுக்கான தொடர்புகளை விளக்கிவிடுவார்கள். ஆனால், மிஷ்கின் பார்வையாளர்களின் மீது நம்பிக்கை கொண்டு சம்பவங்களின் பின்னணிகளிலிருந்து மெல்ல மெல்ல அவர்களே உணர்ந்து கொள்ளுமாறு திரைக்கதையை அமைத்திருப்பது பாராட்டுக்குரியது. என்றாலும் இது புரியாமற் போய்விடுமோ என்கிற சந்தேகம் காரணமாக ஒரு குழந்தைக்கு கதை சொல்லும் சாக்கில் சமபவங்களின் பின்னணியை ஒரு இடத்தில் அடுக்குகிறார். மிகச்சிறந்த காட்சி என்று பாராட்டப்படும் இதுவே திரைக்கதையின் ஒரு பலவீனமான அம்சம். ஏறக்குறைய படம் நிறைவுறுவதற்கு முன்னால்தான் இந்தக் காட்சி வருவதாக அமைக்கப்பட்டிருக்கிறது. அது இல்லாமலேயே பார்வை யாளனால் திரைப்படத்தை உள்வாங்கிக்கொள்ளமுடியும் என்கிற நம்பிக்கை இயக்குநருக்கு ஏன் ஏற்படவில்லை? அதனாலேயேதான் இதை தமிழ் சினிமாவின் பலவீனங்களுள் ஒன்றாகச் சுட்டிக் காட்ட வேண்டியிருக்கிறது.

இத்திரைப்படத்தில் சித்திரிக்கப்பட்டிருக்கும் பல நுட்பமான காட்சிகள் இதை ஒரு சுவாரசியமான அனுபவமாக்குகிறது. மருத்துவக் கல்லூரி மாணவன், மருத்துவர்களுக்கு மிக அடிப்படையாக இருக்க வேண்டிய அறம் சார்ந்தவனாக இருந்தாலும், கொலையாளிக்கு சிகிச்சையளிக்கும் போது பயிற்சியின்மை காரணமாக நம்பிக்கையில்லாதனாக இருக்கிறான். என்றாலும் சிக்கலான ஒரு சூழலில் கொலையாளியின் இதயத்தை உயிர்த்தெழச் செய்யும்போது அருகிலிருக்கும் மனநிலை பிறழ்ந்த ஒரு மனிதன் ‘நீதான் டாக்டர்’ என்கிறான். ஒரு மருத்துவரை நோயாளி அடையாளங்காட்டும் முரணை இயக்குநர் இந்தக் காட்சியில் நிகழ்த்தியிருக்கிறார்.

இன்னொரு காட்சி. ரோந்துப் பணியில் ஈடுபட்டிருக்கும் காவலர்கள் சந்தேகத்துக்குரிய இளைஞன் ஒருவனை நிறுத்தி விசாரிக்கிறார்கள். அவனை சோதனை செய்யும் கான்ஸ்டபிள் ஒருவர் அவனிடமிருக்கும் துப்பாக்கியைப் பார்த்து 'ஐயா' என்று அலறுகிறார். பின்னாலேயே வரும் இன்னொருவன், இளைஞனைக் காப்பாற்றும் நோக்கில் காவலர்களைச் சுட்டுத் தள்ளியவுடன் அவனை நோக்கியும் 'ஐயா' என்று விளித்து சல்யூட் அடிக்கும் நிலையில் விறைப்பாக நிற்கிறார். அவர்கள் தப்பித்துப் போகும்போது இவரையும் சுட்டு விட்டுப் போக 'ஐயா' என்ற படியே கீழே விழுகிறார்.

ஜெயந்தனின் 'முனுசாமி' என்றொரு சிறுகதை. நிலப்பிரபுத்துவ காலத்தில் எவ்வாறு அடிமைகள் உருவாக்கப்பட்டு, அவர்கள் அடிமை மனோநிலையுடனேயே வாழ்கிறார்கள் என்பதை சிறப்பாக உணர்த்தும் கதை. ஓர் அலுவலகத்தில் தனக்கு கீழ் பணிபுரியும் கடைநிலைச் சிப்பந்தியான முனுசாமி, எவ்வாறு தனக்கு விசுவாசம் உடையவனாக இருக்கிறான் என்று அகமகிழ்ந்து போவார் ஓர் அதிகாரி. அந்த அளவுக்குப் பணிவிடைகள் செய்வதில் விசுவாசமாக இருப்பான் முனுசாமி. ஆனால் அதிகாரி பணிமூப்பு அடைந்த கடைசி நாளன்று, புதிதாக பொறுப்பேற்றுக் கொண்ட அதிகாரி அழைத்தவுடன் முனுசாமி தனது விசுவாசத்தை சட்டென்று இடமாற்றம் செய்வதைக் கண்டு திகைத்துப் போய்விடுவார். முனுசாமி அளித்த விசுவாசம் அவருக்கு அளிக்கப்பட்டது அல்ல, அவருடைய பதவிக்காக அளிக்கப்பட்டது என்பதை அவருடைய நண்பரொருவர் விளக்கிச் சொல்வார். மேலே குறிப்பிட்ட கான்ஸ்டபிளின் 'ஐயா' விளிப்பைக் கண்டவுடன் இச்சிறுகதை நினைவுக்கு வந்தது. இந்தக் காட்சியில் குற்றவாளிகள் தப்பிப்பது மிக மிக நிதானமாகக் காட்டப்பட்டிருக்கும். சில நிமிடங்கள் வந்து போகும் பாத்திரங்களைக்கூட இயக்குநர் சுவாரசியமாக வடிவமைத்திருந்தது பாராட்டப்பட வேண்டியது.

●

எழுத்தாளராகவும் இசை விமர்சகராகவும் அறியப்பட்டிருக்கும் ஷாஜி, இத்திரைப்படத்தில் ஒரு நடிகராக புதிய பரிமாணத்தை எட்டியிருக்கிறார். அதுவரையிலான தமிழ் சினிமாக்கள், காவல்துறை அதிகாரிகள் என்றாலே வழக்கமாகச் சித்திரிக்கும் பிம்பங்களையும் நாயகத்தனங்களையும் மிகைகளையும் தொடர்ச்சியாக மிஷ்கின் உடைத்திருக்கிறார். இதில் காவல்துறை அதிகாரியாக வரும் ஷாஜியின் பாத்திர வடிவமைப்பும், மிஷ்கினின் முந்தைய திரைப்படங்களான அஞ்சாதே (பொன்வண்ணன்), யுத்தம் செய் (சேரன்) ஆகியவற்றின் தொடர்ச்சியாகவே இருக்கிறது. காவல்துறை எனும் அமைப்பே அந்தந்த அதிகாரிகளின் ஆணைகளுக்கு கீழ்ப்படிந்து இயங்கும்

இயந்திரமாக இருக்க, குற்றத்தின் தன்மையை ஆராய்ந்து சுயமாக சிந்திக்கும் அதிகாரிகளை மிஷ்கின் சித்திரிக்கிறார்... விலகின ஆடுகள்

மிகையுணர்ச்சிகளால் கட்டமைக்கப்பட்டிருக்கும் தமிழ் சினிமாவின் ரசனை, சில படைப்பாளிகளை கடவுளின் நிலைக்கு உயர்த்தி வைத்திருக்கிறது. அவர்கள் மீது வைக்கப்படும் எந்தவொரு மெல்லிய விமர்சனத்துக்குக்கூட துடிதுடித்து பதைபதைத்து விமர்சிப்பவர்களை ஆபாச வசைகளால் எதிர்கொள்வது தமிழ் மரபு. அந்த வரிசையில் ஒரு முக்கியமான படைப்பாளி இளையராஜா. இணையம் என்கிற சமாச்சாரம் தமிழுலகத்தில் நுழைந்த நாள் துவங்கியே இளையராஜா பற்றிய விவாதங்களில் நிகழும் அடிதடிகளும் ரத்தகாயங்களும் இதற்கொரு உதாரணம். நல்ல கலையை ரசிப்பதின் மூலம் தன்னுடைய கீழ்மைகளிலிருந்து வெளிவந்து உயர்ந்த அனுபவங்களுக்கு, எவரையும் நேசிக்க சாத்தியப்படும் ஆன்மிக நிலைக்கு ஒருவரை பயணப்பட வைப்பதே கலையின் ஒருவகையான செயல்பாடு என்று நம்பிக் கொண்டிருக்கும் சூழலில், நல்ல இசையை ரசிப்பவர்களாக கூறிக் கொள்கிறவர்கள் அதற்கு முரணாக விமர்சிப்பவர்களின் மீது பாயும் முரணிற்கு பின்னாலுள்ள உளவியல் விநோதமானது. அந்த வகையில் இளையராஜாவைப் பற்றி விமர்சித்து எழுதுவது ஓநாய்களின் கூட்டத்தில் மாட்டிக் கொள்வதற்கு சமம்.

இந்திய திரைப்பட வரலாற்றிலேயே பின்னணி இசைக்கு ஒரு தனித்துவத்தையும் கவனிப்பையும் ஏற்படுத்துவதன் மூலம் அதற்கொரு அந்தஸ்தை ஏற்படுத்தியவர் என்கிற வகையில் இளையராஜாவின் மேதைமையை மறுக்கவே முடியாது. ஓ.ஆ -விலும் காட்சிகளின் வெற்றிடத்தை நிரப்பி பார்வையாளர்கள் அந்தக் காட்சிகள் தொடர்பாக மேலதிக மனவெழுச்சி பெறுவதில் இளையராஜாவின் பங்கு உறுதியாகவும் அடிப்படையாகவும் இருப்பதை மறுக்க முடியாது. ஆனால், மௌனமாகக் கடந்திருந்தாலும் இன்னமும் சிறப்பாக ஆகியிருக்கும் காட்சிகளில்கூட அவர் தன்னுடைய இருப்பை நினைவுறுத்திக் கொண்டேயிருக்கும் குறுக்கீட்டைத் தவிர்த்திருக் கலாம். சமயங்களில் இந்த இடையூறு எரிச்சலூட்டும் அளவுக்கு நரம்பு வாத்தியங்கள் ஒலித்துக் கொண்டேயிருக்கின்றன.

பின்னணி இசை என்றே காலங்காலமாக அறியப்பட்டுக் கொண்டிருந்த ஒரு தொழில்நுட்பத்துக்கு இத்திரைப்படத்தில் ‘முன்னணி இசை’ என்று அடையாளப்படுத்தியிருக்கிறார் இயக்குநர். இதன் மூலம் இளையராஜாவை அவர் பகடி செய்திருக்கிறாரோ என்று எண்ணுமளவுக்கு இசை பல இடங்களில் துருத்திக்கொண்டு ‘முன்னணி’யில் செயற்கைத் தனமாக நின்றுகொண்டிருக்கிறது.

இத்திரைப்படத்தின் சுவாரசியத்தை முழுமையாக்குவது இதன் ஒளிப்பதிவு (பாலாஜி ரங்கா). படத்தின் பெரும்பான்மையும் (ஒரே) இரவில் நிகழும் காட்சிகளின் கோர்வை என்பதால் இருளின் அழகியலுடன் நிதானமாக நகரும் காட்சிகள் வசீகரிக்கின்றன.

இரை தேடுதலுக்கும் உயிர் வாழ்தலுக்குமான போராட்டத்தில் இடையில் தத்தளிக்கும் வாழ்க்கையின் நிதர்சனத்தையும் பாவத்துக்கும் மனந்திரும்புதலுக்குமான ஆன்மிக இடைவெளியையும் மிஷ்கின் பல காட்சிகளின் மூலமாக சிறப்பாகப் பதிவு செய்திருக்கிறார். உயிர்களுக்கிடையே கானகத்தில் நிகழும் போராட்டத்தைப் போலவே இதன் கதைக்களம் அமைந்திருக்கிறது. காட்டிலாவது, புலி மானைத் தின்னும், யானை புல்லைத் தின்னும் எனும் தெளிவான இயற்கை விதிகளும் அடையாளங்களும் உள்ளன. உயிர்களும் தங்களின் இயல்புகளை எப்போதும் மீறுவதில்லை. ஆனால் காங்கீரிட் காட்டில் நிகழும் இந்தப் போராட்டத்தில் எது ஓநாய், எது ஆடு, எது புலி என்று தெரிவதில்லை. காவல்துறைக்குள் குற்றவாளிக்கு சாதகமாக இயங்கும் ஓநாய் ஒளிந்திருக்கிறது. ‘அப்பாவி இளைஞன் இறந்தாலும் பரவாயில்லை. கொலையாளியைச் சுடவேண்டும்’ என்று குரூரமான புலித்தனத்தைக் காட்டுகிறது காவல்துறை. திருந்திய ஓநாயும் ஓநாயாக மாறுகிற ஆடும், இவர்களுக்கிடையிலான அப்பாவி ஆட்டுக் குட்டிகளும் என ஒரு குரூரமான சாகச விளையாட்டை தனது பிரத்யேகமான திரைமொழியின் நிகழ்த்திக் காட்டியுள்ளார் மிஷ்கின். (என்றாலும் எண்ட் கார்டில் A for Apple என்பது போல யார் ஓநாய், யார் புலி என்பதையெல்லாம் நடிகர்களின் பெயர்களோடு இணைத்து அடையாளப்படுத்தியிருக்க வேண்டியதில்லை).

இத்திரைப்படத்திலுள்ள தர்க்கப் பிழைகளையும் யதார்த்தத்தை விட்டு விலகுகிற விஷயங்களையும் பற்றி ஒரு பட்டியலே போடலாம். கதாபாத்திரங்கள் வடிவமைக்கப்பட்டிருப்பதில் உள்ள ஒழுங்கற்ற தன்மையையும் சொல்லலாம். உதாரணத்துக்கு ஒரு காட்சியில் மருத்துவக் கல்லூரி மாணவன், கொலையாளியைத் தன் கட்டுப் பாட்டில் கொண்டுவர ஒரு குழந்தையைக் கொல்லப்போவதாக மிரட்டிப் பணிய வைக்கிறான். இவன்தான் மருத்துவத்தின் மீதுள்ள பிரியம் காரணமாக, காவல்துறை பற்றிய பயத்தையும் மீறி கொலை யாளியை முன்னர் அறுவைச் சிகிச்சை செய்து காப்பாற்றுகிறான். அது மாத்திரமல்ல, ஒரு சிக்கலான சூழலிலும் காலில் சுடப்பட்ட காவல்துறை அதிகாரிக்கு முதலுதவி செய்கிறான். அப்பாவி உயிரைக் கொல்லும் துணிவோ வன்மமோ இவனுக்கு எப்போதும் வராது என்பது ‘மிகுந்த புத்திசாலியாக’ சித்திரிக்கப்படும் கொலையாளிக்குத் தெரியும். எனினும் ஏன் அந்த இளைஞனுக்குப் பணிய வேண்டும்

என்பது போன்ற பல கேள்விகளை எழுப்பிப் பார்க்கலாம். ஆனால், இது போன்ற கேள்விகளை எழுப்பவிடாமல் மிஷ்கினின் திரைக்கதையும் திரைமொழியும் அதை அற்புதமான அனுபவமாக ஆக்கியிருக்கிறது என்பதாலேயே இந்தத் திரைப்படத்தை எளிதில் புறக்கணித்துவிட முடியாது.

முன்னரே குறிப்பிட்டபடி மிஷ்கினின் இந்தத் திரைப்படத்தை மற்ற தமிழ் திரைப்படங்களுடன் மாத்திரமே ஒப்பிட்டு ஆறுதலடைய வேண்டிய கட்டாயத்தில் இருக்கிறோம். ஏனெனில் ஹாலிவுட், கொரியத் திரைப்படங்கள் எல்லாம் உள்ளடகத்திலும் உருவாக்கத்திலும் காட்சியமைப்புகளிலும் இந்தியத் திரைப்படங்கள் துரத்தி துரத்தி தங்களின் மோசமான வார்ப்பில் நகலெடுக்க கோருகிற அசாத்தியமான உயரத்தில் இருக்கின்றன. தமிழ் திரைப்படமும் ஒரு நாள் அந்த உயரத்தைத் தொட முடியும் என்கிற நம்பிக்கையையும் ஆறுதலையும் தந்திருப்பதே மிஷ்கினின் சாதனை.

(உயிர்மை - நவம்பர் 2013)

ஆறு மெழுகுவர்த்திகள்

சிதைக்கப்படும் சிறார்களின் உலகம்

இயக்குநர் துரையின் 'ஆறு மெழுகுவர்த்திகள்' பார்த்தேன்.

அவரின் முதல் படமான 'முகவரி' எனக்கு ரொம்பவும் பிடித்திருந்தது. தன்னுடைய கனவுக்குள் லட்சிய வேகத்துடன் நுழைய விழையும் இளைஞன் தன் முன்னால் எதிர்கொள்ள வேண்டிய யதார்த்தமான இடையூறுகளைக் கண்டு சோர்ந்து கடைசியில் அதனிடம் சரணடைந்து விடுவதான திரைப்படம். வணிகத் திரைப்படங்களின் சாத்தியத்துக்குள் கதையின் மையம் பெரிதும் சிதைவுறாதவாறு மிக நுட்பமான கலவையில் சிறப்பாகவே உருவாக்கியிருந்தார் துரை. சினிமாத் துறையில் வாய்ப்பு கேட்கச் செல்லுமிடத்தில் உதவி இயக்குநர்கள் சேர்ந்து அஜித்தை மது வாங்கி வரப் பணிக்கும் காட்சி என்னால் மறக்க இயலாதது. சினிமாவில் நுழையத் துடிக்கும் பல இளைஞர்கள், எதிர்கொண்டிருக்கும் அவமானங்களின் ஒரு துளி அந்தக் காட்சி.

ஆனால், அவரின் பிந்தைய படங்கள் எதுவும் அத்தனை சிலாக்கிய மாகவும் ஆர்வமூட்டுவதாகவும் இல்லை. வேறு வழியில்லை. ஓர்

இயக்குநர் நிலைக்கு உயர்ந்த பின் திரும்பி வர முடியாமல் தன்னைத் தக்க வைத்துக் கொள்ள போட வேண்டிய பல முகமூடிகள்தான் அவரது பிந்தைய படங்கள் என நினைக்கிறேன். என்றாலும் 'ஆறு மெழுகுவர்த்திகள்' திரைப்படத்தைப் பற்றி ஜெயமோகன் அவரது தளத்தில் எழுதின கட்டுரை, படத்தைப் பற்றின ஆவலை மூட்டியது. அதில் இயக்குநரின் மனவோட்டங்களாக விவரிக்கப்பட்டிருந்த வார்த்தைகள், அவரது லட்சியத் திரைப்படத்தை குறைந்த சமரசங்களுடன் உருவாக்கப் போராடுவதாக எழுதப்பட்டிருந்தது படத்தின் மீதான நம்பிக்கையை உயர்த்தியது; வீங்கிய கண்களுடன் கூடிய ஷாமின் புகைப்படமும்.

என்றாலும் படத்தைப் பார்த்து முடித்தவுடன் அத்தனை ஆர்வமும் நம்பிக்கையும் வடிந்து உள்ளுக்குள் ஏமாற்றமும் கசப்பும் மாத்திரமே மிஞ்சியது. இதற்கா இத்தனை தம்பட்டம்? இந்தப் படத்தின் மிக முக்கியமான எதிர்மறை அம்சமே இதன் ஹீரோயிசம்தான். நடுத்தரவர்க்க ஆசாமியாக அறிமுகப்படுத்தப்படும் ஒரு சாஃப்ட்வேர் இன்ஜினியர், இந்தியாவிலுள்ள மாநிலவாரியான நிழலுலக ஆசாமிகளுடன் மோதும் சண்டைக்காட்சிகள் இதன் தரத்தை அதல பாதாளத்துக்குத் தள்ளிவிமட்டன. மாறாக 'மகாநதியில்' கமல், கொல்கத்தா பாலியல் தொழில் நடைபெறும் பகுதியிலிருந்து தன் மகளை மீட்பதற்காக, ஒரு சாதாரண தந்தையாக நடித்திருக்கும் யதார்த்ததிற்கு நெருக்கமான காட்சிகள், இதனோடு ஒப்பிடும்போது எவ்வளவோ தேவலை. மற்றபடி குழந்தைகளைக் கடத்தி பிச்சையெடுப்பதற்காகவும் கொத்தடிமைகளாகவும் பாலியல் தொழிலாளிகளாவும் பயன்படுத்தும் மாஃபியா உலகின் கொடூரம், சாத்தியப்பட்ட எல்லைக்குள் சரியாகவே சித்திரிக்கப்பட்டிருந்தது.

ஜெயமோகன், இதன் இசை வெளியீட்டு விழாவில் கூறியபடி, ஒரு தனிமனிதனின் இயல்பு எந்தக்கணத்திலும் உடைந்து போகக்கூடிய நீர்க்குமிழியின் நிலையற்றத்தன்மையைக் கொண்டிருக்கிறது என்பதை வெளிப்படுத்துகிறது திரைப்படம். கடவுள் நம்பிக்கை உள்ளவென்றால், இதையெல்லாம் கடவுள் பார்த்துக் கொண்டிருந்து சும்மாவா இருப்பார் என்கிற கசப்பான யோசனை எழும். யதார்த்தமான ஆசாமியாக இருந்தால், இத்தனை பெரிய அரசியல் அமைப்பு, அதிகாரிகள், காவல்துறை போன்றவையெல்லாம் இயங்கிக் கொண்டு தானிருக்கிறதா அல்லது இந்த மாஃபியா வலைப்பின்னலின் ஒரு பகுதிதான் அவையா என்கிற சந்தேகம் எழும். எல்லா தனிநபர்களுக்குமே அவர்களுக்கான குழந்தைகளும் பாசமும் இருக்கும் போது எப்படி அவர்களால் இந்தக் கொடூர உலகினுள் இயங்க முடிகிறது என்பதற்கான விடையை, இதில் வாகன ஓட்டுநராக வரும் ஒரு பாத்திரத்தின் மூலம் அறிந்து கொள்ள இயலும்.

இத்திரைப்படத்தைக் காண்பதற்கான ஆர்வமூட்டும் அம்சங்களில் ஒன்றாக ஷாமின் விநோதமான தோற்றமும் படவெளியீட்டுக்கு முன் பிரதானப்பட்டிருந்தது. ஆனால் இதை படத்தில் இயக்குநரால் - நாடகத்தன்மை கூடியாவது - அழுத்தமாக உணரவைக்க முடியவில்லை. 'சேது' திரைப்படத்தில் ஒட்டி உலர்ந்த, மொட்டை யடிக்கப்பட்டிருக்கும் விக்ரமின் உருவம் பார்வையாளனுக்கு திகைப்பும் அதிர்ச்சியும் ஏற்படுத்துமளவுக்கு அதற்கு முரணாக விக்ரமின் முந்தைய தோற்றமும் பாத்திர வடிவமைப்பும் சரியாக உருவாக்கப்பட்டிருக்கும். ஆனால் ஷாமின் இந்த அளவுக்கான மேக்-அப் மெனக்கெடல், இயக்குநரால் சரியாகப் பயன்படுத்தப்பட முடியாமற் போனது துரதிர்ஷ்டம்.

ஆனால், இத்திரைப்படத்துக்கு ஜெயமோகன் தேவைதானா என்கிற கேள்வி இயல்பாக எனக்குள் எழுந்தது. 'ஏழாம் உலகம்' எழுதின ஒரே காரணத்துக்காவே ஜெயமோகனை இதில் பயன்படுத்திக் கொள்வதற்கான எண்ணம் இயக்குநருக்கு தோன்றியிருக்கலாம். கடத்தல் தொழிலின் ஒரு கண்ணியாக இருக்கும் கால் ஊனமுற்றவர் பேசும் ஒரு வசனத்திலும், பெண்தன்மையுடன் பாவனை செய்யும் ஓர் ஆசாமி பழிவாங்கும் உணர்ச்சியுடன் பேசும் வசனத்திலும் தவிர வேறு எங்கும் ஜெயமோகனைக் காணமுடியவில்லை. மாறாக இதை வணிகத் திரைப்படங்களுக்குரிய சமரசங்களுடன் உருவாக்குவதிலே இயக்குநர் அக்கறையுடன் இருந்திருக்கிறார் என்பதை உணர முடிகிறது. அதைக் குறை சொல்ல முயலவில்லையென்றாலும், தனது லட்சியத் திரைப்படமாக இதைக் கருதும் போது சமரசங்களின் அளவைக் குறைத்திருந்தால் தமிழ்த் திரையில் இதுவோர் குறிப்பிடத்தகுந்த திரைப்படமாக உருவாக்கியிருக்கும் என்பதை மறுப்பதற்கில்லை.

கல்யாண சமையல் சாதம்

ஆண்மையின் அடையாளச் சிதைவு

பாலியல் தொடர்பான விஷயங்களைப்பற்றி உரையாடுவதும் அதற்கான காட்சிகளைப் பார்ப்பதும் ஆபாசம் என்றிருக்கும் தமிழ்ச் சூழலில் திரைப்படங்களிலும் கலாசார ஜாக்கிரதையுடன் அது இலைமறை காய்மறையாகவே நெடுங்காலமாகவே வெளிப்பட்டுக் கொண்டிருக்கிறது. 'கைக்கு அடக்கமா எடுத்துத் தின்ன வாட்டமா' என்றிருந்த 'எலந்தபயம்', 'மாங்கனிகள் தொட்டிலிலே தூங்குதடி' வாக மாறி அதற்கு மேல் நகராமல் ஒரே இடத்தைச் சுற்றி வந்தது. எம்.ஜி.ஆர் திரைப்படங்களில் வரும் நாயகிகள் அவருக்காக கவர்ச்சியாக மிகையாக உருகுவார்கள். எம்.ஜி.ஆர் திரைப்படங்களின் வெற்றிக்கு இந்தக் கவர்ச்சியும் ஒரு முக்கியமான காரணியாக இருந்தது. கடத்தல் காரர்கள் தங்களின் பிஸினஸ் டீலை வெற்றிகரமாக முடித்து மதுபானங்களை கையில் எடுத்தவுடன் ஜெயமாலினிகளும் அனுராதாக்களும் 'கச்சத்தீவில் கை வெச்சுப் பாரு' என்கிற மறைமுக அழைப்புகளோடு அவர்களை உற்சாகமாக்குவார்கள். அவ்வளவுதான்.

இப்படி பாலியல் காட்சிகளை கேளிக்கைக்காகவும் வணிகக் காரணங் களுக்காகவும் மலினமான முறையில் பயன்படுத்தியதைத் தவிர நம் வாழ்வியலின் மிக முக்கியமானதும் அடிப்படையானதுமான காமம் என்கிற விஷயத்தைப் பற்றியும் அதன் அகரீதியான சிக்கல்கள் பற்றியும் தீவிரமாக உரையாடிய தமிழ் திரைப்படம் ஏதேனும் இருக்கிறதா என்று தேட வேண்டியிருக்கிறது. செக்ஸ் காமெடி என்கிற வகைமையை ஒரு பகுதியாக தன் திரைப்படங்களில் வெற்றிகரமாகப் பயன்படுத்தியவர் பாக்யராஜ். தமிழ் திரைப்படங்களின் பிரத்யேக வார்ப்பில் மையக்கதை யோடு அதற்குத் துணையாக பாலியல் நகைச்சுவையைப் பயன்படுத்தி அதைத் தனக்கான அடையாளமாக மாற்றிக்கொண்டவர் என்றாலும் இவரும் அதை மலினமான முறையில் படத்தின் வணிக வெற்றிக்கு உபயோகப்படுத்திக்கொண்டாரே தவிர அந்தச் சிக்கல்களை தன் திரைக்கதையில் பிரத்யேகமாகவும் பிரதானமாகவும் உரையாட வில்லை.

அந்த வகையில், ஓர் ஆணுக்கு திருமணத்துக்கு முன்பு நிகழும் இயல்பான பாலியல் சிக்கலை, இயல்பான நகைச்சுவையோடு உரையாடிய, சமீபத்தில் வெளிவந்த ‘கல்யாண சமையல் சாதம்’ திரைப்படத்தை தமிழில் வெளிவந்திருக்கும் முதல் Sex Comedy எனக் கூறலாம்.

இத்திரைப்படத்தின் நாயகனான ரகு திருமணம் நிச்சயமானவுடன் மணப்பெண்ணான மீராவுடன் ஏற்படும் நெருக்கத்தில் ஓர் அந்தரங்க மான தருணத்தில் பாலுறவுக்காக முயல்கிறான். ஆனால், அந்த முயற்சி வெற்றிகரமாகத் தோற்றுப்போகிறது. தான் ஆண்மைக் குறைவுள்ளவனோ என்கிற தீராத சந்தேகத்திலிருக்கும் ரகு அதிலிருந்து மீள்வதற்கான உபாயங்களைத் தேடுவதை ஆபாசமான காட்சிகள் எதுவுமின்றி ஜாக்கிரதையாக தமிழ் கலாசார சூழலின் எல்லைக்குள் நின்று உறுத்தாத நகைச்சுவையுடன் சொல்லியிருக்கிறார் இயக்குநர் பிரசன்னா.

பொதுவாக பெரும்பான்மையான சதவீத ஆண்கள் பாலியல் தொடர்பான விஷயங்களை இலைமறைகாய்மறையாக தாம் அறிந்ததை புகைப்படங்களிலும் தியரியாகவும் பார்த்த சமாச்சாரத்தை யதார்த்தத்தில் அணுகும்போது அதற்கான பதற்றத்திலேயே தோற்றுப் போவார்கள். சுஜாதா எழுதிய ‘பிலிமோத்ஸவ்’ என்கிற சிறுகதையுண்டு. சர்வதேச திரைவிழாக்களில் uncensored ஆக வெளியிடப்படும் பாலியல் காட்சிகளைக் காண்பதற்காக மிக துடியாய்த் துடிக்கும் ஒரு சாதாரண இளைஞன் அதற்கான அதிர்ஷ்டமற்று விரக்தியுடன் திரும்பும் போது யதார்த்தத்தில் ஒரு பெண்ணை அணுகுவதற்கான வாய்ப்பு கிடைக்கும். ஆனால், அவனோ பயந்து விலகிப்போய்விடுவான்.

வெறும் பிம்பங்களைக் காண ஆர்வமாய் இருப்பவன் நிஜத்தில் அதை எதிர்கொள்ளும் துணிச்சலற்றுப் போகிறான். நம் கலாசாரத்தில் அடிப்படையாக இருக்கும் போலித்தனமான முரணையும் பாசாங்கையும் நையாண்டி செய்யும் சிறுகதையது.

மேலும் இங்கு பாலியல் இயக்கத்தில் பெரும்பாலும் ஆணே active partner ஆக இருக்கிறான். பெண்ணுக்கு அதற்கான வாய்ப்பு குறைவு. ஆணே பாலியல் விஷயங்களைப் பற்றி உரையாட சங்கடம் கொள்ளும் போது பெண் அதைப்பற்றி பேசுவதோ, கலவியில் உற்சாகமாக எதிர்வினையாற்றுவதோ ஆதிக்கம் செய்வதோ கலாசாரத்துக்கு எதிரானதாகப் பார்க்கப்படுகிறது. பாலியல் விஷயங்களைப் பற்றி வெளிப்படையாக உரையாடும் பெண் 'முன்அனுபவம்' கொண்டவளாக இருப்பாளோ என்கிற சந்தேகத்தை ஆணிடம் ஏற்படுத்துவது ஒருபுறமும் அதைப் பற்றிப் பெரிதாக ஏதும் அறியாத Orgasm என்கிற விஷயத்தை அறியவோ உணரவோ அல்லாத பெண்களின் சதவீதம் ஒருபுறமுமாக இரண்டு எதிர்முனைகளில்தான் பெண்களின் நிலை இருக்கிறது.

திருமணத்துக்கு முன் சராசரியாக முன் அனுபவமில்லா அனைத்து அப்பாவி சராசரி இளைஞர்களும் மனஅழுத்தம் காரணமாக எதிர்கொள்ள நேரும் erectile dysfunction எனும் ஆண்குறி விறைப்புறாத தற்காலிக சிக்கலில் அவதிப்படும் இளைஞராக நடித்திருக்கும் பிரசன்னாவின் துணிச்சலை நிச்சயமாக பாராட்ட வேண்டும். மிக அடிப்படையான இந்தப் பிரச்னையைப் பற்றி பேசுவதற்கே தமிழ் சினிமா இத்தனை ஆண்டுகளைக் கடந்து வரவேண்டியிருக்கிறது. தமிழ் சினிமாவின் நாயகன் பொதுவாக எல்லாவிதத்திலும் தகுதியுள்ளவனாக வெற்றிகரமானவனாக இருப்பான். வேறு சில கதைப் போக்குகளில் உடற்குறையுள்ளவனாக இருந்தாலும் 'அந்த' விஷயத்தில் குறையேதுமிருக்க இயக்குநர்களும் நடிகர்களும் ஏன் ரசிகர்களுமே விரும்புவதில்லை.

ஆண்மையின் அடையாளத்தை ஆண்குறியின் வெற்றிகரமான இயக்கத்துடன் தொடர்புப்படுத்தி அபத்தமாகச் சிந்திக்கும் சமூகத்தில் தமிழ் சினிமாவும் அதற்கு விதிவிலக்கில்லை. பொதுவாக 'பிட்டுப்' படங்களின் கதைப் போக்கை உருவாக்குவதற்கு எளிமையாகவும் ஆதாரமாகவும் உதவும் ஆண்மை தொடர்பான சிக்கல்களை பிரதானமாகக்கொண்டு அபூர்வமாக மிகச் சில திரைப்படங்களே வந்திருக்கின்றன. முத்துராமன், மஞ்சுளா ஆகியோர் நடித்த மறுபிறவி தன்னுடைய காதல் மனைவியுடன் உறவு கொள்ள முடியாமல் தவிக்கும் ஓர் இளைஞனை உளவியல் சிகிச்சைக்கு உட்படுத்திய பிறகு, மனைவியின் முகம், இளவயதில் இறந்துபோன அவனுடைய தாயை

நினைவுப்படுத்துவதாக அமைந்திருப்பதால் ஏற்படும் சிக்கல் இது என்பதாக கதைப்போக்கு விரியும். பிரேம்நசீரும் ஜெயபாரதியும் நடித்த 'புனர்ஜென்மம்' என்கிற மலையாளப்படத்தின் மறுஉருவாக்கம் இது. பாக்யராஜ் கதையெழுதிய 'கன்னிப்பருவத்திலே' வின் நாயகன் ராஜேஷ் ஆண்மையற்றவனாக இருந்தாலும் மாடுமுட்டிய ஒரு விபத்தில்தான் அப்படி ஆகிறான் என்கிற நாயகத்தன்மைக்கு பங்கமேற் படாத அனுதாபத்தை ஏற்படுத்தும் பாதுகாப்பான நிலையில்தான் படம் இயங்கும். வசந்த் இயக்கத்தில் வெளிவந்த 'சத்தம் போடாதே' நாயகன் குடியின் காரணமாக ஆண்மையற்றவனாக இருப்பான் என்றாலும் அதற்காகத் தன் மனைவியைப் பழிவாங்கும் சைக்கோவாக இருப்பான்.

'கல்யாண சமையல் சாதம்' திரைப்படத்தில் ஆண் அவனுக்கான சிக்கலில் தவிக்கும் போது பெண் இதை மிக யதார்த்தமாகவும் இயல்பாகவும் எதிர்கொள்கிறாள். பதற்றத்தின் காரணமாக ஏற்படும் தற்காலிக வீழ்ச்சியே இது என்பது அவளுக்குத் தெரிந்திருக்கிறது. மாறாக நாயகனின் நண்பர்கள் இதற்காக அபத்தமான தீர்வுகளுக்கு வழிகாண்பிக்கிறார்கள். புதிய தலைமுறைகளின் அடையாளமாக பாலியலைப் பற்றி பெண் வெளிப்படையாக பேசுவதும் அபூர்வமான ஒன்றாக இதில் பதிவாகியிருக்கிறது. 'கன்னிப்பருவத்திலே' நாயகி ஆணின் இயலாமையை ஒரு தியாக மனப்பான்மையோடு ஏற்றுக் கொள்ள, இத்திரைப்படத்தின் நாயகியும் அதே மனோபாவத்தோடு இயங்கினாலும் 'செக்ஸ் இல்லைன்னா கஷ்டமாத்தான் இருக்கும்' என்று வெளிப்படையாகவே ஒப்புக்கொள்கிறாள். 'ஒரு ஆண் கணவனாக இருப்பதைக் காட்டிலும் நண்பனாக இருப்பதையே ஒவ்வொரு பெண்ணும் விரும்புகிறாள்' என்கிற பெண்களின் எதிர்பார்ப்பை இத்திரைப்படத்தின் நாயகியும் எதிரொலிக்கிறாள்.

இத்திரைப்படம் முழுக்க முழுக்க 'பிராமணத்தன்மை' கொண்டதாக இருக்கிறது என்பதையே ஒரு குறையாக சில நண்பர்கள் சொன்னார்கள். அபத்தமான சுட்டிக்காட்டல் இது. அரசியல் காரணங்களுக்காக தமிழகத்தில் முன்னர் ஏற்படுத்தப்பட்ட வெறுப்பு அரசியலின் காரணமாக எழுந்த எதிர்வினை இது. கடந்தகால வரலாற்றுத் தவறுகளுக்காக அதன் பகைமையையும் கசப்பையும் நிகழ்கால சமூகத்தின் மீது தொடர்ந்து எதிரொலித்துக் கொண்டிருப்பது சரியானதல்ல. பல்வேறு இனக்குழுமங்கள் இணைந்து வாழும் ஒரு சமூகத்தில், கலைப்படைப்புகளும் அதனதன் பங்கில் எதிரொலிப்பது தான் நியாயமானதாக இருக்கும். இடைநிலைச் சாதிகளின் பெருமையைப் பேசும் திரைப்படங்கள் பொதுத்தளத்தில் அதிக உறுத்தலின்றி இயல்பாக ஏற்றுக்கொள்ளப்படும்போது பிராமணத் தன்மை கொண்டிருக்கும் படங்கள் அந்தக் காரணத்துக்காகவே

எதிர்க்கப்படுவது தவறு. ஒருவேளை இத்திரைப்படம் பிராமண சமூகத்தை உயர்த்தியும் மற்ற சமூகங்களை தாழ்த்தியுமான கதைப் போக்கையும் காட்சிகளையும் கொண்டிருந்தால் அந்தக் காரணத்துக்காக நிச்சயம் எதிர்க்கப்பட வேண்டியதுதான். கருத்த உருவத்துடன் பெரிய மீசை வைத்திருக்கும் சமையல் காண்டிராக்ட்டரை, ஒரு பிராமணப் பெண் முகச்சுளிப்புடன் பார்ப்பது போன்ற சில காட்சிகள் தவிர்த்து, இத்திரைப்படத்தில் பெரிதாக எந்தவொரு பிரச்னையும் இல்லை.

நம்முடைய புறரீதியான செயற்பாடுகளைக் கட்டுப்படுத்துவது மனம். அதில் ஏற்படும் அத்தனை பிரச்னைகளுக்கும் சிக்கல்களுக்கும் மூலக்காரணியாக விளங்குவது காமம் என்பது உளவியலாளர்களின் கருத்தாக்கம். இப்படி அடிப்படையானதொரு விஷயத்தைப் பற்றி அதன் கவர்ச்சிகரமான அம்சங்களைத்தாண்டி வெளிப்படையாகவும் அறிவியல் மற்றும் உளவியல்பூர்வமாக உரையாடத் தயக்கம் கொண்டிருக்கும் சமூகத்தின் அதே நிலையையே திரைப்படங்களும் பிரதிபலிக்கின்றன. இந்தச் சூழலின் மாற்றாக, திருமணமாகப் போகும் இளைஞனின் அபத்தமான புரிதலையும் மனத்தடையையும் பற்றி பிரத்யேகமான கதைப்போக்குடனும் இயல்பான நகைச்சுவையுடனும் உரையாடிய ‘கல்யாண சமையல் சாதம்’, வழக்கமான தமிழ் திரைப்படங்களின் வடிவமைப்பைக் கொண்டிருந்தாலும் இவ்வகைமையின் துவக்கப்புள்ளி எனலாம். இந்தப் புள்ளியிலிருந்து இன்னும் நகர்ந்து இதைப் பற்றித் தீவிரமாக உரையாடும் தமிழ் திரைப்படங்கள் தொடர்ந்து வெளிவரவேண்டும்.

(காட்சிப் பிழை, பிப்ரவரி 2014)

மதயானைக் கூட்டம்

சாதியக் கொடூரத்தின் ஆவணம்

தமிழ் சினிமாவின் ஒரு குறிப்பிட்ட காலகட்டத்துக்குப் பிறகு தென்தமிழ்நாட்டுப் பிரதேசங்களிலிருந்து புதிய இயக்குநர்கள் உள்ளே வரத் துவங்கினார்கள். எனவே, இயல்பாகவே அவர்களின் மண்சார்ந்த நிறங்கள், குறிப்பாக இடைநிலைச் சாதிகளின் கலாசார அடையாளங்கள் தமிழ் சினிமாவில் எதிரொலித்தது இயல்பாகவே நிகழ்ந்தது. இதன் உத்தேசமான துவக்கப்புள்ளியாக பாரதிராஜாவைச் சொல்லலாம். புராணப்படங்களாக இருந்தாலும் அரசர்கள் தொடர்பான கதையாடல்களாக இருந்தாலும் தமிழ் சினிமாவின் துவக்கத்தின் வசனங்களில் 'இவா ஊதினா அவா வருவா' போன்ற பிராமணத்தனங்கள் மிகுந்திருந்தன. அதற்குப் பிறகு வந்த இளங்கோவன், கருணாநிதி, ஸ்ரீதர், மணிரத்னம் போன்றோர் தமிழ் சினிமாவின் வசன மாற்றத்தில் கணிசமான பாதிப்பை ஏற்படுத்திய வர்கள். 'சபாபதி' திரைப்படம் வடதமிழ்நாட்டின் கொச்சையான தமிழைக்கொண்டு முதலியார் சமூக பின்புலத்தோடு உரையாடியது. வசனத்தில் ஏற்பட்ட மாற்றங்களையும். சாதிய படிநிலைகளின்

உயர்மட்டத்திலிருந்த சமூகங்களின் கலாசாரக்கூறு பிரதிபலிப்பு களையும் தவிர்த்து தமிழ் சினிமாவின் வரிசையில் பிற சாதிகளைப் பற்றிய துல்லியமான பின்புலத்தையும் அடையாளத்தையும் கொண்ட திரைப்படங்கள் அதுவரை இல்லாமலிருந்தன.

மேற்குறிப்பிட்ட இயக்குநர்கள் உள்நுழைந்த பிறகு இடைநிலைச் சாதிகளின் அடையாளத்தைக்கொண்ட, குறிப்பாக தேவர் சமூகத்தை பின்புலமாகக் கொண்ட, படங்கள் அதிகமாக வரத்துவங்கின. கவுண்டர், படையாச்சி போன்ற சமூகங்களின் பெயர்களைத் தலைப்பு களாக கொண்ட திரைப்படங்கள் பொதுத்தளத்தில் நிகழ்ந்திருக்க வேண்டிய உறுத்தலை ஏற்படுத்தாமல் இயல்பாக இணைந்தன. இவற்றில் சில திரைப்படங்கள் சர்ச்சைகளையும் எதிர்ப்புகளையும் சந்திக்காமலில்லை. இந்த வகைமையின் பெரும்பாலான திரைப்படங்களிலிருந்த பிரச்னை என்னவெனில் குறிப்பிட்ட சாதிகளின் பெருமையைப் பேசுவதாகவும் அவற்றின் நாயகர்களை திருவுருக்களாக முன்வைப்பதாகவும் நிலப்பிரபுத்துவ காலகட்டத்தின் நீட்சியாகவும் இருந்ததுதான். அதுவரை வில்லன்களாக சித்திரிக்கப் பட்ட 'பண்ணையார்கள்' வேறு ஒரு நிறத்தில் நாயகர்களாக முன்வைக்கப் பட்டார்கள். 'தேவர் காலடி மண்ணே' போன்ற திரையிசைப்பாடல்களின் வரிகள் சாதியக் கலவரத்துக்குக் காரணமாகின. கே.எஸ்.ரவிகுமார், ஆர்.வி.உதயகுமார் போன்றோர் இந்த வகையான திரைப்படங்களைத் தன்னிச்சையாக உருவாக்கினார்கள். சாதியக் கொடுமைகளைப் பற்றிய ஆழமான விசாரணை ஏதுமில்லாமல் காதலை அபத்தமான முறையில் முன்னிலைப்படுத்தும் மலினத்தனமாக இருந்தாலும் அதில் பூணூலையும் சிலுவையையும் அறுத்து தங்களின் மத அடையாளங் களைத் துறக்கும் இளைய தலைமுறையினரை அறிமுகப்படுத்தி துவக்கத்தில் புரட்சி நிகழ்த்திய பாரதிராஜா பிற்காலத்தில் 'பசும்பொன்' போன்ற தேவர் சமூகத்தை விதந்தோம்பும் திரைப்படத்தை எடுப்பவராகக் குறுகிப்போனது பரிதாபமானது.

இந்த வகைமையில் 'தேவர் மகன்' ஒரு முக்கியமான திரைப்படம். மதுரை, அரிவாள், வன்முறை என்பதெல்லாம் ஒரு தனிமரபாகவே தமிழ்த்திரையில் மாறிப்போவதற்கு மறைமுகமாக ஒரு முக்கிய காரணியாகவும் துவக்கமாகவும் அமைந்தது இது. 'தமிழ் சினிமாவில் சாதியம்' என்று ஆய்வுக்கட்டுரை எழுத முனைபவர்கள் எல்லாம் இத்திரைப்படத்திற்கென்று நாலு பக்கம் ஒதுக்கி சாத்து சாத்தென்று சாத்தினார்கள். காட்ஃபாதர் திரைக்கதையை நகலெடுத்து இத்தாலிய மாஃபியாவின் வன்முறையுலகை தமிழ்ப்பிரதேச சாதிய வன்முறையின் பின்புலத்தோடு இணைத்திருப்பார் கமல்ஹாசன் (இயக்குநர் பரதன்தானே?). வன்முறையில் ஊறியிருக்கும் ஒரு

பழமைவாதத்தையும் நவீன மனதின் நாகரிகத்தையும் இணைக்கோடாக நிறுத்தி இருமுனைகளையும் சித்திரித்து படம் முழுக்கவே ஒரு சமநிலையை ஏற்படுத்த முயன்றிருப்பார். ஆனால் துரதிர்ஷ்டமாக இது பிற்கால வன்முறையைத் தூண்டினதொரு படைப்பாகவும் சாதியப் பெருமையை சித்திரிக்கும் திரைப்படமாகவுமான அவப்பெயரோடு வரலாற்றுப் புகழ்பெற்றுவிட்டது.

'புள்ள குட்டிங்களை படிக்க வைங்கடா' என்கிற அந்தப் படத்தின் நீதியை கசப்பு மருந்தாக துப்பிவிட்டு சாதியப் பெருமை என்கிற இனிப்பை மாத்திரம் தொடர்புள்ள சமூகம் கொண்டாடியதில் சாதியக் கலவரத் துன்பங்கள் நிகழ்ந்தது. ஒரு கலைஞனுக்கு அடிப்படையாக இருக்கவேண்டிய சமூகப் பொறுப்புணர்ச்சியும் பிரக்ஞையும் இல்லாமல் தேவர்மகனுக்கு பின்வந்ததொரு திரைப்படத்தின் தலைப்பையும் 'சண்டியராக' சர்ச்சையை ஏற்படுத்தும் வகையில் முன்வைத்த கமலின் அராஜகம் கண்டிக்கப்படவேண்டியதுதான். ஆனால், சமூகமானது தாம் நிகழ்த்தும் குற்றங்களுக்காகவும் தவறுகளுக்காகவும் சுயவிசாரணையில் ஈடுபடாமல் சினிமாவைக் குறைசொல்லித் தப்பிப்பதில் உபயோகமில்லை.

எந்தவொரு கலைப்படைப்பும் குறிப்பாக சினிமா போன்ற வலிமையான ஊடகத்தின் மூலம் வெளிப்படும் படைப்புகள், சமூகத்தின் ஆழ்மனங்களில் உறைந்து அந்தந்த சமயங்களில் சாதகமாக அல்லது பாதகமாக வெளிப்படும் என்கிற உண்மை ஒருபுறமிருந்தாலும் செயற்கையாகக் கட்டமைக்கப்படும் நாடகத்தன்மைகளைக்கொண்ட சினிமாவை அதன் பிரத்யேகப் புரிதலுடன் அணுகாமல் அதன் செல்வாக்கு ஒரு சமூகத்தில் இத்தனை ஆழமாகப் பாதிக்கப் படுமளவுக்கு இருக்கிறதென்றால் கலாசாரரீதியாக அந்தச் சமூகம் அத்தனை பலவீனங்களுடன் இருக்கிறது என்பதுதானே பொருள்? சாதியக் கலவரங்களுக்கு சினிமா ஒரு காரணமாக வித்திடுகிறது என்று வாதிடுவோர் சினிமா என்கிற ஊடகம் சாத்தியமாவதற்கு முன்னால் சமூகத்தில் நிகழ்ந்த சாதிக்கலவரங்களின் பட்டியலையும் ஒருமுறை ஆராய்ந்து பார்ப்பது நல்லது. சாதிய வேறுபாடுகளை தங்களின் மனங்களிலிருந்து போக்கும் அகரீதியான மாற்றத்தையும் முதிர்ச்சியையும் நோக்கித்தான் ஒரு சமூகம் நகர வேண்டும். 'அவன் காட்டுமிராண்டிதான். மெதுவாத்தேன் வருவான்' என்று அடம்பிடிக்கக் கூடாது. கடந்த கால வரலாற்றுப் பெருமைகளின் எச்சங்களைப் பாதுகாப்பதாக நினைத்துக்கொண்டு நிகழ்காலத் தவறுகளுக்குக் காரணமாக இருக்கக்கூடாது.

●

இப்படியாக இடைநிலைச்சாதியின் அடையாளத்தோடு சமீபத்தில் வெளிவந்திருக்கும் திரைப்படம் 'மதயானைக்கூட்டம்'.

சாதியப் பெருமையையும் அதன் மூலம் நிகழும் வன்முறையையும் உயர்த்திப் பிடிக்கிறது என்று இந்தப் படைப்பின் மீதும் குற்றச்சாட்டு எழுகிறது. அந்த மனத்தடையைக் கடந்து வந்து நுட்பமாகக் கவனித்தால் இது அப்படியாக உரையாடவில்லை என்பதை உணர முடியும். திரைப்படத்தின் தலைப்பே, எதையும் திருவுருவாக்க முயலாமல் 'இது மூர்க்கமான மனிதர்களின் கதை' என்கிற பொருள்பட அமைந்திருப்பதை காணலாம். கள்ளர் சமூகத்தைப் பின்புலமாகக் கொண்டு அமைந்திருக்கும் இத்திரைப்படம் அதன் அசட்டுத்தனமான பெருமைகளுக்காகவும் பாரம்பரியத்தைக் காப்பதற்கும் அந்தச் சமூகத்துக்குள்ளேயே நிகழும் வன்முறைகளையும் உயிர்ப்பலி களையும் எவ்வித மனச்சாய்வுமில்லாத ஒரு பார்வையாளனின் கோணத்தில் ஓர் ஆவணத்தன்மையுடன் பதிவு செய்திருக்கிறது. படத்தின் இறுதியில் நீதி சொல்லும் அபத்தங்கள் ஏதுமின்றி படத்தில் நிகழும் அழுத்தமான சம்பவங்கள் மூலமே நம்முடைய சமூகம் சாதி என்கிற இறுக்கமான மனோபாவத்தில் எத்தனை கோணங்கித்தனமாக இயங்கிக் கொண்டிருக்கிறது என்பதை உணர்த்துகிறது.

'யாரையாவது தாக்கி விட்டுச் சிறைக்குச் சென்றால் அதிலொரு பெருமை, கொன்று விட்டுச் சென்றால் அதற்கு கிடைக்கும் பிரத்யேக அந்தஸ்து, சிறையிலிருந்து வெளிவரும்போது கிடைக்கும் வரவேற்பு, அதற்கான செய்முறை, பங்காளி பகைகளால் நின்று போகும் திருமணங்கள், தகர்ந்து போகும் கனவுகள், சடங்குகளின் மூலம் உறவுகளிடம் மறைமுகமான அழுத்தங்களின் மூலம் கட்டாயமாக வசூலிக்கப்படும் செய்முறைகள், அதிலிருந்து கிளைத்து வெடிக்கும் வன்முறைகள், சட்டத்துக்குக் கட்டுப்படாமல் தங்களின் வன்மங்களைத் தாங்களாவே வீம்புடன் தீர்த்துக்கொள்ள விழையும் தந்திரங்கள்... இரண்டாம் மனைவியாக அமைந்ததாலேயே அக்குடும்பம் சுயசமூகத்தில் எதிர்கொள்ளும் புறக்கணிப்பின் துயரம் என்று இந்தச் சிக்கலான மனோபாவங்களை நுண்ணுணர்வுத் தன்மையுடனும் சுவாரசியமான திரைக்கதையுடன் சொல்கிறது. 'கபில்தேவ் என்று பெயரிடப்பட்டதால் கவாஸ்கர் என்று போட்டிக்கு பெயர் வைக்கும் அளவுக்கு இவர்களின் பகைமையின் அபத்தம் நிறைந்திருப்பது ஒரு வசனத்தின் மூலமாகவே கேலியாகச் சுட்டிக் காட்டப்படுகிறது (ஏம்ப்பா, கபில்தேவ் நம்ம ஆளுங்களாப்பா? - தேவர்னு பேரிருக்கு. நம்ம ஆளுங்களா இல்லாமயாப்பா.. இருப்பாங்க).

ஜெயக்கோடித் தேவருக்கு செவனம்மா, பிரேமா என்று இரு மனைவிகள். இரண்டாம் மனைவியைத் தேடிக்கொண்டதால் தன் கணவரின் மீது வெறுப்பு கொண்டு அவரைப் பிரிந்து தன் சகோதரனான வீரத்தேவருடன் வசிக்கிறார் மூத்த மனைவி செவனம்மா. இரு குடும்பத்தின் வாரிசுகள் தங்களுக்குள் இணைக்கமாக இருந்தாலும் மூத்தவர்களுக்குள் இருக்கும் பகை நீறுபூத்த நெருப்பாக உறைந்து கிடக்கிறது. ஜெயக்கோடி தேவரின் மரணத்துக்குப் பிறகு இரண்டாவது குடும்பம் முற்றிலுமாக ஒதுக்கிவைக்கப்படுகிறது. முதலாவது குடும்பத்தில், ஒரு விபத்தின் மூலம் நிகழ்ந்துவிடும் மரணத்துக்காக வீரத் தேவர் இரண்டாவது குடும்பத்தின் வாரிசான பார்த்திபனை கொலை வெறியுடன் தேடுகிறார். மதயானைக் கூட்டத்தின் துரத்தல்களிலிருந்து தப்பிப் பிழைத்து மறைந்து வாழ்கிறான் பார்த்திபன். செவனம்மா அவனுக்கு மறைமுகமாக உதவுகிறார். ஒரு சூழலில் தன்னைத் தாக்கிவிட்டுத் தப்பியோடும் அவனை வரவழைக்க அவனது தாயைக் கொல்ல திட்டமிடுகிறார் வீரத்தேவர். தன் பாசமிகு தங்கையின் மீது முதன்முறையாக அவருக்கு சந்தேகம் வருகிறது. அடிப்படையான அறங்களிலிருந்து அதுவரை மீற விரும்பியிராத செவனம்மா, தன் அண்ணனிடம் மீதுள்ள பாசத்தை நிரூபிக்க தானே பார்த்திபனின் தாயைக் கொல்கிறார். தாயின் சடலத்தைக் காண வரும் பார்த்திபனை வீரத்தேவரின் மகன்கள் கொல்ல முயல்கின்றனர். அவர்களால் சமாளிக்க முடியாமல் போக ராமாயணத்து வாலியின் மரணம் நிகழ்வதைப்போல பார்த்திபனை மறைந்திருந்து கொல்கிறார் வீரத்தேவர். பார்த்திபனின் குருதி பாய்ந்த நிலத்தின் மீது தன் துரோகத்தின் மீதான குற்றவுணர்வில் செவனம்மா பெருங்குரலெடுத்து கதறியழுவதோடு படம் முடிகிறது.

●

மரணம் ஓர் உருவகமாக, கரிய இருளைப்போல இத்திரைப்படம் முழுவதுமாகக் கவிந்திருக்கிறது. கூடவே குருதியின் வாசனையும். ஜெயக்கோடி தேவரின் மரணச் சடங்குகளோடுதான் இத்திரைப்படம் துவங்குகிறது. மரண வீட்டின் சூழலும் சடங்குகளின் நுண்விவரங்களும் அற்புதமான மாண்டேஜ் காட்சிகளாக நம் முன் விரிகின்றன. கூத்துக்கலைஞர்களின் மூலமாக கதாபாத்திரங்களின் வரைபடமும் அதுவரையிலான காட்சிகளின் நிகழ்வுகளும் நமக்கு அறிமுக மாகின்றன. ஜெயக்கொடி தேவரின் இரண்டாவது மனைவியைப்பற்றி அவர்கள் உரையாட முற்படும்போது இறந்தவரின் உறவினர்களால் வெறுப்போடு தடுக்கப்படுகிறார்கள். எனவே, இரண்டு குடும்பங் களுக்கும் பாலமாக இருக்கும் ஒரு வழக்கறிஞரின் மூலமாக இரண்டாவது குடும்பம் பற்றிய விவரணைகள் தொடர்கின்றன.

இயக்குநர் காட்சிகளின் நம்பகத்தன்மைக்காக எத்தனை மெனக்கெட்டிருக்கிறார் என்பதற்கான உதாரணமிது.

வீரத் தேவராக நடித்திருக்கும் எழுத்தாளரான வேலராமமூர்த்தி மூலம் ஓர் அற்புதமான நடிகர் தமிழத்திரையுலகுக்குக் கிடைத்திருக்கிறார். அவரை சிறப்பாக பயன்படுத்திய இயக்குநரைப் பாராட்டியேயாக வேண்டும். ‘ஆடுகளம்’ திரைப்படத்தில் பேட்டைக்காரனாக நடித்து அசத்திய கவிஞர் ஜெயபாலனுக்கு நிகரான பாத்திரமிது. தமிழ் இலக்கியமும் சினிமாவும் எழுத்தினால் அல்லாது நடிப்பினால் சந்திக்கும் இந்த விஷயமும் சுவாரசியமாகத்தான் இருக்கிறது. வீரத்தேவருக்கும் செவனம்மாவுக்குமான அண்ணன்-தங்கை உறவு, கிழக்குச் சீமையிலே திரைப்படத்தை நினைவுப்படுத்தினாலும் அதிலிருந்த நாடகத்தன்மையைப் பெரும்பாலும் தவிர்த்து மெளனமான காட்சிகளாலும் முகபாவங்களாலுமே அற்புதமாகச் சித்திரிக்கப் பட்டிருக்கிறது. தமிழ்த் திரையில் இதுவரை சரியாக பயன்படுத்தப் படாமலிருக்கும் விஜி, செவனம்மாவாக தனது மிகச் சிறந்த பங்களிப்பை வழங்கியிருக்கிறார்.

ஜெயக்கோடி தேவராக நடித்திருக்கும் முருகன், பூலோகராசா, வீரத்தேவரின் மகன்கள், பங்காளிகள், இரண்டாவது மனைவியின் குடும்பம் என்று பெரும்பாலான முகங்கள் அச்சு அசலான மண்சார்ந்த நிறத்துடன் பதிவாகியிருக்கின்றன. கதிர் மற்றும் ஓவியாவிற்கிடையில் நிகழும் காதல் காட்சிகளும் அது தொடர்பான பாடல்களுமே இத்திரைப்படத்தின் மையத்துக்குப் பின்னடைவை ஏற்படுத்தும் காட்சிகள். ஒருவேளை வணிகரீதியான காரணங்களுக்காக தமிழ் சினிமாவிலிருந்து பிரிக்கவே முடியாத காதல் காட்சிகளும் பாடல்களும் இணைக்கப்பட்டிருக்கலாம். இயக்குநர் முழுச் சுதந்திரமாக இயங்க அனுமதிக்கப்பட்டிருந்தால் இந்தத் தேய்வழக்குகள் தவிர்க்கப்பட்டு திரைப்படத்தின் இறுதி வடிவம் வேறு மாதிரியான கலைத் தன்மையுடன் உருவாகியிருக்கலாம்.

இசையமைப்பாளர் ரகுநந்தனை தனித்துப் பாராட்டவேண்டும். நீண்ட காலத்துக்குப் பிறகு ஒரு தமிழ் சினிமாவின் பின்னணி இசை, காட்சிகளின் மனநிலைக்குப் பொருத்தமாக ஒலிப்பதை ஆச்சரியத்துடன் கவனித்தேன். அது போல இதில் ஒலிக்கும் பாடல்களும். தமிழ் சினிமாவில் இளையராஜாவின் மூலமாகத்தான் நாட்டுப்புற இசையின் ஒலி முதன் முதலாகவும் தொடர்ச்சியாகவும் பதிவாகியது என்றாலும் அது சினிமாவின் பிரத்யேக செயற்கைத் தன்மைகளுடனும் நகாசு வேலைகளுடனும் ஒலித்ததே ஒழிய அசலான நிறத்தை வழங்கத் தவறியது. அவரின் வாரிசான யுவன்சங்கர் ராஜா ‘பருத்தி வீரனின்’ மூலம் இதை சற்று விஸ்தரித்தார். ஒரே வகையான

தாளகதியில் மெட்டில் ஒலிப்பது நாட்டார் இசையின் பிரத்யேக அடையாளங்களுள் ஒன்று.

வழக்கமான திரையிசைப் பாடல்கள் இரண்டைத் தவிர சாத்தியமான அளவிற்கு நாட்டுப்புற இசையின் அடையாளத்தை மற்ற பாடல்களில் வெற்றிகரமாக கடத்திவிட்டார் ரகுநந்தன். தஞ்சை செல்வி அற்புதமாகப் பாடியிருக்கும் ‘எங்க போற மகனே’ என்கிற பாடல் நல்ல உதாரணம். அதுபோல் இதன் பாடல்கள் அனைத்தையும் ஏகாதசி என்பவர் எழுதியிருக்கிறார். சினிமாவின் வழக்கமான ‘மானே தேனே.. நிலவே கனவே’ என்கிற செயற்கைத்தனமான வார்த்தைகள் அல்லாமல் அசலான நாட்டுப்புற வார்த்தைகள் அதன் இயற்கையான கவித்துவத்துடன் ஒலிக்கின்றன. ‘பஞ்சாங்கம் பார்க்க வந்த பார்ப்பனுக்கு கண்குருடோ’ என்கிற வரி தப்பி வரும் போது ‘வெட்டியானுக்குச் சொல்லி வெச்சோம்’ என்கிற வரியில் வெட்டியான் என்கிற வார்த்தை காட்சியின் பின்னணியில் மௌனமாகிவிட்டது. அபத்தமான சென்சார் விதிகள் என்ன அடிப்படையில் இயங்குகின்றன என்று தெரியவில்லை.

படத்தின் இயக்குநரான விக்ரம் சுகுமாரன் ‘ஆடுகளம்’ திரைப்படத்தின் வசனகர்த்தா என்று அறிய வரும் போது ஆச்சரியமாக இல்லை. ஆடுகளத்தின் திரைக்கதையில் ஆதாரமாக இயங்கும் வன்மம் என்கிற குணாதிசயமே இதிலும் மையமாக இயங்குகிறது. இந்த இயக்குநர் பாலுமகேந்திராவிடம் உதவியாளராகப் பணியாற்றியவர் என்றும் தெரிகிறது. பொதுவாக தமிழ்த்திரையில் உதவி இயக்குநர்களாக இருந்து இயக்குநர்களாக மாறுவர்கள் தங்கள் குருநாதர்களின் பாதிப்பிலிருந்தும் பாதையிலிருந்தும் பெரிதும் விலகாமல் பயணம் செய்வார்கள். இந்த செயற்கையான ஒழுங்கை முதலில் உடைத்தவராக பாலா அறியப்படுகிறார்.

மென்மையான திரைப்படங்களை உருவாக்கினவராக அறியப்படும் பாலுமகேந்திராவின் படைப்புகளிலிருந்து விலகி தமிழ்த்திரை அதுவரை பார்த்திராத உலகங்களை அதன் இருண்மைகளோடும் கச்சாத்தன்மையோடும் பதிவு செய்த பெருமை அவருக்குண்டு. காட்சிகளைக் கலைநயத்துடனும் பாத்திரங்களின் அகரீதியான மனநிலை வெளிப்படும்படியான நுண்ணுணர்வுத்தன்மையோடும் உருவாக்கும் படைப்பாளிகள் தமிழ் சினிமாவில் அபூர்வம். விக்ரம் சுகுமாரன் இந்த வரிசையில் ‘மதயானைக் கூட்டம்’ மூலம் மிகுந்த நம்பிக்கை தரும் ஒரு படைப்பாளியாக வெளிப்பட்டிருக்கிறார். குறிப்பிட்ட சமூகத்தினர் உட்பட எவரும் இத்திரைப்படத்தை முன்முடிவுகளற்று பார்த்தால் ‘சாதியின் பெயரால் எத்தனை அற்பமான காரணங்களுக்காக பகைமையையும் வன்மத்தையும் வளர்த்துக்

கொண்டிருக்கிறோம்' என்கிற குற்றவுணர்வை அடையவைக்கும் வகையில் சமூகத்தின் கண்ணாடி பிம்பமாகவே இத்திரைப்படம் அமைந்திருக்கிறது.

●

இடைநிலைச் சாதிகளின் அடையாளத்தோடும் அதன் தவிர்க்க வேண்டிய பெருமைகளோடும் தமிழ் திரைப்படங்கள் உருவாகிக் கொண்டு வரும் நேரத்தில் தாழ்த்தப்பட்ட சமூகங்களின் அடையாளத் தோடும் அதன் பிரச்னைகளையும் வலிகளையும் போராட்டங்களையும் வெளிப்படுத்தும் படைப்புகள் தமிழ் சினிமாவில் இன்னமும் சரியாக வெளியாகாதது அதன் போதாமையைச் சுட்டிக்காட்டுகிறது. மிகுதியான நாடகத்தனங்களைக் கொண்டிருந்தாலும் தமிழ் சினிமாவில் துவக்கத்திலேயே *(1935)* 'நந்தனார் சரித்திரம்' போன்ற தலித் சமூகம் சார்ந்த கதையாடல்கள் பதிவாகியிருந்தாலும் அது தொடராததற்கு சமூகத்தின் எதிரொலியாக தமிழ்த்திரையிலும் விளங்கும் நவீன தீண்டாமைதான் காரணமா என்று தெரியவில்லை. சேரனின் 'பாரதி கண்ணம்மா' முதற்கொண்டு சமீபத்தில் வெளிவந்த 'அட்டகத்தி' வரை இதன் மெலிதான அடையாளங்களோடு உருவாக்கப்பட்டிருந்தாலும் காதலை மையமாகக் கொண்டிருந்ததால் சாதியம் குறித்த ஆழமான பார்வையைக் கொண்டிருப்பதாக கருதமுடியாது. பல திரை விழாக்களில் விருதுபெற்றிருக்கும் மராத்திய திரைப்படமான Fandry போன்று தமிழிலும் திரைப்படங்கள் உருவாக வேண்டிய அவசியமிருக்கிறது.

(உயிர்மை - பிப்ரவரி 2014)

தங்க மீன்கள்

மிகையின் கலை

ஒரு முன்குறிப்பு:

'தங்கமீன்கள்' திரைப்படம் வெளிவந்தபோது அது குறித்து பிரமாதம், சிறந்த படம், குப்பை, சென்டிமென்ட் அழுகாச்சிபடம், போலியான திரைப்படம் என்கிற விதமான பல்வேறு விமர்சனங்கள் வந்தன. இணையத்தில் சில அறிவுஜீவிகள் தங்களின் வீங்கின மூளையுடன் இத்திரைப்படத்தை தடவிப் பார்த்து உற்சாகமாக திட்டித் தீர்த்தார்கள். பல அபத்தமான கருத்துகள் வெளிப்பட்டன. இந்தநிலையில் இத்திரைப்படத்தைப் பார்த்தேன். எனக்குப் பிடித்திருந்தது. சிறந்தபடம் என்று சொல்ல முடியாவிட்டாலும் இத்தனை மூர்க்கத்துடன் புறக்கணிக்கப்பட வேண்டிய திரைப்படமல்ல என்பது மாத்திரம் உறுதியாகத் தெரிந்தது. இத்திரைப்படம் குறித்து சில நண்பர்கள் முன்வைத்த எதிர்மறையான விமர்சனங்களின் சில பகுதிகளுக்கு இந்தக் கட்டுரையில் விடைகாண முயன்றிருக்கிறேன்.

இத்திரைப்படத்தைப் பற்றி உரையாடுவதற்கு முன் சிலவற்றைச் சற்று கறாராகத் தீர்மானத்துக்கொள்வது சரியாக இருக்கும் என்று தோன்றுகிறது. எந்தவொரு கலைப்படைப்பிலும் அதன் உள் அடுக்குகளில் நிறைய சிறந்த விஷயங்களையும் புத்திசாலித்தனங்களையும் கொண்டிருந்தாலும் அதனுடைய முழுமையான வடிவத்தை சற்று தள்ளி நின்று பார்க்கும்போது தன்னுடைய இலக்கை நோக்கின தெளிவையும் சீரான பயணத்தையும் கொண்டிருக்கவேண்டும். ஒரு திரைப்படத்தின் பார்வையாளனும் அதனுள் இருக்கும் பல சிறந்த விஷயங்களை அப்போதைக்கு உணர்ந்தாலும் படம் உரையாடும் ஒட்டுமொத்தமான தொனியைத்தான் ஒரு தொகுப்பாக தன் நினைவில் காலங்கடந்தும் நிறுத்திக் கொண்டிருப்பான்.

அந்தவகையில் தங்கமீன்கள், அதனுடைய முழுமையான வடிவத்தின் தெளிவான பயணத்திலிருந்து விலகியிருக்கிறது. மிகையுணர்ச்சிகள், சில நம்பகத்தன்மையற்ற காட்சிக்கோர்வைகள் போன்றவற்றினால் இந்தப் படைப்பின் கலையமைதி சிதைந்திருக்கிறது. படத்தின் மையம் எதுவென ஒரு தெளிவில்லை. தந்தைக்கும் மகளுக்குமான அன்பா, அல்லது சமகால கல்விமுறை இயங்குவதில் உள்ள அபத்தமா, அல்லது இரண்டிற்கும் இடையிலான தத்தளிப்பா, லாபத்தில் இயங்கும் தனியார் பள்ளிகள் x தன்னிச்சையாக இயங்கும் அரசுப் பள்ளிகளுக்கு இடையிலான ஒப்பீடா என்று பல குழப்பங்களில் மூழ்கியிருக்கிறது. போதாதற்கு 'நல்லாசிரியர்களுக்கு சமர்ப்பணம்' என்று எண்ட்கார்டு போட்டு கூடுதல் குழப்பத்தை இயக்குநர் ஏற்படுத்தியிருக்கிறாரோ என்று தோன்றுகிறது.

ஆனால், ஒரு திரைப்படம் ஒரு தொனியைத்தான் அதன் மையமாகக் கொண்டிருக்கவேண்டும் என்று கறாரான எந்தவொரு விதியுமில்லை. கலை வாழ்க்கையை பிரதிபலிக்கவேண்டும் என்கிற நோக்கில், நம் வாழ்விலும் எத்தனை பிரச்னைகளின் மையங்கள் குறுக்கும் நெடுக்குமாக ஓடுகின்றன. திரைப்படத்திலும் அது பிரதிபலிக்கலாம். ஆனால் அந்தக் கலவை, அந்தப் படைப்பின் கலையமைதி கெடாமல் கச்சிதமான, உறுத்தலற்ற திரைக்கதையாக திட்டமிட்டிருக்கப்பட வேண்டும். ராமின் திரைப்படம் இதைத் தவற விட்டிருப்பதாகத் தோன்றுகிறது.

இந்த இடையூறுகளைத் தாண்டி 'தங்க மீன்களிடம்' ஒரு பார்வையாளன் தன்னை முழுவதுமாக ஒப்படைத்துக்கொண்டால் மிகச் சிறந்த அனுபவத்துக்குள்ளாக முடியும் என்பதில் சந்தேகமில்லை. இதில் துண்டு துண்டாக மிகச் சிறந்த பல தருணங்கள் இருக்கின்றன. கல்யாணி என்கிற கல்யாணசுந்தரத்தின் அசலான வாழ்க்கை இருக்கிறது. உறுதியான இழையால் பிணைந்திருக்கும் தந்தைக்கும் மகளுக்குமான தூய அன்பு இருக்கிறது. வருங்கால தலைமுறையை அதன் எல்லா

இயல்புகளையும் சிந்தனைகளையும் துடைத்து விட்டு பொருளீட்ட மாத்திரமே தூண்டும், பணத்தை மாத்திரமே துப்பத் தெரிந்த ATM இயந்திரங்களாக மாற்றுகிற சமகால கல்வித்துறையின் மீதான விமர்சனம் இருக்கிறது. குடும்பம் என்கிற நிறுவனம் தனிநபர்களுக்கு ஏற்படுத்தும் அழுத்தங்களையும் அதனால் ஏற்படும் உறவுச் சிக்கல் களையும் மனஅழுத்தங்களையும் பற்றித் திரைப்படம் உரையாடுகிறது.

●

இயக்குநர் ராமின் முதல் படைப்பான 'கற்றது தமிழ்' திரைப்படம், பால்யத்திலிருந்து தொடரும் காதலை ஓர் இழையாகவும் குழப்பமான கல்விமுறைகளாலும் அரசியல் கொள்கைகளினாலும் சமூகத்தில் ஏற்படும் பொருளாதார சமநிலைமையின்மையை இன்னொரு இழையுமாகக்கொண்டு பயணத்திருந்தது. அதிகாரத்தைக் கைப்பற்று வதற்கு மொழியுணர்வை ஆயுதமாக, படிக்கட்டாகப் பயன்படுத்திய அரசியல் கட்சிகள், தங்கள் இலக்கை அடைந்தவுடன் கொள்கைகளைக் காற்றில் பறக்கவிட்டன. ஆனால், அந்த உணர்வின் தூண்டுதலால் தமிழை மாத்திரமே அறிந்த தலைமுறை, உலகமயமாக்கத்தின் தாக்குதலைட் சமாளிக்க முடியாமல் திகைத்து நிற்கிறது. கொள்கை களை உருவாக்கினவர்களின் அடுத்த தலைமுறை திரவியம் ஈட்ட டெல்லிவரை செல்லும் செல்வாக்கைப் பெற, கொள்கைகளைப் பின்பற்றின அப்பாவிகள் கூடுவாஞ்சேரியைத் தாண்ட முடியாமல் தேங்கிப் போனார்கள்.

அவ்வாறே 'தங்கமீன்கள்' திரைப்படமும் தந்தை x மகள் இடையிலான அன்பும் பாசமும் ஓர் இழையிலும், கல்விக்கூடம் எனும் நிறுவனம் மனப்பாடக் கல்வியைத் திணித்து சுயசிந்தனைகளை அழித்து குழந்தைகளின் மீது செலுத்துகிற வன்முறையையும் மனஉளைச் சலையும் பற்றி மற்றொரு இழையிலும் உரையாடுகிறது. குடும்பங்களில் உள்ள உறவுச்சிக்கல்கள், ஆதிக்கங்கள், உலகமய மாக்கலின் எதிரொலி நுகர்வுக் கலாசாரமாக நடுத்தரவர்க்கத்தினரின் வாழ்வில் எதிரொலிப்பது போன்றவை கிளை இழைகள்.

●

நாகர்கோவிலின் சிறுநகரத்தில் பாத்திரங்களுக்கு பாலிஷ் போடும் வேலையைச் செய்பவன் கல்யாணசுந்தரம் என்கிற கல்யாணி. பெருநகர் சென்று பொருளீட்டுவதைவிடவும் தன்னுடைய பாச மகளின் அருகிலேயே இருக்கவேண்டும் என்பதற்காக நீண்ட வருடங்களாகவே சொற்ப வருமானத்துடனும், சமயங்களில் அது கிடைக்காமலும் அங்கேயே பணிபுரிகிறான். 'சில்வர்மேனாக' தன்னைக் காண மகள் சந்தோஷப்படுவாள் என்பதற்காக பணியின்போது தன் முகத்தில் படும் கெமிக்கல் கறையைத் துடைக்காமல் அப்படியே பள்ளிக்குச்

செல்கிறான். அதற்காக அவனை முட்டாள் என்று பொருள் கொள்ள முடியாது. தன்னுடைய தந்தையின் பொருளாதார உதவியை மறுக்கக் கூடிய சுயமரியாதை அவனுக்கு இருக்கிறது. பணத்தை வைத்துக் கொண்டே அலைய வைக்கும் நண்பனிடம் கோபத்தைக் காட்ட முடிகிறது. சிக்கலான சூழலில் வீட்டை விட்டு வெளியேற முடிகிறது. விலையுயர்ந்த நாயை மகள் கேட்கும்போது, அவளிடம் சொல்லி புரியவைத்துவிடலாம்தான் என்றாலும் அவளும் புரிந்து கொள்ளக் கூடியவள்தான் என்றாலும், தன்னுடைய தந்தைமையை அவளிடம் நிரூபிக்க, தனக்கு உடம்பு சரியில்லை என்றவுடன் உதவி செய்ய தானாக வீட்டை விட்டுக் கிளம்பி விட்ட அவளின் அற்புதமான பாசத்துக்குக் கைம்மாறாக தன்னுடைய சக்திக்கு மீறி எங்கெங்கோ பயணம் செய்ய முடிகிறது, எவரெவர் காலிலோ விழ முடிகிறது.

ஒரு கீழை பிரதேச நடுத்தரவர்க்க தகப்பனின் சித்திரம் கல்யாணியின் மூலமாக அதன் விசித்திரங்களோடும் விதிவிலக்குகளோடும் உணர்வு களோடும் அற்புதமாக உருவாக்கப்பட்டிருக்கிறது. இந்தப் பாத்திரத்தின் பெயரே 'கல்யாணி' என பெண்மையின் அடையாளத்துடன் சித்திரிக்கப் பட்டிருக்கிறது. இவனின் தந்தை, இவன் குழந்தையுடனேயே சுற்றுவதைக் கண்டு 'குழந்தைக்கு எதுக்குடா ரெண்டு அம்மா, பொறுப்பா போய் சம்பாதிக்கறவன்தாண்டா அப்பன்' என்று எரிச்சல்படுகிறார். இயக்குநர் ராம், கல்யாணியாகவே அற்புதமாக உருமாறியிருக்கிறார்.

கல்யாணியின் மனைவியாக நடித்திருக்கும் ஷெல்லி கிஷோர், உதிரிப்பூக்கள் 'அஸ்வினி'யை நினைவுபடுத்தும் சோகம் இழையோடும் இயல்பான முகத்தைக் கொண்டிருக்கிறார். பொதுவாக பிரபலம் அல்லாத இயக்குநர்கள் நாயகர்களாக நடிக்கும்போது அதை சமன் செய்ய பிரபலமான நாயகியை நடிக்க வைப்பார்கள். வணிகக் காரணங் களாகக்கூட இருக்கலாம். ராம் அதைச் செய்யாமலிருப்பதே தன் படைப்பின் மீது அவர் வைத்திருக்கும் நம்பிக்கையைக் காட்டுகிறது. 'பணம் இல்லாதது இல்லைங்க பிரச்னை. பணக்காரங்க மத்தியில இருக்கறவங்களுக்குப் பணம் இல்லாததுதான் பிரச்னை' என்று மாமனாரின் வீட்டில் அண்டி வாழும் சூழலை மிகச் சரியாக புரிந்து கொண்டு அதிகம் சம்பாதிக்காத கணவனுக்கும் குத்திக்காட்டும் மாமியாருக்கும் இடையில் புழுங்கித் தவிக்கும் ஒரு சராசரியான மருமகளின் சித்திரத்தைக் கச்சிதமாக வெளிப்படுத்தியிருக்கிறார். வீட்டை விட்டு வெளியேறும் கணவன் கோபத்துடன் தன்னை அழைக்கும்போது, கதவைச் சாத்திக்கொண்டு அழுகையுடன் போக மறுப்பது, சிக்கலான சூழலில் பெண்கள் உணர்ச்சிவசப்படாமல் சமயோசிதமாக யதார்த்ததுக்கு ஏற்ற முடிவையே எடுப்பார்கள் என்கிற பிரத்யேக நுண்ணுணர்வை வெளிப்படுத்தும் காட்சி சரியாகவே பதிவாகியுள்ளது.

கணவன் தன்னை சரியாகப் புரிந்து கொள்ளவில்லையோ என்கிற கலக்கத்தில் 'நானும் செல்லம்மா மாதிரிதாங்க' எனும் காட்சிகள், வீட்டின் உள் அரசியல் தாங்காமல் வெளியே கணவனுக்காகக் காத்திருந்து வெளியே சென்று உரையாடுவது போன்ற காட்சிகள், மருமகள்களின் துயரங்களின் சாட்சியாக இருக்கின்றன.

திரைப்படத்தின் பிரதான பாத்திரங்களுள் ஒன்றான செல்லம்மா-கல்யாணியின் மகள். சாதனா என்கிற சிறுமி இந்தப் பாத்திரத்தில் மிகச் சிறப்பாக நடித்திருக்கிறார். குழந்தைகளுக்கான தேசிய விருது பெறத் தகுதியானவர் என்று தோன்றுகிறது. குமாஸ்தாக்களை உருவாக்கு வதற்காக ஆங்கிலேயேர் காலத்தில் உருவாக்கப்பட்ட கல்விமுறையை அதிகம் மாற்றமின்றி இன்னமும் புழக்கத்தில் வைத்திருக்கும் பள்ளிகள், குழந்தைகளின் சுயசிந்தனைகளை அழித்து மனப்பாடக்கல்வியையே பெரிதும் ஊக்குவிக்கின்றன. இதனாலேயே இதில் பின்தங்கியிருக்கும் செல்லம்மா, கற்றல் திறனில் குறையுள்ளவளாகக் கருதப்படுகிறாள். ஆதிமனிதன் இயற்கையின் மூலமாகவே பல விஷயங்களைக் கற்றுக் கொண்டான். செல்லம்மாவும் இயற்கையை மிக நுட்பமாகக் கவனிப்பதின் மூலமாகவே தன் கற்றல் திறனை வளர்க்கிறாள். ஆனால் துரதிர்ஷ்டமாக நடைமுறையில் இது 'கிறுக்குத்தனமாகவே' புரிந்து கொள்ளப்படுகிறது. W -க்கும் M -க்கும் உள்ள வேறுபாட்டை கரடியாக கத்தி கற்றுத் தரும் ஆசிரியையிடமிருந்து புரிந்து கொள்ள முடியா விட்டாலும், இயற்கையின் மூலமாகச் சொல்லித் தரும் தகப்பனிமிருந்து உடனே கற்றுக்கொள்ள முடிகிறது. எனில் குறை எதன் மீது..? இது சமகால கல்வித்துறையை முன்னிட்டு நாம் சிந்திக்க வேண்டிய விஷயம்.

மாவட்ட ஆட்சித் தலைவர் இறந்து போவதால் பள்ளி விடுமுறை அறிவிக்கப்படும் போது கைத்தட்டி மகிழ்ந்து பிறகு தண்டனை பெறும் செல்லம்மா. 'பிறந்த நாள் உடையணிந்து 'யாரும் உன்னை இன்னிக்கு திட்டமாட்டாங்க' என்று சொல்லப்படும் போது 'அப்ப இதையே ஸ்கூல் யூனிபார்மா வெச்சா நல்லாயிருக்குமில்ல' என்று சொல்லும் செல்லம்மா. 'ஒரு கேள்விக்கு ரெண்டு பதில் சொன்னா பெயில் போடுவாங்க' எனும் செல்லம்மா இப்படி படம் முழுமையும் பார்க்க நேரும் செல்லம்மாவின் பல காட்சிகளிலிருந்து பள்ளிக்கூடங்கள் சிறைக்கூடங்களாக இயங்கிக்கொண்டிருக்கும் அவலத்தையும் இயந்திரத் தனமான கல்விமுறையையும் குழந்தைகளை ரேஸ் குதிரைகளாக மாற்றித்தரும் கல்விக்கூட முதலாளிகள் கொள்ளையடித்துக் கொழுத்துக் கொண்டிருப்பதையும் உணர முடிகிறது. கற்பனையில் தன்னை எவிட்டாவாக உருமாற்றிக் கொண்டு தன் தோழியிடம் செல்லம்மா சொல்லும் கதை ஓர் அழகான குறும்படம்.

சொற்ப நேரமே என்றாலும் எவிட்டா மிஸ்-ஸின் கிளைக்கதை வண்ண நிலவனின் சிறுகதை போல் பூடகமான சோகத்துடன் அற்புதமாக

பதிவாகியிருக்கிறது. மற்ற ஆசிரியைகள் செல்லம்மாவிடம் கடுமையாக நடந்துகொள்கிற போது எவிட்டா மிஸ் மாத்திரமே கருணையுடன் நடந்துகொள்கிறார். அதனாலேயே செல்லம்மாவுக்கு எவிட்டா மிஸ்-ஸை மிகவும் பிடித்துவிடுகிறது. எவிட்டாவுக்குத் திருமணமாகி பள்ளியை விட்டு விலகியவுடன் மகளின் வேண்டு கோளின்படி அவரின் வீட்டுக்குச் செல்கிறான் கல்யாணி. ஆனால் அவர் அங்கு மனைவியைச் சந்தேகப்படும் ஆணாதிக்க கணவனிடம் சிக்கி அவதிப்படுகிறார் என்பதை வசனங்கள் பெரிதாக ஏதுமின்றி கண நேரத்திலேயே பார்வையாளர்களுக்குப் புரியும்படியாக காட்சியமைத் திருக்கிறார் இயக்குநர். அதற்காக மனிதர்களை கருப்பும் வெள்ளையு மாகவும் சித்திரிக்கவில்லை. அந்தக் கணவன் தனது சந்தேகம் தீர்ந்தவுடன், கல்யாணியிடம் ஆதரவாக தோள் மீது கைபோட்டு பேசுகிறான். இதேபோல் இன்னொரு காட்சியில் கல்யாணியின் தங்கை பாத்திரமும். நாயக்குட்டி வாங்குவதற்காக அதிகப் பணத்தை கேட்கும் அவனிடம் தர மறுக்கிற தங்கை, அவன் வாங்கி வரும் சாக்லெட்டுக்காக மகனிடம் சண்டை போட்டு வாங்குகிறார்.

இயக்குநர் நினைத்திருந்தால் தங்கை பாத்திரத்தை ஒரு வில்லியாகவே சித்திரித்து கல்யாணி பெறப்போகும் அனுதாபத்தைக் கூட்டியிருக் கலாம். ஆனால் அதுவரை பெரிய மனுஷியாக சண்டை போடும் தங்கை, சாக்லெட்டுக்காக சண்டை போடும்போது சிறு குழந்தையாக மாறி, அந்தப் பாத்திரமே வேறு நிறத்தில் மாறும் அதிசயம் நடக்கிறது. 'பூ' ராம், ரோகிணி, பூரிக்காகத் தற்கொலையைத் தள்ளிப்போடும் சிறுமி நித்யஸ்ரீ என்று பல துணை பாத்திரங்கள் இத்திரைப்படத்துக்கு உறுதுணையாக நின்றிருக்கிறார்கள்.

ஒளிப்பதிவாகள் அர்பிந்து சாரா நிலப்பிரதேசங்களின் அழகியலை, காட்சிகளின் உணர்வுகளை சிறப்பாக பதிவாக்கியிருக்கிறார். அறையின் எல்லா ஜன்னல்களையும் அடைத்துவிட்டு தேர்வுக்காகத் தயார்செய்ய செல்லம்மா கட்டாயப்படுத்தப்படும் காட்சியில், அறையின் உச்சக்கோணத்தில் இருந்து பதிவாகும் காட்சிகள் அதுவோர் சிறையென்பதை கச்சிதமாக பார்வையாளனுக்கு உணர்த்துவது ஓர் உதாரணம். யுவனின் இசையில் ஆனந்த யாழ் பாடல் உன்னதமான அனுபவத்தைத் தருகிறது. பின்னணி இசையும் பல காட்சிகளில் அதனதன் உணர்வுகளுக்குப் பொருத்தமாகப் பின்தொடர்ந்தாலும், சில காட்சிகளில் குறிப்பாக ராம் கதறியழும் காட்சிகளில், சோகத்தைக் கூட்டுகிறேன் பேர்வழி என்று அதீதமாக ஒலித்து நெருடலை ஏற்படுத்துகிறது.

முன்னரே குறிப்பிட்டபடி இத்திரைப்படம் முழுமையாக ஒரு சிறந்த அனுபவத்தைத் தராவிட்டாலும் சில நுட்பமான காட்சிகளும் நுண்ணுணர்வுடன் உருவாக்கப்பட்ட சித்திரங்களும் சிறப்பானதாக

வெளிப்பட்டு அக்குறையைச் சமன் செய்கிறது. ஒரு காட்சியின் பின்னணியிலுள்ள நிலப்பிரதேசத்தின் தன்மையை பார்வை யாளனுக்குக் கடத்த இயக்குநர் மிகவும் மெனக்கெடுகிறார் என்பதாகப் படுகிறது. நாகர்கோவிலின் சிறுநகரமும், மலைகளும், இன்னமும் பெரிதாக கட்டடங்கள் உருவாகிக் கொண்டிருக்கும் பள்ளியும், கொச்சின் நகரமும் ஆகிய காட்சிகள் இயங்கும் பின்னணிகள், அதன் அழுத்தத்தை பார்வையாளனிடம் வலுவாக செலுத்துகின்றன. பளளிக்கூடக் கட்டடம் காட்டப்படும் அதே காட்சியில் பெருத்த சப்தத்துடன் தண்டவாளத்தில் பயணிக்கும் ரயிலின் காட்சி, குழந்தை களின் கற்பனை உலகை பள்ளிக்கூடங்கள் நசுக்கி மிதித்தொழிக்கின்றன என்பதாகவே உணர்த்துகிறது. கல்யாணி தன் நண்பனிடமிருந்து வாங்கப் போகும்க் கடனுக்காக காத்திருக்கும் வேளையில் அங்குள்ள சிறுவர்கள் 'ஒரு குடம் தண்ணி ஊத்தி ஒரே பூ பூத்தது' என்று விளையாடு கிறார்கள். அதே சமயத்தில் செல்லம்மா தனது பள்ளியில் ஆங்கிலப் பாடலுக்குச் சரியாக ஆடத்தெரியாமல் ஆசிரியையின் கண்டனத்துக்கு ஆளாகி அவமானப்படுகிறாள். நம் கலாசார வேர்களிடமிருந்து துண்டித்துக்கொண்டு அயல் கலாசாரத்தின் வேடங்களுக்கு இயங்கப் பழகிவிட்டோம் என்பது போன்ற பல நுட்பமான காட்சிகள் சுவாரசியமான அனுபவத்தைத் தருகின்றன.

●

தமிழ் சினிமாவில் ஏறக்குறைய அனைத்து திரைப்படங்களுமே அதற்கேயுரிய செயற்கைத்தனங்களுடனும் யதார்த்த வாழ்வுக்கு அந்நியமாய் இயங்குகிற மிகைகளுடன் வெளிவருகிறபோது 'தங்கமீன்கள்' போன்ற அபூர்வமான விதிவிலக்குகளே, தமிழ் சினிமாக்களின் காண்பனுவத்தை அர்த்தபூர்வமாக்குகின்றன. இதனுள் உள்ள சில குறைகளையும மீறி சிறந்த படம் எனும் தகுதியை தக்க வைத்துக்கொள்வதே இதன் வெற்றி. ஆனால் இத்திரைப்படத்துக்கான எதிர்வினைகளும் விமர்சனங்களும் அபத்தமான புரிதல்களும், சினிமா எனும் கலையை நுகர்வதில் நாம் எத்தனை பின்தங்கியும் நுண்ணுணர்வு இன்றியும் இருக்கிறோம் என்பதை உறுதிப்படுத்துவதாக அமைந் திருக்கின்றன. தர்க்கத்துக்குப் பொருந்தாததாகச் சொல்லப்படும் ஏறக்குறைய அனைத்து புகார்களுக்கும் இத்திரைப்படத்திலேயே அதற்கான நியாயங்கள் உள்ளன என்பதைச் சற்று உன்னிப்பாகப் பார்த்தாலே புரிந்துகொள்ளலாம்.

உலகமயமாக்கத்தின் விளைவாக வேலைவாயப்புகள் பெருகி ஓர் அடிமட்ட தொழிலாளிகூட கணிசமான தொகையை ஊதியமாகப் பெற்றுவிடக்கூடிய சமகாலத்தில் கல்யாணி ஏன் ஸ்கூல் பீஸ் கூட கட்டமுடியாதவாறு சொற்ப சம்பளத்தில் துயரப்படுகிறான்? எப்போது வேண்டுமானாலும் தன் மகளை பார்க்கக்கூடிய வசதிக்காகத்தான் என்று

படத்தின் காட்சிகளிலேயே விளக்கப்படுகிறது. குறைந்த சம்பளத்துக்காக கொச்சினுக்கு அவன் பயணப்படுவதற்கான முடிவு கூட மிக நெருக்கடியான சூழலில் வேறு வழியில்லாமல்தான் எடுக்கப்படுகிறது.

தங்க மீனாக மாறுவதாக கனவு காண்பதின் மூலம் தந்தையே குழந்தையிடம் தற்கொலை உணர்வைத் தூண்டுவதாக இன்னொரு புகார். படத்தின் முதல் காட்சியிலேயே குழந்தைகள் கற்பனையாக குளத்திலிருக்கும் தங்க மீன்களைப் பற்றி பேசிக் கொள்வதாகக் காட்சிகள் வருகின்றன. அதைத் தொடர்ந்து செல்லம்மா அதைக் காணச் சென்று குளத்துக்குள் இறங்கி தந்தையால் தடுக்கப்பட்டுவிடுகிறாள். பிறகு மரணத்தைப் பற்றி இருவரும் நிகழ்த்தும் உரையாடலில் 'மலைல செத்தா மேகம் ஆயிடுவாங்க. காட்ல செத்தா மரமாயிடுவாங்க. குளத்துல செத்தா தங்கமீனாயிடுவாங்க' என்கிறார் தந்தை. இயற்கையின் மூலம் கற்பித்தலை நிகழ்த்தும் தந்தை, அதன் மூலமே குழந்தையின் கற்பனைத்திறனை ஊக்குவிக்கும் விதமாக நிகழும் இந்த உரையாடல் மிக இயல்பானதாக அமைகிறது. தங்கமீன்களைக் காண விழையும் மகளின் ஆசையாக அந்த சூழலில் தற்காலிமாக நிறைவேற்ற விரும்பும் ஒரு தகப்பனின் விருப்பமாகவும் இதை உணரலாம். ஆனால் குழந்தையின் அகத்துக்குள் மரணத்தைப் பற்றின சிந்தனைகளை வளர்ப்பது பள்ளிக்கூடம் தரும் மன அழுத்தம்தான். அவளை முட்டாளாகக் காணும் சமூகம்தான்.

நாலாயிரம் ரூபாய் சொற்ப சம்பளத்தில் வாட்ச்மேனாக பணிபுரியும் கல்யாணி, ஏன் மகளுக்கு விலையுயாந்த நாய்க்குட்டியை வாங்கித்தர சம்மதித்து அத்தனை சிரமப்படுகிறான்? 'எங்கோ அலைந்து திரிந்து கொண்டிருக்கும் நாய்க்குட்டியை தகப்பன் பிடித்து வருவான் என்பதாகத்தான் குழந்தை நினைக்கிறது. இதனை இத்தனை அதிகமான விலைக்கு விற்பார்கள், செல்வந்தர்கள் கௌரவத்துக்காக இதை வளர்ப்பார்கள் என்பதெல்லாம் குழந்தைகள் உலகம் அறியாதது. தன் குழந்தைக்காக எதையுமே செய்யாமலிருப்பதாக உணரும் கல்யாணி, தன் உடல்நலக்குறைவை அறிந்தவுடன் தன்னிடம் வருவதற்காக எதையும் யோசிக்காமல் தன் மகள் வீட்டை விட்டு கிளம்பிவிட்டதாக அறியும் கல்யாணி, மிகவும் நெகிழ்ச்சியடைந்த நிலையில் அவளின் விருப்பமான நாய்க்குட்டியை எப்பாடுபட்டாவது வாங்கித்தர நினைக்கிறான். அதன் மூலம் தன் பதில் அன்பை நிரூபிக்க முடியும் என உறுதியாக நம்புகிறான். இதற்கான காட்சிகள் படத்திலேயே இருக்கின்றன.

இதன் பின்புலமாக நாம் உணர வேண்டியது, பன்னாட்டு நிறுவனங்கள் தங்களின் சந்தைப்படுத்தல்களின் தந்திரங்களின் மூலம் வாடிக்கை

யாளர்களின் ஆழ்மனங்களில் தங்களின் பொருட்களை வாங்கும் விருப்பத்தை பல்வேறு ஊடகங்களின் மூலமாக தொடர்ந்து விதைத்துக் கொண்டேயிருக்கிறார்கள் என்பதுதான். செல்லம்மாவும் நாய்க் குட்டியைப் பற்றி தொலைக்காட்சி விளம்பரத்தின் மூலமாகவே அறிகிறாள். நுகர்வுக்கலாச்சாரத்தின் பலியாடுகளாக நாம் தொடர்ந்து பயன்படுத்தப்பட்டுக் கொண்டேயிருக்கிறோம். இதை நம் வீட்டை சற்று சுற்றிப் பார்த்து எத்தனை தேவையில்லாத பொருட்களை வாங்கி அடைத்து வைத்திருக்கிறோம் என்பதிலிருந்து உணரலாம்.

கல்யாணி ஏன் மனநிலை பிறழ்ந்தவன்போல் சாலையில் ஒருவரிட மிருந்து லேப்டாப்பை பிடுங்கிக்கொண்டு ஓடி அடிவாங்குகிறான் என்பது போன்ற விதிவிலக்கான காட்சிகளைத் தவிர மற்றவை அனைத்துமே அதனதன் தர்க்க ஒழுங்குக்குள்தான் இயங்குகின்றன. இதனை கல்யாணியாக நாம் உணர்ந்தால்தான் அதைப் புரிந்துகொள்ள முடியும். நம்முடைய சௌகரியமான நிலையிலிருந்து அல்ல. ஏன் நாமே சில சிக்கலான நெருக்கடியான தருணங்களில் உணச்சிவசப்பட்டு முடிவுகளை எடுத்துவிட்டு பிறகு நிதானமாக யோசிக்கும்போது அது எத்தனை அபத்தமானதாக இருந்தது என்று பரிசீலனை செய்து கொள்கிறோம். அவ்வாறே கல்யாணியின் வாழ்வை நாம் வெளியி லிருந்து பார்த்து விட்டு முடிவுகளை எடுக்க முடியாது.

கல்யாணியை ஏன் ஒரு முட்டாளாக தன்னிடமிருந்து அந்நியப்படுத்திக் கொண்டு சில பார்வையாளர்கள் உணர்கிறார்கள் என்பதை யூகித்துப் பார்த்தேன். முன்பிருந்ததையும்விட உலகமயமாக்கத்தின் விளைவுக்கு பிறகு எவரையும் எதையும் அதன் பொருளாதார அந்தஸ்தை வைத்தே எடை போடும் பிளாஸ்டிக்தனமான அளவுகோலுக்குப் பழக்கப் பட்டிருக்கிறோம். இந்தச் சூழலில் ஒரு தோல்வியுற்ற மனிதனாக, மகளின் மீதான பாசம் ஒன்றையே பிரதானமாக நினைக்கும் கல்யாணி நமக்கு அறிவற்றவனாகத் தெரிகிறான். நகரத்துக்குப் புலம்பெயர்ந்து சம்பாதிக்கத் தெரியாத முட்டாளாகத் தெரிகிறான். அவனது அழுகை நம்மை எரிச்சலூட்டுகிறது. அன்பு, பாசம் போன்ற மெல்லுணர்ச்சி களை, பொருளீட்டுவதின் மோகம் நசுக்கி சிதைத்திருக்கிறதோ என்று சந்தேகமாக இருக்கிறது. ‘வெளியே போய் பொறுப்பா சம்பாதிக் கறவன்டா அப்பன்’ என்று ‘நல்லாசிரியர் விருது’ பெற்றிருக்கும் தந்தையாலேயே அறிவுறுத்தப்படுகிறான்.

சில குறைகளையும் மீறி தங்கமீன்கள் பார்வையாளகளால் வரவேற்கப் பட வேண்டியதொரு கலைப்படைப்பு என்பதில் சந்தேகமில்லை. இது போன்ற திரைப்படங்கள் வெற்றி பெறுவதன் மூலம்தான் இன்னமும் நல்ல திரைப்படங்கள் வெளிவருவதற்கான வாய்ப்பையும் சூழலையும் உண்டாக்க முடியும்.

சூது கவ்வும்

மாறி வரும் தமிழ் சினிமாவின் முகம்

தமிழ் சினிமாவின் வழக்கமான கதைச் சொல்லும் முறையும் சம்பிரதாய மான உள்ளடக்கமும் மெல்ல மெல்ல மாறிக் கொண்டு வருவதை சமீபத்திய திரைப்படங்கள் உணர்த்துகின்றன. சூது கவ்வும் அவ்வாறான அடையாளங்களுள் ஒன்று. உதவி இயக்குநர்களாக இருந்து குரு - சிஷ்ய வழியில் உருவாகி வரும் இயக்குநர்கள் தங்களுடைய ஆசான்களிடமிருந்து சினிமா எடுப்பதின் நுட்பங்களை மாத்திரம் கற்றுக் கொள்ளாமல் அவர்களின் சிந்தனைகளையும் தனித்தன்மைகளையும் தங்களுடைய மூளைகளுக்குள் நிரப்பிக் கொண்டு வருவதால் முந்தையவர்களின் நகல்களாகவே தொடரும் அபாயம் ஏற்பட்டுக் கொண்டிருந்தது. இவர்கள் மூச்சு திணறத்திணற அரைத்த மாவையே வேறு வேறு வடிவில் அரைத்துக் கொண்டிருந்தார்கள். ஆனால் வளர்ந்து வரும் நுட்பத்தால் இன்றைய இளம் இயக்குநர்கள் எவரையும் சார்ந்து இராமல் தாங்கள் பார்த்த சிறந்த சினிமாக்களிலிருந்து கற்றுக் கொண்டு தமிழ் சினிமாவின் மரபைக் கலைத்துக் கொண்டு வருகிறார்கள்.

இதில் ஆச்சரியமான விஷயம், தமிழ் சினிமாவின் பார்வையாளர்களும் இந்தப் புதிய போக்கை ஏற்றுக்கொண்டு இவ்வாறான படங்களை வணிகரீதியாகவும் வெற்றியடையச் செய்வதுதான். இது மின்னல் கீற்று போல தோன்றி மறைந்துவிடுமா... தொடர்ந்து தமிழ் சினிமாவின் தட்பவெப்ப நிலையே முற்றிலும் மாறி வேறு தளத்துக்கு நகர்ந்து செல்லுமா என்பது படத்தை உருவாக்குபவர்களும் காண்பவர்களும் இணைந்து நிர்ணயிக்க வேண்டியதொரு விஷயம். ஆனால் இவை தமிழ் சினிமாவின் சராசரி ரசிகர்களுக்குத்தான் புதிது. உலக சினிமா எனும் வகைமையில் அடங்கும் திரைப்படங்கள் இதையெல்லாம் தாண்டி எங்கோ பயணித்துக் கொண்டிருக்கின்றன என்பதையும் குறிப்பிட வேண்டும்.

குறும்பட உலகத்திலிருந்து முழு நீளத் திரைப்பட உலகுக்கு வந்திருப்பவர்களின் சமீபத்திய வரவு நலன் குமாரசாமி (அது நளன் இல்லையோ?). இவரின் குறும்படங்கள் சிலவற்றைப் பார்த்திருக்கிறேன். சிறுகதையின் வடிவத்தையே தனது குறும்படங் களுக்கும் உபயோகிக்கிறார். சுவாரசியமானதொரு துவக்கம், முடிவை விரைவாக நோக்கி நகர்தல், எதிர்பாராத முடிவு என்கிற வார்ப்பில் இவரின் படைப்புகள் இயங்குகின்றன. Dark comedy எனப்படும் இருண்மை நகைச்சுவை இவரது படங்களில் ஒரு சிறிய கீற்றாகக் காணக் கிடைக்கிறது.

தமிழ் சினிமாவில் இந்த இருண்மை நகைச்சுவை திரைப்படங்கள் மிக அரிது. இல்லை என்றுகூடச் சொல்லிவிடலாம். உரத்த குரலில் கத்துவதையும் உதைப்பதையுமே நகைச்சுவை என்று பார்த்து வருகிறோம். என்றாலும் கமல் தன்னுடைய ‘மும்பை எக்ஸ்பிரஸ்’ மூலம் இந்த வகைமையை லேசுபாசாக துவங்கிவைத்தார். காது கேளாத கதாநாயகன், காவல்துறை அதிகாரியின் வைப்பாட்டி நாயகி என்று தமிழ் சினிமாவின் வழக்கமான பிரதான பாத்திரங்களை கலைத்துக்கொண்டு நுழைந்தது ‘மும்பை எக்ஸ்பிரஸ். மிகத் தீவிரமாகத் திட்டமிடப்படும் குற்றச்செயல்கள் படு அபத்தமாக சொதப்பலாக எதிர்பாராதவிதமாக முடியும் வகையில் இந்தப் படத்தின் காட்சிகள் அமைந்திருக்கும். கமல் படங்களில் உள்ள பிரச்னை, அவரேதான் பிரதானமாக தெரிய மெனக்கெடுவார். தசாவதாரம் எனும் அபத்த நாடகம் சிறந்த உதாரணம். காக்கை வடை திருடிய கதையை திரைப்படமாக எடுக்கவேண்டுமென்றால் கூட அவரே காக்கையாகவும் நரியாகவும் நடிக்க விரும்புவதில்கூடத் தவறில்லை. வடையாகவும் அவரே நடிக்க விரும்பும்போதுதான் பிரச்னையாகிவிடுகிறது.

தியாகராஜன் குமாரராஜா-வின் ஆரண்ய காண்டம், இருண்மை நகைச்சுவைக்கு மிகச் சிறந்த உதாரணம். இதையே தமிழ் சினிமாவின்

முதல் dark comedy film என்றுகூடச் சொல்லலாம். முதல் பின்நவீனத்துவ சினிமா என்றும்கூட. நலன் குமாரசாமி இந்தப் பாதையில் பயணிக்க விரும்புகிறார் என்பது அவரது முயற்சிகளைப் பார்த்தால் உணர முடிகிறது. ஆனால் இந்தப் பயணத்தில் தன்னுடைய முதலடியை அழுத்தமாகப் பதித்திருக்கிறாரா என்று பார்த்தால் சற்று ஏமாற்றம்தான். முதல் திரைப்படம் என்ற சலுகை காரணமாக வேண்டுமானால் நலனைப் பாராட்டலாம். Comedy is a serious business என்பார்கள். அந்த தீவிரத்தன்மையை 'சூது கவ்வும்' -ல் பார்க்க முடியவில்லை. எல்லாமே நாடகத்தன்மையுடன் துவங்கி அதிலேயே முடிந்துவிடுகிறது. அலாரம் வைத்து எழுந்து குளித்து விபூதி பூசி அமர்வது தண்ணியடிக்க என்பதுதான் நகைச்சுவை என்று நினைத்தால் நம்மை நினைத்து நமக்கே பாவமாய்த்தான் இருக்கிறது.

ஆனால் நலன் குமாரசாமியால் வருங்காலங்களில் சிறப்பானதொரு டார்க் காமெடி திரைப்படத்தை உருவாக்கிட முடியும் என்பதற்கான அறிகுறிகள் இத்திரைப்படத்திலேயே காணக் கிடைக்கின்றன. உதாரணத்துக்கு ஒரு காட்சி. அதற்கு முன் படம் எதைப் பற்றியது என்பதைப் பார்த்துவிடலாம். ஸ்கீஸோபோர்னியா நோய் கொண்ட ஒரு சில்லறைத் திருடனும் பல்வேறு காரணங்களால் வேலையில்லாத, எளிதில் சம்பாதிக்க விரும்புகிற மூன்று இளைஞர்களும் இணைந்து தாங்கள் வகுத்துக்கொண்ட சுயவிதிகளை மீறி அமைச்சரின் மகனை கடத்த முடிவு செய்வதில் துவங்குகிற அபத்தம் படம் முழுக்க அவர்களைத் துரத்துகிறது. சில்லறைத் திருடன் தன்னுடைய சகாக்களுக்கு எடுக்கிற உபதேச வகுப்பில் போதிக்கிற முதல் விதியே 'அதிகாரத்தின் மீது கைவைக்காதே' என்பதுதான். அதற்கேற்ப நடுத்தர வாக்க மனிதர்களின் (இவர்களை பயந்த சுபாவமுள்ளவர்கள் என்று தனியாகக் குறிப்பிடத் தேவையில்லை) குழந்தைகளைக் கடத்தி சில ஆயிரங்களைக் கைப்பற்றி விட்டு அவர்களை விட்டுவிடுவார்கள். பயம் காரணமாக அவர்கள் எதுவும் செய்யமாட்டார்கள் என்பதுதான் இவர்களின் பிரதான ஆயுதம். இது ஏதோ புதிய வகையான உத்தி என்று நினைத்துவிடக்கூடாது. நமது வருமான வரித்துறையினர் பல ஆண்டுகளாக செய்துவருவதுதான் மத்திய அமைச்சர்களும் நடிகர்களும் பல ஆண்டுகளாக வரிபாக்கியை வைத்திருந்தாலும் அவர்களை கெஞ்சிக்கொண்டிருக்கும் அதே சமயத்தில் தவறுதலாகவோ அல்லாமலோ நூறு ரூபாய் குறைவாகக் கட்டினாலும் மிரட்டி சம்மன் அனுப்பி பணத்தைப் பிடுங்கும் அதே உத்திதான்.

மேலே குறிப்பிட்ட உதாரணக் காட்சியில் அமைச்சரின் மகன் தன்னைக் கடத்துபவர்களுடன் இணைந்து தந்தையின் பணத்தைப் பறிப்பதற்காக நாடகமாடுகிறான். தொலைபேசியில் வீட்டுக்குத் தாயிடம் சென்டிமென்ட்டாகப் பேசி பணத்தைக் கறக்க முயற்சிக்கிறான்.

கடத்தல்காரர்களில் ஒருவனிடம் பேசும்போது தன் கழுத்தை கெட்டியாகப் பிடித்து அழுத்து எனவும் உபதேசிக்கிறான். இதை அந்தக் கடத்தல்காரனிடம் ஒத்திகையாக தானே செய்து காட்டி 'ஏதாவது பேசு' என்கிறான். அப்போது அந்தக் கடத்தல்காரன் சொல்லும் வசனம்தான் இருண்மை நகைச்சுவையின் அடையாளம். கழுத்து நெரிக்கப்பட்டு விழி பிதுங்கும் தருணத்தில் அவன் பேசும் வசனம் 'என் வழி தனி வழி'. தமிழ் சினிமாவின் வணிக உச்சமாக கருதப்படும் ஒரு நடிகரின் புகழ்பெற்ற பஞ்ச் டயலாக்கை இதை விடவும் சிறப்பாகக் கிண்டலடித்துவிடமுடியாது.

சுமார் 40 வயதான நரைமுடியுடன் பரதேசி கோலத்திலிருக்கிற தப்பும் தவறுமாக ஆங்கிலம் பேசுகிற ஒருவன்தான் இத்திரைப்படத்தின் மைய பாத்திரம். அவனுடைய மனநோய் காரணமாக, அரூப வடிவில் மினி ஸ்கர்ட்டுடன் கூடவே இருந்து உபதேசம் செய்து கொண்டிருக்கும் காதலி, நயனதாராவுக்குக் கோயில் கட்டி அடிவாங்கி ஊரை விட்டு வருபவன், 'எதுக்கு வேலை செய்யணும்' எனும் பகல்நேர குடிகாரன், எதையும் சந்தேகமாக அணுகும் ஆனால் இறங்கி விட்டால் பெரிய அளவில் திருடத் திட்டமிடும் சாப்ட்வேர் கம்பெனி பணியாளன் என்று விநோதமான கூட்டணி.

இத்திரைப்படத்தில் எனக்கு மிகவும் பிடித்த அம்சங்களுள் எம்.எஸ்.பாஸ்கர் கதாபாத்திரத்தை, இயக்குநர் சிறப்பாக வடிவமைத்திருக்கும் விதம். எம்.எஸ்.பாஸ்கர், பூர்ணம் விஸ்வநாதன் போன்று பெரும்பான்மையாக ஓர் அசட்டுத்தனமான நகைச்சுவை நடிகராகவே இயக்குநர்களால் பயன்படுத்தப்பட்டுக் கொண்டிருப்பவர். அந்த அடையாங்களை முற்றிலும் அழித்து எம்.எஸ்.பாஸ்கரின் வேறுவித சித்திரத்தை முன்வைக்கிறார் இயக்குநர். தமிழ் சினிமாக்களின் வார்ப்பில் ஒரே மாதிரியான பாத்திரங்களில் தொடர்ந்து பயன்படுத்தப்பட்டுக் கொண்டிருந்தவர்களை, வேறுவிதமான பாத்திரங்களில் நடிக்க வைக்கும் போது, இயக்குநர்கள் அல்லது நடிகர்களின் தன்னிச்சையான நிகழ்வினாலோ திட்டமிட்டோ அவர்களின் வழக்கமான முகம் எங்காவது கசிந்துவிடும். பார்வை யாளர்கள் அந்தப் பாத்திரத்திலிருந்து விலகி, இது சினிமா என்பதை உணரும் தருணமாக அது இருக்கும். பரோட்டாவை அதிகம் தின்று புகழ்பெற்ற ஒரு நகைச்சுவை நடிகரை, அவர் தொடர்ந்து நடிக்கும் எல்லாப்படத்திலும் ஏதாவது ஒரு இடத்தில் பரோட்டாவை நினைவு கூர்வதுபோல் வசனம் வைப்பது ஓர் உதாரணமாக சொல்லலாம்.

அவ்வாறின்றி, இத்திரைப்படத்தில் நேர்மையான அரசியல்வாதியாக வரும் எம்.எஸ்.பாஸ்கர், எந்த நிலையிலும் தன்னுடைய பாத்திரத்திலிருந்து விலகி சட்டென்று அசட்டுத்தனமாக ஏதும் பேசுவதில்லை என்பது இயக்குநரின் தன்னுணர்வுடன் கூடிய

திட்டமிடலுக்கு ஓர் உதாரணம். கடந்த காலத்தின் நேர்மையான அமைச்சர்களாகக் கருதப்பட்டவர்களின் அபூர்வமான மிச்சம் போலவே அமைச்சர் ஞானோதயம் (கதாபாத்திரங்களின் சில பெயர்களே பகடியின் அடையாளமாக இருக்கின்றன - நம்பிக்கை கண்ணன் துரோகம் செய்கிறார்) மிக மிக நேர்மையாக இருக்கிறார். தனக்கு லஞ்சம் தர வந்த தொழிலதிபரை இனிக்க வரவேற்று லஞ்ச ஒழிப்பத் துறையின் அதிகாரியாரியிடம் ஒப்படைக்கும் நேர்மை. பணத்துக்காக எதையும் செய்யத் துணியும் மகனிடம் தோற்று ரிடையர்டு ஆகிறார்.

மிகவும் தீவிரமாக இயங்கும் இந்தக் கதாபாத்திரத்தைப் பார்த்து மக்கள் திரையரங்கில் சிரித்துத் தீர்க்கிறார்கள். ஒருவன் நேர்மையாக இருக்கிறான் என்பதே இன்று நம்ப முடியாததாக, நகைச்சுவையைத் தூண்டுவதற்கான காரணமாக அமைகிறது என்பதே ஒரு முரண்நகை. நேர்மை, அறம், தயாளம் போன்ற விழுமியங்கள், உலகமயமாக்கப் பட்ட, முற்றிலும் பொருளாதார சிந்தனைகளாகி விட்ட, சமகால சூழலின் முன் மண்டியிட்டு தோல்வியைத் தழுவுகின்றன. இத்திரைப் படமே இந்த எதிர் அறங்களின் உணர்வுகளில் அடிப்படையில்தான் இயங்குகிறது. மனிதன் சகமனிதனைத் தின்று வாழும் கொடூரமான காலத்தின் குற்றவுணர்வின் தடயங்கள் ஏதுமன்றி நம்மை நமக்கே அதன் சார்ந்த பகடிகளோடு இத்திரைப்படம் அறிமுகப்படுத்துகிறது.

●

தமிழ் சினிமாவின் புதிய அலை இயக்குநர்களின் பிரச்னை என்னவெனில், அதுவரை தமிழ் சினிமா இயங்கி வரும் சலித்துப் போன வார்ப்பிலிருந்து முற்றிலுமாக அவர்களால் தங்களைத் துண்டித்துக் கொண்டு வெளிவர இயலவில்லை. பார்வையாளர்களின் ரசனை, சினிமாவின் வணிகம் ஆகிய இன்னபிற விஷயங்களையும் கவனத்தில் கொண்டே அவர்கள் திரைக்கதையை எழுத வேண்டிய துர்ப்பாக்கியமான நிலையில் இருக்கிறார்கள். என்றாலும் தமிழ் சினிமாவில் பழம் தின்று கொட்டை போட்ட இயக்குநர்கள் கூட செய்யத் துணியாத சில விஷயங்களை செய்து, அதுவரையிலான மரபைக் கலைக்கும் முயற்சியில் இந்த இயக்குநர்கள் ஈடுபடுவது நம்பிக்கையை ஏற்படுத்துகிறது.

சூது கவ்வும் போன்ற அபத்த நகைச்சுவை வகையிலான திரைப் படங்களும் மேற்குலகில் உருவாக்கப்படும் அதே வகைமையிலான திரைப்படங்களின் சுமாரான நகலாகவே திகழ்கின்றன. இந்த சுவரை உடைத்துக்கொண்டு தத்தம் பிரதேசங்களின் கலாசாரம் சார்ந்த சுய முன்மாதிரிகளை அடுத்து வரும் இயக்குநர்கள் உருவாக்குவார்கள் என நம்புகிறேன்.

ஜிகர்தண்டா

முழுமை கூடாத நம்பிக்கை

தமிழ் சினிமா இயக்குநர்களுக்கு பொதுவாக இரண்டாவது படம் என்பது மிகப் பெரிய கண்டம்தான். பல வருட மெருகேற்றலில் முதல் படத்தை சிறப்பாக உருவாக்கிவிட்டு அது வணிக ரீதியாக வெற்றியும் பெற்றுவிட்டால் உடனே வரிசையில் வந்து நிற்கும் தயாரிப்பாளர்களைத் தவிர்க்க முடியாமல் இருட்டு அறையில் முரட்டு அடியாக அடுத்த படத்தை காமா சோமாவாக உருவாக்கி பெரும்பாலும் கவிழ்ந்துபோவார்கள். ஜிகர்தண்டா இயக்குநர் கார்த்திக் இந்தக் கண்டத்தை வெற்றிகரமாக தாண்டியிருக்கிறார். இதுதான் அவர் முதலில் உருவாக்க விரும்பிய படம் என்று கேள்விப்பட்டேன். அதன் உழைப்பு பல இடங்களில் தெரிகிறது.

ஐரோப்பிய சினிமாக்களில் இருந்து தமக்கான உத்வேகத்தைப் பெற்ற சில தமிழ் இயக்குநர்கள் பிற்பாடு சில வருடங்களிலேயே கலைந்து போன பொற்கால மறுமலர்ச்சியை எண்பதுகளில் உருவாக்கினார்கள். புராணப் படங்களில் இருந்து சமூக சினிமாக்களுக்கு தாவி பிறகு

அங்கிருந்து ஒரு குறிப்பிட்ட வகையான மசாலா டப்பாவில் சிக்கி தேங்கிப்போன தமிழ் சினிமா சற்று சோம்பல் முறித்து மேலே பயணப்படுவதற்கு பாலுமகேந்திரா, மகேந்திரன், ருத்ரைய்யா போன்றவர்கள் அந்த மறுமலர்ச்சிக் காலத்தில் காரணமாக இருந்தார்கள். ஐரோப்பிய சினிமாக்களைப் போன்று தனிமனிதர்களின் அகரீதியான பிரச்னைகள், உறவுச்சிக்கல்கள், உளவியல் பாதிப்புகள் ஆகியவற்றை மையமாகக்கொண்டு நுட்பமான பார்வையுடன் கூடிய சினிமாக்கள் அந்தப் பொற்காலத்தில் உருவாகின. இருந்தாலும் மசாலா டப்பாவே மீண்டும் வென்றது.

அந்தக் காலத்தைப் போலவே, தேங்கிப் போயிருக்கும் சமகால தமிழ் சினிமா இப்போது வேறுவகையான மறுமலர்ச்சியைக் கண்டிருக்கிறது. வன்முறையின் அழகியல், விழுமியங்களைப் பகடி செய்யும் யதார்த்தம், நல்லவன் வாழ்வான் என்கிற நீண்ட கால புத்தக நீதிகளைத் தலைகீழாகப் புரட்டிப் போடுதல் என்று கொரிய சினிமாக்களிலிருந்தும் இன்னபிற அயல் சினிமாக்களில் இருந்தும் தமக்கான உத்வேகத்தைப் பெற்றிருக்கும் பின்நவீனத்துக் கூறுகளைக் கொண்ட அபத்த நகைச்சுவை திரைப்படங்களின் சாயல்கள் குவியத் துவங்கியுள்ளன. சில வருடங்களுக்கு முன் வெளியான ஆரண்ய காண்டம் இதன் துவக்க வாசல். Quentin Tarantino, Coen brothers, Guy Ritchie போன்றவர்கள் இந்த இளம் இயக்குநர்களின் ஆதர்சமாக விளங்குகிறார்கள். பஞ்ச் டயலாக் அபத்தங்களினால் சலிப்புற்றிருக்கும் தமிழ் பார்வையாளர்கள் இந்த முயற்சிகளினால் சற்று இறுக்கம் தளர்ந்து இவை சுமாராக இருந்தாலும்கூட வாரியணைத்துக் கொள்கிறார்கள். ஆனால் இவ்வகையான அபத்த நகைச்சுவைத் திரைப்பட முயற்சிகள் பெரும்பாலும் வன்முறையும் குற்றவுலகமும் சார்ந்தவைகளாகவே உள்ளன. தினமும் தயிர்சாதமும் மாங்காய் ஊறுகாயையும் தவிர ஒரு துப்பாக்கியைக்கூட நேரில் பார்த்திராத நடுத்தர வர்க்கத்தின் ஆழ்மன குரூர ஃபேண்டசி வடிகால்களுக்கு இம்மாதிரியான வன்முறைகள் உடனே பிடித்துவிடுகின்றன. வன்முறையைத் தாண்டியும் நம் அன்றாட மத்தியதர வர்க்க வாழ்வியல்களில் இருந்தே பல அபத்த நகைச்சுவைகளை உருவாக்க முடியும் என்பதை இந்த இயக்குநர்கள் கண்டுகொண்டால் நல்லது.

●

ஜிகர்தண்டாவின் கதையை ஒருவரியில் சொல்லிவிடலாம். ‘பாட்சா ஆண்டனி மாதிரியான ஒரு டெரர் ஆசாமியை ஒரு புத்திசாலி இளைஞன் பவர் ஸ்டார் சீனிவாசன் மாதிரி ஒரு காமெடி பீஸாக ஆக்குவது’.

ஒரு தொலைக்காட்சி சானலின் ரியாலிட்டி ஷோ நிகழ்த்தும் குறும்படப் போட்டியில் தோற்றுப்போகும் கார்த்திக் எனும் ஓர் இளம் இயக்குநன்,

அங்கு நிகழும் ஒரு ஈகோ சண்டையால் திரைப்படத்தை இயக்கும் அதிர்ஷ்ட வாய்ப்பைப் பெறுகிறான். ‘சமூகத்தைத் திருத்தறதெல்லாம் என் வேலை இல்லை. ரத்தம் தெறிக்க தெறிக்க ஒரு கேங்க்ஸ்டர் படம் வேண்டும்’ என்று வணிக யதார்த்தம் பேசும் தயாரிப்பாளர் வெளிநாட்டு டிவிடிகளை உதாரணம் காட்டுகிறார். தமிழ் சினிமாக்கள் எப்படியான நிர்ப்பந்தங்களில் இருந்தெல்லாம் உருவாகின்றன என்பதற்கு இந்தக் காட்சி ஓர் உதாரணம். ஒரு சமகால நிஜ ரவுடியின் வாழ்க்கையை அருகிலிருந்து அவதானித்து அதிலிருந்து தன் கனவுத் திரைப்படத்தை உருவாக்க விரும்பும் இளம் இயக்குநன் இதற்காக மதுரைக்குச் செல்கிறான். ‘அசால்ட் சேது?’ என்கிற ரவுடியை நெருங்க முயலும் முயற்சிகள் அபத்தமாக தோற்றுப் போகின்றன. இதற்காக ஒரு பெண்ணை காதலிப்பதாகச் சொல்லி ஏமாற்றவும் செய்கிறான். ஒருவழியாக ரவுடியை நெருங்கி தாம் அறிய விரும்பும் விஷயங்களை அடைந்த சமயத்தில் அந்த ரவுடி தானே இந்த திரைப்படத்தின் ஹீரோவாக நடிக்கிறேன் என்று அடம்பிடிக்கிறான். தன்னுடைய கனவுகளைச் சிதைக்கும் ரவுடியை அந்த இயக்குநன் தன் அறிவால் எப்படி நுட்பமாகப் பழிவாங்குகிறான் என்பது இறுதிப்பகுதி.

இத்திரைப்படத்தின் திரைக்கதை நேர்க்கோட்டு வடிவத்தின் பாவனையில் இயங்கினாலும் ஆங்காங்கே மெட்டா பிக்ஷன் வகையில் மூன்று நான்கு இழையின் அடுக்குகளை ஒன்றன் பின்னாக ஒளித்து வைத்து முன்னும் பின்னுமாக அ-நேர்க்கோட்டு வடிவத்திலும் இயங்குகிறது. ஓர் இயக்குநன் சினிமா எடுக்கப்போகும் சம்பவங்களே நாம் பார்க்கும் சினிமாவாக விரிகிறது. சினிமாவுக்குள் சினிமா, அதற்குள் இயக்குநரின் கனவுத் திரைப்படத்தின் காட்சிகளும் சமகால நிகழ்வுகளில் மிகப் பொருத்தமாகவும் குழப்பம் ஏற்படுத்தாமலும் ஒளிந்திருக்கின்றன. படத்தின் துவக்க காட்சியிலேயே இதற்கான ரகளைகள் ஆரம்பமாகிவிடுகின்றன. சமகாலத்தில் நிகழும் ஓர் புனைவுக் காட்சி நிஜ சம்பவமோ என்று பார்வையாளனைக் குழப்பி படத்தில் இறுதியில்தான் இது தெளிவாகிறது. இந்தக் காட்சியின் பின்னணியில் ஒலிக்கும் ஒரு திரையிசைப் பாடலின் தொடர்ச்சி கடந்த கால நிகழ்வொன்றில் இயக்குநரின் செல்போன் ரிங்டோனாக இணைந்து முடிகிறது. ஒரு தமிழ் ஹீரோவை வைத்து இயக்குநர் உருவாக்க விரும்பும் திரைப்பாடலின் ஃபேண்டசி காட்சி தொடர்ந்து ரவுடியின் வீட்டுத் தொலைக்காட்சியில் பிம்பமாக எதிரொலிக்கிறது. இவ்வாறு காலத்தை குழப்பும் சிறு சிறு புனைவு விளையாட்டுக்களை படம் முழுவதும் இயக்குநர் மிதமாகக் கையாண்டு வெற்றி பெற்றுள்ளார்.

திரையுலகப் போராட்டத்தில் தாம் சந்தித்த சிக்கல்களையும் படத்தின் சம்பவங்களாக இணைத்துள்ளாரோ என்று நினைக்கும் வகையில்

அவரின் பெயர் முதற்கொண்டு இயக்குநரின் தனிப்பட்ட அடையாளங்களும் படத்தில் பதிவாகியுள்ளன. இதில் உச்சபட்ச சுவாரசியம் என்னவெனில் திரைப்படத்தில் தயாரிப்பாளரும் இயக்குநருக்கும் ஏற்படும் சிறுமோதல்களிலான புனைவுக்காட்சிகள் வேறு வகையில் படத்தின் வெளியிலுமாக நிஜமாக நிகழ்ந்து இந்த புனைவு விளையாட்டு படம் முடிந்த பிறகும் நீண்டுள்ளது என்பதுதான். படத்திலுள்ள சில வன்முறைக்காட்சிகளை நீக்கி U சான்றிதழ் பெறுவதன் மூலம் விற்பனை ஆதாயங்களைப் பெற முடியும் என்பது தயாரிப்பாளரின் தரப்புவாதம். ஆனால் இயக்குநர் இதற்கு ஒப்புக் கொள்ளாததாலேயே பட வெளியீடு சற்று தாமதமாகியுள்ளது. இப்போது இந்த திரைப்படம் வணிகரீதியாகவும் வெற்றி பெற்றிருக்கும் நிலையில் படத்தில் வரும் தயாரிப்பாளரைப் போலவே நிஜ தயாரிப்பாளரும் மகிழ்ச்சி யடைந்திருப்பார் என கருதலாம். புனைவு யதார்த்தமாகவும் யதார்த்தம் புனைவாகவும் மாறும் சுவாரசியமிது. இன்னொரு சமகால திரைப்பட மான 'சதுரங்க வேட்டையில்' வரும் ஒரு வசனத்தையும் இங்கு பொருத்தமாக நினைவுகூரலாம். 'ஒரு பொய் சொன்னா அதில் கொஞ்சம் உண்மையும் கலந்திருக்கணும். அப்பதான் அது பொய்யின்னு தெரியாது.'

●

ஒருவகையில் இத்திரைப்படம் முன்வைக்கும் நீதியென்பது 'வரலாறு முக்கியம் அமைச்சரே' என்பதாகவும் கொள்ளலாம். புனைவின் வலிமையையும் அதை சாமர்த்தியமாக உபயோகிப்பதின் மூலம் வரலாற்றை உண்மைக்கு எதிர்திசையில் இயங்கவைக்கமுடியும் என்று நீண்டகாலமாக தொடரும் உண்மையையும் இத்திரைப்படம் மீண்டும் நிரூபித்துள்ளது. ஒரு நகரமே அஞ்சி நடுங்கும் ஒரு ரவுடியை சினிமாவுக்கேயுரிய மிகைகளுடனும் பெருமைகளுடனும் புனைவில் புகுத்தும் பாவனையில் திட்டமிட்டு அதைத் திருகி வேறுவிதமாகப் பார்வையாளர்களுக்கு முன்வைக்கும்போது அது பயங்கர நகைச்சுவைப்படமாகிவிடுகிறது. இது சாத்தியமா என்றால் சாத்தியமே. பவர்ஸ்டார் சீனிவாசன், ரித்தீஷ், சாம் ஆண்டர்சன் போன்ற தமிழ் சினிமா முன்னோர்கள் இது உண்மைதான் என நிரூபித்துள்ளார்கள். ஒரு அதிரடியான ஹீரோவாக அதற்கான சண்டைக்காட்சிகளுடனும் பாடல்காட்சிகளுடனும்தான் இந்தப் படங்களை உருவாக்கி யிருப்பார்கள். ஆனால் இவர்களின் படங்களைத் திரையில் பார்க்கும் போது மக்கள் இதை எப்படி காமெடியாக அணுகியுள்ளார்கள் என்பதை இணையத்தில் இவர்கள் தொடர்பாக பரிமாறப்பட்டிருக்கும் நகைச்சுவைக் குறிப்புகளைப் பார்த்தால் தெரியும். ஜிகர்தண்டாவில் தன் கனவுத் திரைப்படத்தை சிதைக்க முயலும் ரவுடியை இயக்குநன் இப்படியாக நுட்பமாகப் பழிவாங்குகிறான்.

இத்திரைப்படத்தில் வரும் ரவுடிக்கும்கூட புனைவுக்கும் அபுனைவுக்குமான துல்லியமான வேறுபாடு புரிந்துள்ளது. எனவேதான் இளைஞன் தன்னைப் படம் பிடிக்க வந்திருக்கிறான் என்று தெரிந்ததும் தொலைக் காட்சிகளில் வரும் 'குற்றம் நடந்தது என்ன' என்பது மாதிரியான ஷோவா என்று ஜாக்கிரதையாக கேட்கிறான். முன்பே தன்னைப் பற்றி இப்படியாக எழுதும் ஒரு பத்திரிகையாளனை அவன் எரித்துக் கொன்றிருக்கிறான். ஆனால் அது அபுனைவாக அல்லாமல் நாயகன், தளபதி மாதிரியான ரவுடியை ஹீரோவாக முன்வைக்கும் திரைப்பட முயற்சி என்று அறிய வந்ததும் உற்சாகமாகி இளைஞனுக்கு முழுமையாக உதவ முன்வருகிறான். இத்தனை ஜாக்கிரதையான புத்திசாலித்தனம் கொண்ட ஒரு ரவுடி எப்படி இயங்கிக் கொண்டிருக்கும் கேமரா முன்பு தன்னுடைய கொலை சாகசங்களை யெல்லாம் ஒரு வாக்குமூலமாக தரும் முட்டாள்தனத்தை செய்கிறான் என்பது கேள்விக்குறி. ஒரு கதாபாத்திரத்தை அதற்கான பிரத்யேக குணாதிசயங்களுடன் வடிவமைக்கும்போது இது போன்ற பிசிறல்களும் சறுக்கல்களும் இல்லாமல் கச்சிதமாகத் திட்டமிட வேண்டும்.

●

இயக்குநரின் திறமையைத் தாண்டி இத்திரைப்படத்தின் நிறம் அற்புதமாக வேறுவகையில் தோன்றியிருப்பதற்கு முக்கியமான காரணிகளாக இருவரைச் சொல்லலாம். ஒருவர் 'அசால்ட் சேதுவாக' நடித்திருக்கும் பாபி சிம்ஹா. இத்திரைப்படம் திட்டமிடப்படும்போது இந்த பாத்திரத்தை இவர் விரும்பிக் கேட்டதாகவும் ஆனால் இவரது அனுபவமின்மை காரணமாக இதற்கு இவர் பொருத்தமாக இருப்பாரா என்று இயக்குநர் தயங்கியதாகவும் ஒரு செய்தி. ஆனால் அட்டகாசமான உடல்மொழியாலும் வசன உச்சரிப்புகளாலும் முழுப்படத்தின் சுவாரசியத்துக்கும் இவரே முழுமுதற் காரணமாக இருக்கிறார் என்றால் அது மிகையாகாது. ஏற்கெனவே 'நேரம்' என்கிற ஒரு திரைப்படத்தில் இது போன்ற வேறு வகையான ரவுடி பாத்திரத்தை பாபி சிம்ஹா திறம்பட கையாண்டதே இயக்குநர் தைரியம் கொண்டதற்கு காரணமாக அமைந்திருக்கக்கூடும். சிறுசிறு காமெடி பாத்திரங்களில் நடித்துக் கொண்டிருந்த இந்தத் திறமையான இளைஞரின் விஸ்வரூப வெற்றி மிக மகிழ்ச்சியளிக்கிறது. இதை இவர் தக்கவைத்துக்கொள்ள வேண்டும்.

இன்னொருவர் இசையமைப்பாளர் சந்தோஷ் நாராயணன். பொதுவாக தமிழ் சினிமாக்களில் பொருத்தமில்லாமல் எரிச்சலூட்டும் வகையில் உபயோகிக்கப்படும் திரையிசைப்பாடல்கள் ஏற்படுத்தும் சலிப்பை இதுமாதிரியான புத்துணர்ச்சியான கலைஞர்கள்தான் போக்குகிறார்கள்.

முதல் திரைப்படமான 'அட்டகத்தி' முதலே கவனிக்கத்தக்க ஓர் இசையமைப்பாளராக சந்தோஷ் நாராயணன் விளங்குகிறார். திரையிசைப் பாடல்களின் அதுவரையான மரபின் ஒழுங்குகளை கலைக்கும் ஒரு கலகக்காரன். வினுச்சக்கரவர்த்தியின் குரலுக்கு இணையான பாடகர்களையெல்லாம் வைத்து பாடலை உருவாக்க (டிங் டாங்) அசாத்தியமான தைரியம் வேண்டும். அதுபோலவே, கண்ணம்மா பாடலில் வரும் ரொமாண்டிக்கே இல்லாமல் ஒலிக்கும் டூயட்டில் வரும் பெண் குரல் (ரீட்டா) ஆச்சரியப்படுத்தும்விதமாக கவர்கிறது. இன்னொரு பாடலான 'பாண்டி நாட்டு கொடி' அதகளமான உருவாக்கம்.

இதன் ஹீரோ சித்தார்த் என்பது ஒரு சம்பிரதாயத்துக்கே. பாபி சிம்ஹாதான் படம் முழுவதையும் ஆக்ரமிக்கிறார். அனைத்து பிரேமிலும்தான் தோன்றவேண்டும் என்று நினைக்கும் நாயகர்களுக்கு மத்தியில் சித்தார்த் நிச்சயம் பாராட்டப்பட வேண்டியவர். புடவை திருடியாக வரும் லட்சுமி மேனன். திரைப்படத்தை உருவாக்க ரவுடி தொடர்பான தகவல்களுக்காக தன்னைக் காதலிப்பதுபோல் நடித்து ஏமாற்றிய இயக்குநனை இவர் நுட்பமாகப் பழிவாங்குவது அபாரமான திருப்பம். வழக்கமான தமிழ் நாயகிகளுக்கு பொருத்தமில்லாத குணாதிசயம் இது. உதவி ரவுடிகளாக நடித்திருக்கும் அனைவருமே சிறப்பான தேர்வு.

●

இத்திரைப்படம் பிரதானமாக A Dirty Carnival எனும் கொரியப் படத்தின் நகல் எனும் சர்ச்சை எழுந்ததையொட்டி அதைப் பார்த்தேன். அதன் கதைப் போக்கின் ஒரு பகுதி இதனுடன் சற்று ஒத்துப் போகிறது. அதாவது ஒரு நிஜ ரவுடியின் வாழ்க்கையை அவனது பால்யகால நண்பன் திரைப்படமாக உபயோகித்துக் கொள்கிறான். அவ்வளவுதான். மற்றபடி இரண்டுக்கும் கதைப் போக்குக்கும் சம்பவங்களுக்கும் நிறைய மாற்றங்கள்.

ஒருவேளை அந்த திரைப்படத்தின் பாதிப்பில்தான் தமிழ் திரைப்படத்தை உருவாக்கியுள்ளார்கள் என்று யூகம் செய்தாலும்கூட இதைத் தமிழ்ப்படுத்துவதற்காகவும் திரைக்கதையின் மெனக்கெடல் களுக்காகவும் ஜிகர்தண்டா குழு செய்திருக்கும் உழைப்பு நிச்சயம் அங்கீகரிக்கப்படவேண்டும். இந்த ஒரு அற்பமான காரணத்தை கொண்டு ஒரு குழுவின் உழைப்பை கொச்சைப்படுத்துவது போன்ற அழுகுணி ஆட்டம் இருக்க முடியாது. அவுட்லைனைப் பொறுத்தவரை ஜிகர்தண்டா டைட்டில் கார்டில் இதற்கான கிரெட்டிட் தருவதில் இயக்குநருக்கு என்ன பிரச்னை என்று தெரியவில்லை. சசி,

வெற்றிமாறன், கௌதம் வாசுதேவன் போன்ற முன்னோர்கள் ஏற்கெனவே செய்ததுதானே?

ஆனால் கொரியப் படங்களில் அதிக சமரசங்கள் இல்லாமல் இன்னமும் மேலதிகமாக உழைக்கிறார்கள். தமிழ் சினிமாக்களில் பொதுவான சாபமான திணிக்கப்பட்ட செயற்கைத்தனமான கோணங்கித்தனங்கள் எதுவும் இதில் அதிகமில்லை. பொதுவாக தமிழ் சினிமாவில் ரவுடி என்றால் ஒரு தலைவனும் அவனுடைய ஆட்களையும் மாத்திரம் காட்டுவார்கள் அல்லவா? ஆனால் A Dirty Carnival -ல் இம்மாதிரியான ரவுடிக் கூட்டங்களின் படிநிலைகளையும் அவர்களுக்குள்ள விசுவாசத்தையும் பணிவையும் தவிர்க்க இயலாத சிக்கல்களில் செய்யப்படும் துரோகத்தையும் விரிவாக சித்திரிக்கிறார்கள். அந்தவகையில் இந்த திரைப்படம் என்னை ரொம்பவும் கவர்ந்தது. ஒரு Gangster படத்துக்கே உண்டான முடிவு. அது அப்படித் தான் அமைக்கப்பட வேண்டும்.

ஆனால் இந்த சர்ச்சையில் தொடர்புபடுத்தப்பட்ட இன்னொரு கொரிய திரைப்படமான Rough Cut-க்கும் ஜிகர்தண்டாவுக்கும் தொடர்பேயில்லை என்று நிச்சயமாகச் சொல்ல முடியும். இதில் ஒரு நடிகனுக்கும் ரவுடிக்கும் இடையேயான ஈகோ போராட்டம். அ Dirty Carnival -ஐ விட இது இன்னமும் நுட்பமான திரைப்படம். இருவரும் தங்களின் நிலைகளிலிருந்து மறு முனைக்கு தாவ முயற்சித்துக் கொண்டேயிருக்கிறார்கள். ஆனால் சற்று திகட்டுகிறது. A Dirty Carnival -ஐ போலவே இதன் இறுதிக்காட்சியும் அதன் தர்க்கத்தை மீறாமல் அமைந்திருக்கிறது. எவ்வளவுதான் முயன்றாலும் அவர்களின் நிலைகளிலிருந்து மாற முடிவதில்லை. புலிவால் பிடித்த கதைதான். பாலச்சந்தர் இயக்கி 'தப்புத்தாளங்கள்' என்றொரு தமிழ் திரைப்படம் வந்திருந்தது. ஒரு ஆண் ரவுடியும் ஒரு பெண் பாலியல் தொழிலாளியும் தங்களின் நிலைகளிலிருந்து மாறி வெளிவந்து மைய நீரோட்டத்துக்குள் புக முயல்வார்கள். ஆனால் இந்த சமூகத்தில் நிர்ணயிக்கப்பட்டிருக்கும் அபத்தமான சூழல் மறுமறுபடியும் அவர்களை அதிலேயே தள்ளும் பரிதாபம்தான் மிஞ்சும். ஜிகர்தண்டாவில் இந்த உருமாற்றம் இறுதிக்காட்சியில் மாத்திரம் செயற்கையாக துருத்திக் கொண்டிருந்தது.

இது போன்ற சர்ச்சைகளை இளம் தமிழ் இயக்குநர்கள் தவிர்க்க முடியும். முன்பு அதிகம் பாராட்டப்பட்ட மூடர் கூடமும் கொரிய திரைப்படத்தின் நகல் என்று பிற்பாடு தெரியவந்தபோது சற்று ஆயாசமாய் இருக்கிறது. தமிழில் உருமாற்றுவதற்காக அவர்கள் செய்யும் அத்தனை உழைப்பும் இது போன்ற சர்ச்சைகளின் மூலம் காலியாகிவிடுகிறது. நம் தமிழ் கலாசார பின்னணிகளிலிருந்தும் இலக்கியங்களிலிருந்தும் எத்தனையோ சுவாரசியமான

திரைக்கதைகளை உருவாக்கலாம். கொஞ்சம் நுட்பமான அப்சர்வேஷனும் கற்பனைத்திறனும் வேண்டும், அவ்வளவுதான்.

மற்ற வழக்கமான சமகால தமிழ் சினிமாக்களுக்கு இடையில் ஜிகர்தண்டா நிச்சயம் ஒரு மாறுதலான முயற்சி. பார்வையாளர்கள் உற்சாகமாக ரசிக்கிறார்கள். படத்துக்குள் நிறைய சுவாரசியமான நகைச்சுவை குறுங்கதைகள் உள்ளன. ஆனாலும் ஒட்டுமொத்த நோக்கில் இதுவொரு முழுமையான முயற்சியாக அமையவில்லை. திரைக்கதையிலும் பாத்திர வடிவமைப்புகளிலும் பல பிசிறுகள் உள்ளன. தர்க்கரீதியான முரண்கள் உள்ளன. படத்தின் இரண்டாம் பகுதி இன்னமும் கச்சிதமாகத் திருத்தப்பட்டிருக்கவேண்டும். ரவுடியானவன் இறுதியில் தன்னை நடிகனாக ஒருவாறாக ஒப்புக் கொள்ளும் மனநிலை சார்ந்த உருமாற்றம் போதுமான அளவு இல்லாவிட்டாலும்கூட இயல்பாக நிகழ்கிறது. ஆனால், இளம் இயக்குநருக்குள் அந்த மாஃபியா தன்மை படிந்து அவன் ஒரு கேங்க்ஸ்டர் தன்மை கொண்டவனாக நிகழும் உருமாற்றம் கவித்துவ நீதியாக அமையலாம் என்கிற நோக்கில் இணைக்கப்பட்டு ஆனால் செயற்கைத்தனமாக துருத்திக்கொண்டு நிற்கிறது. ஆரண்ய காண்டத்தைப் போன்று ஒரு கச்சிதமான நிறைவு இதில் அமையவில்லை. என்றாலும் இயக்குநர் கார்த்திக்கின் வருங்கால திரைப்படங்களில் அவர் இந்த முழுமையை நோக்கி பயணிப்பார் என்று நம்புவதற்கான தடயங்கள் ஜிகர்தண்டாவில் உள்ளன.

(உயிர்மை - செப்டெம்பர் 2014)

ஜீவா

சாதிய அரசியலின் விளையாட்டு

'இப்பல்லாம் யாரு சார் ஜாதி பார்க்கறாங்க'

பாசாங்குடனோ அறியாமையுடனோ நம் அன்றாட உரையாடல்களில் அடிக்கடிக் கேட்கக்கூடியது இது. ஒருவரின் சாதி குறித்து அறிய கிராமப்புறங்களிலும் சிறுநகரங்களிலும் நேரடியாகவோ சுற்றி வளைத்தோ எப்படியோ கேட்டுவிடுவார்கள். 'தம்பி எந்த ஊரு? எந்த ஆளுங்க?' என்று. ஒருவரை பெரும்பாலும் பொருளாதாரரீதியாகவே மதிப்பிடக்கூடிய பெருநகரங்களில் சாதி குறித்த பிரக்ஞையும் உரையாடலும் அதற்கான சாவகாசமும் சற்று குறைவுதான். ஆனால், இந்தக் கேள்வி பெரும்பாலும் வெளியே கேட்கப்படாவிட்டாலும் மனதுக்குள் ஊசலாடிக்கொண்டு நீறு பூத்த நெருப்பு போலத்தான் இருக்கும். நாசூக்கான செய்கைகளில் அது வெளிப்பட்டுவிடும். சிறு பொறியில்கூட அதற்கான நெருப்பு பற்றிக்கொண்டுவிடும். அங்கிங் கெனாதபடி எங்கும் நிறைந்திருக்கும் பரம்பொருள் போல சாதிய உணர்வும் அது சார்ந்த பெருமிதமும் அல்லது தாழ்வுணர்வும் நிறைந்த

சமூகமாகத்தான் இந்திய சமூகம் இருக்கிறது. சட்டைக்குள் பூணூல் தெரிகிறதா என்று படித்தவர்கள் பார்க்கும் நாசூக்கான பார்வை மிதமான முறை என்றால் வாயில் மலத்தைத் திணித்தல், தலையில் செருப்பால் அடித்தல், ஆட்களைக் கொன்று வீட்டைக் கொளுத்துதல் என்று பாமரர்கள் நிகழ்த்தும் உக்கிரமான முறையிலும் அது நீளும்.

பொதுவாக மாணவப் பருவத்தில் எவரும் சக மாணவர்களுடன் சாதி பார்த்து பழகுவதில்லை. ஆனால், எந்த நேரத்தில் அந்த உணர்வு பெரு மிருகம் போல் நம் மனதில் நுழைகிறது என்று தெரியவில்லை. சமீபத்தில், விருதுநகரில் தாழ்த்தப்பட்ட சமூகத்தைச் சேர்ந்த, பத்தாம் வகுப்பு மாணவனொருவன் கைகடிகாரம் கட்டி வந்தான் என்கிற காரணத்துக்காக அதைப் பொறுக்க முடியாத ஆதிக்கச்சாதியைச் சேர்ந்த சக மாணவர்கள் அவனுடைய கையை கத்தியால் தாக்கிக் காயப் படுத்தினார்கள் என்கிற செய்தியை வாசிக்கும்போது மனம் பதைக்கிறது. பெற்றோர் உள்ளிட்ட தங்களைச் சுற்றியுள்ளவர்கள் சாதியப் பெருமிதங்களுடன் உரையாடுவதும் தாழ்த்தப்பட்ட சமூகத்தின் மக்களை இழிவாக நடத்துவதும் உரையாடுவதும் இளமனங்களில் பதிந்து அதுதான் சரியானது என்றும் இயல்பென்றும் தோன்றிவிடுகிறது. எனவேதான் ஆதிக்கச் சாதியைச் சேர்ந்த பத்து வயது சிறுவன்கூடத் தாழ்த்தப்பட்ட சமூகத்தைச் சார்ந்த எழுபது வயது மனிதரைக்கூடத் தன்னிச்சையாக ‘டேய்’ போட்டு அழைக்கும் துணிவைத் தருகிறது.

சுதந்திரத்துக்குப் பின் கல்வியறிவு பெற்றவர்களின் சதவீதம் உயர்ந்ததாலும் அம்பேத்கர் போன்ற தலைவர்கள் சாதியத்தின் கொடுமைகளைத் தொடர்ந்து உரையாடியதாலும் உயர்சாதி சமூகங்களில் அது குறித்த பெருமித உணர்வு மட்டுப்பட்டு அல்லது மறைக்கப்பட்டு அதற்கு மாறாக குற்றவுணர்வையும் தாழ்த்தப்பட்டவர் களைச் சரிசமமாக நடத்தவேண்டிய உணர்வையும் கட்டாயத்தையும் அவை ஏற்படுத்தின. பெயருக்குப் பின்னால் பெருமையாகப் போடப் பட்டிருந்த சாதியப் பெயர்கள் உதிர்ந்து போயின. ஆனால் இந்தியா வெங்கிலும் தேசிய அரசியலுக்கு மாற்றாக பிராந்தியக் கட்சிகள் தலைதூக்கியபோது அவை சாதியுணர்வைத் தங்களின் வலிமையான ஆயுதமாக முன்வைத்தன. சாதிக்கட்சி மாநாடுகள், அது சார்ந்த அரசியல் வன்மங்கள், மோதல்கள், வெற்றிகள் போன்றவற்றுக்குப் பிறகு கல்வியறிவு பெற்ற சமூகம்கூட ‘தான் இன்ன சாதியைச் சேர்ந்தவன்’ என்பதை பொதுவில் பெருமையாக உரையாடுமளவுக்கு மாறிப் போனதையும் சாதிய அரசியல் மெல்ல வெற்றி பெற்றுக் கொண்டிருப்பதையும் காண வேதனையாக இருக்கிறது.

சுயசிந்தனை, பகுத்தறிவு, சமூக அரசியல் போன்றவற்றை ஒரு தனிநபரிடம் வளர்க்காமல் தன்னுடைய சமூக அந்தஸ்தையும் மதிப்பையும் செல்வத்தையும் பெற்றுக் கொள்ளும் ஒரு கருவியாக மாத்திரம் கல்வி பயன்படுத்தப்படும் அவலம் நீடிக்கிறது. எனவேதான் உயர்கல்வி கற்றவர்கள், சமூகத்தில் உயர்ந்த அந்தஸ்தில் உள்ளவர்கள், வருங்கால சந்ததிகளின் வளர்ச்சியையும் கனவுகளையும் தீர்மானிக்கும் அதிகாரத்தில் இருப்பவர்கள்கூட பிற்போக்குத்தனமான சிந்தனை யுடையவர்களாகவும் சுயசாதி அபிமானத்திலும் இருப்பதாலும் அது சார்ந்த மனச்சாய்வுகளிலிருந்தும் பாரபட்சங்களில் இருந்தும் விலக முடிவதில்லை. முற்போக்கு சார்ந்த சிந்தனைகளுடன் கூடிய மனிதனாக மலர்வதற்கு அவர்கள் கற்ற கல்வி உதவுவதேயில்லை என்பதுதான் சோகம்.

●

ஒலிம்பிக் போன்ற சர்வதேச விளையாட்டுக்களில் இந்தியாவால் அதிகம் சாதிக்க முடியாதபோது 'ஏறத்தாழ 120 கோடி பேர் இருக்கோம். ஒரு தங்கம் கூட வாங்க முடியலையே சார்' என்கிற பெருமூச்சுக்களை இங்கு கேட்க முடியும். அதற்குக் காரணம் நம்மிடம் திறமையில்லை என்பது அர்த்தமில்லை. முன்பே குறிப்பிட்டது போல இங்குள்ள கல்விமுறையும் சமூக சூழலும் ஒரு நபரின் தனித்தன்மைகளையும் விருப்பங்களையும் அழித்து அல்லது புதைத்து 'எந்தத் துறை சார்ந்து கல்வி கற்றால் நல்ல சம்பளத்துடன் வருங்காலத்தில் வசதியாக வாழலாம்' என்கிற தேடலுடன் அது சார்ந்து மாத்திரமே ஆட்டு மந்தைகளாக ஓட வைக்கிறது. பாடத்திட்டம் சார்ந்து கற்பதைத் தவிர ஒரு மாணவனின் வேறு எந்த விருப்பங்களும் கனவுகளும் அவனுக்கு அனுமதிக்கப்படுவதில்லை. வருங்கால வளம் குறித்த கவலையில்லாத செல்வந்தர்களுக்கே அது சாத்தியமாகிறது. 'ஒரு மாணவன் விளையாட்டுத் துறையிலோ கலை சார்ந்த துறைகளிலோ ஆர்வம் கொண்டு அது சார்ந்து தொடர்ந்து இயங்க முடிவு செய்வானாயின், 'உருப்படாத அல்லது பிழைக்கத் தெரியாத' மாணவனாகவே பார்க்கப்பட்டு அது சார்ந்த அனுதாபப் பார்வைகளையும் ஏளனங் களையும்தான் சந்திக்கமுடியும். 'தங்கம் வாங்கலையே சார்' என்று பெருமூச்சுவிட்ட அந்த நடுத்தர வர்க்க நபர், அவருடைய மகன் தன்னுடைய கனவை மறைத்து வைத்துவிட்டு பொறியியல் படித்துக் கொண்டிருக்கிறான்' என்கிற உண்மையை அறியாமல் இருக்கக்கூடும். அல்லது அவரே அதற்கான தடைகளை இட்டவராக இருக்கக்கூடும்.

இந்த நடைமுறை தடைகளைத் தாண்டி ஒருவன் தன்னுடைய கனவு சார்ந்த துறைகளுக்குச் செல்ல முயன்றால்கூட எங்கும் நிறைந் திருப்பதைப் போன்று அங்கும் நீண்டிருக்கும் பல்வேறு அரசியலையும் சமாளித்தால்தான் தன்னுடைய பயணத்தைத் தொடர முடியும். சாதிய

அரசியலுக்கு பலியாகும் ஒரு விளையாட்டு வீரனின் துயரத்தையும் அவனுடைய நீண்ட கால கனவு நொறுங்கிப் போகும் பரிதாபத்தையும் தமிழ் சினிமாவுக்கேயுரிய சம்பிரதாயங்களுடன் விவரிக்கிறது 'ஜீவா' திரைப்படம். தமிழ்நாட்டு கிரிக்கெட் அமைப்பில் நிலவும் பிராமண சமூகத்தின் ஆதிக்கத்தையும் அது சார்ந்த அரசியல் இயங்குவதையும் மிக நேரடியான குறிப்புகளுடன் அப்பட்டமாக முன்வைக்கிறது இத்திரைப்படம்.

இளம் வயதிலிருந்தே கிரிக்கெட் கனவுகளுடன் வளர்கிறான் ஜீவா. தமிழ் சினிமாவில் ரஜினி போல கிரிக்கெட்டின் உச்சநட்சத்திரம் சச்சின்தானே? எனவேதான் சச்சின்தான் அவனது லட்சியநாயகன். தேசிய அணியில் இணைந்து இந்தியாவுக்காக கிரிக்கெட் ஆடவேண்டு மென்பது அவனது ஆவல். அதற்காக கடுமையாக உழைக்கிறான். நடுத்தர வர்க்கத்தினருக்கேயுரிய நடைமுறை தடைகளைத் தாண்டி ரஞ்சி டிராபிக்கு தேர்வான செய்தி அவனுக்கு குறுகிய கால மகிழ்ச்சியைத்தான் வருகிறது. ஏனெனில் தமிழ்நாட்டு கிரிக்கெட் கிளப்பில் நீண்டகாலமாக நிலவும் சாதிய அரசியல். அங்கு பிராமண சமூகத்தைச் சேர்ந்த வீரர்களுக்கு மாத்திரமே முன்னுரிமை அளிக்கப் படுகிறது. இதர சமூகத்தைச் சார்ந்தவர்கள் திறமையானவர்களாக இருந்தாலும் மறைமுகமாக ஒதுக்கி வைக்கப்படுகிறார்கள். இந்த அரசியலுக்குப் பலியாகும் ஜீவாவின் நண்பன் மனஉளைச்சலினால் தற்கொலை செய்து கொள்கிறான். ஜீவாவும் விரக்தியின் உச்சியை அடையும்போது 'கடுமையான உழைப்பாளிகளை எதுவும் தடைசெய்ய முடியாது. அவர்களது உழைப்பு நிச்சயம் ஒருநாள் பயனளிக்கும்' என்கிற தங்கவிதியின் காரணமாக அதிர்ஷ்டவசமாக அவனுக்கு இன்னொரு கதவு திறக்கிறது. அதன் மூலம் தன்னுடைய திறமையை நிரூபித்து தன் கனவை அடைகிறான் ஜீவா.

●

'இந்த இயக்குநரின் திரைப்படங்களுக்கு நம்பிச் செல்லலாம். மோசமாக இருக்காது' என்று பார்வையாளர்கள் முன்கூட்டியே நம்பிக்கை வைக்கிற இயக்குநர்களின் பட்டியலில் இணைந்திருக்கிறார் சுசீந்திரன். 'ராஜபாட்டை' தவிர அவரது அத்தனை திரைப்படங்களும் சுவாரசியமான திரைக்கதையையும் சமூகப் பிரச்னைகளைப் பற்றி உரையாடுவதாகவும் அமைந்திருக்கிறது. இவரது முதல் திரைப்பட மான வெண்ணிலா கபடிக் குழுவில் கிராமங்களிலும் சிறுநகரங்களிலும் மாத்திரமே இன்னமும் ஜீவிக்கும் கபடி விளையாட்டையும் இடைநிலை சாதியைச் சார்ந்தவர்களால் தாழ்த்தப்பட்ட சமூகத்தைச் சேர்ந்த கபடி வீரனொருவன் எதிர்கொள்ளும் புறக்கணிப்பை நுட்பமாக தொட்டுச் சென்றிருப்பார். ஆனால் 'ஜீவா' திரைப்படத்தில்

கிரிக்கெட்டில் நிலவும் பிராமண சமூகத்தின் அரசியலை அதற்குரிய அடையாளங்களுடன் தெளிவாகப் புரிவதுபோல நேரடியாகவே உரையாடியிருக்கிறார். ஒரே மாதிரியான விமர்சனத்தை ஒரு படத்தில் முணுமுணுக்கும் குரலிலும் இன்னொரு திரைப்படத்தில் உரத்த குரலிலும் அமைத்திருப்பதற்கு என்ன காரணம் என தெரியவில்லை. இது இயக்குநரின் வளர்ச்சியைக் காட்டுகிறதா அல்லது பிராமண சமூகத்தின் மீது வைக்கப்படும் விமர்சனங்களினால் பெரிய அளவில் எதிர்ப்பு வராது என்கிற நடைமுறை உண்மையை இயக்குநர் புரிந்து கொண்டிருக்கிறாரா என்கிற கேள்வியும் எழுகிறது.

சாதியம் தொடர்பான பல்வேறு சமூகப் போரட்டங்களுக்கும் விழிப்புணர்வுகளுக்கும் பின் பிராமண சமூகத்தின் ஒருகாலத்திய ஆதிக்கம் இன்று தளர்ந்து போயுள்ளது என்றாலும்கூட அதனுடைய சூட்சுமக் கயிறுகள் இன்னமும் அதிகாரத்தின் பின்னால் அமர்ந்து மறைமுகமாக இயங்கிக்கொண்டுதான் இருக்கின்றன என்கிற உண்மையை உரத்த குரலில் முழங்கியிருக்கும் இயக்குநரைப் பாராட்ட வேண்டும். அதே சமயத்தில் பிராமண சமூகம் விட்டுச் சென்றிருக்கும் அதிகாரத்தையும் துவேஷங்களையும் இன்று இடைநிலை சாதிகள் கைப்பற்றியிருக்கும் நடைமுறை உண்மையையும் தமிழ் திரை துணிச்சலாகப் பதிவு செய்ய வேண்டும்.

'ஒரு விளையாட்டு வீரனின் கனவை சாதிய அரசியல் எப்படிச் சிதைக்கிறது' என்பது இத்திரைப்படத்தின் மையம். எனவே அது தொடர்பான காட்சிகளுக்குத்தான் முக்கியத்துவம் தந்து அதை மையமாகக் கொண்டுதான் இத்திரைப்படம் பயணித்திருக்கவேண்டும். ஆனால் தமிழ் சினிமாவில் தவிர்க்கவே முடியாத காதல், அது சார்ந்த கேளிக்கைப் பாடல்கள், இன்ன பிற அபத்தங்கள் ஆகியவற்றை இத்திரைப்படமும் கைக்கொண்டிருக்கிறது என்பதுதான் சோகம். மற்ற காட்சிகள் கூடாது என்பதல்ல. விளையாட்டை அடிப்படையாகக் கொண்டும் உருவாகும் ஹாலிவுட் திரைப்படங்களை உதாரணமாகக் கொண்டால் அவை திரைப்படத்தின் மையத்தைச் சுற்றியே நகரும். இந்தியாவில் உருவான, ஷாரூக்கான் நடித்த 'சக்தே' திரைப் படத்தையும் உதாரணமாகக் கொள்ளலாம். விளையாட்டுப் போட்டி தொடர்பான காட்சிகள் நம்பகத்தன்மையை ஏற்படுத்தும்படி அதற்குரிய பரபரப்பான கோணங்களுடனும் சூழல்களுடனும் உருவாக்கப் பட்டிருக்க வேண்டும். 'ஜீவா' ஓரளவுக்கே இதை சாத்தியப் படுத்தியுள்ளது.

மேலும் 'கிரிக்கெட் விளையாட்டுத் துறையில் உள்ள சாதிய அரசியல்' என்கிற ஒற்றைத்தன்மையுடைய பார்வையைத்தான் இத்திரைப்படம் முன்வைக்கிறது. இந்த விளையாட்டு சமூகத்தில் ஏற்படுத்தி

வைத்திருக்கும் இதர ஆபத்துக்களைப் பற்றி உரையாடவேயில்லை. இந்தியாவிலுள்ள பல்வேறு பாரம்பரியமான விளையாட்டுக்களை விழுங்கிவிட்டுதான் கிரிக்கெட் எனும் விளையாட்டு இன்று அசுர வளர்ச்சியை அடைந்திருக்கிறது. பன்னாட்டு நிறுவனங்கள் திட்டமிட்டே இதை ஊதிப் பெருக்கி தங்களுக்கான வணிக வாய்ப்பை வளர்த்துக் கொள்கின்றன.

ஸ்டார் கிரிக்கெட் வீரர்கள் ஏறக்குறைய கடவுளுக்கு இணையாக இங்கு வழிபடப்படுகின்றனர். விளம்பரங்களில் தோன்றி தங்களின் முதலாளிகளுக்கு சாதகமாக இயங்குகின்றனர். இவர்கள் விளையாட்டில் சரியாக பங்களிக்காவிட்டால் கடந்த கால சாதனைகள் ஒரே நாளில் மறக்கப்பட்டு மறுநாளே இந்த கடவுள்கள் தூக்கி எறியப்படும் அபத்தங்களும் நிகழ்கின்றன. நீக்கவே முடியாத ஒரு மதமாக கிரிக்கெட் இந்தியச் சமூகத்துடன் பிணைக்கப்பட்டிருக்கிறது. இந்த விளையாட்டுக்குப் பின் இயங்கும் பெரும் சூதாட்டமும் பணத்துக்காக நிகழ்த்தப்படும் முன்கூட்டியே திட்டமிட்ட நாடகங்களும் அம்பலமாகியும்கூட இதன் மீதான பிரேமை குறைய வில்லை என்பது நம்முடைய கண்மூடித்தனமான அறியாமையையே சுட்டிக்காட்டுகிறது. கிரிக்கெட் மீது 'ஏற்படுத்தப்பட்டிருக்கும்' பிரியம் அனைவரின் கண்களையும் மறைக்கிறது. இந்தியாவுக்கும் பாகிஸ்தானுக்கும் நிகழும் விளையாட்டுப் போட்டிகள் ஏறக்குறைய போர் சார்ந்த பதற்றத்தையும் மதம் சார்ந்த துவேஷங்களையும் வெளிப்படுத்துகின்றன. வரவேற்பறைகளின் உரையாடலில் தனிமைப் பட்டுவிடக்கூடாது என்பதற்காகவே ஒரு அந்தஸ்துக்காக கிரிக்கெட்டைக் காணும் கூட்டமும் இருக்கிறது. எப்போதும் குளிரும் மழையும் நீடித்துக் கொண்டிருக்கும் இங்கிலாந்து போன்ற பிரதேசங்களில் வெயில் காலம் என்பது அவர்கள் மகிழ்வதற்கான ஒரு வாய்ப்பு. எனவே வெயிலில் அதிக நேரம் நிற்கும்படியான ஒரு விளையாட்டை உருவாக்குவது தன்னிச்சையாகவே அங்கு நிகழ்ந் திருக்கும். இதை உணராமல் உச்சி வெயிலிலும் மண்டை காய்ந்து கொண்டு ஒரு அந்தஸ்துக்காக கிரிக்கெட் விளையாடும் இளைஞர் களைக் காண வேடிக்கையாகவும் வேதனையாகவும் இருக்கிறது.

கிரிக்கெட் தவிர இன்னபிற விளையாட்டுக்களும் அது சார்ந்த வாய்ப்புகளும் இந்தியாவில் இருக்கிறதா என்கிற சந்தேகத்தை ஏற்படுத்தும்படி இது அங்கிங்கெனாபடி எங்கும் நிறைந்துள்ளது. கிராமத்திலுள்ள சிறுவர்கள்கூட கில்லி, பம்பரம், காற்றாடி போன்ற வற்றைத் தூக்கிப்போட்டுவிட்டு சிறிய குச்சிகளை வைத்துக் கொண்டு கிரிக்கெட் விளையாடத் தொடங்கி ஆண்டு பல ஆகிவிட்டன. இதர விளையாட்டுக்களில் சாதிக்கும் வீரர்கள் ஊடகங்களாலும் மக்களாலும்

புறக்கணிக்கப்பட்டு மௌன துயரத்துடன் கடந்து செல்கிறார்கள். 'மேரி கோம்' என்கிற திரைப்படம் வந்த பிறகுதான் அப்படியொரு குத்துச்சண்டை வீராங்கனை நம்மிடையே உள்ளார் என்கிற உண்மையே நமக்குத் தெரியவருகிறது.

இப்படி அசுரத்தனமாக வளர்க்கப்பட்டிருக்கும் ஒரு குறிப்பிட்ட விளையாட்டு சமூகத்தின் பல்வேறு கனவுகளைச் சிதைத்துக் கொண்டிருக்கும் அவலத்தையும் அதன் பரிமாணங்களோடு இயக்குநர் இத்திரைப்படத்தில் சித்திரித்திருக்கலாம் என்று தோன்றுவதைத் தவிர்க்க முடியவில்லை. சாதிய அரசியலால் தன்னுடைய விளையாட்டுக் கனவு சிதைக்கப்படவிருந்த துயரத்தை பகிர்ந்து கொள்ளும் நாயகன், தன்னுடைய திருமணத்துக்காக தான் மதமாற்றம் செய்ய கட்டாயப்படுத்தப்படும் ஒரு தருணத்தை, அது சார்ந்த மத அரசியலை மிக எளிமையானதொரு மேம்போக்கான உரையாடலில் தாண்டிச் செல்லும் முரணைப் புரிந்து கொள்ள முடியவில்லை. கிரிக்கெட் எனும் மதமே அவனை முழுவதுமாக ஆக்ரமித்திருக்கிறதா?

'பிறநாடுகளில் விளையாட்டுப் போட்டிகளில் கலந்துகொண்ட பிறகுதான் தோற்றுப்போகிறார்கள். ஆனால் இங்கு வாய்ப்பு கிடைக்காமலேயே தோற்றுப்போகிறார்கள்' என்று ஜீவா உச்ச காட்சியில் முன்வைக்கும் வசனத்தில் உண்மையிருந்தாலும் இங்குள்ள மதம் மற்றும் சாதிய அரசியல் போலவே மேற்கத்திய நாடுகளில் நிற அரசியல் இருப்பதையும் கவனிக்கவேண்டும். இது தொடர்பாக பல அயல் சினிமாக்கள் உருவாகியுள்ளன. உதாரணமாக 42 என்கிற ஆங்கிலத் திரைப்படத்தை குறிப்பிடலாம். பேஸ்பால் எனும் விளையாட்டில் நிலவிய நிறவெறி அரசியலை உடைத்துக்கொண்டு சாதித்த கருப்பின இளைஞரான ஜாக்கி ராபின்சன் எனும் முன்னோடி விளையாட்டு வீரரின் வாழ்க்கையின் அடிப்படையில் உருவான திரைப்படமது.

பிரதேச அரசியலில் நிலவும் சாதிய தடைகளைத் தாண்டி ஜீவா, தேசிய கிரிக்கெட் அணியில் இணைந்துவிடுவதோடு இத்திரைப்படம் நிறைவுறுகிறது. ஆனால் அங்கும் நிலவும் மத அரசியல், வர்க்க அரசியல் என்று உள்ளிட்ட பல அரசியல் தடைகளையும் அவர் தாண்ட வேண்டியிருக்கிறது என்பதை நாம்தான் புரிந்துகொள்ளவேண்டும். ஒரு சச்சினின் பிரகாசத்துக்குப் பின்னால் கோடிக்கணக்கான சச்சின்கள் வாய்ப்புகூடக் கிடைக்காமல் பல்வேறு திசைகளின் இருளில் புழுங்கிக் கொண்டிருக்கின்றனர் என்கிற நிதர்சனத்தை முன்வைக்கும் ஒரு படைப்பை உருவாக்கினதற்காக இயக்குநர் சுசீந்திரனை மனமாரப் பாராட்டலாம்.

(காட்சிப் பிழை, நவம்பர் 2014)

மெட்ராஸ்

தகர்க்கப்பட வேண்டிய சுவர்கள்

சுவர்கள் மனிதர்களுக்கான அந்தரங்க வெளிகளை உறுதிப் படுத்துபவை. பாதுகாப்பை ஏற்படுத்துபவை. அதே சமயத்தில் அவர்களுக்குள் பிரிவினைகளையும் உண்டாக்குபவை. பலவிதமான வண்ணங்களையும் செய்திகளையும் தாங்கியவை. பெர்லின் சுவர் முதற்கொண்டு உத்தப்புரத்தின் தீண்டாமைச் சுவர் வரை அவற்றுக்கான அரசியல் பின்னணிகளும் இடிக்கப்பட வேண்டிய காரணங்களும் உண்டு.

அடித்தட்டு மக்கள் வாழும் பகுதியில் உள்ள ஒரு சுவர், அதன் பின்னுள்ள அரசியல், அதைக் கைப்பற்ற, தக்கவைத்துக் கொள்ள தலைமுறை தாண்டியும் மோதிக் கொண்டேயிருக்கும் சக்திகள். இவற்றின் பின்னணியில் கைவிட முடியாத தமிழ் சினிமாவின் சில சம்பிதாயங்களோடு அடித்தட்டு மக்களுக்கான ஓர் அரசியல் சினிமாவை உருவாக்க முயன்றிருக்கிறார் இயக்குநர் இரஞ்சித். பல்லக்குத் தூக்கிகள் காலம்பூராவும் எவரையாவது சுமந்து

கொண்டேயிருப்பது அவசியம்தானா என்கிற உண்மையை அவர்களே கேட்டுக் கொள்ளும்படியான சிந்தனையைத் தூண்டும் படைப்பை உருவாக்கியிருக்கிறார். இதுவரையிலும் ஆதிக்கச் சாதிகளால் தீண்டாமைக் கொடுமைகளுக்கும் உழைப்புச் சுரண்டல்களுக்கு ஆட்பட்டு பலியாடுகளாக இருக்கும் விளிம்புகள் மையத்தை நோக்கி நகர வேண்டியதின் அவசியத்தை உணர்த்தியிருக்கிறார். அறியாமை எனும் இருளில் இருந்து அகல கல்வி என்பதையும் தாண்டி சமூக அரசியலையும் அது சார்ந்த விழிப்புணர்வையும் பெற வேண்டிய தேவையைப் பதிவு செய்திருக்கிறார்.

வடசென்னையின் கலாசாரத்தைப் பின்புலமாகக்கொண்டு அதன் கச்சாத்தன்மையோடு இதுவரை எந்தவொரு தமிழ் திரைப்படமும் உருவாக்கப்படவில்லை என்பது, பிறந்ததில் இருந்தே அந்த நிலப்பகுதியில் வாழ்ந்து வருபவன் என்கிற முறையில் என்னுடைய நீண்ட கால மனக்குறையாக இருந்தது. அவ்வாறு சித்திரிக்கப்பட்டதாக முன்னர் வெளியான சில திரைப்படங்களைப்பற்றிக் கூறப்பட்டாலும் அவை பாரதிராஜா தம்முடைய திரைப்படங்களில் பகற்கனவுகளின் கூறுகளோடு சித்திரித்த கிராமங்களைப் போலவே போலித்தன மானவை. சில தேசலான அடையாளங்களை பாவனை கொண்டு பாவனைசெய்தவை. அதுகாறும் முந்தைய திரைப்படங்கள் ஏற்படுத்தி வைத்திருந்த தேய்வழக்குகளிலிருந்து பெரிதும் மீறாதவை. சோ, லூஸ் மோகன் முதற்கொண்டு கமல்ஹாசன் வரை பேசும் பாணியே வடசென்னை மக்களின் தமிழ் என்று நிறுவப்பட்டுக் கொண்டும் நம்பப்பட்டுக் கொண்டுமிருந்தது ('பொல்லாதவன்' திரைப்படத்தில் குறுகிய நேரத்தில் கடந்து போகும் செண்ட்ராயன் பேசும் ஒரு வசனம் மாத்திரமே அதுவரையான தமிழ் சினிமாவில் நான் கேட்ட அசலான வடசென்னையின் குரல்). இவ்வகையான போலித்தனங்களிலிருந்து விலகி தனது மெட்ராஸ் திரைப்படத்தின் மூலம் சமகால வடசென்னையின் கலாசார முகத்தை இன்னமும் துலக்கமாக்கி இயன்ற வரையில் அசலாக சித்திரித்து சில அடிகள் முன்னே நகர்ந்து சென்ற காரணத்துக்காக இயக்குநர் ரஞ்சித்தைப் பாராட்டலாம்.

பொதுவாக சென்னை என்றாலே அதுவரை சென்ட்ரல் ரயில் நிலையத்தையும் எல்.ஐ.சி. கட்டிடத்தையும் மெரினா கடற்கரையையுமே தமிழ் சினிமாவின் காமிராக்கள் காட்டிக் கொண்டிருந்தன. சென்னையின் வடதுபுறம் அதன் பார்வைக்கு படவே படாது. அப்படியே வடசென்னை பக்கம் திரும்பினாலும் அது ரவுடிகளும் வன்முறை யாளர்களும் அரசியல் அடியாட்களும் பலவிதமான குற்றங்களைப் புரிபவர்களும் பாலியல் தொழில் செய்து பிழைப்பவர்களும் பிச்சையெடுப்பவர்களும் என்று அதை உதிரிகள் நிறைந்த ஒரு லும்பன்

சமூகமாகத்தான் இதுவரை சித்திரித்திருக்கிறது. இதிலிருந்து விலகி அங்கிருந்து ஒரு சாஃப்ட்வேர் நிறுவன இளைஞன் வருகிறான் என்கிற நடைமுறை உண்மையின் மூலம் அதை முன்னேறிக் கொண்டிருக்கிற சமூகத்தின் அடையாளமாகச் சித்திரித்த விதம் சிறப்பானது.

குடித்து விட்டு வீட்டுப் பெண்களை ஓயாது அடித்து ஆபாச வசைகளை வீசும் ஆண்களாகவே காட்டப்பட்டுக் கொண்ட வடசென்னையின் அடித்தட்டு சமூகத்தில், அங்கும் எல்லா சமூகத்தையும் போலவே ஊடலும் கூடலும் அன்பும் கொண்ட ஓர் இயல்பான ஆண் வாழும் குடும்பத்தை அதன் அழகியலோடு காட்சிப்படுத்தியதற்காக இயக்குநரைப் பாராட்டவேண்டும். வறுமையின் துயரமும் அழுகையு மாக சித்திரிக்கப்பட்டதிலிருந்து விலகி, கால்பந்தும் கேரமும் விளையாடும் இளைஞர்கள், மேற்கத்திய நடனம் பயிலும் சிறுவர்கள், சிரிப்பும் கும்மாளமுமாக ஒருவரையொருவர் சீண்டிக் கொள்ளும் இளைஞர்கள் என்று ஒரு கொண்டாட்ட சமூகமாக அதை முன்வைத்ததற்காகவும்.

●

அடித்தட்டு சமூக இளைஞர்களை அதுவரையான தமிழக அரசியல் எப்படியெல்லாம் சுரண்டிக் கொண்டிருந்தது என்பதை முன்வைத்து இதுவரை சில அரசியல் சினிமாக்கள் வந்திருக்கின்றன. பாரதிராஜாவின் என்னுயிர் தோழன், சுரேஷ் கிருஷ்ணாவின் சத்யா (ராம்கோபால் வர்மாவின் 'இந்தி' சத்யாவும்) செல்வராகவனின் புதுப்பேட்டை போன்று சில படங்கள். ஏறக்குறைய அதே மாதிரியான கதைக்களனைத்தான் 'மெட்ராஸ்' கொண்டிருக்கிறது. ஆனால் முந்தைய திரைப்படங்களில் அந்த இளைஞர்களின் பின்னணியைப் பற்றிய துல்லியமான சித்திரம் எதுவுமிருக்காது. மேலும் அரசியல் கட்சிகளையும் ஜாக்கிரதையாக மஞ்சள் கட்சி, பச்சை கட்சி என்று ஒரு மாதிரி மையமாகக் குறிப்பிட்டு ஒப்பேற்றியிருப்பார்கள். ஆனால் மெட்ராஸ்-ஸின் புள்ளி எங்கே விலகியும் தனித்தும் நிற்கிறது என்றால் இதில் வரும் பிரதான பாத்திரங்களான அன்புவும் காளியும் தலித் சமூகத்தைச் சார்ந்தவர்கள் என்பதற்கான தடயங்கள் படத்தில் தெளிவாகவே பதிவாகியிருக்கின்றன.

'தமிழ் தமிழ் -னு சொல்றவங்க எல்லாம் சாதி, மதம் -னு வந்தா மட்டும் கத்தியைத் தூக்கிடறாங்க' என்று கடந்து போகும் ஒரேயொரு வசனம், அதுவரையான தமிழக அரசியலின் மீது பலத்த விமர்சனமாகவும் அடியாகவும் விழுகிறது. இந்தியச் சுதந்திரத்துக்குப் பின் இயல்பாக தேசிய அரசியலின் கைகளில் இருந்த அதிகாரத்தை திராவிடக் கட்சிகள் மொழி, இன உணர்வுகளைப் பயன்படுத்தி கைப்பற்றின; அடித்தட்டு

சமூகத்தை ஓட்டு வங்கியாகவும் அடியாட்களாகவும் தேர்தல்பணி தொண்டர்களாகவும் உபயோகப்படுத்தி வந்திருக்கின்றன. அதன் பிறகு சாதிய உணர்வுகளை பயன்படுத்தி மேலெழுந்த இடைநிலை சாதியைச் சேர்ந்த அரசியல் கட்சிகள் கலவரங்களுக்கு காரணமாக இருந்து தாழ்த்தப்பட்ட சமூகங்களின் மீது தொடர் வன்முறைகளைக் கட்டவிழ்த்துவிட்டிருக்கின்றன. இவற்றையெல்லாம் அந்த ஒற்றை வசனம் மிகத் தெளிவாக அம்பலப்படுத்துகிறது. இந்த வன்முறைகளிலிருந்து விடுபடவும் சமூகத்தில் மேம்படவும் தாழ்த்தப்பட்ட சமூகமானது சமூக அரசியலைக் கற்பதன் மூலம் ஒன்று திரண்டு அதிகாரத்தை நோக்கி நகரவேண்டும் என்பது ஒட்டுமொத்தமான கச்சிதமான செய்தியாக இத்திரைப்படத்தில் வெளிப்பட்டுள்ளது.

மேலும் இத்திரைப்படம் 1990-களிலிருந்து துவங்குவது ஒருவகையில் மிகப் பொருத்தமே. தாழ்த்தப்பட்டோர் மீதான தீண்டாமை வன்கொடுமைத் தடுப்புச் சட்டம் இயற்றப்பட்டது 1989-ல். வி.பி. சிங் மண்டல் கமிஷன் அறிக்கையை அமல்படுத்துவதற்கான அறிவிப்பை செய்தது 1990. தமிழகத்தில் தலித் சமூகத்தை சார்ந்த அரசியல் கட்சிகள் ஒரு பெரும்சக்தியாக மேலெழுந்ததும் அடையாளம் காணப்பட்டதும் 1990-களில். நவீன தமிழ் இலக்கியத்தில் தலித் இலக்கியம் என்பது உருவானதும் தொன்னூறுகளிலேயே நிகழ்ந்தது. இடைநிலைச் சாதிகளின் பிம்பங்களை விதந்தோதிக் கிடக்கும் தமிழ் சினிமாவில் தலித் சினிமா உருவாக வேண்டியதின் அவசியத்தைப் பற்றி முன்பு எழுதியிருந்தேன். அதைச் சாத்தியப்படுத்தும் நம்பிக்கை தரும் துவக்க அடையாளமாக 'மெட்ராஸ்' உருவாகியிருப்பது குறித்து மகிழ்ச்சி. இந்த இயக்குநரின் முந்தைய திரைப்படமான 'அட்டகத்தி'யும் தலித் சமூகத்தின் பின்புலத்தில் உருவாகியிருந்தாலும் அதன் மையம் காதல் குறித்தது. 'காதல் -ன்றது ஒரு முறைதான் பூக்கும்' என்று பம்மாத்து செய்துகொண்டிருந்த தமிழ் சினிமாவின் போலித்தனமான மதிப்பீடுகளை தனக்கேயுரிய பகடிகளுடன் கலைத்துப்போட்டது அத்திரைப்படம். ஆனால் மெட்ராஸ் அதிலிருந்து நகர்ந்து அரசியல் பற்றின உரையாடலை முன்வைக்கிறது.

வணிக சினிமாவுக்கும் கலை சார்ந்த சினிமாவுக்குமான இடையிலான புள்ளியில் இயங்குகிறது மெட்ராஸ். ஒவ்வொரு காட்சிக் கோர்வையும் அதன் சிறப்பான துவக்கமும் நிறைவுமாக கச்சிதமாகத் திட்டமிடப்பட்ட அழகியலுடன் நகர்கின்றன. சட்டகங்களில் நிறைந்திருக்கும் முகங்கள் அதனதன் முக்கியத்துவத்துடனும் இயல்புடனும் பதிவாகியிருக்கின்றன. அன்பு மற்றும் காளி என்கிற இரு இளைஞர்களின் வாழ்க்கைக்குள் சென்று திரும்பிய உன்னத அனுபவத்தை ஏற்படுத்துகிறது இத்திரைப்படம். கார்த்தி இத்திரைப்படத்தின்

நாயகனாக அறியப்பட்டாலும் துணைப்பாத்திரமாக வரும் அன்புவே (கலையரசன்) படத்தின் முற்பகுதி முழுதும் நிறைந்திருக்கிறான். ஒரு குறிப்பிட்ட காட்சியில் கார்த்தி ஏதோ அட்மாஸ்பியருக்காக நிற்க வைக்கப்பட்ட உதிரிப்பாத்திரம் போல் பின்னணியில் நின்று கொண்டிருக்க அன்புவும் மாரியும் பிரதானமாக உரையாடும் காட்சியைக் கண்டு எனக்கு ஆச்சரியமாக இருந்தது. பெரும்பாலான பிரேம்களை ஆக்ரமித்துக் கொண்டிருக்கும் பஞ்ச் டயலாக் நாயகர்களின் சினிமாவே இங்கு தொடர்ந்து உற்பத்தியாகிக்கொண்டிருக்கும்போது இயக்குநரின் கட்டுப்பாட்டில் இயங்கும் ஒரு சினிமாவைக் காண ஆறுதலாக இருக்கிறது.

அது மாத்திரமல்ல, பிரதான பாத்திரமான காளியும் (இறுதிக் காட்சியைத் தவிர) அவனுடைய நாயகத்தன்மை நீக்கம் செய்யப்பட்ட ஓர் இயல்பான மனிதனாகத்தான் பதிவாகியிருக்கிறான். அவனுக்கு காதலிக்க பெண் கிடைப்பதில்லை. பெண்களுடன் பழக அவனுக்குத் தெரியவில்லை. திருமணத்துக்காகப் பார்க்கப்படும் பெண்களை யெல்லாம் அவனது தாய் ஏதோவொரு சொத்தையான காரணம் சொல்லி நிராகரிக்கிறாள். தனக்குத் திருமணமே ஆகாது என்று அவனுக்குத் தோன்றிவிடுகிறது. தான் விரும்பிய பெண் தன்னை நிராகரித்துவிட்டாள் என்பதற்காக குடித்துவிட்டுப் புலம்பி அழுகிறான். பலி வாங்கும் சுவர் என்று நம்பப்பட்ட இடத்தின் முன் தனது பைக் நின்றுபோன விநோதத்தை எண்ணி உள்ளூர அச்சம் கொள்கிறான். தற்செயலாக ஒருவனை கொன்றுவிட நேர்ந்த பிறகு 'அய்யோ.. நான் ஜெயிலுக்கு போகணுமே.. என் எதிர்காலமே வீணாகிவிட்டதே' என்று அழுகிறான். தன்னுடைய அம்மா சொல்லிதான் தான் விரும்பியவள் தன்னைக் காதலித்தாள் என்பது தெரியவரும்போது அசட்டுச்சிரிப்புடன் அதை ஏற்கிறான். நாயகர்களும் அவர்களுக்காக உருவாக்கப்பட்ட மிகைப்படுத்தப்பட்ட அபத்தங்களும் கோலோச்சுகிற தமிழ் சினிமாவில் இப்படியான சித்திரிப்புகள் மிக அபூர்வமான விஷயம்.

●

'இந்த நிமிஷத்தை சந்தோஷமாக வாழ்ந்தால் போதும்' என்கிற இயல்புவாத தன்மையோடு இயங்குகிறவன் காளி. சட்டென்று கோபம் கொள்ளக்கூடியவனாக இருந்தாலும் புறவடிவங்கள் சார்ந்தும் உணர்ச்சி சார்ந்தும் அரசியலை அணுகுவதில் அவனுக்கு உடன்பாடில்லை. அவனுடைய உயிர் நண்பன் அன்பு. தான் சார்ந்திருக்கும் அரசியல் கட்சிக்காக உண்மையாக உழைப்பவன். அதன் மூலம் மக்களுக்கு சேவை செய்யமுயலும் என்கிற லட்சியவாதத் தன்மையோடு இயங்குகிறவன். சுவரைக் கைப்பற்றுவது என்பது அதிகாரத்தைக் கைப்பற்றுவதின் குறியீடாக எண்ணுபவன். அன்புவுக்கு உரிய

அரசியல் நிதானமும் முதிர்ச்சியும் காளிக்கு இல்லை. இவர்களிடையே நிகழும் முரணியக்கம்தான் படத்தின் முதற்பகுதியை நகர்த்திச் செல்கிறது.

அன்புவைப் போன்ற லட்சியவாத தொண்டர்கள் உலகமயமாக்கப் பட்ட இன்றைய காலகட்டத்தில் இருக்கிறார்களா என்று தெரியவில்லை. தேநீர் மாத்திரம் குடித்துக்கொண்டு தேர்தல் பணிகளை அர்ப்பணிப்பு உணர்வுடன் உற்சாகமாகச் செய்த தொண்டர்கள் முந்தைய காலத்தில் இருந்தார்கள். அரசியலும் ஒருவகையான மிகச் சிறந்த வணிகம் என்பதைப் புரிந்துகொண்ட மக்கள் இன்று அதற்கேற்பதான் எதிர்வினைபுரிகிறார்கள்.

இந்தத் திரைப்படத்தினுள் புழங்கும் மனிதர்கள் ஏறத்தாழ அசலான வாழ்க்கைக்கு நெருக்கமான மனிதர்களாக இருக்கிறார்கள். 'காளியம்மனுக்கு வேண்டி வரம் வாங்கி வந்த புள்ளடா நீ' என்று தொண தொணத்துக் கொண்டேயிருக்கும் காளியின் அம்மா (என்னுயிர் தோழன் நாயகி ரமா), இவருடைய வாய்க்குப் பயந்து அடங்கும் கணவர், வெற்றிலைபாக்கு வாங்க காசு கிடைப்பதற்கேற்ப எதிர்வினையாற்றும் பாட்டி, 'லேட்டா கல்யாணம் பண்ணா உனக்குப் பொறக்கற குழந்த தாத்தா-ன்னு தான் கூப்பிடும்' என்று கலாய்க்கிற நண்பர்கள், பேசுவது புரியாவிட்டாலும் உடல்மொழியாலேயே கவர்கிற, காவல்துறையின் வன்கொடுமை காரணமாக மனநிலை பிறழ்ந்த ஜானி (ஹரிகிருஷ்ணன்), கடவுள்மறுப்பு கொள்கையுடைய தனித்தன்மையுடன் கூடிய நாயகி, (காத்ரின் தெரசா), அவளுக்கு தோசை சுட்டுப் போடுகிற கட்சிக்காரர் அப்பா, உடன்பிறப்புகளையும் ரத்தத்தின் ரத்தங்களையும் நினைவுப் படுத்துகிற வசனம் போல 'நீ என் புள்ள மாதிரிடா' என்று நெக்குருகி பிறகு துரோகம் செய்கிற அரசியல்வாதி மாரி, 'எங்க அப்பா படத்தை எப்படியாவது சுவத்துல வரைஞ்சுடணும்' என்று அது குறித்த ஏக்கத்திலேயே தொடர்ந்து இயங்கும் இன்னொரு அரசியல்வாதி கண்ணன், அவருடைய மகன் பெருமாள், 'இந்த ஏரியாவிலேயே நான்தான் கெத்தா இருக்கணும்' என்கிற குறிக்கோளுடன் அரசியல் அடியாளாக இயங்குகிற விஜி, 'நீ குத்துக்கல்லு மாதிரி இருந்தியன்னா என் தலைவனுக்குத்தான் முத்தம் கொடுக்கணும்' என்று கணவனைச் சீண்டுகிற மேரி (ரித்விகா), பெற்றோரின் ரொமான்ஸை பக்கத்து வீட்டு மாமாவிடம் போட்டுக் கொடுக்கும் சிறுவன் ரொனால்டோ, 'சுவத்தை எப்படியாவது பிடிக்கணும்டா' என்கிற குறிக்கோளுடன் துரோக அரசியலுக்குப் பலியாகும் அன்பு (கலையரசன்), 'சுவத்தைப் பிடிச்சுட்டா எல்லாப் பிரச்னையும் தீர்ந்துடுமா' என்று யதார்த்தம் பேசுகிற காளி (கார்த்தி) என்று ஏறத்தாழ அத்தனை பாத்திரங்களுமே பார்வையாளர்களின் மனதில் நிரந்தரமாக உறைந்துவிடுவது தமிழ் சினிமாவில் எப்போதாவதுதான் நிகழ்கிற அதிசயம்.

இத்திரைப்படத்தின் பற்றி இசை பற்றி பிரத்யேகமாக குறிப்பிட்டுச் சொல்லவேண்டும். புதிய அலை இயக்குநர்களைப் போலவே அவர்களுடன் இணைந்து கவனிக்கத்தக்கதொரு இசையமைப்பாளராக உருவாகிக்கொண்டிருக்கிறார் சந்தோஷ் நாராயணன். அவர்களின் பெரும்பாலான திரைப்படங்களுக்கு உறுதுணையாகவும் அவை புதிய வண்ணங்களில் தோற்றம் கொள்வதற்கும் இவரது இசை முக்கியமான காரணியாக இருக்கிறது. தமிழ் திரையிசையில் ஒவ்வொரு கால கட்டத்தையும் வெவ்வேறு இசையமைப்பாளர்கள் ஆதிக்கம் செய்து வந்ததைப் போலவே வருங்கால தமிழ் சினிமாவை ஆக்ரமிப்பு செய்யப் போகும் தனித்தன்மையுடனும் புத்துணர்ச்சியான படைப்புகளுடன் மேலெழுந்து வந்துகொண்டிருக்கிறார் சந்தோஷ். வழக்கமாக தமிழ் சினிமாக்களில் பாடல்கள் என்பவை திணிக்கப்பட்டவையாகவும் வேகத்தடைகளாகவும் அமைந்து எரிச்சலூட்டுபவை. ஆனால் இத்திரைப்படத்தில் பாடல்கள் மிக இயல்பான தருணங்களில் மிக அழகாகப் பொருந்தியிருக்கின்றன.

கானா பாடல் என்பது பெரும்பாலும் குத்தாட்டப் பாடல்களாகத்தான் தமிழ் சினிமாவில் உபயோகப்படுத்தப்படுகிறது. ஆனால் யதார்த்தத்தில் அவை இறப்பு, பிறப்பு, துயரம், மகிழ்ச்சி, தத்துவம், காதல், அது சார்ந்த தோல்வியின் சோகம் என்று அடித்தட்டு மக்களின் வாழ்வில் பல்வேறு தருணங்களில் உபயோகிக்கப்பட்டு வருகின்றன. உழைக்கும் மக்கள் தங்களின் உணர்வுகளை எளிய வரிகளோடும் இசையோடும் வெளிப்படுத்தும் இசையது. கிராமங்களில் உருவாகும் நாட்டுப்புறப் பாடல்களைப் போன்று இது சென்னையின் பிரத்யேகமான அடையாளம். இது இத்திரைப்படத்தில் ஏறத்தாழ அத்தன்மையின் இயல்போடு பதிவாகியிருக்கிறது. புளியந்தோப்பு பழனி, மரண கானா விஜி, கானா பாலா என்று ஒரு காலத்தில் அடித்தட்டு மக்களின் மத்தியில் மாத்திரமே ஒலித்துக் கொண்டேயிருந்த இசை இன்று மைய நீரோட்ட வெளிகளில் ஒலிக்கும்போது மகிழ்ச்சியாகவே இருக்கிறது. அது போலவே இதன் பின்னணி இசையும். தேவையான இடங்களில் மாத்திரம் பொருத்தமாகப் பயன்படுத்தப்பட்டு முக்கியமான தருணங்களின் காட்சிகள் அழுத்தமாக பதிவாக பின்னணி இசை பெரிதும் உதவியிருக்கிறது. படம் முழுவதும் ஏறக்குறைய ஒரு கதாபாத்திரமாக வரும் சுவரும் அதில் பதியப்பட்டிருக்கும் உருவமும் (கவிஞர் ஜெயபாலன்) பார்வையாளர்களின் மனதில் பிரத்யேகமாகப் பதிவாக அதற்கென உருவாக்கப்பட்டிருக்கும் கருப்பொருள் இசை (Theme Music) உதவுகிறது. 'ஆகாயம் தீப்பிடிச்சா நிலா தூங்குமா' என்கிற அற்புதமான வரிகள் இதற்குத் துணையாக நிற்கின்றன.

அதைப்போலவே முரளியின் ஒளிப்பதிவும். பறவைக்கூடுகள் போல் ஒடுங்கியிருக்கும் வீடுகளின் சிறிய இடத்தில் வெளிப்படும்

மனிதர்களின் காதலையும் கோபங்களையும் ஆவேசங்களையும் துயரங்களையும் இயல்பு மாறாமல் பதிவாக்கியிருக்கிறது. வடசென்னையின் நிலப்பரப்பும் அதன் கலாசாரமும் முழுமையான அளவில் இல்லையென்றாலும் சாத்தியமான அளவில் வெளிப் பட்டிருக்கிறது. சண்டைகளும் துரத்தல்களுமான இரவுக் காட்சிகள் அதன் பிரத்யேகமான அழகுடனும் இயல்புடனும் காட்சிப்படுத்தப் பட்டிருக்கின்றன (அச்சமயங்களில் அது தனித்து விடப்பட்ட நகரம்போல் இருப்பதுதான் முரணாக இருக்கிறது). ஆரண்ய காண்டம் திரைப்படத்துக்காக தேசிய விருது பெற்ற பிரவீண், காட்சிகளின் தாள லயம் கெடாமல் ஒழுங்குப்படுத்தியிருக்கிறார். சமகால சினிமாக்களில் தமிழ் நவீன இலக்கியத்தோடு தொடர்புள்ளவர்கள் அதிகம் பங்கு பெறுவது மகிழ்ச்சி. அவ்வகையில் இத்திரைப்படத்தில் எழுத்தாளர் ஜே.பி.சாணக்யா இணை இயக்குநராகத் தன் பங்களிப்பைச் செய்திருக்கிறார்.

மிகுந்த பொருட்செலவை கோரி நிற்கிற கலை சினிமா என்பதால் அது தொடர்பான சமரசங்கள் நிகழ்வது தவிர்க்க முடியாததுதான். என்னதான் இயக்குநர் நுண்ணுணர்வுகளுடன் கூடிய திறமைசாலியாக இருந்தாலும் அவரது கனவுப் படைப்புக்கும் சமரசங்களுக்கும் உள்ள இடைவெளி தான் ஒரு திரைப்படத்தின் தரத்தைத் தீர்மானிக்கிறது. அவ்வாறே இந்த இடைநிலை சினிமாவில் சில சமரசங்களும் குறைகளும் இருக்கலாம். உதாரணமாக நாயகனும் நாயகியும் இத்திரைப்படத்தின் பின்புலத்துக்குப் பொருந்துகிற தோற்றத்தையும் உடல்மொழியையும் கொண்டிருக்கவில்லை. 'அட்டகத்தி'யில் தினேஷ் கச்சிதமாகப் பொருந்தியதுபோல இதில் நிகழவில்லை. மேரியைப் போல கலையரசி பிரகாசிக்கவில்லை. என்றாலும் இயக்குநரின் கட்டுப் பாட்டில் இயன்ற அளவுக்கான பங்களிப்பை நிகழ்த்தியிருக்கிறார்கள். ஆனால் கார்த்தி நடித்திருக்காவிட்டால் இத்திரைப்படம் இத்தனை பரவலான கவனத்தைப் பெற்றிருக்குமா என்பது குறித்தும் யோசிக்க வேண்டியிருக்கிறது. நாயகியின் அந்நிய தோற்றம் குறித்தும் விமர்சனங்கள் எழுகின்றன. ஒரு தொலைக்காட்சி நேர்காணலில் இயக்குநர் ரஞ்சித் இது குறித்து விளக்குகிறார். 'இத்திரைப்படத்தை தெலுங்கிலும் சந்தைப்படுத்த வேண்டி அங்கு ஏற்கெனவே புகழ்பெற்றிருக்கும் ஐந்து நடிகைகளில் ஒருவரைத் தேர்வு செய்கிற நெருக்கடி இயக்குநருக்கு ஏற்படுகிறது. அதைப் போலவே இத்திரைப் படத்தின் அரசியல்தன்மையையும் சாதி குறித்த பின்னணிகளையும் துல்லியமாக்கினால் அது குறித்த சிக்கல்களையும் தடைகளையும் இத்திரைப்படம் சந்திக்கக்கூடும் என்று தயாரிப்பாளர் தரப்பிலிருந்து அழுத்தம் தரப்பட்டிருக்கலாம். இத்தனை பிரச்னைகளையும் மீறித்தான் ஒரு சுமாரான திரைப்படமாவது தமிழ் சூழலில் வெளிவரக்கூடிய

அவலமான நிலை நிகழ்கிறது. திரைத்துறை படைப்பாளிகள் சுதந்திரமாக இயங்க வேண்டுமெனில் பார்வையாளர்களின் ரசனை முதிர்ச்சியடைந்து நல்ல முயற்சிகளை மாத்திரமே ஆதரிக்கும் சூழல் ஏற்படவேண்டும். அப்போதுதான் இடைநிலை திரைப்படங்கள் நகர்ந்து இயக்குநர்கள் தாம் உருவாக்க விரும்புகிற கலை சார்ந்த திரைப்படங்களுக்கு அவை இட்டுச் செல்லும்.

●

மெட்ராஸ் திரைப்படத்தைப் போன்று சமீபத்தில் விமர்சகர்களின் கவனத்துக்கு உள்ளான வேறெந்தத் திரைப்படமும் இருப்பதாகத் தெரியவில்லை. 'சேது' திரைப்படத்தில் 'சீயான்' என்கிற வார்த்தைக்கு ஆளாளுக்கு அர்த்தம் தேடுபவர்களைப் போலவே இது வழக்கமான தமிழ் திரைப்படமா ஒரு நல்ல முயற்சியா என்றும் இது தலித் சமூக எழுச்சி சார்ந்த சினிமாவா அல்லது அதற்கான தெளிவில்லாமல் அடித்தட்டு மக்களை மாத்திரம் சித்திரிக்கிற சினிமாவா என்று ஆராய்ச்சிகள் தொடர்கின்றன. இத்திரைப்படம் பெற்று வரும் கவனமும் பாராட்டும் ஒரு சாராரைப் பதற்றப்படவைக்கிறது என்பது மாத்திரம் தெளிவு.

பிராமணர்கள் ஆதிக்கம் செய்த சினிமாவை இடைநிலை சாதி இயக்குநர்கள் கைப்பற்றி அதற்குரிய போற்றிப்பாடுதல்களுடன் உருவாக்கிக்கொண்டிருக்கும்போது அந்தச் சூழலில் தாழ்த்தப்பட்ட சமூகத்தின் கூறுகளை முன்வைக்கும் சினிமாக்கள் நுழைவதை ஆதிக்கசாதி உணர்வுள்ளவர்கள் விரும்பவில்லை என்று தெரிகிறது. இதில் நுட்பமாக வெளிப்பட்டிருக்கும் தலித் அடையாளங்களைத் துடைத்துவிட்டு சாதி அரசியல் நீக்கம் செய்யப்பட்ட உள்ளீடற்றதொரு படைப்பாக இதை முன்வைப்பதற்காக சொல்லப்படும் காரணங்களும் விமர்சனங்களும் நகைப்பை ஏற்படுத்துகின்றன. இத்திரைப்படம், உருவாகிக் கொண்டிருக்கும் இன்னொரு தமிழ் திரைப்படத்தின் நகல் என்று நிறுவ முயற்சிக்கும் தீர்ப்புகள் அவசரம் அவசரமாக எழுதப்படுகின்றன. 'மாட்டுக்கறி உண்பதைப் பற்றி' புனைவுகளில் எழுதப்படும் வரிகள் கூட வெகுஜன ஊடகங்களில் மறுக்கப்பட்டு மாற்றி எழுதப்படும் நவீன தீண்டாமை கொண்ட சூழலே நிலவுகிறது. உத்தப்புர சுவர் மாத்திரமல்ல, ஆதிக்க மனங்களிலுள்ள தீண்டாமை சுவர்களும் அகற்றப்பட வேண்டியதே.

'அடங்குடா' என்று இத்திரைப்படத்தில் ஓர் இளைஞன் ஆதிக்கசாதி நபரால் அதட்டப்படும்போது 'அடங்கறதெல்லாம் அந்தக் காலம்' என்று அந்த இளைஞன் ஆவேசத்துடன் பதிலுரைப்பதைப் போன்று தொடர்ந்த போராட்டங்களின் மூலம் மேலெழுந்து வரும்

தாழ்த்தப்பட்ட சமூகத்தின் வளர்ச்சியை எந்த சக்தியாலும் தடுத்து நிறுத்த முடியாது. தமிழ் படைப்புலகில் ‘தலித் இலக்கியம்’ என்றொரு வகைமை தனக்கான அடையாளத்தையும் கவனத்தைப் பெற்றது போன்ற திரைத்துறையிலும் ‘தலித் சினிமா’ என்றொரு வகைமை உருவாகும் என்கிற நம்பிக்கைக்கான துவக்கத்தை தந்திருக்கிறது ‘மெட்ராஸ்’. இதை சாத்தியப்படுத்திய ரஞ்சித்துக்குப் பாராட்டுக்கள்.

(உயிர்மை - நவம்பர் 2014)

எனக்குள் ஒருவன்

கனவின் நிழல்கள்

ஆதவனின் சிறுகதை ஒன்றுண்டு. நடுத்தர வயது தம்பதியொருவர் கடந்துகொண்டிருக்கும் இளமையின் சலிப்போடு பரஸ்பரம் தங்களை சகித்து, வெறுத்து, சண்டையும் சிடுசிடுப்புமான வாழ்க்கையை வாழ்ந்து கொண்டிருப்பர். அவ்வாறே கடந்து முடியும் ஒரு நாளின் இரவில் தன்னிச்சையான உந்துதலில் அவர்கள் உறவு கொள்ளும்போது ஆண், பருத்துப் போன தன் மனைவியின் உடலுக்கு மாறாக அன்று பார்த்து வந்த சினிமாவில் வரும் இளமையான கதாநாயகியை நினைத்துக் கொள்வான். அதுபோலவே பெண்ணும் வழுக்கைத் தலையுடனான தன் கணவனுக்குப் பதிலாக சினிமாவின் நாயகனை நினைத்துக்கொள்வாள். பெரும்பாலும் நாம் எவருமே நம்முடைய வாழ்க்கையை வாழ்வதில்லை. மாறாக நமக்குப் பிடித்ததாக கருதுகிற, நிறைவேறாத இன்னொரு வாழ்வுக்காக ஏங்குகிறோம், அதை கற்பனைகளில் வாழ முற்படுகிறோம். BMW காரில் செல்லும் செல்வந்தன், சாலையோரத்தில் வாய் பிளந்து தூங்கிக் கொண்டிருக்கும்

பிச்சைக்காரனின் நிம்மதியான உறக்கத்தினைப் பார்த்து பொறாமை கொள்கிறான். எலெக்ட்ரிக் டிரையினின் நெரிசலில் நசுங்கி அலுவலகம் செல்லும் ஒரு நடுத்தர வர்க்க மனிதனுக்கு சிறிய காரைத் தவணை முறையில் வாங்குவது பெரிய கனவாக இருக்கிறது.

இதில் இன்னுமொரு சுவாரசிய முரண் என்னவெனில் பொருளாதார நிலையில் அடிமட்டத்தில் இருப்பவர்கள்தான் இதர வர்க்கப் பிரிவுகளில் உள்ளவர்களால்கூட இயலாதபடி தங்களின் எளிய மகிழ்ச்சி களை கொண்டாடித் தீர்க்கிறார்கள் என்கிற பொதுப்புத்தி சார்ந்த கருத்தாக்கம் உண்டு. பொருளாதாரத்தைப் பொறுத்தவரை பெரும் பாலோனோர்க்கு கீழிருந்து மேலே அண்ணாந்து பார்க்கும், அதை நோக்கி முன்னேறி நகர்வதில்தான் விருப்பமிருக்கிறது. பரமபத பெரிய பாம்பின் வழியாகச் சட்டென்று கீழே இறங்கி எளிமையில் கலக்க விரும்புவது ஒரு தற்காலிக ஏக்கம் மாத்திரமே. புகழ் வெளிச்சத்தி லிருந்து ஒதுங்கித் தனிமையை விரும்பும் எந்தவொரு நடிகனும் தானாக விரும்பி சாதாரண வாழ்வுக்குச் சட்டென்று திரும்புவதில்லை. இமயமலை போன்ற சுற்றுலாப் பயணத்துக்குச் சென்று வந்துவிட்டு தன்னுடைய ஏக்கத்தை தற்காலிகமாக தணித்துக் கொள்கிறான். ‘கிராமத்துல இருக்கும் போது பழைய சோறும் பச்சை மிளகாயும் கயித்துக் கட்டிலும் வேப்பமரத்துக் காத்தும்.. ஆஹா.. அது சொர்க்கம். பிட்சா, பர்கர் -னு இப்ப வாழற வாழ்க்கை என்ன வாழக்கை’ என்று சலித்துக்கொள்ளும் ஒரு என்.ஆர்.ஐ அந்த ஏக்கத்தைத் தற்காலிகமாகத் தன் சொந்த ஊருக்குச் சென்று திரும்புவதின் மூலம் தீர்த்துக் கொள்கிறானே ஒழிய நிரந்தரமாக அந்த நிலையை அடைவதை உள்ளூற விரும்புவதில்லை. அவ்வாறு திரும்பியவர்களின் சதவீதம் மிகச் சொற்பமே.

நம் வாழ்வின் இயக்கத்தில் நிகழும் இப்படியான பல அபத்தமான முரண்களை நமக்கே சுட்டிக் காட்டும் திரைப்படம் ‘எனக்குள் ஒருவன்’. கன்னடத்தில் வெளியாகி பெருவாரியான வெற்றியைப் பெற்ற ‘லூசியா’ என்கிற திரைப்படத்தின் தமிழ் வடிவம்தான் இது. லூசியா உருவானதே ஒரு சுவாரசியமான முன்னுதாரணம். பல்வேறு கனவுகளுடன் திரையுலகில் நுழையும் ஓர் இளம் இயக்குநன் முதலில் எதிர்கொள்வதே தன் கனவுகள் நிறைவேற முடியாத அல்லது நசுக்கப்படுகிற குரூர யதார்த்தத்தைதான். தயாரிப்பாளர்களும் ஸ்டார் நடிகர்களும் தங்களுடைய இடையூறுகளின், நிர்ப்பந்தங்களின் மூலம் அவனுடைய கனவுகளை குரூரமாக கலைத்துப் போடுகிறார்கள். படத்தின் வணிக வெற்றி உட்பட பொருளாதாரம்தான் எல்லா வற்றையும் தீர்மானிக்கும் முதன்மையாக காரணியாக இருக்கிறது. இதைக் கடந்து வருவதுதான் ஓர் இயக்குநரின் முன்னுள்ள மிகப் பெரிய சவாலாக இருக்கிறது.

தன்னுடைய முதல் கன்னடத் திரைப்படமான Lifeu Ishtene வெற்றி பெற்றவுடன் தன்னுடைய அடுத்த படைப்பான 'லூசியா'வுக்குத் திட்டமிடுகிறார் இயக்குநர் பவன்குமார். ஆனால் தயாரிப்பாளர்களிடமிருந்தும் நடிகர்களிடமிருந்தும் ஒத்துழைப்பு கிடைக்கவில்லை. தன்னுடைய வேதனையான, கசப்பான அனுபவங்களை தன்னுடைய இணைய தளத்தில் எழுதி வெளியிடுகிறார். Making Enemies என்கிற தலைப்பில் தனது இணைய தளத்தின் பார்வையாளர்களுக்கு அவர் எழுதிய கடிதத்தில் கன்னட திரையுலகம் தனது சுயத்தை இழந்து நிற்கும் ஆற்றாமையும் இளம் இயக்குநர்கள் புறக்கணிக்கப்படும் கோபமும் வழிந்தோடுகிறது. வெற்றிகரமான தமிழ், தெலுங்கு திரைப்படங்களின் ரீமேக் உரிமையை அதிக பொருட்செலவில் வாங்கத் தயாராக இருக்கும் கன்னட தயாரிப்பாளர்கள், அதற்கு பத்து மடங்கு குறைவான தொகையைக் கூட அசலான கன்னட திரைக்கதைக்குச் செலவழிக்கத் தயாராக இல்லை. பவன் குமாரின் பதிவுகளைக் கண்டதும் இணையத்தில் ரசிகர்களிடையே அவருக்கான ஆதரவு பல்வேறு தரப்புகளில் இருந்து கொட்டுகிறது. அப்படியாக பிறப்பதுதான் Project Lucia. சுமார் 1300-க்கும் மேற்பட்ட தனிநபர்களிடமிருந்து ரூ.70 லட்சம் வசூலான நிதியுதவியிலிருந்து உருவானதுதான் 'லூசியா' திரைப்படம். கன்னடத்தின் முதல் Crowd Funded திரைப்படம் மற்றும் கல்ட் திரைப்படமாகவும் ஆகியது. படம் வணிகரீதியான வெற்றியையும் பெற்று முதலீட்டைப் போன்று நான்கு மடங்கு தொகையை வசூலித்தது. இந்தியாவின் சார்பில் ஆஸ்கர் விருதுக்கு அனுப்பப்படும் shortlist-ல் இடம் பெற்றது.

இவ்வாறான ஒரு சாதனை, சினிமாவையே சுவாசிக்கும், இந்திய அளவில் திரைப்பட உருவாக்கத்தில் இரண்டாமிடத்தில் இருக்கும் தமிழ்நாட்டில் சாத்தியமாகுமா என்று யூகித்துப் பார்க்கிறேன். தமிழ்நாட்டு நிலைமையைப் பொறுத்தவரை, இன்றைய தேதியில் ஒரு திரைப்படத்தை உருவாக்குவதுகூட சாதனை அல்ல, அதை முறையாக சந்தைப்படுத்துவதற்கும் சரியான திரையரங்குகளில் வெளியிடுவதற்கான வியூகங்களுக்குதான் அதிக பொருட்செலவும் உழைப்பும் தேவைப்படுகிறது. வீடியோ பைரஸியையும் தாண்டி படம் ஓடுவது இன்னொரு சாதனை. இதனால்தான் பல சிறு முதலீட்டு திரைப்படங்கள் வெளியாகமுடியாமல் பிலிம் சுருளாகவும் டிஜிட்டல் கோப்புகளாகவும் முடங்கிக் கிடக்கின்றன. கூடவே அவற்றுக்கான முதலீடும். ஸ்டார் நடிகர்களின் திரைப்படங்களுக்கு முன்னுரிமை அளிக்கப்பட்டு அதிக அளவில் ஒதுக்கப்படும் திரையரங்கங்கள், சிறிய நடிகர்களின், சிறுமுதலீட்டுத் திரைப்படங்களுக்கு கிடைப்பதில்லை.

சில திமிலங்கங்களின் திட்டமிட்ட ஆட்சியும் அதன் பின்னான அரசியலும் மோசமான முன்னுதாரணமாக இங்கு இருக்கின்றன.

வணிக விஸ்தரிப்புதான் நோக்கம் என்றாலும் பூனைக்கு மணி கட்டுவது போல கமல்ஹாசன் தனது விஸ்வரூபம் திரைப்பட வெளியீட்டின் போது இதற்கான ஒரு தீர்வை செயல்படுத்தத் துணிந்தார். திரையரங்கு களையும் தாண்டி DTH, DVD, இணையம் என்று பல்வேறு வழிகளில் திரைப்படத்தை மக்களின் வரவேற்பறைக்கே கொண்டு செல்ல முனைந்த அந்த வழியை திரைப்பட சிண்டிகேட் மறித்துத் தோல்வி யடையச் செய்தது.

இயக்குநர் சேரன், பல்வேறு தடைகளைத் தாண்டி Cinema to Home என்று தன்னுடைய இயக்கத்தில் உருவான 'ஜே கே எனும் நண்பனின் வாழ்க்கை' திரைப்படத்தை DVD -யாகவும் பணம் செலுத்தி இணையத்தில் பார்க்கும்படியாகவும் வெளியிட்டார். இதற்கு பரவலான வரவேற்பு இருந்தாலும் படம் வெளியான அடுத்த நாளிலேயே இதற்கான கள்ள நகல்கள் இணையத்தில் வெளியாகி விட்டன. இத்தனைக்கும் ஒரு டிவிடியின் விலை ரூ.50 மட்டுமே. ஒரு மல்ட்டிபெக்ஸ் தியேட்டரில் வாகன பார்க்குக்கு ஆகும் தொகைதான். ஆனால் எப்படியிருக்கும் என்றே தெரியாத ஒரு ஸ்டார் நடிகரின் படத்துக்கு ஆயிரக்கணக்கில் செலவு செய்து முதல் நாளின் அனுமதிச் சீட்டினை அடித்துப் பிடித்து வாங்கும் ரசிகர்கள், சிறுமுதலீட்டுத் திரைப்படங்களில் உருவாகும் நல்ல முயற்சிகளை ஆதரிக்காமல் கள்ளத்தனமான நுகர விரும்பும்போது எப்படி தமிழ் சினிமாவில் தரமான படைப்புகள் உருவாகும்? பவன்குமார் போன்று ஓர் ஆர்வமுள்ள இளம் இயக்குநர் இங்கு இணையத்தில் தன் படத்தயாரிப்புக்கான கோரிக்கையை வைத்தால் எத்தனை பேர் இங்கு ஆதரிக்க முன்வருவார்கள்?

●

'எனக்குள் ஒருவன்' திரைக்கதை மூன்று இழைகளில் பயணிக்கிறது. விக்கி என்கிற இளைஞன் நொடிந்து கொண்டிருக்கும் ஒரு திரையரங்கில் பணிபுரிகிறான். இரவுகளில் உறக்கம் வராதது அவனுடைய பிரச்னை. லூசியா எனும் கனவு மாத்திரை அவனுக்கு தற்செயலாகக் கிடைக்கிறது. அதன் மூலம் உறக்கம் வருவது மட்டுமல்ல, தாம் விரும்பும் வாழ்க்கையை கனவுகளில் வாழலாம். ஒவ்வொரு நாள் மாத்திரையின் மூலம் அந்தக் கனவு அறுபடாமல் தொடர்ச்சியாக ஒரு திரைப்படம்போல வந்துகொண்டேயிருக்கும். திரையரங்கில் ஜோடிகளாக வரும் நபர்களைப் பார்த்து பெருமூச்சு கொள்ளும் விக்கி அன்றாட வாழ்வில் நிறைவேறாத ஏக்கங்களைக் கனவில் நிறைவேற்றிக் கொள்கிறான். அப்படியாக அவன் உருவாக்கும் கனவில் அவன் ஒரு மிகப் பிரபலமான நடிகன். பெண்கள்

அவனுக்காகத் தவமிருக்கின்றனர். எல்லோருமே அவனுக்கு மரியாதை செலுத்துகின்றனர். பணம், புகழ் எல்லாமே எளிதில் கிடைக்கிறது.

இப்படியாக விக்கி என்கிற ஒரு சராசரி இளைஞனின் அன்றாட தினங்களின் வாழ்க்கை ஒரு இழையாகவும் அவனுடைய கனவு வாழ்க்கையில் உருவாக்கப்படும் நடிகனின் வாழ்க்கை இன்னொரு இழையாகவும் ஒரு வழக்கு தொடர்பான போலீஸ் விசாரணைக் காட்சிகள் மூன்றாம் இழையாகவும் காட்சிகள் விரிகின்றன. நிஜத்தில் வரும் நபர்களே கனவிலும் வேறு மாதிரியான நிறத்துடன் வருகிறார்கள். இப்படியாக நிஜத்துக்கும் கனவுக்கும் மாறி மாறி பயணிக்கிற ஒரு மாய விளையாட்டை திரைக்கதை நிகழ்த்துகிறது. எது கனவு எது நிஜம் என்கிற குழப்பத்தை ஏற்படுத்த முயல்கிறது. கனவுக்காட்சிகள் கறுப்பு - வெள்ளை நிறத்தில் வருகின்றன. படத்தின் இறுதியில் நம்முடைய பயணம் அதுவரை செய்து கொண்டிருந்ததாக நம்பியதற்கு மாறான எதிர்திசைக்குள் பாய்வது சுவாரசியம். ‘எவற்றின் நடமாடும் நிழல்கள் நாம்?’ என்கிற மௌனியின் சிறுகதையின் வரி, இந்தத் திரைக்கதைக்கு மிகக் கச்சிதமாகப் பொருந்துகிறது.

சாதாரண இளைஞனான விக்கி தன்னுடைய கனவில் ஏன் தன்னை நடிகனாகப் புனைந்து கொள்கிறான்? பொதுச் சமூகத்தின் பகற்கனவு களுக்கான மிகப் பெரிய புகலிடமும் வடிகாலும் இன்று சினிமாதான். மிக வலிமையான ஊடகமாக அது வளர்ந்திருப்பதற்கு இதுவொரு பிரதானமான காரணம். ஒருவன் அன்றாட வாழ்வில் நிறைவேறாத தன்னுடைய அந்தரங்கமான ஏக்கங்களை, கனவுகளை திரையில் நிகழும் சலனக்காட்சிகளின் மூலம் சமன் செய்து கொள்கிறான். ஏனெனில், தன்னுடைய கனவுகளை அவனால் கட்டுப்படுத்த இயலாது, மீள்நினைவு செய்ய முடியாது. எனவே சினிமா அவனுக்கு எளிமையான வடிகால். தாம் விரும்பும் பெண்ணுடன் எல்லாம் அங்கே உறவு கொள்ள முடிகிறது. பேருந்தில் தன்னுடைய காலை மிதித்து விட்டு அலட்சியமாக செல்லும் திடகாத்திரனை நிஜத்தில் ஒன்றும் செய்ய முடியாத சுயபச்சாதாபத்தை, திரையில் நாயகன் வில்லன்களை அடித்து புரட்டிப் போடும் போது அந்த உற்சாகத்தில் கரைத்துக்கொள்ள முடிகிறது. எனவேதான் சினிமாவில் நல்லவர்களாக, புனிதர்களாக சித்திரிக்கப்படும் நடிகர்களை, அவர்கள் உண்மையிலேயே அப்படிப் பட்டவர்கள் என்பதாக நம்பி தம்மை ஆளும் அதிகாரத்தையே அவர்களிடம் ஒப்படைக்கும் அளவுக்கு இந்த மயக்கங்களின் நீட்சி அமைகிறது.

இப்படி சினிமா என்பது நிஜத்தில் நிறைவேறாத ஏக்கங்களின் வடிகாலாக இருந்தாலும் சரியாக கையாளப்படாத பூமராங் ஆயுதத்தைப்போல அது திருப்பி வந்தும் தாக்கும் சாத்தியமும் இருக்கிறது. ஆந்திர மாநிலத்தில்

ஒரு சமயத்தில் பெண்களின் தற்கொலைகளும் தற்கொலை முயற்சிகளும் அதிகரித்தன. பெரும்பாலும் அடித்தட்டு சமூகத்தைச் சேர்ந்த பெண்கள். இது குறித்த ஆய்வை மேற்கொள்ளும்போது அவர்களின் தற்கொலைகளுக்கு சினிமாவும் ஒரு காரணம் என தெரிய வருகிறது. மிக ஆடம்பரமான பின்னணிக் காட்சிகள், அவற்றிலுள்ள பணக்காரத்தன்மை, அழகான, ஆதரவான, வீரமான ஆண்கள், ஆசைப்படும் அனைத்தும் எளிதில் கிடைக்கும் தன்மை, ஒரே பாட்டில் நிறைவேறும் லட்சியம் போன்றவற்றைத் தங்களின் அன்றாட வாழ்வின் தரித்திரங்களோடும் எத்தனை முயன்றும் நிறைவேறாத யதார்த்தங்களோடும் குடித்துவிட்டு அடித்து இரவில் புணரும் ஆண்களோடும் ஒப்பிட்டுப் பார்க்கும் பெண்கள் அந்த வேறுபாடுகள் குறித்த மன உளைச்சலில் தற்கொலைக்கு முயல்வதாக அந்த ஆய்வு சொல்கிறது.

●

லூசியா திரைப்படம் வெளிவந்தபோது இந்தி திரைப்பட இயக்குநர் அனுராக் காஷ்யப் உடனடியாக அதைப் பார்த்து ஆதரவளித்திருக்கிறார். இவ்வாறு பாராட்டிய திரையுலக நபர்களில் நடிகர் சித்தார்த்தும் ஒருவர். எனவே இதைத் தமிழில் கொண்டு வருவதற்கான முயற்சியை அவர் எடுத்ததில் ஆச்சரியமொன்றுமில்லை. மாஸ் ஹீரோ நிலையைத் தக்க வைத்துக் கொள்ளுதல், அதிக லாபம் ஆகிய குறிக்கோள்களையே கொண்டு வெறும் வணிகச் சக்கைகளாக வெளியிட்டுக் கொண்டிருக்கும், ஒப்பனைக்காகக்கூட அதிகம் மெனக்கெடாத கொலு பொம்மை நாயகர்களுக்கு மத்தியில் எதையாவது வித்தியாசமாக முயற்சி செய்யவேண்டும் என்கிற சித்தார்த்தின் இந்த ஆர்வம் பாராட்டத்தக்கது. இவருடைய முந்தைய திரைப்படமான, வசந்த பாலன் இயக்கிய 'காவியத்தலைவன்' ஒரு கவனிக்கத்தக்க முயற்சியே.

சராசரி இளைஞனுக்கும் புகழ் பெற்ற நடிகனுக்குமான வேறுபாட்டை உடல்மொழி முதற்கொண்டான வித்தியாசத்தோடு வெளிப்படுத்தி யிருக்கும் சித்தார்த்தின் நடிப்பு பாராட்டத்தக்கது. என்றாலும் சாதாரண இளைஞன் என்பதற்காகத் தலைமுடியை ஒட்ட வெட்டிக்கொண்டு கறுப்பு நிறத்தைப் பூசிக் கொள்ளும் அபத்தத்தையெல்லாம் தவிர்த் திருக்கலாம். கன்னட திரைப்படத்தில் நடித்திருப்பவர் இவ்வாறான கோணங்கித்தனங்கள் எல்லாம் இல்லாமல் இயல்பான தோற்றத்தி லேயே நடித்திருப்பது பொருத்தமாக இருக்கிறது.

'எனக்குள் ஒருவன்' திரைப்படத்தின் முன்தயாரிப்புகளில் பவன்குமார் ஒத்துழைத்திருந்தாலும் அசல் திரைப்படத்தின் ஆன்மாவை அத்தனை கச்சிதமாக பின்பற்றவில்லை நகல் என்று தோன்றுகிறது. கனவுக்கும்

நிஜத்துக்குமான காட்சிகளின் தொடர்ச்சியும் விலகலும் ஒருவிதமான தர்க்க நியாயங்களுடனும் லயத்துடனும் கன்னடப் படத்தில் அமைந் திருந்தது. ஆனால் தமிழில் அது ஓரளவுக்கே சாத்தியப்பட்டிருக்கிறது. இது போன்ற கனவு விளையாட்டை பிரிட்டிஷ் இயக்குநரான கிறிஸ்டோபர் நோலன், தன்னுடைய Inception திரைப்படத்தில் இன்னமும் சிக்கலான உள்முரண்களுடன் சுவாரசியமாகக் கையாண்டிருக்கிறார்.

Your small life is someone else's big dream என்கிற வாசகத்துடன் முடிகிற இத்திரைப்படத்தின் இந்த வரிதான் திரைக்கதையின் மையம். 'இருக்கும் இடத்தை விட்டு இல்லாத இடம் தேடி எங்கெங்கோ அலைகின்றார் ஞானத்தங்கமே' என்கிற வரிகளையும் நினைவுக்கு வருகிறது. 'ஆசைதான் எல்லாத் துன்பங்களுக்கும் காரணம்' என்கிற தத்துவ வரிகளை நாம் அறிந்திருந்தாலும் நிறைவேறாத ஆசை களுக்காகத் தொடர்ந்து ஏங்கிக் கொண்டேயிருப்பதும் அதைக் கைப்பற்றுவதாகக் கனவு கண்டு கொண்டிருப்பதுமே நம்முடைய உளச்சிக்கல்களுக்கு காரணமாக அமைகிறது என்கிற நீதியை இத்திரைப்படம் மிக வலுவாகச் சுட்டிக் காட்டுகிறது.

டெயில்பீஸ்: இதுவோர் அதிகப்பிரசங்கித்தனமான பின்குறிப்புதான். தனிநபர் அந்தரங்கத்தில் நுழையும், சினிமா வம்புகளின் மீது அமைந்தது தான். என்றாலும் இத்திரைப்படம் இயங்கும் மையத்தின் தொடர் புடையது என்பதால் அந்தப் பொருத்தம் கருதி, ஒரு சுவாரசியமான யூகமாக இணைத்திருக்கிறேன். நடிகர் சித்தார்த்துக்கும் நடிகை சமந்தாவுக்கும் காதல் ஏற்பட்டதாகவும் பின்னர் அதில் பிளவு ஏற்பட்டு அவர்கள் விலகிவிட்டதாகவும் பத்திரிகைகளில் செய்திகள் அல்லது கிசுகிசுக்கள் வெளியாகின. இந்த trivia-க்களின் நம்பகத்தன்மை மீது நமக்கு ஆர்வமில்லா விட்டாலும், சித்தார்த்தின் இணையாக, அற்புதமாக நடித்திருந்த கன்னட நடிகையான தீபா சன்னிதி ஏன் சமந்தாவின் சாயலில் இருக்கிறார், சித்தார்த் தனது நிறைவேறாத ஆசையைச் சாத்தியமாக்கிக் கொள்ளும் முயற்சியா அது?

(உயிர்மை - ஏப்ரல் 2015)

ஓ காதல் கண்மணி

மணிரத்னத்தின் பழமைவாத அரசியல்

ஆண்டுத் தேர்வு முடிந்த விடுமுறை என்பதால் உறவினர்களின் பிள்ளைகளால் சூழ்ந்திருந்தது வீடு. எங்காவது வெளியில் போகலாம் என்று நச்சரித்தார்கள். சினிமாதானே தமிழ் சமூகத்தின் பிரதான பொழுது போக்கு! எனவே அதற்குப் போகலாம் என ஒருமனதாக முடிவாயிற்று. என்ன படம் போகலாம் என்பதற்கு 'ஓ காதல் கண்மணி' என்றார்கள். எல்லோருக்கும் சராசரியாக வயது 8-ல் இருந்து 12 வயது வரைதான் இருக்கும். எனவே, 'அது காதல் தொடர்பான படமாயிற்றே, மேலும் cohabitation பற்றிய படமென்று வேறு சொல்கிறார்கள், பிடிக்காமற் போய் பின்னர் சிணுங்குவார்களோ, மேலும் இந்த வயதில் இவர்கள் பார்க்கின்ற படமா இது, என்றெல்லாம் கேள்விகள் உள்ளூற தோன்றின. எனவே அவர்களை திசை திருப்ப 'காஞ்சனா 2 என்று படம் வந்திருக் கிறதாமே, நல்ல நகைச்சுவை பேய்ப்படமாம். அதற்குப் போகலாமே?' என்றேன். ஆனால் எல்லோரும் ஒரே குரலில் அதை மறுத்து கோரஸாக 'OKK தான் போகணும்' என்றார்கள். அவ்வாறே ஆயிற்று.

●

இயக்குநர் மணிரத்னத்துக்கு ஏறத்தாழ அறுபது வயதாகிறது. அவர் முதல் படத்தை இயக்கி சுமார் 32 ஆண்டுகள் கடந்துவிட்டன. ஆனால் இன்னமும் சமகால இளைய தலைமுறையால் மட்டுமல்ல, அதற்கும் அடுத்த தலைமுறையாலும் விரும்பப்படும் வசீகரத்தைக் கொண்டிருக்கிறார். சில இயக்குநர்கள் இருக்கிறார்கள், அவர்களின் வயது கூடக்கூட அவர்களது திரைப்படங்களும் கிழட்டுத்தன்மை கொண்டதாய் மாறிவிடும். முதியவர்களின் குரலில் உபதேசம் செய்ய ஆரம்பித்துவிடுவார்கள். மணிரத்னத்தின் பட வெளியீடுகளின்போது அதுவரை பொத்தி வைக்கப்பட்ட முதல் போஸ்டர், டீஸர், பாடல்கள், டிரெய்லர் என்று எல்லாமே புத்துணர்ச்சியாலும் பல்வேறு வண்ணங் களாலும் இளமை ததும்பல்களாலும் நிறைந்திருக்கிற ஒரு திருவிழா அனுபவத்தை ஏற்படுத்துகிறது. நடுத்தர வர்க்கமானது, ஏதோ ஒரு அபூர்வ சந்தர்ப்பத்தில் ஐந்து நட்சத்திர ஹோட்டலுக்கு செல்லும் போது அடையும் பிரமிப்பைப்போலவே அவரது திரைப்படத்துக்குச் செல்வதிலும் ஒரு மேட்டுக்குடி விழா அனுபவத்தை சந்திப்பதற்கு ஈடான பரவசத்தை அடைகிறது.

பிரபல ஆங்கில விமர்சகர் பரத்வாஜ் ரங்கன், 'மணிரத்னம் படைப்புகள் - ஓர் உரையாடல்' எனும் தன்னுடைய நூலின் முன்னுரையில் உத்தேசமாக இவ்வாறாகக் குறிப்பிட்டிருப்பார். 1970-களில் பிறந்து மெட்ராஸ் சூழலில் வாழ்ந்தவர்கள்தான் மணிரத்னம் திரைப்படங்கள் மீது அதிகம் உரிமை கொண்டாட முடியும். ஏனெனில், அவர்கள் ஏறத்தாழ மணியின் திரைப்படங்களோடு இணைகோடாக வாழ்ந்து வளர்ந்த ரசனையைக் கொண்டவர்கள் என்கிற காரணத்தினால். எனக்கு அதில் உடனே உடன்பாடு ஏற்பட்டது. ஏனெனில் நானும் அதில் ஒருவனே. திரைப்படத்தின் மீதான ருசி ஒரு பித்தாக வளர்வதற்கு முன்பே மணிரத்னம் என் ரசிக மனதை அதிகம் பாதித்திருக்கிறார். நாயகன் எனும் தனது ஒரே படத்தின் மூலம் அதுவரை வந்த பெரும் பாலான தமிழ் திரைப்படங்கள் எல்லாம் எத்தனை அசட்டுத்தனமான நாடகங்கள் என்பதை உணர்த்தியிருக்கிறார். எனவேதான் இந்தியா முழுவதும் அவரைக் கொண்டாடுகிறார்கள்.

பொதுவாக தமிழ் சினிமாவில் திறமையான திரைக்கதையாசிரியாக பாக்யராஜைத்தான் தொடர்ந்து குறிப்பிடுவார்கள். அவர் ஒரு முன்னோடி என்கிற வகையில் நான் நீண்டகாலமாக அந்த அபத்தமான மதிப்பீட்டை சகித்துக்கொண்டிருந்தேன். அவருடைய திரைப் படங்களில் இயல்பான நகைச்சுவைகளை, எளிமையான மனிதர்களைக் காண முடியும்தான் என்றாலும் சுவாரசியமான காட்சிகளை வெறுமனே அடுக்கி அதில் பாலியல் சார்ந்த நகைச்சுவையை மலினமாகத் தூவி படம் முடியும்வரை பெரிதும் சலிப்பின்றி

நகர்த்துவது மட்டுமே நல்ல திரைக்கதையின் அடையாளமல்ல. ஒவ்வொரு காட்சிக் கோர்வையின் துவக்கமும் அதன் முடிவும், பிறகு அது அடுத்ததோடு பிசிறின்றி இணையும் லகுவும், பிறகு வரப்போகும் முக்கியமான சிக்கல்களுக்கு முன்னரே அதற்கான சங்கேதங்களை நிறுவுகிற நுட்பமும், பொருள் பொதிந்த காமிராக் கோணங்களும், அரங்கப் பொருட்களும், நிர்ணயிக்கப்பட்ட அதே உடல்மொழியை படம் முழுவதும் பயன்படுத்தும் கச்சிதமாக வடிவமைக்கப்பட்ட பாத்திரங்களும் என பல்வேறு அம்சங்களின் திறமையான கூட்டுக் கலவையால்தான் காட்சி ஊடகத்துக்கேயுரிய ஒரு நல்ல திரைக்கதையை உருவாக்க முடியும். சுவாரசியமான மேடை நாடகங்களால் அல்ல. பார்வையாளர்களிடம் உலக சினிமா குறித்த பரவலான அறிவு வளர்ந்துவிட்ட இன்றைய சூழலில் ஏன் இன்று இந்த மேடை நாடக ஆசிரியர்களால் வெற்றிகரமாக இயங்க முடியவில்லை என்பதற்கான விடையை யோசித்துப் பார்த்தாலே விளங்கிவிடும். மௌனராகத்தின் இன்னமும் குறிப்பாகச் சொல்லப் போனால் நாயகனுக்குப் பிறகுதான் நான் எதிர்பார்த்த மாதிரியே 'ஒரு திரைக்கதையாசிரியர்' தமிழில் உருவாகியிருக்கிறார் என்கிற சமாதானம் எனக்கு உண்டாயிற்று. (அஞ்சலி திரைப்படத்தில், அதுவரை தனது மகளை அடித்திராத தந்தை, மனநிலை சரியில்லாத வாட்ச்மேனை 'பைத்தியம்' என அவள் உரக்க கத்தி கிண்டல் செய்யும்போது ஏன் சட்டென்று அடிக்கிறார் என்பது பிற்பகுதியைப் பார்க்கும் போதுதான் உணர முடியும் என்பது ஓர் எளிய உதாரணம்)

இந்திய இயக்குநர்களில் நுட்ப அளவிலான சிறப்பில் மணிரத்னம் கவனிக்கத் தகுந்தவர்தான் என்றாலும் கதையின் மையத்தை வலுவாகக் கையாளும் சர்வதேச தர அளவிலான சில இயக்குநர்கள், ஏன் சில இந்திய இயக்குநர்களின் முன்னால் மணியின் திரைப்படங்கள் உறை போடக்கூடக் காணாது. அந்த வகையில் வெகுசன சினிமாவின் திரைமொழியை, புற அழகை சற்று உயரே எடுத்துச் சென்றது மாத்திரமே அவரது சாதனை. வெகுஜன சட்டகத்துக்குள் இயங்கி வணிக ரீதியான வெற்றியையும் பெறவேண்டும், அதேநேரத்தில் அது கலைப்படைப்பாகவும் அங்கீகரிக்கப்படவேண்டும் என்கிற எதிர்பார்ப்பில் இரட்டை மனநிலை தத்தளிப்புகளில் அல்லாடுவதே இவரது திரைப்படங்களின் பாணி. இவ்வாறு அல்லாமல் குறைந்த சமரசங்களுடன் உருவாக்கப்பட்டதாக 'இருவர்' திரைப்படத்தை வேண்டுமானால் குறிப்பிடலாம். நேர்காணல்களில் தன்னுடைய ஆதர்சமான இயக்குநராக 'சத்யஜித்ரே'வைக் குறிப்பிடும் மணிரத்னம் அந்த வகையில் ஒரு திரைப்படத்தைக்கூட உருவாக்கவில்லை.

●

சுஜாதா தன்னுடைய படைப்புகளை உருவாக்குவதைப் பற்றி ஒருமுறை சுபமங்களா பேட்டியில் இவ்வாறு குறிப்பிட்டிருந்தார்: 'நான் என்னுடைய எழுத்தில் craft பற்றிதான் அதிகம் யோசிப்பேன். வடிவ ஒழுங்கு சிறப்பாக இருக்க வேண்டும். ஒரு தச்சன் மரமேஜையைச் செய்வது மாதிரி. அதன் உணர்ச்சிகளில் மிக ஆழமாக செல்வது கிடையாது. மட்டுமல்லாமல் வாழ்க்கையின் அவலம் குறித்த பெரிய அனுபவங்கள் எனக்கு கிடையாது. வறுமையை நான் சந்தித்தில்லை'. கிட்டத்தட்ட மணி ரத்னத்தின் திரைப்படங்களும் அவ்வாறுதான். திரைக்கதையின் கச்சிதமும் காட்சிகளின் தரமும்தான் பிரதானமே ஒழிய கதை மையங்களின், கதாபாத்திரங்களின் ஆழமான உணர்ச்சிகளில் பயணிப்பதில் அவருக்கு நம்பிக்கையில்லை. ரோஜா, பம்பாய், கன்னத்தில் முத்தமிட்டால் போன்ற அவருடைய சில திரைப்படங்கள் உக்கிரமான சமூகப் பிரச்னைகளைப் பற்றி உரையாடுவதான பாவனை களைக் கொண்டிருந்தாலும் உயர்தரத்தில் அவர் உருவாக்கும் ஜிலுஜிலுப்பான காட்சிப் பின்னணிகளின் குளுமைகளைப் போலவே அவையும் காதல் பின்னணியில் நீர்த்துப் போயிருக்கும்.

அவர் இதுவரை இயக்கியுள்ள திரைப்படங்களை நான்கு வகைகளில் தொகுத்துவிடலாம். ஆண்துபெண் இடையேயான உறவுச்சிக்கல், இதிகாசங்களின் நவீன உருவாக்கம், சமூகப் பிரச்னை+காதல், Bio pic வகை. இதில் அவர் இயக்கிய ஒரே மலையாளத் திரைப்படமான 'உணரு' மட்டுமே வேறு வகை. வேறு வழியில்லாமல் மாட்டிக் கொண்ட துவக்க கால படங்களில் அதுவுமொன்று. முதல் திரைப்பட மான 'பல்லவி, அனுபல்லவி' உறவுகளின் அகச் சிக்கல்களைப் பற்றியதே. சமவயது காதலியைக் கொண்டிருந்தாலும் தன்னிலும் வயது மூத்த பெண்ணிடம் ஈர்ப்பு கொள்ளும் இளைஞன் ஒருவனின் மனத் தத்தளிப்புகளே அத்திரைப்படம். அவராக விரும்பி இயக்கிய திரைப்பயணத்தைச் சரியாக புரிந்துகொள்ள வேண்டுமென்றால் 'மௌன ராகத்தில்' இருந்தே துவங்க வேண்டும். நாயகன் அவரை ஸ்டார் அந்தஸ்துக்கு தூக்கிச் சென்ற படைப்பு. அதுவரையான தமிழ் சினிமாவின் திரைமொழியே நவீனத்துக்கு மாற வேண்டிய கட்டாயத்தை ஏற்படுத்தியது அது.

இவரது சமீபத்திய திரைப்படம் 'ஓ காதல் கண்மணி. அவரின் கடந்த சில திரைப்படங்கள் அவரின் ரசிகர்களாலேயே நிராகரிக்கப்பட்டன. வணிக ரீதியான வெற்றியையும் பெறவில்லை. அவரின் பொதுவான ரசிகர்கள் அவரது பாணியில் கச்சிதமாக உருவாக்கப்பட்ட கடைசி திரைப்படமாக 'அலைபாயுதே'வைத்தான் இன்னமும் நினைவு கூர்கிறார்கள். ரோஜா திரைப்படம் தேசிய அளவில் கவனிக்கப்பட்ட பிறகு தனது நிலவெளிகளையும், நடிகர்களையும் திரைக்கதையையும்

அதற்கேற்ப மாற்றிக் கொள்ள முயன்றது, மாநிலை எல்லைகளை மழுப்பி வணிக ரீதியான காரணத்துக்காக பொதுத்தன்மையை திணிக்க முயன்றது போன்ற சமரசங்கள் அவரது தனித்தன்மையைக் குலைத்து அவர் திரைப்படங்களுக்கு பெரிய பின்னடைவை ஏற்படுத்திவிட்டன. எனவே சமீபத்திய திரைப்படத்தை வெற்றிப்படமாக்க வேண்டிய நெருக்கடியில் இருந்தார் என யூகிக்கலாம். எனவே, திகட்டத் திகட்டக் காதலுடன் இளமை ததும்பும் திரைப்படம். ஆனால் அதில் எந்தவொரு பிரச்னையையும் எழுப்பாமல் இருந்தால் தன்னுடைய அறிவுஜீவி இயக்குநர் பிம்பம் என்னாவது என அவர் யோசித்திருக்கலாம். எனவே நவீன தலைமுறை பயில விரும்பும் live in relationship எனும் எதிர்கலாசார விவாதத்தைத் தொட்டுப் பார்த்திருக்கிறார். மற்ற திரைப்படங்களில் ஒரு சமூகப் பிரச்னையை ஆராயும் பாவனையைப் போலவே இதிலும் இந்த நவீன சர்ச்சையின் நுனியை மாத்திரம் தொட்டுப் பார்த்துவிட்டு உடனே எதிர்திசையில் வேகமாக ஓடிப் பாதுகாப்பான பழைய கலாசார ஓட்டுக்கே திரும்பிவிட்டார்.

இது ஏறத்தாழ இயக்குநர் பாலச்சந்தரின் பாணி. பாலச்சந்தரின் அபூர்வ ராகங்கள், அரங்கேற்றம், அவள் ஒரு தொடர்கதை, அவர்கள் (பா வரிசை பீம்சிங் மாதிரி ‘அ’ வரிசைக்கு பாலச்சந்தர் போல) போன்ற திரைப்படங்களைக் கவனித்தால் வழக்கத்துக்கு மாறான உறவுகளில் அமையும் சிக்கல்களை முழுக்க விவரித்துவிட்டு கடைசியில் ஒரு கொண்டை ஊசி வளைவின் மூலம் பழைய பாதைக்குச் சென்று விடுவதைக் கவனிக்க முடியும். பாலசந்தர் பெரும்பான்மை சமூக மனநிலக்கு எதிராகச் செயல்படும் துணிச்சல் இன்றிச் செய்த புரட்சிப்பாவனையை நவீன காலத்திலும் மணிரத்னம் செய்திருப்பது சோர்வையே ஏற்படுத்துகிறது. புதிய அலை இளம் இயக்குநர்கள் தம் திரைப்படங்களில் இவற்றை மையப்படுத்தாவிட்டாலும் இது போன்ற எதிர்கலாசார விழுமியங்களைப் போகிற போக்கில் அநாயசமாகப் பதிவு செய்கிறார்கள் என்பதையும் கவனிக்கலாம்.

தம்முடைய இளமைக்காலத்தில் பாலச்சந்தரின் படங்களின் புதுமை தம்மைப் பாதித்ததாக மணிரத்னம் குறிப்பிடுகிறார். எனவே மணிரத்னம் உருவாக்கும் திரைப் பாத்திரங்கள் தாம் இயங்கும் முறையில் பாலச்சந்தரின் பாத்திரங்களையே பிரதிபலிக்கிறார்கள். அறிமுக மில்லாதவர்களிடம் கூட சட்டென்று துடுக்குத்தனமாகப் பேசுவது, வாழ்வைத் தீர்மானிக்கும் தீவிரமான கேள்வியைக் கூட போகிற போக்கில் விளையாட்டாக கேட்பது போன்றவை பாலச்சந்தரின் பாணி. ஏதொவொரு காரியத்தை செய்துகொண்டே, நடந்து கொண்டே பேசும் நபர்களால் படம் நிறைந்திருக்கும். சமையல் அறையில் ஒரு பெண்மணியைக் காட்டினார் என்றால் அவர் அங்குமிங்கும் அலைந்து

சமைத்துக்கொண்டேதான் தன் வசனங்களைப் பேசுவார். செயற்கையாக நின்று வசனங்களை ஒப்பிப்பதைவிட இம்மாதிரியான இயல்பான அசைவுகள் காட்சிகளின் நம்பகத்தன்மையைக் கூட்டும்தான் என்றாலும் இவையே மிகையாகப் போகும்போது திகட்டி அதுவே நாடகத்தனமாகிவிடுகிறது. இவற்றை மணிரத்னத்தின் படங்களிலும் காணலாம். திருமணம் நடக்கும் சர்ச்சில் ஒருவருக்கொருவர் பக்கத்தில் அமர்ந்தாலும் மொபைலில் ரகசியமாகப் பேசுவது, நாயகன் சாவகாசமான நேரத்திலும்கூட உடைமாற்றிக் கொண்டே அவசரம் அவசரமாக மொபைலில் பேசுவது போன்றவை. ஒருவருக்கு அல்ஸைமர் எனும் குறைபாடு இருக்கும் முக்கியமான தகவலைக்கூட ஏதாவது செய்துகொண்டே போகிற போக்கில் சொல்லும்போது அது போன்ற காட்சிகள் செயற்கைத் தன்மை அடைந்து நாடகமாகி விடுகின்றன.

ஒருவரையொருவர் அறியாதவர்கள் செய்து கொள்ளும் ஏற்பாட்டு திருமணத்துக்குப் பின் உருவாகும் சிக்கல்கள், அதற்குப் பிறகான காதலை 'மௌனராகம்' பேசியது. காதலுக்குப் பின் ரகசியத் திருமணம், அதன் பிறகு சிக்கல்கள், அதைத் தொடர்ந்து புதுப்பிக்கப் படும் காதலைப் பற்றி 'அலைபாயுதே' பேசியது. பரஸ்பரம் எந்த உறவையும் அது தொடர்பான சிக்கல்களையும் ஏற்படுத்திக் கொள்ளத் தேவையற்ற நிலையில் துவங்கி அதற்குப் பிறகு உருவாகும் காதலும் அதை தக்கவைத்துக் கொள்ள வேண்டிய நிர்ப்பந்தத்தில் திருமணத்துக்குள் விழும் நிலையைப் பற்றி 'ஓ காதல் கண்மணி' பேசுகிறது. தனது திரைப்படங்களில் திருமணம், குடும்பம் ஆகிய நிறுவனங்களைத் தொடர்ந்து வலியுறுத்திக் கொண்டேயிருக்கும் ஓர் இந்திய கலாசார மனதையே இயக்குநர் கொண்டிருக்கிறார் என்பது வெளிப்படை. live in relationship என்பது நவீன காலத்து சூழலின் நெருக்கடியிலிருந்து பரிணமித்திருக்கும் ஒரு கலாசாரம். பெண்ணியச் சிந்தனைகள், கோட்பாடுகள் போன்று மேற்குலகிலிருந்து இங்கு பரவும் ஒரு வாழ்வுமுறை.

●

மானுட குலத்தின் நெடிய வரலாற்றின் பயணத்திலிருந்து சுருக்கமாக நாம் அறிவது இதைத்தானே. ஆதியில் தாய்வழிச் சமூகமாக இயங்கிய வாழ்வுமுறை மற்ற குழுக்களின் வன்முறையிலிருந்தும் விலங்குகளின் தாக்குதல்களில் இருந்தும் பாதுகாப்பு பெற உடல்வலிமை பெற்றிருந்த காரணத்தினாலேயே ஆணால் கைப்பற்றப்பட்டு தந்தைவழிச் சமூகமாக மாறியது. நிலவுடமைச் சமுதாயம் மலர்ந்த பின் சொத்து களைக் கைப்பற்றித் தக்கவைத்துக்கொள்ளவும் அவை தம்முடைய நேரடி வாரிசுகளுக்கு மட்டும் போய்சேர வேண்டும் என்று நிச்சயித்துக்

கொள்ளவும் பெண்ணையும் ஒரு சொத்தாக மாற்றினார்கள். நிலத்துக்கு வேலி போடுவது போல தாலி எனும் அணிகலன் மூலம் அவளைக் கட்டிப் போட்டு அதில்தான் கற்பு, கணவனின் உயிர் உள்ளிட்ட எல்லாம் இருக்கிறது என்கிற கற்பித பண்பாட்டுக் கூறுகளை ஏற்றினார்கள். பிறன்மனை நோக்காமல் கற்போடு வாழ்பவள்தான் பத்தினி என்று அவளை தெய்வமாக்கி ஏமாற்றுவதன் மூலம் குடும்பம் எனும் கூட்டுக் குள்ளேயே அடக்கி வைக்கும் அவலம் நிகழ்ந்தது. தந்தை, கணவன், பிள்ளை என்று ஒரு பெண், ஆணையே சார்ந்து வாழும் வாழ்க்கையை திணித்தது. பொருளீட்டி வரும் காரணத்துக்காகவே கணவனின் எல்லாக் கொடுமைகளையும் அனுபவித்து அவ்வப்போது தாலியைக் கண்ணில் ஒற்றிக்கொண்டு தாசி வீட்டுக்குச் செல்வதாய் இருந்தாலும் அவனை தலையில் சுமந்து தம் கற்பு நிலையை இறுதி வரை கைவிடாமல் செத்துப் போகும் நிலையைத்தானே திருமணம், குடும்பம் ஆகிய நிறுவனங்கள் பெண்களுக்குத் தருகின்றன? ஆண் தனது ஆதிக்கத்தை வலுப்படுத்திக் கொண்டு நிலையான அதிகாரத்தைச் செலுத்தும் ஒரு சமூகமாகத்தானே இவை மாற்றியமைத்திருக்கின்றன?

திருமணம் என்பது ஓர் ஒப்பந்தம் எனில் எல்லா உரிமைகளும் அதிகாரங்களும் விதிகளும் சலுகைகளும் அந்த ஒப்பந்தத்தில் நுழையும் இரு நபர்களுக்கும் பொதுவாகத்தானே அமையவேண்டும்? நம் குடும்ப அமைப்புகள் அவ்வாறா இயங்குகின்றன? குடும்ப வன்முறை என்பது பரவலாக அறியப்பட்ட ரகசியமாக ஆனால் சட்டத்தினாலும் நீதியினாலும் ஒடுக்கப்பட முடியாத தன்மையுடன் அல்லவா வளர்ந்து கொண்டிருக்கிறது? 19-ம் நூற்றாண்டின் இறுதியில் பெண்ணியச் சிந்தனைகளும் கோட்பாடுகளும் மெல்ல பரவத் துவங்கியவுடன் பல்வேறு போராட்டங்களுக்குப் பின் பெண்களுக்கும் வேலை வாய்ப்புகள் பெருகத் துவங்கின. அதுவரை அனைத்துக்கும் ஆணை எதிர்பார்த்திருந்த நிலை மாறி பொருளாதார விடுதலையை அடைந்தவுடன் ஆண்களின் வன்முறைக் கூடாரங்களாகவும் அதிகார மையங்களாகவும் விளங்கும் திருமணம், குடும்பம் ஆகிய அமைப்புகளில் ஏன் புக வேண்டும் என்று பெண்கள் யோசிக்க ஆரம்பித்தனர்.

'பிள்ளை பெறும் இயந்திரங்களாக இருப்பதின் மூலமே நீங்கள் அடிமைகளாக கிடக்கின்றீர்கள், ஆகவே உங்கள் கர்ப்பப்பைகளை தூக்கிப் போடுங்கள்' என்று பெண் அடக்கப்படும் நுண்ணரசியலின் நுட்பமான புள்ளியைச் சுட்டிக்காட்டி அந்தக் காலத்திலேயே முழங்கினார் பெரியார். பாலியல் உள்ளிட்ட சில பல காரணங்களுக்காக மனிதன் தனித்து வாழ முடியாத சமூக விலங்கு என்பதாலேயே ஓர் ஆணும் பெண்ணும் எந்த பரஸ்பர கட்டுப்பாடுகளும் சாசனங்களும்

விதிகளும் அல்லாமல் வாழத் துணியும் சமூகக் கலக முறையாகவே live in relationship தோன்றியது. இதில் சில நடைமுறைச் சிக்கல்கள் இருந்தாலும் இதை சட்டவிரோதமானது அல்ல என்றுதான் நீதிமன்றங்களும் கூறுகின்றன.

தனிநபர் சுதந்திரத்தை உறுதிப்படுத்துதல், பெண் விடுதலை ஆகியவற்றை அடிப்படையாகக் கொண்ட இந்த வாழ்வுமுறைக்குப் பின்னால் இத்தனை நீண்ட பரிணாம வரலாறு இருக்கிறது. வழக்கமான எந்தவொரு உறவுகளின் இடையிலும் நிகழும் தற்காலிகச் சிக்கல்கள், எளிதில் தீர்க்கக்கூடிய சில்லறைப் பிரச்னைகளோடு வாழ்பவர்களுக்குத் திருமணம், குடும்பம் ஆகிய நிறுவனங்கள் செளகரியமாகத் தெரிவதில் எந்தவொரு தவறுமில்லை. ஆனால் அந்த அமைப்புக்குள் சிக்கிக் கொண்டு வாழ்நாள் முழுக்க புழுங்கி வதைபடும் நபர்களுக்கான விடுதலை எவ்வாறு, எப்போது நிகழும்? இந்தப் பின்னணிகளைப் பற்றியெல்லாம் துளியும் அலட்டிக் கொள்ளாததே 'ஓ காதல் கண்மணி' திரைப்படத்தின் பிரச்னை.

●

My Sassy Girl திரைப்படத்தின் துவக்கக் காட்சியை நினைவுப் படுத்துவதுபோல் தாரா மும்பை ரயில் மேடையின் நுனியில் நின்று தற்கொலைக்கு முயல்வதுபோல் இத்திரைப்படம் துவங்குகிறது. வீடியோ கேம் நிரலை உருவாக்கும் மென்பொருள் துறை நபரான ஆதி சென்னையிலிருந்து மும்பைக்கு வருகிறான். தற்கொலைக்கு முயலும் தாராவை நோக்கிக் கத்துகிறான். அடுத்த காட்சியிலேயே திருமண மொன்றில் சந்திக்கும் அவர்கள் திருமணம் எனும் சடங்கும் குழந்தை பெறுதல் என்று அதைத் தொடரும் சிக்கல்களும் தேவைதானா என்கிற ஒத்த அலைவரிசை மனநிலை கொண்ட உரையாடல் மூலம் நண்பர் களாகின்றனர். எவ்வித சிக்கலான நிபந்தனைகளும் கட்டுப்பாடுகளும் அற்று தாங்கள் இணைந்து வாழ முடியும் என்கிற முடிவை நோக்கி நகர்கின்றனர். அதற்கு மாறாகப் பிரிய முடியாதவாறு தாங்கள் ஒருவரையொருவர் தீவிரமாக நேசிக்கத் துவங்கிவிட்டோம் என்பது இருவருக்குமே புரிந்தாலும் தங்களின் முந்தைய தீர்மானம் காரணமாகவே அது அல்லாததுபோல பாவனை செய்கின்றனர். இப்படியே நீண்டு செல்லும் படத்தின் இறுதிக் காட்சியில் பணி நிமித்தமாக இருவரும் பிரிய நேரும்போது அந்தத் துயர் தாங்காமல் தங்களை வெளிப்படுத்திக்கொண்டு தீர்மானத்தைத் துறந்து திருமண பந்தத்தில் நுழைய முடிவு செய்கின்றனர். இவர்கள் எடுக்கும் முடிவுக்கு அவர்கள் தொடர்ந்து கவனிக்கும் ஒரு முதிய தம்பதியினரின் பரஸ்பர நேசமும் காரணமாகிவிடுகிறது.

ஏற்கெனவே குறிப்பிட்டபடி எந்தவொரு சமூகப் பிரச்னையையும் மேலோட்டமாக உரையாடி அதை வெகுசன வணிகக்கூறுகளுடன் வியாபாரப் பண்டமாக உருமாற்றி நுட்பமாக சந்தைப்படுத்தும் அதே பணியைத்தான் இந்தத் திரைப்படத்திலும் மணிரத்னம் செய்திருக்கிறார். இந்த வாழ்வுமுறையில் உண்டாகும் எந்தவொரு சிக்கலும் அதன் நன்மை தீமைகளும் பெண் சுதந்திர நோக்கிலான எந்தவொரு விவாதமும் இத்திரைப்படத்தில் நிகழவேயில்லை. நாயகியான தாராவுக்காவது தன்னுடைய பெற்றோரின் கசப்பான வாழ்வனுபவத்தின் மூலம் திருமணத்தின் மீது அவநம்பிக்கை பிறக்கும் ஒரு காரணமாவது இருக்கிறது. ஆனால் நாயகனுக்கு அம்மாதிரியான பின்புலம் ஏதும் சித்திரிக்கப்படவேயில்லை. ஒரு சராசரியான உயர்நடுத்தர வர்க்க, கூட்டுக்குடும்பத்திலிருந்து எந்த பிரச்னைகளும் அல்லாத ஆணாகத்தான் இருக்கிறான். ஒரு காட்சியில் தாரா தான் கர்ப்பமாக இருப்பதாகச் சொல்கிறாள். ஆதி அதிர்ச்சியடைகிறான். பிறகு அவள் விளையாட்டுக்காக பொய் சொல்வதாகச் சொல்கிறாள். உண்மையிலேயே அவள் கர்ப்பமாகியிருந்தால் அந்த சூழலை அவர்கள் எப்படி எதிர்கொண்டிருப்பார்கள்? இது போன்ற எந்தவொரு நடைமுறைச் சிக்கலுக்குள்ளும் மணிரத்னம் செல்லவேயில்லை. திரைக்கதையின் மையப்பொருளாக விவாதத்துக்கு உட்பட்டிருக்க வேண்டிய இந்த விஷயங்களைத் தாண்டி, அதற்குப் பதிலாக ஒரு சராசரியான காதல் படத்தைப் போலவே உருவாக்கியிருக்கிறார். படம் முழுவதும் அவர்களின் காமமும் காதலுமான காட்சிகள் திகட்ட திகட்ட விவரிக்கப்பட்டுக் கொண்டேயிருக்கின்றன. அவர்கள் இறுதியில் மனம் மாறி திருமணத்துக்குள் விழ ஊறுகாய் போல ஒரு முதிய தம்பதியினரின் நேசம் தொட்டுக் கொள்ளப்படுகிறது.

நவீனகால வாழ்வு தரும் நெருக்கடியிலிருந்து பரிணமித்திருக்கும் ஒரு கலாசார பிரச்னை பற்றிய தீவிரமான விவாதத்தை ஒரு தமிழ் திரைப்படம் துவங்கி வைக்கும் அற்புதமான வாய்ப்பிலிருந்து தவறி பழமைவாத மனம் வெற்றி கொள்ளும் முடிவுக்கே படத்தைத் தள்ளி விட்டார். தனிநபர் சுதந்திர வாழ்வை நிலையல்லாத, பொறுப்பற்ற, சந்தர்ப்பவாதம் என்பது போன்றே மணிரத்னம் பயன்படுத்தி யிருக்கிறார் என்பதுதான் சோகம். தம்மைக் கடத்தியவர்களின் கீழ்மை களுக்கு இடையே உள்ள அவர்களின் சில நற்குணங்களைக் கவனித்து அவர்களின் மீதே காதலும் நேசமும் கொள்வதை Stockholm Syndrome என்று சித்திரிக்கிறது உளவியல். அதைப் போலவே எத்தனை மோசமான ஆணாக இருந்தாலும் திருமணம் எனும் அழைப்பில் நுழைந்து அதை அனுசரித்துப் போவதின் மூலம் அதுவே பெண்களுக்கு நாளடைவில் பழகிவிடும் என்கிற அற்புதமான பழமைவாத நீதியை உறுதி செய்திருக்கிறார் மணிரத்னம். Live in relationship ஒருவேளை

பல கலாசார சீர்கேடுகளை, உறவுச்சிக்கல்களை உற்பத்தி செய்யும் என்று இயக்குநர் கருதியிருப்பாராயின் அதைப் பற்றியாவது திரைப்படத்தில் வலுவாக விவாதித்திருக்கவேண்டும். மாறாக அந்திமக் காலத்தில் உடல் தளர்ந்து போகிறபோது ஒருவரையொருவர் தாங்கிப் பிடிப்பதற்கான ஏற்பாடுகளில் ஒன்றுதான் திருமணம் என்கிற தட்டையான செய்திதான் இதில் பதிவாகியிருக்கிறது.

●

மணிரத்னங்களின் படத்தின் மையங்கள் குறைபாட்டோடு சித்திரிக்கப் பட்டிருந்தாலும் அவரின் மற்ற திரைப்படங்களில் திரைக்கதை என்பதாவது குறைந்தபட்சம் ஒரு வலுவான சுவாரசியமான விஷயமாக இருக்கும். ஏற்கெனவே குறிப்பிட்டதுபோல இந்தியத் திரைப் படங்களின் திரைக்கதை பாணியை மாற்றியதில் மணிரத்னத்தின் பங்கு கணிசமானது. இதே மாதிரியான உறவுச்சிக்கல்களைக் கையாண்ட முந்தைய திரைப்படங்களான மௌனராகம் மற்றும் அலைபாயுதே ஆகியவற்றில் திரைக்கதையானது பல்வேறு அழுத்தமான சூழல்களால் நகர்ந்துகொண்டேயிருக்கும் வகையில் உருவாக்கப்பட்டிருக்கும்.

ஆனால் இத் திரைப்படத்தில் அவ்வாறான அழுத்தங்களோ, சுவாரசியமோ எதுவுமே இல்லை. உண்மையில் அவர்களுக்கு என்ன பிரச்னை என்றே தெரியவில்லை. இருவரும் திருமணம் எனும் நிறுவனச் சிக்கலில் இருந்து விடுபட்டு வாழும் உத்தேசத்தைக் கொண்டிருக்கிறார்கள். ஆனால் அதற்கான கறாரான மனநிலையையோ விலகலையோ அவர்களால் துவக்கத்திலிருந்தே பின்பற்ற முடியவில்லை. பதின்மவயதுக் காதலர்கள் போலவே உடல் நெருக்கத்துடன் தொடர்ந்து அலைந்து கொண்டேயிருக்கிறார்கள். அவர்கள் மனம் நிலையான காதலிலோ திருமணத்திலோ உடனே விழ எந்தவொரு விதமான தடையுமே காட்சியமைப்புகளில் இல்லை. பொருளாதாரத் தடையுமில்லை. அவர்களின் அகங்காரம்தான் அதற்கு தடைக்கல்லாக இருக்கிறது என்றாலும் அதற்கான வலுவான காட்சிகளும் இல்லை. ஜீப்பில் சண்டையிட்டுக்கொண்டே பயணிக்கும் இறுதிக் காட்சியில் மட்டுமே அது நிகழ்கிறது. மணிரத்னம் எனும் இயக்குநர் அதுவரையிலான உறக்கத்திலிருந்து விழித்து உயிர்ப்புடன் செயல்படும் அது போன்ற காட்சிகள் மிக அபூர்வமாகத்தான் இத்திரைப் படத்தில் பதிவாகியிருக்கின்றன. பாத்திரங்களின் உணர்வுகளோடு பார்வையாளர்களும் வலுவாக இணைந்தால்தான் ஒரு திரைப்படத்தை அவர்களால் சுவாரசியமாக தொடர்ந்து கவனிக்கமுடியும். இதில் அவ்வாறான எதுவுமே நிகழவேயில்லை.

மற்ற திரைப்படங்களில் சிறந்த தொழில்நுட்பக் கலைஞர்களோடு மணிரத்னத்தின் திரைக்கதையும் இணையும்போது அது சுவாரசியமான

படைப்பாக மாறும் சாத்தியமாவது இருந்தது. நுட்பக் கலைஞர்களின் அசாத்திய திறமைகளில் மணிரத்னத்தின் போதாமைகள் மறைந்து கொள்ளும் விஷயமாவது நடந்தது. ஆனால் இத்திரைப்படத்தில் மற்ற பங்கேற்பாளர்கள் அதிதிறமையாகப் பிரகாசிக்கும்போது இயக்குநர் செயலற்றுப் போயிருக்கிறார். இதனால் இத்திரைப்படம் ஒரு வெற்று முயற்சியாகியிருக்கும் அவலம் மட்டுமே நடந்தேறியிருக்கிறது. ஒரு நல்ல திரைக்கதை என்பது அது நிகழும் நிலவெளியின் பின்னணி, கலாசாரத்தையுமே இணைத்து முழுமையாகப் பதிவு செய்வது. இதில் மும்பையின் பிரத்யேகமான நிலவெளிக்காட்சிகள் எங்குமே அழுத்தமாகப் பதிவு செய்யப்படவில்லை.

ஆறுதலாகச் சில நல்ல விஷயங்களையும் பார்த்துவிடலாம். ஏற்கெனவே குறிப்பிட்டபடி மணிரத்தினத்தின் வழக்கமான அழகியல் சாகசங்களால் படம் நிரம்பிவழிகிறது. பொங்கும் ஷாம்பெயின் போல படம் முழுக்க இளமை நுரைத்துப் பொங்கிவழிகிறது. சுஜாதாவின் பாணியில் மிகச் சுருக்கமான வசனங்களின் மூலம் நீண்ட விளக்கங்களை தவிர்த்துவிடும் பணியை மணியின் அற்புதமான வசனங்கள் செய்கின்றன. தான் தங்கியிருக்கும் வீட்டின் மூதாட்டியை ஓர் இசைக்கச்சேரிக்கு அழைத்துச் செல்ல வேண்டிய பொறுப்பு ஆதிக்கு நேர்கிறது. சாலையில் செல்லும்போது 'பம்பாயில் நான் 20 வருஷத்துக்கு மேல இருக்கேன். எனக்குப் போகத் தெரியாதா, என்ன பிரச்னை?' என்று கேட்பார் முதிய பெண்மணி. 'அதான் பிரச்னையே. பம்பாய், மும்பை-ன்னு மாறியே எத்தனையோ வருஷம் ஆச்சு' என்று பதிலளிப்பான் ஆதி. மூதாட்டிக்கு அல்ஸைமர் குறைபாடு உள்ளது என்பதை சில விநாடிகளில் கடந்து போகும் வசனத்தில் அழுத்தமாக விளக்கியிருப்பது அற்புதம். அந்தப் பெண்மணியின் மீது அதிகமான உருக்கத்தைக் கூட்டி பார்வையாளர்களை நெகிழ்வடைய வைக்கும் அபத்தங்களையெல்லாம் செய்யாமல் மிக இயல்பாக இயக்குநர் பயன்படுத்தியிருப்பது ஆறுதல். இதைப் போலவே காதலர்களின் கூடல், ஊடல் ஆகிய தருணங்களின் பிரத்யேகமான உணர்வுகளை வெளிப்படுத்தும்போது அவற்றை இயல்பான வசனங்களால் உருவாக்கியிருப்பது சமகால இளைய தலைமுறையை மணிரத்னம் எத்தனை தூரம் கவனித்திருக்கிறார் என்பதையே உணர்த்துகிறது. குறைந்த சாத்தியத்துக்குள் பிரகாஷ்ராஜ் நிறைவாக நடித்திருக்கிறார்.

சமீபகாலமாக தமிழ் சினிமாவின் இயக்குநர்கள் ரஹ்மானின் கைவிலங்கைக் கழற்றி விடுதலை செய்துவிட்டார்களா அல்லது அவரே முயற்சித்து தப்பித்து வந்துவிட்டாரா என்றும் தெரியவில்லை. ஒவ்வொரு பாடலுமே ஒவ்வொரு வகைமையில் மிகச் சுதந்திரமான முறையில் அமைக்கப்பட்டிருக்கின்றன. ஒரு படத்தின் அனைத்துப்

பாடல்களுமே கொண்டாட்டமாக அமைவதென்பது தமிழ் சினிமாவில் அரிதான விஷயம். அது காதல் கண்மணியில் சாத்தியப்பட்டிருக்கிறது. 'மலர்கள் கேட்டேன்' 'தீரா உலா' ரஹ்மானின் புதல்வர் அமீன் பாடும் அரபிப்பாடல் போன்றவை முற்றிலும் வெவ்வேறு விதமான அனுபவங்களைத் தருகின்றன. இருவிதங்களில் ஒலிக்கும் 'மென்டல் மனதில்' பாடலுக்கான வேறுபாட்டின் மெனக்கெடல் அசர வைக்கிறது. ஆனால் மணிரத்னம் வழக்கம்போல் சில பாடல்களைத் துளியாக மாத்திரம் உபயோகித்து மீதியைத் துண்டித்துவிடுகிற அநியாயத்தை செய்திருக்கிறார். பிறகு ஏன் அவற்றை மெனக்கெட்டு உருவாக்கவேண்டும்? செயற்கையான கட்டமைப்பில் உருவாக்கப் பட்டு திணிக்கப்படும் திரைப்பாடல்களைக் கைவிட்டால் சுதந்திரமான இசையமைப்புகளில் பல தனி ஆல்பங்களாவது உருவாகும் நிலை ஏற்படும். பி.சி. ஸ்ரீராமின் காமிராவும் ஸ்ரீகர் பிரசாத்தின் எடிட்ங்கும் இளமைத் துள்ளாட்டங்களுக்கு மிக அற்புதமாக துணை செய்திருக்கின்றன.

புறவடித்தில் நவீனத்தின் பளபளப்பையும் ஆனால் அக வடிவத்தில் புரையோடிப்போன பழமைவாதத்தையும் அதை விவாதத்துக்கு உட்படுத்தாத அதைரியத்தையும் கொண்டிருக்கும் முரணான படைப்பே 'ஓ காதல் கண்மணி'

●

மணிரத்னத்தை 'இந்திய ஸ்பீல்பெர்க்' என குறிப்பிடுகிறார்கள். ஹாலிவுட்டின் பிரம்மாண்ட திரைப்படங்களின் இயக்குநராக அறியப்படும் ஸ்பீல்பெர்க் கூடத் தனது வணிக பாணியிலிருந்து விலகி The Color Purple, Schindler's List போன்ற அற்புதமான திரைப்படங் களை உருவாக்கியிருக்கிறார். மணிரத்னமும் தனது வாழ்நாளில் வணிகத் திரைப்படங்களுக்கான எவ்வித சமரசங்களும் அல்லாமல் ஓர் அழுத்தமான திரைப்படத்தை உருவாக்கினால் அவரது பிம்பம் இந்தியத் திரை வரலாற்றில் இன்னமும் வலுவாக இடம்பெறும்.

(உயிர்மை - மே 2015)

சென்னை உங்களை அன்புடன் வரவேற்கிறது

பெருநகரத்தின் இன்னொரு முகம்

இன்றைய தேதியில், ஒரு திரைப்படத்தை உருவாக்கும் சிரமங்களுக்கு ஈடான நெருக்கடியை அதனை சந்தைப்படுத்துவதற்கும், வெளியிடு வதற்கும் அடைய வேண்டியிருப்பதாகச் சொல்கிறார்கள். திரையரங்கம் கிடைக்காதது உள்ளிட்ட எத்தனையோ காரணங் களுக்காகப் பல சிறுமுதலீட்டுத் திரைப்படங்கள் டிஜிட்டல் உருவில் அப்படியே பரிதாபமாக உறைந்துகிடக்கின்றன. அப்படியே அரங்குகள் கிடைத்தாலும் அந்தத் திரைப்படங்களுக்கு ஏற்படக்கூடும் அற்பாயுளின் ஆபத்தை முதலில் கடந்தாகவேண்டும். முதல் நாளிலேயே, ஏன் ஒரேயொரு திரையிடலேயே தன் தகுதியை நிரூபித்துக் கொண்டால்தான் வாய்மொழி வார்த்தையாக அது பரவி சில நாட்களாவது தொடர்ந்து இயங்கும். சமீபத்திய உதாரணம் 'காக்கா முட்டை'. ஸ்டார் நடிகர்களின்திரைப்படங்களைத் தவிர இதர திரைப்படங்களை தொடர்ச்சியான மூளைச்சலவை விளம்பரங்களின் மூலம் ஓடவைக்க முடியாது.

திரைப்படத் தொழில் நசிந்து கொண்டு வருவதாகத் தயாரிப்பாளர்கள் ஒருபுறம் புலம்பிக் கொண்டிருந்தாலும் இன்னொரு புறம் புற்றீசல்கள் போல நிறைய திரைப்படங்கள் வெளிவருவதற்கான அறிவிப்புகளும் தயாரிப்புகளும் வந்து கொண்டேயிருக்கின்றன. ஒரு முன்னணி நாளிதழின் சினிமாப் பக்கங்களைப் பார்த்தால் நட்சத்திர நடிகர்களின் திரைப்பட விளம்பரங்களுக்கு இடையில் 'யார்யா இவிய்ங்க' என்று யோசிக்க வைக்கும்அளவில் பக்கத்து வீட்டு இயல்பான முகங்களுடன் கூடிய சினிமா விளம்பரங்களை நிறைய காண முடிகிறது. அவற்றின் நடிகர்கள், இயக்குநர்கள் யாரென்றே நமக்குத் தெரியாது; அத்திரைப் படங்கள் எப்போது வெளிவரும் என்பதும் நமக்குத் தெரியாது; அவை வெளிவந்ததா, இல்லையா, ஓடினதா, இல்லையா என்றுகூடத் தெரியாது. திடீரென்று அந்த திரைப்படத்தின் விளம்பரங்கள் மறைந்து அது போன்ற வேறு திரைப்படங்களின் விளம்பரங்கள் அந்த இடங்களில் நிறைந்திருக்கும்.

இம்மாதிரியான திரைப்படங்களுள் ஒன்று, 'சென்னை உங்களை அன்புடன் வரவேற்கிறது'. வந்ததும் தெரியாமல் போனதும் தெரியாமல் இத்திரைப்படம் கூட்டத்தில் மறைந்தபோது, இம்மாதிரியான அபலைத் திரைப்படங்களுக்கு வாழ்வளிக்கும் வகையில் இவற்றைத் தொடர்ந்து விடாப்பிடியாகப் பார்த்துவிடும் நண்பரொருவர், இத்திரைப்படத்தை பிரத்யேகமாகக் குறிப்பிட்டு 'கவனப்படுத்தப்பட வேண்டிய திரைப்படம்' என்றார். 'நாயகன் திரைப்படத்துக்குப் பிறகு நான் பார்த்த சிறந்த திரைப்படம் இதுவே' என்று பாரதிராஜா ஒரு மேடையில் மிகையுற்சாகமாக முழங்கியதை இதன் பத்திரிகை விளம்பரங்களில் கண்டதும் ஞாபகமிருந்தது. மேலும் இதன் போஸ்டர்கள் இயல்பான அழகியல் உணர்வுடன் வடிவமைக்கப்பட்டிருந்ததும் நினைவில் வந்தது. எனவே இதைக் காலங்கடந்தும் தேடிப்பிடித்துப் பார்த்தேன்.

●

பொருளீட்டுவதற்காகவும் இன்னபிற காரணங்களுக்காகவும் பெருநகரத்துக்குள் இடம் பெயர்பவர்கள் முதலில் சந்திக்கும் நெருக்கடியே வசிப்பிடம்தான். உறவினர் வீடுகளிலும் நண்பர்களின் வீடுகளிலும் துவக்கத்தில் தற்காலிகமாகத் தங்கமுடியுமே தவிர அந்த ஏற்பாடு நீண்ட காலத்துக்கு சாத்தியப்படாது. உறவினர்களையும் குறைசொல்ல முடியாது. நகரம் அவர்களுக்குள் படியவைத்துவிடும் மனோபாவம் அப்படி. அது மனிதர்கள் தங்குவதற்கான சிறிய இடத்தை மட்டும் அனுமதிப்பதைப் போலவே அவர்களின் மனத்தையும் அவ்வாறாகவே சுருக்கிவிடுகிறது. எனவே நகரத்தினுள் வருபவர்கள் துவக்க தடுமாற்றங்களுக்குப் பிறகு நெரிசலான மேன்ஷன்களிலும் விடுதிகளிலும் ஒண்டிக்கொள்கிறார்கள்.

கிராமத்திலிருந்தும் சிறுநகரங்களிலிருந்தும் புலம் பெயரும் நபர்கள் வசிப்பிடத்துக்காக எதிர்கொள்ளும் அவலங்களை, நெருக்கடிகளை இத்திரைப்படத்தின் ஒரு பகுதி மிக நுட்பமாகவும் அழுத்தமாகவும் காட்சிப்படுத்தியுள்ளது. கிராமத்தின் வெளிகளில் தாராளமாகப் புழங்கிய அவர்கள் நகரத்தின் இண்டு இடுக்குகளில் சிக்கி அது பழகும்வரை மூச்சு திணறுவார்கள். ஒரு மனிதனின் வாழ்வுக்கு மிக அவசியமான உணவு, உடை உறையுளில் முதலிரண்டை நகரத்தில் எப்படியோ எளிமையாக சமாளித்துக் கொள்ள இயன்றாலும் கடைசி விஷயத்தை சம்பாதிப்பது அதிகச் சிரமம். நகரங்களில் தெருக்களிலும் பேருந்து நிலையங்களிலும் நினைத்தபடி படுத்துறங்க முடியாது. காவல்துறையினராலும் சமூக விரோதிகளாலும் தொல்லைகள் ஏற்படும்.

இவர்களின் உடனடி புகலிடமாக அமையக்கூடியது எளிய செலவின் மூலம் சமாளிக்கக்கூடிய மேன்ஷன்கள்தான். ஆனால் இரண்டு நபர்கள் தங்கக்கூடிய இடத்தில் பத்து நபர்களாவது அடைந்து கிடக்கவேண்டி வரும். மலம் நுரைத்துக் கிடக்கும் கழிவறையில் அமர ஜென் மனநிலை வேண்டும். உள்ளாடை காணாமற் போயிருந்தால் அதிகம் அலட்டிக் கொள்ளாமல் அதை அணிந்துபோன சக அறைவாசியின் பழைய உள்ளாடையை முகம் சுளிக்காமல் அணிந்து கொள்ளும் சகிப்புத் தன்மை வேண்டும். இம்மாதிரியான மேன்ஷன்வாசிகளின் வாழ்வியல் அவலங்கள் பல தமிழ் திரைப்படங்களில் காட்சிப்படுத்தப்பட்டுள்ளன. ஏறத்தாழ அனைத்து உதவி இயக்குநர்களும் இந்த சூழலைக் கடந்து வருபவர்கள்தான் என்பதால் அது திரையில் எதிரொலிப்பது இயல்புதான். பாலாஜி சக்திவேல் இயக்கிய ‘காதல்’ திரைப்படம் இதைச் சற்று நுட்பமாகவே பதிவு செய்துள்ளது. இந்தச் சூழலைச் சகித்துக்கொள்ள இயலாதவர்கள், சற்று அதிகமாக சம்பாதிப்பவர்கள், ஒரு ஃபிளாட்டை வாடகைக்கு எடுத்து அதைப் பகிர்ந்து தங்கிக் கொள்கிறார்கள். பல்வேறு காரணங்களுக்காக இவ்வாறான தனிநபர்களுக்கு வீடுகள் கிடைப்பது முன்பெல்லாம் மிக கடினம். உலகமயமாக்கத்தின் எதிரொலியாக மென்பொருள் நிறுவனங்களில் அதிகம் சம்பாதிக்கக்கூடிய இளைஞர்களிடமிருந்து கிடைக்கக்கூடிய கணிசமான வாடகைக்காகவே, வீட்டு உரிமையாளர்கள் அதற்கேற்ப தங்களையும் மாற்றிக் கொண்டிருக்கிறார்கள். சமூகத்தில் பொருளாதார சமநிலையின்மையை ஏற்படுத்தியதற்கு இந்த சூழலும் ஒரு காரணம். அதிக சதவீதத்துடன் ஏற்றப்பட்ட இந்தளவுக்கான வாடகையைத் தர முடியாத சாமான்யர்களுக்கு மேன்ஷன்கள்தான் கதி.

சினிமாவில் சாதிப்பது உள்ளிட்ட பல்வேறு கனவுகளுடன் நகரத்துக்குள் இடம் பெயர்ந்திருக்கும் சில இளைஞர்களின் வாழ்க்கை அனுபவங்களை, நெருக்கடிகளை, காமம் சார்ந்த தேடல்களை,

நிறைவேறா ஏக்கங்களை இரண்டு மூன்று கிளைக்கதைகளாக இணைத்து சொல்ல முற்பட்டிருக்கிறது இத்திரைப்படம். ஆனால் இதுவேதான் படத்தின் மிகப் பெரிய பலவீனமே. இந்த இணைப்பு கச்சிதமாகவும் கோர்வையானதாகவும் அமையாமல் படத்துக்குப் பெரிய பின்னடைவை ஏற்படுத்தியிருக்கிறது. ஆனால் அதைத் தாண்டி படத்தில் துண்டு துண்டாக சில அற்புதமான கணங்கள் உள்ளன. 'கதைக்குள் இருந்து கதையை வெளியேற்றுவதுதான் எனது எழுத்து பாணி' என்று குறிப்பிடுவார் எழுத்தாளர் சா.கந்தசாமி. அதாவது கதைகளை சுவாரசியமாக உருவாக்குவதற்காக அதில் வலிந்து திணிக்கப்படும் செயற்கைத்தனங்களை பெரும்பாலும் விலக்கி கூடுமானவரை அந்த இயல்புத்தனத்துடன் எழுத்தில் பதிவு செய்வது. இந்த திரைப்படத்திலும் அதைப் போன்றே 'சினிமாத்தனம்' அல்லாத தருணங்கள் உள்ளன. அந்தவொரு காரணத்துக்காகவே இத்திரைப்படம் கவனப்படுத்தப்படுவது அவசியமாகிறது.

தான் எழுதும் திரைக்கதையின் மூலம் தமிழ் சினிமாவில் வெற்றி பெற வேண்டும் என்று விவேகானந்தரின் பொன்மொழியை அவ்வப்போது உத்வேகமாக நினைவுப்படுத்திக்கொண்டு அமரும் செல்லப் பாண்டி, அதற்கான தனிமையமையாமல் அவதியுறுகிறான் (இந்த அவதிகளே படத்தின் முழு திரைக்கதையாக உருவாகியிருப்பதாகப் படத்தின் இறுதியில் வெளியாவது ஒரு எதிர்பார்த்த சுவாரசியம்). செல்போன் உரையாடல்களின் மூலம் பெண்களைக் கவர்ந்து அறைக்குள் வரவழைத்து பாலுறவு கொள்கிறான் கார்த்திக். அவனுக்கும் அதற்கான தனிமை தேவைப்படுகிறது. ஊரில் அவனுடைய அம்மா மருத்துவமனையில் அனுமதிக்கப்பட்டிருக்கும் தகவல் தெரிந்து கிளம்புகிறவனுக்கு காமத்தை ருசிப்பதற்கான ஒரு சந்தர்ப்பம் கிடைக்கும்போது ஊருக்குப் போவதை தவிர்த்து விட்டு அதற்கே முன்னுரிமை தருகிறான். பிறகு அவனுடைய அம்மா இறந்துபோன தகவல் கிடைக்கும்போது அது தரும் குற்றவுணர்வில் கரைந்து அழுகிறான். அதற்கும் கூட ஒரு சினிமாப்பாடல்தான் உதவுகிறது.

பிறகு நின்று போகும் ஒரு திரைப்படத்தில் உதவி இயக்குநராக பணிபுரியும் நாகராஜ், ஏதோ ஒரு உற்சாகமான மனநிலையில் ஊரிலிருக்கும் அண்ணன் மகனுக்கு சைக்கிள் வாங்கி வருவதாக தொலைபேசியில் வாக்களித்துவிடுகிறான். தானே நண்பர்களிடம் ஒண்டிக் கொண்டிருக்கும் பொருளாதார நெருக்கடியில் அது சாத்தியமாகாமல் போகும்போது அண்ணன் மகனை எதிர்கொள்ள முடியாமல் ஒவ்வொரு சமயத்திலும் அவமானத்தால் கூனிக் குறுகுகிறான்; ஊருக்குப் போகாமல் தவிர்க்கிறான். 'சித்தப்பாவிடம் சைக்கிள் கேட்காதே' என்று சிறுவனது அப்பா அவனை அடிக்கிறார்.

'கேட்பேன்' என்று அடம்பிடிப்பான் சிறுவன். பின்பு 'இனிமே சைக்கிள் கேட்க மாட்டேன்' என்று பரிதாபமாகக் கூறி விட்டு ஓடிப் போவான். இந்தக் காட்சிக் கோர்வைகள் நன்றாக எழுதப்பட்ட ஒரு சுவாரசியமான சிறுகதை போலவே பதிவாகியிருக்கிறது. குடிப்பழக்கத்தால் மனைவியிடம் தொடர்ந்து அவமானப்பட்டு பிழைப்பதற்காக நகரத்துக்கு வரும் செல்லப்பாண்டியின் உறவினர் ஒருவர் மறுபடியும் தோற்ற மனிதராக ஊர் திரும்பி மீண்டும் அவமானப்படுகிறார். இப்படியாக சில இயல்பான மனிதர்களுடன் கூடிய கிளைக்கதைகள்.

இந்த கிளைக்கதைகளுள் மிக இயல்பாகவும் அழுத்தமாகவும் பதிவாகியிருப்பது செல்லப்பாண்டி வீடு கிடைக்காமல் அவதியுறும் பகுதிதான். நண்பர்கள் செய்யும் சச்சரவுகளால் பிழைகளால் அவன் ஒவ்வொரு முறையும் வீடு மாற நேரும் அவல நகைச்சுவை அதற்குரிய சுவாரசியத்துடன் இடம்பெறுகிறது. 'மச்சான்.. ரூம்ல ஒரு பிரச்னையாயிடுச்சு.. இன்னிக்கு ஒரு நாள் உன் ரூம்ல தங்கிக்கட்டுமா?' என்பதே இவர்களின் உரையாடலின் ஒரு பகுதியாக, ஏன் அந்த சமகால வாழ்வின் ஒரு பகுதியாகவே அமைகிறது. இந்த விஷயத்திலும் பணம் கடன் கேட்கும் விஷயத்திலும் ஒருவரையொருவர் இரக்கமேயின்றி தவிர்த்துக் கொள்கிறார்கள். அவர்களையும் குற்றம் சொல்ல முடியாது. அவர்கள் எதிர்கொள்ளும் நெருக்கடிகள் அவ்வாறு தவிர்க்க வைக்கின்றன. ஒருநாள் தங்கிக்கொள்ள வருகிறவன் இரண்டு ஆண்டுகளாக நகராமலிருப்பதும் போகிற போக்கில் ஒரு காட்சியில் நகைச்சுவையாகச் சொல்லப்படுகிறது.

ஓர் இரவு முழுவதும் உறங்குவதற்கு இடம் கிடைக்காமல் நள்ளிரவில் செல்ல பாண்டி அலையும் காட்சிகள் துன்பியல் கவிதை போலவே பதிவாகியுள்ளன. இயக்குநர் மருதுபாண்டி (இவர்தான் உண்மையான செல்லப்பாண்டி என்பதை எளிதாகவே யூகிக்க முடிகிறது) இலக்கிய ருசியறிந்தவராக இருக்கிறார். படம் துவங்கும்போது பல்வேறு கனவுகளுடன் நகரங்களை நோக்கி வருபவர்கள் தொடர்பாக அப்துல் ரகுமானின் கவிதையின் வரிகள் டைட்டில் கார்டின் பின்னணியில் ஒலிக்கின்றன. அதைப் போலவே, ஒரு சிக்கலான சூழலினால் வீட்டு உரிமையாளருக்கு தெரியாமல் தினமும் நள்ளிரவில் தனது அறைக்குச் சென்று உறங்குகிறான் செல்ல பாண்டி. அதற்காக அவர்கள் உறங்கும் வரை படிக்கட்டில் தவிப்போடு காத்திருக்கிறான். அப்போது பின்வரும் விக்ரமாதித்யனின் 'வீடு திரும்புதல்' கவிதை வரி, அவனது மன எதிரொலியாக மிகப் பொருத்தமாக பின்னணயில் ஒலிக்கிறது.

வீடென்பது இடமா / விரும்பும் மனமா / வீடென்றால், எல்லோருக்குமே அம்மா / ஊருக்குள் இருக்கிறது வீடு / வீட்டுக்குள் இருக்கிறார்கள் ப்ரியமானவர்கள் / ப்ரியமானவர்களைத்தான்

தேடுகிறது உள்மனது / வீடு கிட்டத்தில் இருக்கவேண்டும் / வேண்டியவர்கள் பக்கத்தில் இருக்கவேண்டும் / வீடென்பது கனவு / வெளியென்பது எதார்த்தம் / வீடும் வெளியுமாய்த்தான்

விளங்குகிறது உலகம் / இங்கு எதற்காக வீடு திரும்பவேண்டும் நாம்? / யார் எதிர்பார்த்துக் கொண்டிருக்கிறார்கள் நம்மை?

இந்தக் கவிதையின் கடைசி வரி இவ்வாறாக புலம் பெயர்ந்து பிரம்மச்சாரிகளாகவே தனிமையில் உழல்பவர்களுக்கானது. நாஞ்சில் நாடனின் அற்புதமான நாவலான 'சதுரங்க குதிரையின்' பிரதான பாத்திரமான நாராயணன், மனது முழுக்க ஊர் நினைவுகளோடு புலம் பெயர்ந்து மும்பையில் பணிபுரிவான். திருமணம் ஆகாமலே அவனுடைய ஆண்டுகள் கடந்து கொண்டிருக்கும். அலுவலத்திலிருந்து வீட்டுக்குத் திரும்பும் தொலைவைக் கடக்கும் பல சமயங்களில் 'ஏன் வீட்டுக்குப் போகவேண்டும்' என்று அவனுக்குத் துயரம் சார்ந்த சலிப்பாகவே இருக்கும். இந்தக் கவிதை அவ்வாறானவர்களை மிக நுட்பமாகப் பிரதிநிதித்துவப்படுத்துகிறது.

செல்ல பாண்டிக்கும் வீட்டு உரிமையாளர் பெண்ணுக்கும் ஏற்படும் காதல் அல்லாத ஆனால் காதல் மாதிரியும் தோன்றும் அந்த விநோத மான, மெல்லிய உறவு 'சினிமாத்தனமே' இல்லாமல் அத்தனை அற்புதமாகச் சித்திரிக்கப்பட்டிருக்கிறது. அந்தப் பெண்ணும் அத்தனை இயல்பான தோற்றத்துடன் அற்புதமாக நடித்திருக்கிறார். 'பாலைவனச் சோலை' என்கிற திரைப்படத்தில் சந்திரசேகருக்கும் சுஹாசினிக்கும் ஏற்படும் பரஸ்பரம் சொல்லப்படாமலேயே உணர்த்தப்படுவது போன்ற 'மிக நுண்ணிய காதல்' நீண்ட ஆண்டுகளுக்குப் பிறகு தமிழ் திரையில் சாத்தியப்பட்டிருப்பது குறித்து மகிழ்ச்சியாக இருக்கிறது. சினிமா திரைக்கதையை முயன்று கொண்டேயிருக்கும் செல்லப் பாண்டியாக பாபி சிம்ஹா மிக அற்புதமாக நடித்திருக்கிறார். உறங்க இடமின்றி அலையும் காட்சிகளிலும் வீட்டு உரிமையாளர் பெண்ணிடம் மனதிலேயே வளரும் அந்த மெல்லிய காதலையும் நண்பர்களின் சச்சரவுகளை எதிர்கொள்ளும் காட்சிகளிலும் தன்னுடைய பங்களிப்பை சிறப்பாக வெளிப்படுத்தியிருக்கிறார். ஜிகர்தண்டாவின் மூலம் அவருக்கு கிடைத்திருக்கும் புகழ், இந்தப் படத்தைக் கவனிப்பதற்கு உதவியிருக்கிறது.

பெண்களுடன் நைச்சியமாக பழகி உறவு கொள்பவனான கார்த்திக் அவ்வாறாக ஒரு பெண்ணை ஏமாற்ற முயலும்போது அவனுடைய நண்பர்கள் அவனுடைய சார்பில் உரையாடுவார்கள். பொதுவாக இம்மாதிரியான சித்திரிப்புகளின் போது அறம் சார்ந்து அவனுக்கு உபதேசிக்கிற நண்பர்கள் எவராவது அந்தக் காட்சியில்

இயங்குவார்கள். ஆனால் நடைமுறை சார்ந்த இயல்பில் நண்பனின் பக்கம் தவறுதான் என்று நன்றாகத் தெரிந்திருந்தாலும் அவனைக் காப்பாற்றவே நண்பர்கள் முயல்வார்கள். அந்த மனோபாவத்தை அதன் இயல்பின் படியே இயக்குநர் மிகச் சிறப்பாக பதிவாக்கியிருக்கிறார். சற்று தாமதமாகத்தான் தங்களின் தவறை உணர்ந்து அந்தப் பெண்ணிடம் அவர்கள் மன்னிப்பு கேட்கின்றனர்.

ஊரில் குடித்து சீரழிந்து மனைவியால் அவமானப்படும் செல்ல பாண்டியின் உறவினர் ஒருவர் (இயக்குநர் மருதுபாண்டி இந்தப் பாத்திரத்தில் அற்புதமாக நடித்திருக்கிறார்) நகரத்துக்கு வருவார். சகஅறைவாசிகளில் ஒருவர் அவருடைய பரிதாப நிலையைக் கண்டு வாடகை ஏதும் தரவேண்டாம் என்று முதலில் சொல்வார். ஆனால் பிறகு ஓர் அற்ப காரணத்துக்காக அவரை நுட்பமாக பழிவாங்க முயல்வார். மனித மனதின் அந்தரங்கமான இருண்மைகள் எந்த நேரத்தில் எதற்காக வெளிப்படும் என்பதில்தான் நம் கீழ்மைகளைக் கடக்கும் சவாலே உள்ளது. இது போன்ற நுட்பமான வெளிப்பாடுகள் இத்திரைப்படத்தின் காண்பனுபவத்தை சுவாரசியமாக்குகிறது. இரண்டு ஆண்களுடன் காதல் அடிப்படையில் பழகும் ஆனால் அதில் ஒருவனுக்கு முன்னுரிமை தரும் ஒரு பெண்ணின் உரையாடல் மூலம் ‘சமகால காதலின்’ விநோதமான முரண்களையும் இயக்குநர் போகிற போக்கில் சொல்லிச் செல்கிறார். அதைப் போலவே சினிமாத்தனம் அல்லாத பல இயல்பான முகங்களுடன் கூடிய உதிரியான பாத்திரங்கள் தத்தம் பங்களிப்பை சிறப்பாகச் செய்திருக்கின்றன. செல்ல பாண்டியின் உறவினர் மனைவியாக நடித்திருக்கும் பெண் கையாலாகாத கணவனைத் தண்டிக்கும் அந்த சிறு காட்சியிலேயே அத்தனை அற்புதமாக நடித்திருக்கிறார்.

‘எல்லோரிடமும் நிச்சயம் ஒரு நல்ல கதை இருக்கும்’ என்பார் எழுத்தாளர் சுஜாதா. அதைப் போலவே கிராமம் சார்ந்தும் இடம் பெயர்ந்த நகரம் சார்ந்தும் தமக்குள்ள அனுபவங்களை இயக்குநர் நுட்பமான காட்சிகளுடனும் அழகியலுடன் பதிவாக்கியுள்ளார் என்று தோன்றுகிறது. துண்டு துண்டாக நிற்கும் இந்த தருணங்கள் முழுமை யாகவும் கோர்வையான திரைக்கதையாகவும் அமைந்திருந்தால் தமிழில் இதுவொரு குறிப்பிடத்தகுந்த திரைப்படமாகியிருந்திருக்கும்.

(அம்ருதா - ஜூன் 2015)

காக்கா முட்டை

விதைக்கப்படும் 'பீட்சா' கனவுகள்

அயல் சினிமா டிவிடிக்களின் தாராளமான புழக்கத்தினால் சமகால தமிழ் சினிமா இயக்குநர்களுக்கு அனுகூலமும் நெருக்கடியும் ஒருசேர இருப்பதை உணர முடிகிறது. அவற்றிலிருந்து தூண்டுதல்களைப் பெறலாம் அல்லது தொடர்பேதும் இல்லாமல் அப்படியே துண்டு துண்டாக நகலெடுக்கலாம் அல்லது தமிழ் சினிமாவின் மசாலாவில் போட்டு வறுத்தெடுப்பதற்கு தோதான துண்டுகளை அவற்றில் இருந்து அறுத்து பொறுக்கியெடுத்துக் கொள்ளலாம் என்பது உள்ளிட்ட வசதிகள் அனுகூலமாக இருக்கின்றன.

ஹாலிவுட் சினிமாக்களின் உயர்நுட்ப மெனக்கெடல்களையும் உலக சினிமாக்களின் உன்னத தரத்தையும் பார்த்து பரவசப்படுகிற தமிழ் சினிமா பார்வையாளர்கள், இங்கும் அவற்றை எதிர்பார்க்கத் துவங்கி விட்ட பிறகு அந்த நம்பிக்கைகளுக்கும் எதிர்பார்ப்புகளுக்கும் ஈடு கொடுக்க முயல்வது இயக்குநர்களுக்கு நெருக்கடியாக உள்ளது. இதைப் பற்றியெல்லாம் கவலைப்படாமல் ஸ்டார் நடிகர்களின்

பிம்பங்களையும் பாமர ரசிகர்களின் அறியாமையையும் ரசனையற்ற சூழலையும் நம்பி அரைத்த மாவையே அரைக்கும் வணிகமும் ஒருபுறம் வெற்றிகரமாக இயங்கிக்கொண்டுதான் இருக்கிறது.

இதற்கு இடையில் இரானிய சினிமாக்களின் எளிமையான அழகியலோடும் உள்ளார்ந்த அரசியல் விமர்சனத்தோடும் தமிழில் ஒரே ஒரு திரைப்படம்கூட வராதா என்கிற ஏக்கத்தை Children of Heaven, The Colour of Paradise, The White Balloon போன்றவை பார்வையாளர்களிடம் ஏற்படுத்தியிருக்கின்றன. இயற்கையின் காலக்கடிகாரத்தின்படி குறிஞ்சி மலராவது பன்னிரெண்டு ஆண்டுகளுக்கு முன்பு ஒருமுறை பூக்கும் என்று உறுதியாகக் கூறி விட முடியும். ஆனால் தமிழில் உயர்தரமுள்ள திரைப்படம் வெளிவரும் அதிசயம் எப்போது நிகழும் என்பதை யூகித்து விடவே முடியாது.

அந்த நீண்ட கால பெருமூச்சைப் போக்கும் வகையிலும் ஆறுதல் அளிக்கும் வகையிலும் தமிழில் ஒரு திரைப்படம் சமீபத்தில் வெளியாகியுள்ளது. அது ‘காக்கா முட்டை’ உலக சினிமா என்பது கலாசார வெளிகளை கடந்து நிற்கிற, நுண்ணுணர்வு சார்ந்த பொது ரசனையின் மீதான தர அடையாளத்துக்காகச் சுட்டப்படுகிற கற்பிதச் சொல் என்றாலும் அந்த தரத்தின் அடையாளத்துடனும் அல்லது அவற்றை நெருங்கி வரும் சாயலுடனும் தமிழிலும் சினிமா உருவாகிற அற்புதம் எப்போதாவதுதான் நிகழும். பாலுமகேந்திராவின் ‘வீடு’, ‘சந்தியா ராகம்’, ருத்ரைய்யாவின் ‘அவள் அப்படித்தான்’ போன்றவற்றை உதாரணமாகச் சொல்லலாம். அந்த வரிசையில் - அதன் போதாமைகளையும் தாண்டி - ‘காக்கா முட்டை’யை நிச்சயம் குறிப்பிடலாம். அந்த அளவுக்கு முற்றிலும் மாறுபட்ட அனுபவத்தை தருகிறது அத்திரைப்படம். தமிழ் சினிமாவின் மேற்குறிப்பிட்ட மாற்று முயற்சிகளோடு ஒப்பிடும்போது ‘காக்கா முட்டை’யில் உள்ள முக்கியமான வேறுபாடு என்னவெனில் இந்தப் படம் பொதுச் சமூகத்தில் அடைந்திருக்கும் வணிகரீதியான வெற்றியும் வரவேற்பும். மேலே குறிப்பிட்ட திரைப்படங்கள் கலைத்தன்மையோடு கூடிய படைப்புகளை அணுகும் குறுகிய பார்வையாளர் வட்டத்தைக் கடந்திருக்காத சூழலில் ‘காக்கா முட்டை’ வெகுசன சமூகத்தின் மூலம் வணிக வெற்றியையும் அடைந்திருப்பது முக்கியமான விஷயம். உலக சினிமா நுகர்ச்சியின் பரவலாக்கமும் அறிமுகமுமான சமகால சூழல் இதற்கு ஒரு காரணமாக இருக்கலாம்.

●

சேரியில் வாழும் இரு சகோதர சிறுவர்கள், தான் விரும்பும் நடிகர் பரிந்துரைப்பதாலும், தொலைக்காட்சியின் பீட்சா விளம்பரத்தினாலும்

உந்தப்பட்டு அதை ஒருமுறையாவது உண்ணவேண்டும் என்று ஆசைப்படுகின்றனர். உயர் மற்றும் நடுத்தர வர்க்க மக்களுக்கு மிக எளிதாக சாத்தியப்படும் இந்த விஷயம் அடித்தட்டு சமூகத்தைச் சேர்ந்த அந்த சிறுவர்களுக்கு மலையைத் தாண்ட வேண்டிய கனவாக, ஏக்கமாக மாறுகிறது. அந்தக் கனவை நோக்கிய சிறுவர்களின் பயணம்தான் இந்த திரைப்படத்தின் மையம். ஒரு பீட்சா சாப்பிடுவது அத்தனை கடினமா, அது குறித்து ஒரு திரைப்படமா என்று சிலருக்கு ஆச்சரியமாக இருக்கலாம். ஜெயமோகன் எழுதிய 'ஏழாம் உலகம்' நாவலில் குய்யன் என்கிற பிச்சைக்காரனுக்கு ஒரு கனவு இருக்கும். தினமும் அவனுக்குக் கிடைக்கும் பல வீட்டு உணவு ஊசின சாம்பார், காய்ந்த இட்லி, மிஞ்சின காய், பழைய சோறு என கலந்து கட்டியதாக இருக்கும் என்பதால் பருப்பு, பாயசத்துடன் ஒன்றுடன் ஒன்று கலக்காத ஒரு முழு சாப்பாடு சாப்பிடுவதென்பதுதான் வாழ்நாள் கனவாக இருக்கும். அவனது தீராத ஆவலைப் பார்த்துவிட்டு ஒருமுறை சக பிச்சைக்காரர்கள் இணைந்து காசுபோட்டு அவனுடைய நீண்ட கால விருப்பத்தை நிறைவேற்றுவார்கள். அவன் கனவிலும்கூட அந்த ருசியை சப்புக் கொட்டி நினைவுகூரும் வரியுடன்தான் அந்த நாவல் முடியும். வாழ்வின் அத்தனை அடிப்படைத் தேவைகள் பூர்த்தியாகிருக்கிற அதையும் தாண்டி மேல்நோக்கி பயணித்துக் கொண்டிருப்பவர்களால் இது போன்ற பிரச்னையின் உக்கிரத்தை கற்பனை செய்துகூடப் பார்க்க முடியாது.

இந்த திரைப்படம் பொதுவாக குழந்தைகளுக்கான திரைப்படமாக அறியப்பட்டாலும் அந்தப் பிரிவிலான தேசிய விருதைப் பெற்றிருந் தாலும் கடுமையான அரசியல் சார்ந்த உள்ளார்ந்த விமர்சனங்களும், பகடிகளும், சில கிளைக்கதைகளும் இதன் மையத்துடன் உறுத்தாமல் கலந்துள்ளன. தொலைக்காட்சியின் கவர்ச்சிகரமான மூளைச்சலவை விளம்பரங்களின் மூலம் குழந்தைகளின் மனதில் விதைக்கப்படும் நுகர்வுக்கலாசார வெறி, இதற்கு துணை புரியும் நட்சத்திர பிம்பங்கள், இயற்கை வளத்தை அழிப்பதின் மூலம் நுழையும் பன்னாட்டு வர்த்தகம், நிலக்கரி ஊழல், மக்களிடமுள்ள சினிமா மோகத்தை கச்சிதமாகப் பயன்படுத்திக் கொள்ளும் அரசியல், அடிப்படைத் தேவைகளைவிட ஆடம்பரப் பொருட்களை இலவசமாக தந்து அதிகாரத்தைக் கைப்பற்றும் அரசியல் தந்திரம், குற்றத்தைச் சுட்டிக் காட்டும் அறச்சீற்ற பாவனையில் அதை ஊதிப் பெருக்கி தங்களின் செய்திப் பசிக்கு பயன்படுத்திக் கொள்ளும் ஊடகங்கள், அந்தப் பிரச்னையை மையப்படுத்தி தங்களின் பண வேட்டையை நிகழ்த்தும் அரசியல்வாதிகள், காவல் அதிகாரிகள், அதிகார அமைப்புகள், உதிரிக் குற்றவாளிகள் என பல்வேறு உள்ளிழைகள் மிகப் பொருத்தமாக இணைக்கப்பட்டுள்ளன. திரைமொழியின் இலக்கணங்களோடு

பொருட்பொதிந்த காமிரா கோணங்களோடு காட்சியமைக்கும் இயக்குநராக மணிகண்டன் தோன்றியிருப்பது மகிழ்ச்சியை அளிக்கிறது.

சிறுவர்கள் பீட்சாவை அடைய நினைப்பது குறியீட்டு அர்த்தத்திலான, ஒட்டு மொத்த மானுட குல தொடர் இயக்கத்தின் சுழற்சி அடையாளம் தான். இயற்கை வளத்துக்கு உரிமை கொண்டாட நினைக்கும் நிலவுடமைச் சமுதாயமாக மானுட குலம் பரிணமித்த பிறகு அதுசார்ந்த பிரிவுகளும் பிரச்னைகளும் மோதல்களும் தொடர்ந்து கொண்டேதான் இருக்கின்றன. சமூகத்தின் படிநிலைகளில் உள்ள குழுக்கள் தங்களின் மேலேயுள்ள குழுவை அடைவதையே தங்களின் வாழ்நாள் நோக்கமாக, கனவாக ஆக்கிக் கொள்கிறார்கள். எனவே சாத்தியமான எல்லைக்குள் அது சார்ந்த மேட்டிமை அடையாளங்களோடு தங்களை தொடர்புபடுத்திக்கொள்ள நினைக்கிறார்கள். சாலையோரத்தில் வசிப்பனுக்கு வாடகை வீட்டில் வசிப்பது கனவாக இருக்கிறது, வாடகை வீட்டில் வசிக்கும் கீழ்நடுத்தர வர்க்க மனிதனுக்கு சொந்த வீட்டைக் கட்டிக் கொள்வது கனவாக இருக்கிறது. சொந்த வீட்டில் இருக்கும் உயர்நடுத்தர வர்க்க நபருக்கு செல்வந்தர்களின் வாழ்வு முறையும் அதுசார்ந்த ஆடம்பரங்களும் கனவாக இருக்கிறது. எனவே தங்களின் கனவு சார்ந்த வேட்டையை நோக்கி இயங்கிக்கொண்டே இருக்கிறார்கள். உலகமயமாக்கலுக்குப் பிறகு இது போன்ற ஆசைகளும் அது சார்ந்த அழுத்தங்களும் கூடிக் கொண்டே செல்கின்றன.

இதில் சிறுவன் பீட்சா சாப்பிட நினைப்பது அவனுடைய உடல் சார்ந்த பசிக்காக அல்ல. அந்த பிம்பத்தின் கவர்ச்சி சார்ந்த ஏக்கம் அவனுடைய கனவுகளுள் பிரதானமான ஒன்றாக உருவெடுக்கிறது. அவனுக்குப் பிடித்த நடிகர் மூலமாகவும் தொலைக்காட்சி விளம்பரங்கள் மூலமாகவும் அந்த கனவுக்கான விதை அவனுக்குள் ஆழமாக விதைக்கப்படுகிறது. அந்த கனவுக்கு முந்தைய காட்சிகளில் அவன் ஒரு செல்போனுக்காக ஏங்கியபடியே இருக்கிறான். தந்தை சிறையில் இருக்கும் துயரத்தின் பிரக்ஞை ஏதும் இல்லாமல் ‘வரும் போது செல்போன் வாங்கிட்டு வரியா?’ என்று கேட்கிறான். ‘எனக்கு அப்பா வேணாம். பீட்சாதான் வேணும்’ என்று சோற்றுத் தட்டை தள்ளிவிட்டு அவன் முரண்டு பிடிக்குமளவுக்கு அவனுடைய ஆடம்பரக் கனவு அவனை முழுவதுமாக ஆக்ரமிக்கிறது. பல சிரமங்களுக்குப் பிறகு அந்தக் கனவை அவன் யதார்த்தத்தில் அடையும்போது ‘இவ்வளவு தானா?’ என்று தோன்றிவிடுகிறது. சில காலத்துக்குப் பிறகு அவன் இன்னொரு கனவைத் துரத்த ஆரம்பித்துக் கொண்டிருப்பான். உலகத்தின் பேரியக்கம் அவசியமாகவோ அவசியமற்ற வகையிலோ தொடர்ந்து நிகழ்ந்து கொண்டிருப்பதின் ஒரு துளிதான் இந்த ‘பீட்சா கனவு’.

உலகமயமாக்கல் நிலைக்குப் பிறகு இந்தக் கனவுகள் பல்வேறு விதமாகப் பெருகிவிட்டிருக்கின்றன. பெற்றோர் ஐபோன் வாங்கித் தராததற்காக இளைஞர்கள் தற்கொலை செய்து கொள்வதாக மிரட்டு கின்றனர். குற்றச் செயல்களில் ஈடுபடவும் துணிகின்றனர். போதைப் பொருட்களை உபயோகித்துப் பழகிவிட்ட ஒருவன் அது கிடைக்காத வெறியில் அதற்காக எதையும் செய்யும் நிலையிலேயே இன்றைய நுகர்வோர்கள் இருக்கின்றனர். வாழ்வின் அடிப்படைக்குத் தேவையற்ற அநாவசியமான ஆடம்பரங்களை அடைவதற்கான கனவுகளை உருவாக்கிக்கொள்கிறார்கள், அதை நோக்கி பயணித்த படியே இருக்கிறார்கள். அது அவசியமானதா, உடலுக்கோ மனதிற்கோ ஆபத்தை ஏற்படுத்தக்கூடியதா என்கிற எந்தச் சிந்தனையையும் ஏற்படுத்தவிடாதவாறு பன்னாட்டு வர்த்தகர்கள் உருவாக்கும் நுகர்வுக் கலாசார வெறி அவர்களை ஆக்ரமித்திருக்கிறது.

●

குழந்தைகள் மனதில் விதைக்கப்படும் இந்த நுகர்வுக் கலாசார வெறியின் அபாயத்தை அழுத்தமாக தமிழ் சினிமாவில் பதிவு செய்த வகையில் ‘தங்க மீன்கள்’ திரைப்படத்தின் ஒரு பகுதியை ‘காக்கா முட்டை’யின் ஒரு முன்னோடி முயற்சியாக கருத முடியும். தமிழ் சமூகத்தில், உலகமயமாக்கம் ஏற்படுத்தும் விளைவுகளை, பொருளாதார சமநிலையின்மையை தமது முதல் திரைப்படத்தில் (கற்றது தமிழ்) கையாண்ட இயக்குநர் ராம், தொலைக்காட்சி விளம்பரங்கள் குழந்தைகளின் மனதில் விளைவிக்கும் தாக்கத்தை தமது இரண்டாவது திரைப்படத்தின் ஒரு பகுதியாக (தங்க மீன்கள்) கையாண்டிருந்தார். உண்மையில் சொல்லப்போனால், இந்த விஷயத்தின் ஆபத்தை ‘காக்கா முட்டை’யை விட ‘தங்க மீன்கள்‘ மிகுந்த கலைத்தன்மையுடனும் அழுத்தமாகவும் பதிவு செய்திருந்தது. ஆனால் அத்திரைப்படத்தில் உள்ள பிரச்னை என்னவெனில் பல சமகாலத்திய சமூகப் பிரச்னைகளை ஒரே திரைப்படத்தில் சொல்ல முயன்று பார்வையாளர்களைக் குழப்பியதுதான்.

ஆனால் காக்கா முட்டை’ திரைப்படமும் மையத்துடன் தொடர்புடைய சில கிளைக்கதைகளைக் கொண்டதுதான் என்றாலும் நேர்க்கோட்டு கதைச் சொல்லாடல் முறையில் பிரதானமாக சிறுவர்களுடனேயே பயணித்து அவர்களின் மொழியிலேயே உரையாடிய எளிமையின் மூலம் பார்வையாளர்களைக் கவர்ந்ததே இதன் வெற்றியின் காரணம். சிறுவர்கள் சார்ந்த சினிமா எனும்போது அது அனைத்து பிரிவனரின் அபிமானத்தைப் பெறுவது இயல்புதான். பொதுவாக தமிழில் குழந்தைகள் சினிமா என்றாலே அவர்கள் துடுக்குத்தனமாக பெரியவர்களின் உலகை பாவனை செய்வது என்பதாகத்தான்

இருக்கும். ஆனால் அதற்கு மாறாக யதார்த்தமான சிறுவர்களின் அகவுலகுப் பயணத்தை அதன் நோக்கிலேயெ உண்மையோடு பதிவு செய்ததால் ‘காக்கா முட்டை’ கவனத்துக்குரிய, பாராட்டப்பட வேண்டிய திரைப்படமாகிறது.

சேரி சிறுவர்களின் ஏழ்மையான சூழல், தந்தையைச் சிறையிலிருந்து மீட்க வேண்டிய துயரம், சிறுவர்களின் பீட்சா ஏக்கம், அது சார்ந்த பயணம், அதற்கான தவறுகள், பாட்டியின் மரணம், தாயின் தனிமை மற்றும் தத்தளிப்பு என்று பல விஷயங்கள் மெலொடிராமாவாக அல்லாமல் மிக இயல்பாக போகிற போக்கில் சொல்லப்படுகின்றன. அப்படிச் சொல்லப்பட்டாலும்கூட அதன் இடைவெளியை நிரப்பி பார்வையாளர்களால் அதன் ஆழத்தை உணர முடிவதே இயக்குநரின் திறமைக்குச் சான்று. ரேஷனில் தொலைக்காட்சிப் பெட்டி ஒன்றுக்கு இரண்டாக எளிதில் கிடைத்தாலும் அடிப்படைத் தேவையான அரிசி அடுத்த வாரம்தான் கிடைக்கும் என்கிற வசனம், கவனக்குறைவாக இருந்தால் ஒரு நொடியில் தவறவிடக்கூடிய தன்மையின் அலட்சியத்தைக் கொண்டிருந்தாலும் அதில் உள்ள அரசியல் விமர்சனத்தை, ஆழமான அபத்தத்தை பார்வையாளர்களால் எளிதில் உணர முடிகிறது. பீட்சா கடையில் சிறுவன் அடிவாங்கிய சம்பவத்தை வைத்து சில்லறை ரவுடியொருவன் சம்பாதிக்க முயல்வான். Night Crawler என்றொரு அமெரிக்கத் திரைப்படம் ஆஸ்கர் நாமினேஷனில் இடம் பெற்றது. இது போன்ற சிறிய அளவிலான குற்ற சம்பவங்களை வீடியோவாக எடுத்து தொலைக்காட்சிக்கு விற்றுப் பணம் செய்ய முடியும் என்பதை கண்டுகொள்வான் அதன் நாயகன். அதன் பின்னால் பெரும் வணிகச் சந்தை இருக்கும். இவற்றின் மூலம் தொலைக்காட்சி பார்வை யாளர்களிமிருந்து உணர்வுரீதியிலான சுரண்டலையும் பரபரப்பையும் ஊடகங்கள் நிகழ்த்தும். சமயங்களில் சம்பவங்கள் நிகழாமல் ஊடகங்களால் ‘உருவாக்கப்படும்’. ஒரு நிலையில் தன்னுடைய உதவியாளன் விபத்தில் சிக்கி மரணமடைவதைக் கூட வீடியோ எடுத்து விற்குமளவுக்கு வணிக வெறி நாயகனின் கண்களை மறைக்கும்.

நம்முடைய ஊடகங்களும் இது போன்ற செய்திப்பசியிலும் வணிக நோக்கிலும் இயங்குகின்றன என்பதையும் மிக நுட்பமாக நிறுவியுள்ளார் இயக்குநர். தொலைக்காட்சி செய்தியின் மூலம் பரபரப்பான தலைப்புக்குச் சொந்தமாகி விட்ட அந்தச் சிறுவர்களை ஊரே தேடிக் கொண்டிருக்கும்போது ஒரு சமயத்தில் அவர்கள் செய்தியை பதிவு கொண்டிருக்கும் காமிராவைக் குறுக்கிட்டு நடந்து செல்வார்கள். அவர்களை அடையாளம் தெரியாத செய்தியாளர்கள் பதறி அவர்களை விலகி காமிராவின் பின்னால் நடக்கச் சொல்வார்கள். செய்தியின் உண்மைத்தன்மையும் நம்பகத்தன்மையையும்

கவனிக்காமல் அல்லது கவனிக்க விரும்பாமல் ஓரமாகத் தள்ளி விட்டு அவற்றை பரபரப்பாக்குவதில்தான் செய்தி ஊடகங்கள் கவனம் செலுத்துகின்றன என்பதை சில விநாடிகளில் கடந்துவிடும் ஒரு காட்சியின் மூலம் அழுத்தமாக பதிவு செய்கிறார் இயக்குநர். இது போன்று இத்திரைப்படத்தில் பல உதாரணங்களை கூறமுடியும். ஏற்கெனவே குறிப்பிட்டபடி காட்சிகளின் பின்னணிகளையும் கோணங் களையும் பொருட்பொதிந்த விதத்தில் இயக்குநர் உபயோகித்திருப்பது அவருடைய கச்சிதமான திட்டமிடலைக் காட்டுகிறது.

ஏறத்தாழ நியோ ரியலிச பாணியில் உருவாக்கப்பட்டிருக்கும் இத்திரைப்படத்தின் அசலான பின்னணியும் அங்கிருந்தே தேர்ந் தெடுக்கப்பட்ட நடிகர்களும் காட்சிகளை உயிர்ப்புடன் மீட்டெடுக் கிறார்கள். இரண்டு சிறுவர்களின் இயல்பான உடல்மொழியும், சென்னையின் வட்டார வழக்கும். குறிப்பாக இளைய சிறுவனின் முகபாவங்கள் அதன் வெள்ளந்தித்தனத்துடன் அத்தனை அற்புதமாகப் பதிவாகியுள்ளது. பாட்டியாக நடித்தவரின் பங்களிப்பும் சிறப்பு. இளம் நடிகையாக இருந்தாலும் இரண்டு பிள்ளைக்குத் தாயாக நடிக்க முன்வந்த ஐஸ்வர்யா, அந்தப் பகுதியின் அசலான இல்லத்தரசியின் உடல்மொழியை அற்புதமாக எதிரொலிக்கிறார்.

சமீபத்தில் மறைந்த எடிட்டர் கிஷோர் இதன் படத்தொகுப்பை சர்வதேச தர திரைப்படங்களின் அடையாளங்களோடு தொகுத்துள்ளார். ஒரு நல்ல சிறுகதையின் முடிவைப்போல ஒரு காட்சிக் கோர்வையின் முடிவு சிறிய அளவுக்கான கச்சிதமான தருணத்தில் துண்டிக்கப்பட்டு அடுத்த காட்சிக்கோர்வையோடு மிக இலகுவாகப் பொருந்தித் தொடர்கிறது. எந்த அளவுக்கு மௌனத்தைக் கடைப்பிடிக்கிறதோ, அதுவே சிறந்த பின்னணி இசை என்பார்கள். ஒரு காட்சியின் போதாமையை இட்டு நிரப்ப அல்லது சிறந்த காட்சியை அடிக்கோடிட்டு உயர்த்தி கவனப்படுத்துவதற்கான தருணங்களில் மட்டுமே பின்னணி இசை தேவைப்படும் என்பார்கள். மாண்டேஜ் காட்சிகளுக்கானது என்றாலும் பாடல்கள் திணிக்கப்பட்டிருக்கும் இத்திரைப்படத்தில் வழக்கமான தமிழ் சினிமாக்கள் போல் அல்லாமல் ஆச்சரியப்படுத்தும் அளவுக்குப் பல காட்சிகள் அதன் இயற்கையான சப்தங்களோடு பதிவாகியிருந்தாலும் சில சமயங்களில் தேவையற்ற பின்னணியிசை கூடுதலாக ஒலித்து எரிச்சல் ஏற்படுத்துவதைத் தவிர்த்திருக்கலாம். இயக்குநரே ஒளிப்பதிவாளராகவும் இருந்திருப்ப தால், எண்ணப் பரிமாற்றங்களின் சிக்கலும் சேதமும் இன்றி காட்சிகளை அதன் உண்மையான உணர்வுகளோடு பதிவாக்கியிருக்கிறார்.

இத்திரைப்படத்தைப் பற்றி மேலே அதன் போதாமைகளுடன் கூடிய சிறந்த திரைப்படம் என்றெழுதியிருப்பதை கவனித்திருக்கலாம்.

அப்படியென்ன போதாமைகள்? இதுவரையான தமிழ் சினிமாக்களோடு ஒப்பிடும் போது 'காக்கா முட்டை' முற்றிலும் மாறுபட்ட திரைப்படம், கவனப்படுத்தப்பட வேண்டிய திரைப்படம் என்பதில் மாற்றுக் கருத்து ஏதும் இல்லையென்றாலும் சர்வதேச தரம், கிளாசிக் சினிமாக்கள் என்று என்று மதிப்பிடப்படுகிற, கருதப்படுகிற அளவுகோலின்படி இதில் பாத்திரங்களின், சம்பவங்களின் வடிவமைப்பில் உள்ள தொடர்ச்சியின்மைகள், பிசிறுகள், தர்க்கப் பிழைகள் போன்றவை உள்ளதாகப்படுகிறது.

'மசாலா சினிமாக்களே ஆதிக்கம் செய்யும் தமிழ் சூழலில் அபூர்வமாக இப்போதுதான் ஒரு நல்ல சினிமா 'குழந்தையின் மழலை நடையோடு' வந்து கொண்டிருக்கிறது. உங்கள் மேதாவித்தனங்களைக் காட்ட இதில் குறைகளைக் காணவேண்டுமா, இதுவே ஓர் அயல்மொழித் திரைப்படம் என்றால் கொண்டாடித் தீர்த்திருப்பீர்கள் அல்லவா?' என்று ஒரு நண்பர் கேட்டார். 'அப்படியல்ல நண்பரே. ஒரு திரைப்படத்தின் சிறப்புகளைக் கொண்டாடும் அதே நேரத்தில், அது நம்முடைய பிரதேசத்தைச் சார்ந்தது என்பதற்காக அதன் போதாமைகளை மழுப்புவது அறிவார்ந்த செயல் ஆகாது. சர்வதேச தரத்துக்குப் போட்டிபோட வேண்டுமென்றால் அது சார்ந்த தகுதிகளையும் கொண்டிருக்கவேண்டும். மேலும் தேசம் சார்ந்த கற்பித நேசங்கள் என்னிடம் கிடையாது. எல்லா மொழிகளிலும் தேசங்களிலும் ஒருபுறம் வணிகத் திரைப்படங்களும் அதன் இணைக் கோடாக மாற்று முயற்சிகள் இன்னொருபுறமும் நிகழ்ந்து கொண்டிருக் கின்றன. இதில் நாம் கொண்டாடுவது அதன் சிறந்த திரைப்படங்களை மட்டுமே. இரானிலிருந்து வெளிவந்த காரணத்துக்காகவே ஒரு மோசமான திரைப்படத்தை யாரும் கொண்டாடுவதில்லை. 1916-ல் வெளிவந்த மௌன திரைப்படமான 'கீசக வதத்தை' முதல் தமிழ் திரைப்படமாகக் கொண்டாலும் கூட தமிழ் சினிமாவின் வயது ஏறக்குறைய நூறை நெருங்கிக் கொண்டிருக்கிறது. இத்தனை வருடம் கடந்தும் அது தவழும் நடையில் தத்திக் கொண்டிருந்தால் அதன் அடையாளம் மழலை அல்ல, பக்கவாதம்' என்று அவரிடம் விளக்கம் கூற வேண்டியிருந்தது.

கலைத்தன்மையுடன் கூடிய மாற்று சினிமா முயற்சிகள் என்றாலே அது சலிப்பேற்றுவதுபோல மெதுவாக நகர்ந்து கொண்டிருக்கும் என்கிற கற்பனையான வெறுப்பு, வணிக நோக்குத் திரைப்படங்களை மட்டும் பார்க்கிறவர்களுக்கு இருக்கும். இதையே குறிப்பிட்டு கிண்டலடிப் பார்கள்; புரியாமை ஏற்படுத்தும் தாழ்வுணர்வு காரணமாக அலட்சியப் படுத்த முயல்வார்கள். இதைப் போலவே நானும் சொல்லிக்கொண்டு அதை நம்பிய காலமும் உண்டு. அதை மெய்ப்பிப்பதுபோல வலிந்து திணிக்கப்பட்ட நிதானத்துடன் போலி முயற்சிகளும் உண்டுதான்,

மறுக்கவில்லை. ஆனால் ‘பதேர் பாஞ்சாலி’ என்னும் ஒரேயொரு திரைப்படம் என் அத்தனை வருட ரசனை முழுவதையுமே தலைகீழாக மாற்றிப்போட்டது. அதுவரை எத்தனை குப்பைகளை சினிமா என்ற பெயரில் ரசித்துக் கொண்டிருந்தேன் என்று அதிர்ச்சியாக இருந்தது. எவ்வித மனச்சாய்வும் முன்தீர்மானமும் இல்லாமல் பார்த்தால் இன்று கூட ‘பதேர் பாஞ்சாலி’ சலிப்பை உண்டாக்கும் படமல்ல என்பதை உணர முடியும். ஏனெனில் அதில் உண்மையான வாழ்க்கை சித்திரிக்கப் பட்டிருந்தது. மனித உணர்வுகளின் நெகிழ்ச்சி, துயரம், அன்பு, பிரிவு போன்றவை அதன் யோக்கியத்தன்மையுடன் பதிவு செய்யப் பட்டிருந்தன. கலைசார்ந்த திரைப்படங்களும் காணும் பயிற்சியோ, அனுபவமோ இல்லாமலிருந்தால் கூட அதன் ஆன்மாவை உடனே நாம் தீண்டி விட முடியும் அல்லது அத்திரைப்படம் தாமாக நம்மைத் தீண்டும்.

காக்கா முட்டை திரைப்படமும் ஏறத்தாழ இதே விதத்தில் நம்மிடம் உரையாடுகிறது என்றாலும் அதன் போதாமைகளைக் கடந்திருந்தால் இன்னமும் சிறப்பான படமாகியிருக்கும் என்கிற ஆதங்கத்தில்தான் இவற்றை குறிப்பிடுகிறேன். குறைகளை வலிந்து ‘கண்டுபிடிக்கும்’ மேதாவித்தனத்துக்காக அல்ல.

●

காக்கா முட்டையின் திரைக்கதையிலும் உருவாக்கத்திலும் ஒரு நல்ல படத்தை தர வேண்டும் என்கிற இயக்குநரின் யோக்கியமான நோக்கத்தையும் ஆர்வத்தையும் கண்டுகொள்ள முடிந்தாலும் வணிக ரீதியான சில அம்சங்களைத் தாண்டி வர முடியாத தயக்கங்களையும் சமரசங்களையும் அதில் கண்டுகொள்ள முடிகிறது. இங்குள்ள மோசமான ரசனை சார்ந்த சூழலும் அது சார்ந்த வணிகமும் தோல்வி பயமும்தான் அவரைக் கட்டுப்படுத்துகிறது என்பதாகப் புரிந்து கொள்கிறேன். இந்தத் தடைகள் நீக்கப்பட்டால் மறுமலர்ச்சியான தொரு சூழல் அமைந்தால் தமிழிலும் சர்வதேச அளவுக்கான மிகச் சிறந்த திரைப்படங்கள் உருவாகக்கூடும் என்பதில் மாற்றுக் கருத்தில்லை. அந்த வலுவான அடையாளத்தை மணிகண்டன் உருவாக்கியிருக்கிறார் என்பதே மகிழ்ச்சியளிக்கிறது.

திரைப்படங்களில் பாடல்கள் திணிக்கப்படும் அபத்தங்களைப் பற்றி நிறையப் பேசிவிட்டோம். ‘யதார்த்தமாக’ படம் எடுப்பதாக சொல்லிக் கொள்ளும் இயக்குநர்களால்கூட பாடல்களை கைவிட முடிவதில்லை. ‘பாடல்கள் இல்லாத படம்’ என்பது விதிவிலக்கான, அபூர்வமான திரைப்படங்களின் பட்டியலில் சேர்க்கும் நிலைதான் இன்றளவும் நீடிக்கிறது. திரைக்கதையே அதன் இயல்பில் பாடல்களைக் கோரும்

போது அதற்கேற்ப பாடல்களை இணைப்பது என்பது ஒருவகை. ஆனால் பல வருடப் பழக்கம் என்கிற காரணத்தினாலேயே அதை மீற முடியாத தயக்கத்துடன் வலுக்கட்டாயமாக பாடல்களை இணைப்பதை வணிகநோக்குத் திரைப்படங்களில் சகித்துக் கொள்ளலாம் என்றாலும் மாற்று முயற்சிகளிலும் ஏன் கைவிட முடியவில்லை என தெரியவில்லை. அப்படி இணைப்பது எத்தனை அபத்தமாக இருக்கும் என்பதற்கு 'காக்கா முட்டை' ஓர் உதாரணம். சர்வதேச திரைவிழாக்களில் இத்திரைப்படம் திரையிடப்பட்டபோது பாடல்காட்சிகளோடு திரையிடப்பட்டதா, அல்லாமல் திரையிடப் பட்டதா என்பதில் இதற்கான பதில் உள்ளது. உயர்தர தேயிலைத் தூள்கள் அயல் நாடுகளுக்கு ஏற்றுமதி செய்யப்படும்போது அதிலிருந்து மிஞ்சும் சக்கைளே இங்கே வணிகம் செய்யப்படுவதற்கு என்ன காரணமோ ஏறத்தாழ அதே காரணம்தான் இதற்கும். நமக்குச் சக்கைகள் போதும் என்று வணிகர்கள் நினைக்கிறார்கள். சக்கைகள் நன்கு விற்கும் இடத்தில் அதுதான் பரவலாகக் கிடைக்கும்.

மாற்று முயற்சி திரைப்படங்கள் என்றாலே அது விளிம்புநிலை வாழ்வினை மையப்படுத்துவது, அடித்தட்டு மக்களின் துயரத்தை கொண்டாடுவதுதான் என்கிற தவறான மனப்பதிவும் வழக்கமும் உள்ளது. குடிசையின் முன்பு காமிராவை வைத்துவிட்டால் அது விருதுப் படமாகிவிடும் என்று நினைக்கிறார்களா என்று சந்தேகமாக இருக்கிறது. சமூகத்தின் எல்லா பிரிவு மனிதர்களிடமும் அவரவர்கள் சார்ந்த பிரச்னைகள் உள்ளன. அவற்றை கையாளும் திரைக்கதை களையும் இயக்குநர்கள் யோசிக்கலாம். பாலுமகேந்திராவின் 'வீடு' திரைப்படம், நடுத்தரவர்க்கத்தினரின் சொந்த வீட்டுக் கனவையும் அது சிதைந்து போவதையும் பற்றிப் பேசுகிறது. 'சந்தியா ராகம்' முதியோர்கள் சமூகத்தால் புறக்கணிக்கப்படுபவர்களாக, தேவை யற்றவர்களாக நிராகரிக்கப்படும் அவலத்தை முன்வைக்கிறது. இது போன்று வேறு வேறு வகைமைகளில் முயன்று பார்க்கலாம். ஒருவகையில் மூன்றாம் உலக நாடுகளின் 'ஏழ்மையை' சித்திரிக்கும் திரைப்படங்கள் வளர்ந்த நாடுகளின் ரசனைக்கான வணிகமாக பார்க்கப் படுகிறதோ என்கிற ஐயமும் உண்டு. இதன் மூலம் மூன்றாமுலகைப் பற்றிய சில நிலையான கற்பனைச் சித்திரங்களை மேற்குலக நாடுகளில் நிறுவுவதற்கும் அது சார்ந்த வணிகத்துக்கும் பயன்படுத்தப்படுகிறதோ என்றும் தோன்றுகிறது.

'காக்கா முட்டை' ஏழ்மை சார்ந்த மெலோடிராமா காட்சிகளையோ அது சார்ந்த செயற்கையான கதறல்களையோ பிரதானப்படுத்தவில்லை என்பதும் அடங்கிய குரலில் பார்வையாளர்கள் யூகித்துக் கொள் வதற்கான இடைவெளியுடன் பதிவாகியுள்ளது என்பது ஆறுதலாக

உள்ளது. சத்யஜித்ரேவின் ‘பதேர் பாஞ்சாலி’யின் மீதும் இவ்வாறான குற்றச்சாட்டு பரவலாக எழுந்தது. பதேர் பாஞ்சாலியும் வறுமையைப் பிரதானப்படுத்தவிலலை. அந்தக் குடும்பத்தின் ஏழ்மையுடன் கூடவே துர்கா மற்றும் அப்பு தொடர்பான நேசமும் மகிழ்ச்சியும் பிரிவும் அதற்கேயுரிய நெகிழ்ச்சியான, உண்மையான தருணங்களுடன் சொல்லப்பட்டிருக்கின்றன.

‘காக்கா முட்டை’யை ’பதேர் பாஞ்சாலி’யோடு ஒப்பிட்டு மிகையுற் சாகமாகத் தெரிவிக்கப்பட்ட ஒரு கருத்தைப் பார்த்தேன். தந்தை இல்லாத வீடு, தாயின் கையறு நிலை, இரண்டு அறியாப் பிள்ளைகள், போக்கிடம் இல்லாத பாட்டி, அவரின் மரணம், வீட்டில் வளரும் நாய் என்று இரண்டுக்கும் சில ஒற்றுமைகள் உள்ளதுதான். ஆனால் கதாபாத்திரங்களை அதன் யதார்த்தத்தோடு வடிவமைப்பதற்கும் சம்பவங்களை சித்திரிப்பதற்கும் ’சினிமாத்தனத்துக்கும்’ அது அல்லாதவற்றுக்கும் வேறுபாடு உள்ளது. இந்த நோக்கில் ரேவின் படைப்பு மிக அற்புதமாக அமைந்திருப்பதை உணர முடியும். சில காட்சிகளை மட்டும் உதாரணங்களுடன் ஒப்பிட முயல்கிறேன்.

‘காக்கா முட்டை’யில் பணக்கார சிறுவன் மிகுந்த அன்புடன் தரும் பீட்சா துண்டை, இளைய சிறுவன் ஏற்க விரும்பினாலும் பெரியவன் ‘வரவழைக்கப்பட்ட’ தன்மானத்துடன்’ மறுக்கிறான். இது சிறுவர்களின் இயல்பான மனோபாவத்துக்கு எதிரானது. இவர்களின் பீட்சா மோகத்தைக் கண்டு தன்னிடமிருப்பதை பணக்காரத் திமிரோடு அல்லாமல் நண்பனின் மீதான மிகுந்த அன்போடு பகிரப்படும் பொருளை ஒரு சிறுவன் மறுப்பதை எப்படிப் புரிந்துகொள்வது? ஏனெனில், இறுதிக்காட்சியில்தான் அந்தச் சிறுவர்கள் பீட்சா சாப்பிட வேண்டும் என்பதை திரைக்கதையில் இயக்குநர் முன்னமே ‘திட்டமிட்டு விட்டதால்’ நேரும் பிசகு இது.

பதேர் பாஞ்சாலியிலும் ஏறத்தாழ இதற்கு இணையான ஒரு காட்சி வருகிறது. இனிப்பு விற்கிறவன் வரும் போது துர்காவும் அப்புவும் ஆவலாக பாக்கிறார்கள். ஏழைக் குடும்பத்தைச் சேர்ந்தவர்கள் என்பதால் அவர்களால் வாங்க முடியாது. எனவே, மிட்டாய்க்காரன் பக்கத்திலுள்ள அவர்களது பணக்கார உறவினர்கள் வீட்டுக்குச் செல்கிறான். வாங்க முடியாவிட்டாலும் வேடிக்கை பார்க்கும் உத்தேசத்துடன் இருவரும் ஆவலுடன் பின்னே செல்கிறார்கள். அந்த வீட்டிலிருக்கும் சிறுமி துர்காவின் தோழி. ‘அவளுக்கு இனிப்பு ஏதும் தந்து காசை வீணடிக்காதே’ என்று அவளுடைய தாய் சீறுகிறாள். என்றாலும் இனிப்பை மறைத்து எடுத்து வந்து துர்காவின் வாயில் தோழி திணித்துவிட்டுச் செல்லும் காட்சி கவித்துவத்துடன் கூடிய யதார்த்தமானதாக இருக்கும்.

வறுமையான சூழலிலும் அடித்தட்டு மக்கள் நேர்மையைக் காப்பாற்ற வேண்டும் என எதிர்பார்ப்பது அல்லது அப்படியாகச் சித்திரிப்பது ஒருவகையான போலித்தனம். இதர சமூகங்களில் உள்ளவர்கள், அதிகாரத்தில் உள்ளவர்கள், அரசியல்வாதிகள், சாமியார்கள் போன்றோர் அடிப்படைத் தேவைகளுக்கான தன்னிறைவைக் கொண்டிருந்தாலும் அந்தந்த அளவுகளில், இயன்ற சாத்தியங்களில் நேர்மையின்மையும் ஊழலையும் கடைப்பிடிக்கும்போது ஏழை மக்கள் நேர்மையாக செயல்படுகிறார்கள் அல்லது அவ்வாறு செயல்பட வேண்டும் என்கிற பழைய சினிமா பாணி சித்திரிப்பு தமிழ் சினிமாவின் க்ளிஷேக்களில் ஒன்று. சூழலின் நெருக்கடியும் அழுத்தமும்தான் எந்தவொரு நபரையும் அதற்கேற்ப எதிர்வினை புரியச் செய்யும். சமூகவியல் கண்ணோட்டத்தில்தான் இந்தப் பிரச்னையின் ஆணிவேரை அணுக முடியும். அடித்தட்டு மக்கள் உயிர்வாழும் ஆசைக்காக செய்யும் தவறுகளை தண்டிப்பதிலிருந்தோ படைப்புகளில் அவர்களை 'நல்லவர்களாக' சித்திரிப்பதின் மூலம் திருத்துவதிலிருந்தோ அல்ல. பூகம்பத்தில் கட்டட இடுக்குகளில் மாட்டிக் கொள்பவன், சிறுநீரை அருந்தியும் தன் உயிரை காப்பாற்றிக் கொள்ள முயல்வது எதற்காக? எது அவனை அந்த நிலைக்கு உந்தித் தள்ளுகிறது? கணவன் சிறையிலுக்கும் சமயத்தில், அவரை மீட்பதற்காக பணம் தேவைப்படும் நெருக்கடியில் இருக்கும் பெண், அரசியல் கூட்டங்களில் கலந்து கொண்டு காசு வாங்காத 'கொள்கையையும்', தேர்ந்தெடுத்த தவறுகளைச் செய்யும் பெரிய சிறுவனை, சமயங்களில் நேர்மையை கடைப்பிடிக்க வைப்பதின் மூலம் எதை இயக்குநர் பதிவு செய்ய விரும்புகிறார்? பீட்சா நிறுவனத்தை வைத்திருப்பவர்களைப் போன்ற பணக்கார்கள் லட்சக்கணக்கில் கொள்ளையடிக்கும் போது ஒரு தட்டு பீட்சாவுக்காக கனவு காண்பவன் நேர்மையாக இருப்பதின் மூலம் சரிசெய்து விட முடியுமா? ஏன் இந்தக் கதாபாத்திரங்கள் இப்படிச் சமயங்களில் தொடர்பில்லாமல் செயற்கையாக இயங்கவேண்டும், அதற்கான தர்க்கம் என்ன?

மறுபடி பதேர் பாஞ்சாலிக்கு வருவோம். பக்கத்து வீட்டிலிருந்து கொய்யா பழத்தை துர்கா திருடிக்கொண்டு வந்துவிட்டாள் என அந்த வீட்டுப் பெண்மணி, துர்காவின் தாயார் காதுபடவே தூற்றுவார். 'அதை கொண்டு போய் கொடுத்து விட்டு வா' என்பதுதான் துர்காவின் தாய் சொல்லும் முதல் வார்த்தையாக இருக்கும். இதைப் போலவே பக்கத்து வீட்டு சிறுமியின் மணிமாலை காணாமற் போனதென்று இன்னொரு புகார். துர்கா அதை எடுக்கவில்லையென்று சாதிக்க, கோபம் வரும் அவளது தாய் அடி வெளுத்து வாங்குவார். ஆனால் பொருளீட்டு வதற்காக கணவர் சென்று தகவல் வராமல் வறுமையின் அழுத்தம் தாங்காத சூழலில் ஒரு மழை நாளில் கீழே கிடைக்கும் தேங்காயை

சுற்றும் முற்றும் பார்த்து விட்டு துர்காவின் தாய் எடுத்துச் செல்வார். படம் பார்க்கும் எந்தவொரு பார்வையாளருக்கும் அது திருட்டு என்றே தோன்றாது. துர்காவின் மரணத்துக்குப் பின்னான இறுதிக்காட்சியில் அவள் ஒளித்து வைத்திருக்கும் மணிமாலையை அப்பு கண்டுபிடிப்பதும் உடனே பிறர் அறிவதற்கு முன் குளத்தில் தூக்கியெறிவதும் அந்த உண்மையை குளம் தனக்குள் மூடி வைத்துக் கொள்வது போன்றதான காட்சிகளை ரே உருவாக்கியிருக்கும் விதத்தையும் இயல்பையும் பிரமித்துக் கொண்டேயிருக்கலாம்.

●

என்னளவில் கதாபாத்திரங்களின், சம்பவங்களின் வடிவமைப்பு சார்ந்து இத்திரைப்படத்தில் இன்னும் பல தர்க்கப் பிழைகள் இருப்பதாக தோன்றுகிறது. மற்ற சமூகத்து சிறுவர்களைவிட அடித்தட்டு சமூகத்து சிறுவர்களும் மனிதர்களும் அடிப்படை வாழ்வியலுக்கு தேவையான பல விஷயங்களைப் பற்றி விவரமாக அறிந்திருப்பார்கள். அவர்களின் நெருக்கடி சார்ந்த சூழல் அனைத்தையும் கற்றுத் தேறும் நிலைக்கு இட்டுச் செல்லும். ஆனால் இதில் வரும் சிறுவர்கள், 'பீட்சா கடைக்காரன் எப்படி எங்களை குப்பத்து பசங்க -ன்னு கண்டு பிடிச்சான்?' என்றும் நல்ல உடை வாங்குவதற்காக ஆடம்பரக் கடையை தேடிச் செல்லுமளவுக்கு அப்பாவிகளாக சித்திரிக்கப்பட்டிருக் கிறார்கள். ஏழைகள் என்றால் அப்பாவிகள் என்பது இன்னொரு தேய்வழக்கு. தங்களின் நிலை பற்றிய பிரக்ஞையும் குறைந்த செலவில் தங்களின் தேவைகளைப் பூர்த்தி செய்வதற்கான சாமர்த்தியங்களை அறிந்தவர்களாக இருப்பதை நானே கண்கூடாக பார்த்திருக்கிறேன். சேரியின் அருகில் வாழ்ந்தவன் என்கிற முறையில் நானே அவற்றைப் பின்பற்றியிருக்கிறேன்.

தொடர் பீட்சா கடைகளை வைத்திருக்கும் ஒரு முதலாளி இப்படியா அப்பாவி கோயிந்து மாதிரி இருப்பார்? என்பது போன்ற சில பிசிறுகளுக்கான விடைகள் வேறெந்தக் காட்சிகளிலாவது இருக்கிறதா என தெரியாது. பாட்டியின் மரணத்துக்குப் பிறகு, சிறுவன் கசக்கி எறியும் பீட்சா விளம்பரத்தாள் சாக்கடையில் மிதந்து மறைவதும், அதனுடன் சிறுவனின் பீட்சா மோகமும் அதனோடு கரைவதான காட்சியோடு அதன் அளவில் படம் நிறைந்துவிடுகிறது. அதற்குப் பிறகு நீளும் காட்சிகள், சில்லறை குற்றவாளிகளின் அபத்தமான நகைச்சுவைகள் எல்லாம் ஒரு சம்பிதாயமான தமிழ்ப்படத்துக்கான நீளத்தை பூர்த்தி செய்யும் நோக்கில் இழுக்கப்பட்டிருந்தாலும் முழுப்பிரதியை சீர்குலைத்து விடும் அபாயத்தையும் செய்திருக்கிறது. 'யாருக்காக அழுதான்' திரைப்படத்தையும் இவ்வாறே சில நெருக்கடிகளுக்காக இழுத்ததை ஜெயகாந்தன் தன் நூலில் ஒப்புக்

கொண்டிருக்கிறார். முன்பே கூறியபடி இதை ‘கலைப்படம்’ என்று வெகுசன மக்கள் ஒதுக்கி வைத்து விடுவார்களோ என்கிற முன்கூட்டிய தயக்கத்தினால் ‘வணிகப்படத்துக்கான’ சூத்திரங்களை, சமரசங்களை இயக்குநர் கடைப்பிடித்ததினால் இந்த விபத்துக்கள் நேர்நதிருக்கலாம்.

என்னளவில் பிழைகள் என்று நான் புரிந்து கொள்ளும் பகுதிகளுக்காக இயக்குநர் தர்க்கரீதியான விளக்கம் ஏதும் வைத்திருக்கலாம், அல்லது அதனோடு தொடர்பான காட்சிகள் நீளம் காரணமாக வெட்டப் பட்டிருக்கலாம். இந்தப் பிசிறுகளையும் கடந்துவந்திருந்தால் இத்திரைப்படம் இன்னும் கச்சிதமானதொரு பிரதியாக உருவாகி யிருக்குமே என்கிற ஆதங்கத்தில்தான் இத்தனை விரிவாக எழுதியிருக்கிறேன். மற்றபடி தமிழ் சினிமாவை சர்வதேச அரங்குக்கு எடுத்துச் செல்லும் தகுதியும் நுண்ணுணர்வும் கொண்ட இயக்கு நராகத்தான் மணிகண்டன் தெரிகிறார். எவ்விதமான நடைமுறை இடையூறுகளும் அல்லாமல் அத்திசையில் அவர் சுதந்திரமாக பயணிக்கவும் தமிழ் சினிமாவில் குறிப்பிடத்தக்க ரசனை மாற்றத்தை ஏற்படுத்தவும் என்னுடைய வாழ்த்துகள்.

(உயிர்மை - ஜூன் 2015)

உத்தம வில்லன்

மரணத்தின் கலை

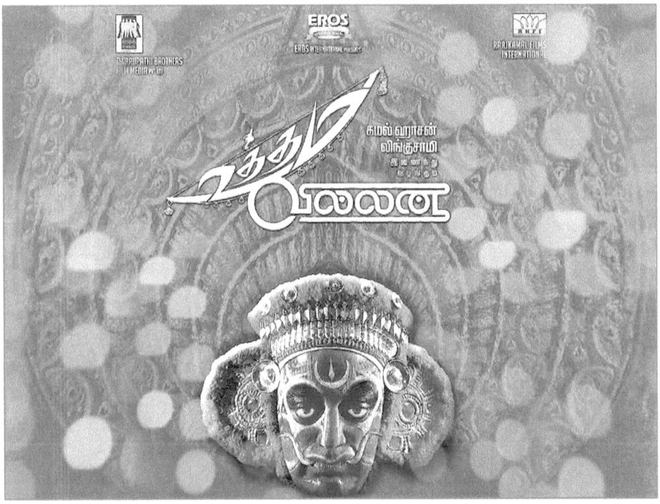

திரை விமர்சகர்களால் கமல்ஹாசன் மீது பொதுவாகச் சொல்லப்படும் புகார்களைத் தாண்டி தமிழ் சினிமாவின் வணிகச் சட்டகத்துக்குள் மாட்டிக் கொண்ட தனிமையான அறிவுஜீவிகளில் அவர் ஒருவர் எனச் சொல்லலாம். ஆனால் வணிக யதார்த்தத்தை நன்றாக புரிந்து வைத்திருக்கிற, அதற்குள் தாக்குப் பிடிக்கிற காரியக்கார அறிவுஜீவி.

1976-ல் அவரைச் சந்தித்த ஒரு கணத்தைப் பற்றி எழுத்தாளர் சுஜாதா இப்படியாக விவரிக்கிறார்:

'கமலஹாசனுடன் கொஞ்சநேரம் பேசிக்கொண்டிருந்ததில் அவருடைய off screen personality சுவாரஸ்யமாக வெளிப்பட்டது. இருபத்து மூன்று வயது. ஒரு மலையாளப் படப்பிடிப்பிலிருந்து வந்திருந்தார். பஞ்சு மிட்டாய் வண்ணத்தில் ஜிப்பா, ஜரிகை வேஷ்டி. அவர் அறையில் ஆடம்பரங்கள் எதுவும் இல்லை. ஏர்கண்டிஷனரின் சௌகரியத்தைத் தவிர. ஒரே ஒரு படம் இருந்தது. உக்கிரமாக

முறைக்கும் ப்ரூஸ்லி. அமெரிக்க சினிமா சரித்திரத்தைப் பற்றியும் Sound in cinema பற்றியும் புத்தகங்கள் தென்பட்டன. படிக்கிறார். இங்கிலிஷ் பண்பட்டு இருக்கிறது. கணையாழி போன்ற புத்தகங்களையும் புதுக்கவிதைகளையும் ரசிக்கிறார். தன் தொழிலில் உள்ள சிரிப்பான விஷயங்களை இயல்பாக எடுத்துச்சொல்கிறார். போலன்ஸ்கி,கோடார்ட் போன்ற ஐரோப்பிய டைரக்டர்களைப் பற்றி அவருக்கு தெரிந்திருக்கிறது. ஆல்பிரட் ஹிட்ச்காக்கின் Frenzy என்ற படத்தில் ஒரு ஷார்ட்டைப் பற்றி உற்சாகமாக அவருடன் பத்து நிமிடங்கள் அலச முடிகிறது.

'மலையாளப் படங்கள் இப்போது பரவாயில்லை போலிருக்கிறதே' என்றேன். அவர் 'அதெல்லாம் அந்தக் காலம். இப்போது மலையாளப் படங்கள் பின்னோக்கிப் போய்க்கொண்டிருக்கின்றன'. தன் சட்டையைக் காட்டி 'மலையாளப் படம்' என்றார். 'எனக்கு அழ வரவில்லை அழூ அழூ என்கிறார்கள். ஒரு சமீபத்திய தமிழ் படத்துக்கு மூன்று பாட்டில் கிளிசரின் ஆயிற்று. பாடலைப் படமெடுக்கும் போது கதாநாயகிக்கு கூந்தல் விரிந்திருப்பது ஒரு சௌகரியம். உதட்டசைவு மறந்துவிட்டால், சட்டென்று கூந்தலைப் பிரித்து அதில் மறைந்து கொள்ளலாம்.'

கலை சார்ந்த ஐரோப்பியச் சினிமாக்களின் உன்னதங்களுக்கும் வணிக நோக்கு இந்தியச் சினிமாக்களின் அபத்தங்களுக்கும் உள்ள மிகப் பெரிய இடைவெளியைத் தம் இளம் வயதிலேயே மிகத் தெளிவாக உணர்ந்திருந்த கமல்ஹாசன் தமது அறுபதாவது வயதுவரை கூட பெரும்பாலும் தொடர்ந்து தமிழ் சினிமாவின் சகதியிலேயே உழல வேண்டியிருக்கும் மனஉளைச்சலைச் சற்று கற்பனை செய்து பார்க்கலாம். இது ஏறத்தாழ பெரும்பாலான இந்தியர்களுக்கு நிகழ்வது தான். இளம் வயதில் அடைய வேண்டிய கனவு ஒன்றாக இருககும். வேறு வழியில்லாமல் விழ வேண்டிய யதார்த்தம் வேறாக இருக்கும். கானல் நதி போலத் தெரியும் அந்தக் கனவுகளை இறுதிவரைக்கும்கூட அடைய முடியாத சோகம்தான் வாழ்நாளின் மிச்சமாக கூட இருக்கும். சாதாரணர்களுக்கே இந்த உளைச்சலின் துயரம் அதிகம் என்றால் நுண்ணுணர்வு சார்ந்த எளிதில் உணர்வுவயப்படக்கூடிய கொந்தளிப்பான மனநிலையை உடைய கலைஞர்களுக்கு இந்த உளைச்சல் சற்று அதிகமாகவே இருக்கும். ஆகவே ஐரோப்பிய சினிமாக்களை ஆராதிக்கிற அதன் நுணுக்கங்களை வியக்கிற கமல்ஹாசனால் மரத்தைச் சுற்றி டூயட் பாடும், தாயை, தங்கையை கட்டிப்பிடித்து மிகையாக கண்ணீர் சிந்த வேண்டியிருக்கும் மெலோடிராமா காட்சிகளில் உள்ளூற எப்படி உணர்ந்திருப்பார் என்பதை யூகிக்க முடிகிறது.

இவ்வகையான சமரசங்களைச் சகித்துக்கொள்ள முடியாதவர்கள் தமிழ் சினிமா எனும் பிரம்மாண்ட வணிக அடையாளத்தின் முன் தாக்குப் பிடிக்க முடியாமல் தோற்று விலகத்தான் வேண்டியிருக்கும். அவ்வகை யான கலைஞர்கள் வரலாற்றின் இருளில் மறைந்துதான் போயிருக் கிறார்கள். ‘அவள் அப்படித்தான்’ எனும் அற்புதமான திரைப்படத்தைக் கொடுத்த ருத்ரைய்யா அதன் பிறகு, (கிராமத்து அத்தியாயம் எனும் சுமாரான முயற்சியைத் தவிர) ஏன் எந்தவொரு திரைப்படத்தையுமே உருவாக்காமல் காணாமல் போய்விட்டார் என்று வியந்து கொண்டிருந்தேன். அவரைப் பற்றி எந்தத் தகவலுமே அறியப்படாம லிருந்தது. ஆனால் அவரது மறைவின் போதுதான் அவரைப் பற்றிய நினைவுகள் சில திரையுலக நண்பர்களின் -கமல்ஹாசன் உட்பட - மூலம் மீண்டெழுந்தன. அதன் மூலம் வரும் தகவல்கள் ஆச்சரிய மூட்டுவதாக இருக்கின்றன. ருத்ரைய்யா தனது இறுதிக் காலம் வரையிலும்கூட தன்னுடைய கனவு சினிமாக்களை உருவாக்குவது பற்றியும் அதைச் செயல்படுத்துவது பற்றியுமான உரையாடல்களை தொடர்ந்து நிகழ்த்திக் கொண்டுதான் இருந்திருக்கிறார். ஆனால் அதற்கான சமசரங்களை, அவமதிப்புகளை அவரால் கடந்து வரமுடிய வில்லை என்பதால் எல்லாத் திட்டங்களுமே சாத்தியமாகாமல் போய் விட்டன. தமிழ் சினிமா எனும் பிரம்மாண்ட இயந்திரம் இவ்வாறு பலரைக் கடித்துத் துப்பி வெளியே அனுப்பியிருக்கிறது.

தாம் வியந்து பார்க்கும் அயல் சினிமா பற்றிய கனவுகள், அவற்றை இங்கு சாத்தியப்படுத்த முடியாத யதார்த்தமான சூழல், அபத்தமான வணிகத் திரைப்படங்களில் நடித்து தன்னை நிலைநிறுத்திக் கொள்ள வேண்டிய அவசியம் ஆகிய தத்தளிப்பு சார்ந்த மனநிலையை, அதற்கான சமரசங்களை கமல்ஹாசன் வெற்றிகரமாக சமாளித்துக் கொண்டுவருகிறார் என்றுதான் யூகிக்க முடிகிறது. அதனால்தான் அவரால் இத்தனை வருடங்கள் கழித்தும் தமிழ் சினிமாவில் தாக்குப்பிடிக்க முடிந்திருக்கிறது. சமீப திரைப்படத்திலும் கூட நாயகியை மரத்துக்குப் பின்னால் அழைத்துச்சென்று பிறகு உதட்டைத் துடைத்துக்கொண்டு வரும் தேய்வழக்கு காட்சிகளில் தொடர்ந்து இயங்க முடிகிறது. தமிழ்நாட்டிலேயே, பெண்ணுக்கு சரியாக முத்தம் தரக்கூடிய ஒரே ஆண் அடையாளமாக அவரை நிலைநிறுத்தி விட்டார்கள். முத்தம் என்பதற்கே விளம்பரத் தூதர் போல! கூடவே காதல் இளவரசன் என்கிற பிம்பமும். சமீபத்தில் நிகழ்ந்த உத்தம வில்லன் இசை வெளியீட்டு நிகழ்ச்சியில் இந்த விஷயத்தை வைத்துக் கொண்டு பார்த்திபன் அந்த மேடையையே ஆபாசமாக்கினார்.

தன்னுடைய வணிக பிம்பத்தை நிலைநிறுத்திக்கொள்வதின் மூலம் தன் இருப்பைத் தக்கவைத்துக்கொண்டு அதன் மூலம் மெல்ல மெல்லதான்

இங்கு ஏதாவது மாற்றம் செய்யமுடியும் என்கிற பிரக்ஞையும் அவருக்கு இருந்திருக்கிறது. தமிழில் சில மாற்று முயற்சிகள் உருவாவதற்கு கமல்ஹாசனின் நேரடி மற்றும் மறைமுகமான பங்களிப்பு இருந்திருப்பதற்கான உதாரணங்கள் இருக்கின்றன. மேலே குறிப்பிட்ட 'அவள் அப்படித்தான்' திரைப்படம் உருவாகி வெளிவருவதற்கு கமல்ஹாசனின் பங்கு மிக முக்கியமானதாக இருந்திருக்கிறது. பாலுமகேந்திராவின் 'முள்ளும் மலரும்' திரைப்பட உருவாக்கத்தில் தயாரிப்பாளருக்கும் இயக்குநருக்கும் முரண் ஏற்பட்டு படமே நின்று போகும் சூழல் ஏற்பட்டிருக்கும்போது கமல்ஹாசன் அதில் தலையிட்டு சுமூகமான நிலையை உருவாக்கியிருக்கிறார். குடிசை, உச்சிவெயில் போன்ற மாற்று சினிமா முயற்சிகளை உருவாக்கிய ஜெயபாரதி அவரின் சமீபத்திய நூலில் எழுதியிருக்கும் சம்பவம் இது.

ஜெயபாரதி துவக்க காலத்தில் தாம் உருவாக்க விரும்பிய 'இரண்டு பேர் வானத்தைப் பார்க்கிறார்கள்' திரைப்படத்தில் நடிப்பதற்காக கமல்ஹாசனை அணுகி மிக குறைந்த தொகையை முன்பணமாக அளித்திருக்கிறார். அருகிலிருந்த கமலின் சகோதரர், 'இச்செய்தி வெளியே தெரியவந்தால் கமலின் சந்தை மதிப்புக்கு பாதிப்பு ஏற்படலாம்' என்பதுபோல ஆட்சேபித்திருக்கிறார். அதற்கு கமல் சொன்ன பதில் 'இந்தப் படத்துக்கு சம்பளமே வாங்காமல் நடிப்பேன்'. பிறகு அத்திரைப்படத்தில் பாடல்கள் எல்லாம் சேர்க்கிறார்கள் என்பதை அறிந்த கமல், 'அதான், ஏற்கெனவே நிறைய டான்ஸ் ஆடிட்டு இருக்கேனே. இதுலயுமா?' என்று நடிக்க மறுக்க அத்திரைப்படம் நின்றுபோனது. தமிழ் சினிமாவில் நிகழ்ந்த அல்லது துரதிர்ஷ்டமாக நிகழாமல்போன பல மாற்று முயற்சிகளுக்கு கமல்ஹாசன் ஆர்வமாக உதவ முன் நின்றிருக்கிறார் என்பதற்கான சில உதாரணங்கள் இவை.

இவற்றைத் தாண்டி தமிழில் சில மாறுதலான முயற்சிகளைத் தாமே உருவாக்க முனைந்தார். அதில் முதலாவதாக 1981-ல் வெளியான 'ராஜபார்வை'யைக் குறிப்பிடலாம். 80களில் மகேந்திரன், பாலுமகேந்திரா போன்றோர் தங்களின் சிறந்த படங்களைத் தந்து கொண்டிருந்த காலக்கட்டம். மலையாளத் திரையுலகின் சிறந்த காலக்கட்டத்தைப்போல தமிழ் சினிமாவின் முகமும் மாறிவிடும் என்று திரை ஆர்வலர்கள் நம்பிக்கை கொண்டிருந்த காலம். ஆனால் 'ராஜபார்வையின்' மாறுதலான திரைக்கதையையும் 'கண்பார்வையற்ற' குறைபாடுள்ள கதாநாயகனையும் தமிழக சினிமா பார்வையாளர்கள் கடுமையாக நிராகரித்தார்கள். படம் படு தோல்வியடைந்தது. கமல்ஹாசனுக்கு வணிகரீதியாக பலத்த நஷ்டம். 'உங்களுக்கு இதுதானே வேண்டும்' என்கிற கடுப்பில் அடுத்த வருடமே வெளியான

கமலின் படம் 'சகல கலா வல்லவன்'. பட்டி தொட்டியெங்கும் தீப்பிடித்தாற்போல் ஓடி வசூலை வாரிக் குவித்தது. தமிழ் சினிமாவின் அந்தப் பொற்காலக் கனவை மூர்க்கமாகக் கலைத்துப்போட்டதில் 'சகல கலா வல்லவனுக்கு' முக்கியமான பங்குண்டு என்பது திரை வரலாற்றாய்வாளர்களின் தீர்மானமான கருத்து. நல்ல படைப்புகளுக்கு பார்வையாளர்கள் வரவேற்பு தராவிட்டால் படைப்பாளிகள் அந்தத் தோல்வியின் கசப்பில் எதிர்திசையில் செல்லத் துவங்குவார்கள். பாரதிராஜாவின் 'வாலிபமே வா, வா', பாலு மகேந்திராவின் 'நீங்கள் கேட்டவை' போன்றவை அந்தவகையில் சில உதாரணங்கள்.

ஒரு நிலையில் வழக்கமான வணிக சினிமா ஒருபுறம், ஹேராம் போன்று வணிக வெற்றி நிச்சயமல்லாத மாற்று சினிமா முயற்சி ஒருபுறம் என்று இரட்டைக் குதிரை சவாரிபோல தம்முடைய திரைப்படங்களை கமல்ஹாசன் ஒழுங்குப்படுத்திக்கொண்டதை அவருடைய திரைப்படங்களின் வரிசைத்தன்மையைக் கவனித்தால் தெரியும். ஆனால் அவர் செய்யும் மாற்று முயற்சிகளில் உள்ள பிரச்னை களை ஒரு பட்டியலே போடலாம். அயல் சினிமாக்களால் தூண்டப் பட்டு அல்லது நகலெடுத்து அதில் தமிழ் சினிமாவின் வழக்கமான கூறுகளைக் கலந்து நீர்க்கச்செய்து இரண்டுங்கெட்டான் தன்மை யாக்குவது, தன்முனைப்பு உணர்வுடன் தன் பிம்பத்தைப் பூதாகரமாக அவற்றில் திணித்துக் கொள்வது, அசல் படைப்பின் மையத்தைச் சிதைத்து கேலிக்கூத்தாக்குவது, தாம் நம்பும் கொள்கைகளை தம்முடைய பாத்திரங்களிலும் தொடர்பில்லாமல் எதிரொலித்துக் கொண்டே யிருப்பது, சிறந்த இயக்குநர்களிடம் தம்மை ஒப்படைத்துக் கொள்ளாமல் பொம்மலாட்ட இயக்குநர்களின் பெயர்களை உபயோகித்துக்கொள்வது என்று பலவற்றைச் சொல்லிக் கொண்டே போகலாம்.

ஆனால் கமல்ஹாசனின் சமீபத்திய திரைப்படமான 'உத்தம வில்லனில்' இந்த வழக்கமான அம்சங்கள் உண்டுதானெனினும் அவற்றிலிருந்து சற்று விலகி அவரது அசலான பிம்பத்தை ஏறத்தாழ அப்படியே நெருக்கமாக பிரதிபலிப்பதாகவும் விசாரணை செய்வதாகவும் சுயபகடி செய்துகொள்வதாகவும் திரைக்கதையை அமைத்திருப்பதைக் குறிப்பிடத்தக்க, கவனிக்கத்தக்க மாற்றமாகச் சொல்லலாம். ஒரு கதாநாயகனின் அசலான பிம்பங்களைப் புனைவில் உபயோகித்து எது அசல், எது புனைவு என்கிற மயக்கத்தை ஏற்படுத்துவது, சுயவரலாற்றுத் தன்மையை அந்தப் படைப்புக்கு அளிப்பது, ஒரு திரைப்படத்தில் உள்மடிப்பாக விரியும் இன்னொரு திரைப்படம், வெகுசன வழிபாட்டுக்குரிய ஒரு புராணத்தின் முடிவை கேலியாக மாற்றிய மைப்பது என்று பின்நவீனத்தின் கூறுகளை இத்திரைப்படம் தன்னகத்தே கொண்டுள்ளது.

தமிழ் சினிமாவில் ஓர் உச்ச வணிக பிம்பமாகவும் ஸ்டார் நடிகனாகவும் இருக்கும் மனோரஞ்சன் எதிர்பாராதவிதமாக மரணத்தின் அண்மையை உணர்ந்தபின் தன் வாழ்வின் பெரும் பிசிறுகளைச் சரிசெய்ய முயல்கிறான். இது ஓர் இழை. தாம் இறந்து போவதற்குள், தன் ரசிகர்கள் பல காலத்துக்கு நினைவில் வைத்திருப்பதுபோன்று சிரிக்கச் சிரிக்க ஒரு நல்ல நகைச்சுவைப்படம் எடுப்பதற்காக, தன் வணிக பிம்பத்தை உதறிவிட்டு, திரைவாழ்வில் தன்னை ஆரம்பத்தில் உயர்த்திய குருநாத இயக்குநரின் மூலம் உருவாக்கும் நகைச் சுவைப்படம் இன்னொரு இழை.

ஒன்றோடு ஒன்று நெருங்கி தொடர்புடைய இந்த இரண்டு இழைகளும் மாற்றி மாற்றி அடுக்கப்பட்டிருப்பதன் வழியாக திரைக்கதை விரிகிறது. ஒருபுறம் சாவின் கருமையான நிழலின் நெருடிக்கடிகளை உணரும் மனோரஞ்சன், அவன் நடிக்கும் கடைசி திரைப்படத்தில் சாகாவரம் பெற்ற கோமாளியாக, தம் தடைகளை எளிதில் தாண்டி வருபவனாக சித்திரிக்கப்படுகிறான். நடிகன் மனோரஞ்சனின் பகுதி மிக உணர்வுபூர்வமாகவும் நெகிழ்ச்சியானதாகவும் இருக்கிற காரணத்தினா லேயே அதன் சமன் செய்ய, பார்வையாளர்களுக்கு சலிப்பு ஏற்படாம லிருக்க இன்னொரு பகுதியை நகைச்சுவையும் நையாண்டியும் கொண்டதாக உருவாக்கியிருக்கலாம். இந்த நகைச்சுவைப் பகுதி மையக் கதைக்கு நெருங்கிய தொடர்புள்ள அடையாளங்களுடன் இருந்தாலும் பலவீனமாக இருப்பதால் இதன் மூலம் முழுப்படத்துக்கும் ஒரு பின்னடைவு ஏற்பட்டிருப்பதை மறுக்க முடியாது. உண்மையிலேயே எட்டாம் நூற்றாண்டு நகைச்சுவைதான் உபயோகப்பட்டிருக்கிறதோ என நினைக்கவைக்கும்படி அதில் பழமையின் நெடி வீசுகிறது.

ஆனால், நாய் கொண்டு வந்துபோட்ட வஸ்து போல, திரைப்படத்துக்குள் இயங்கும் இந்த இன்னொரு திரைப்படத்தை சிலர் முழுக்க வெறுப்பதாக சொல்லும்படி அத்தனை மோசமானதாக இல்லை என்பதையும் குறிப்பிட வேண்டியிருக்கிறது. கேரளத்தின் மிகப் பழமையான வழிபாட்டு ஆட்டமான தெய்யத்தை தமிழக பொதுப் பார்வையாளர்களுக்கு அடையாளம் காட்டியிருப்பது நல்ல விஷயம். அதனுடன் ஒலிக்கும் தமிழகத்தின் வில்லுப்பாட்டு இசையுடன் சேர்ந்து உருவாகியிருக்கும் நடனக் காட்சிகள் அடர்த்தி யான வண்ணங்களின் பின்னணியுடன் அபாரமாக பதிவாகியுள்ளன. ஜிப்ரானின் அற்புதமான இசையில் உருவான பாடல்கள் முற்றிலும் புதுவிதமான அனுபவத்தைத் தருகின்றன. இந்தப் பகுதியில் உள்ள அரசியல் நையாண்டிகளும் ரசிக்கும்படியே உள்ளன. அசந்தர்ப்பமாக ஒலிக்கும் வாழ்த்தொலிகள், சாகாவரம் பெற்றவனை சோதிக்க

சிறுவர்கள் கல்லெறிய அந்தச் சூழலை உடனே பயன்படுத்திக் கொண்டு கற்களை வணிகம் செய்பவர்கள், பதவியை தக்க வைத்துக் கொள்வதற்காக அதிகாரத்தின் அபத்தங்களுக்கு இழைந்தபடி அமைச்சர்கள் செய்யும் கோணங்கித்தனங்கள், குறுக்கு வழியில் அதிகாரத்தை கைப்பற்றிய மன்னர், பெண்ணின் மீதுள்ள மோகத்தினால் செய்யும் அசட்டுத்தனங்கள் என சமகால அரசியல், வணிகச் சூழலை நையாண்டி செய்யும் காட்சிகள் சிறப்பாகவே பதிவாகியுள்ளன. ஒவ்வொரு முறையும் மரணத்திலிருந்து தப்பிப் பிழைக்கும் காட்சிகளில் திரையரங்கில் உள்ள குழந்தைகள் கும்மாளமிட்டு சிரிக்கின்றனர். மையக் கதைக்கு தொடர்புள்ள பகுதிகள் மிக நுட்பமாக இதில் செருகப்பட்டிருப்பதையும் கவனிக்க முடியும்.

ஆனால், நடிகர் மனோரஞ்சனின் பகுதியை மட்டுமே முழுநீளத் திரைப்படமாக்கியிருந்தால் ‘உத்தம வில்லன்‘ உண்மையிலேயே ஒரு உத்தமமான படமாகியிருந்திருக்கும். சத்ஜித்ரே இயக்கத்தில் உத்தம்குமார் நடித்த ‘நாயக்’ எனும் அற்புதமான திரைப்படம் நினைவுக்கு வருகிறது. புகழையும் பணத்தையும் துரத்திச் செல்லும் ஒரு நடிகனின் அகசீதியான தனிமையையும் துயரத்தையும் தனது வெற்றியைத் தக்க வைத்துக்கொள்ள முடியாமல் அதை இழந்து விடுவோமோ என்று அவன் படுகிற உளைச்சலையும் ரே அபாரமாகப் பதிவு செய்திருப்பார். மனோரஞ்சன் இயங்கும் பகுதியில் நிறைய அற்புதமான கணங்கள் உள்ளன. இந்தப் பகுதிகள் பார்வையாளர் களிடம் ஏற்படும் மனவெழுச்சிகளை இன்னொரு பகுதி தனது சாதாரணமான நகைச்சுவையால் சிதைத்துவிடுகிறது. திரைக்கதையின் இந்தக் கலவை சரியாக உருவாகி வராமல் துண்டு துண்டாக நிற்கிறது.

வெகுசன இதழ் தொடர்கதைகளின் சாத்திய எல்லைகளுக்கு உட்பட்டு சுஜாதா எழுதிய சிறந்த நாவல்களில் ஒன்றான கனவுத் தொழிற் சாலையையும் இங்கு நினைவுகூரலாம். உத்தம வில்லனிலும் அதற்கான லேசான சாயல் உள்ளது. கனவுத் தொழிற்சாலை நாவலின் கதாநாயகனான நடிகன் அருண் தன்னுடைய திரைப்படங்களின் வணிக ரீதியான வெற்றியின் மிதப்பில் இருப்பான். அதே சமயத்தில் அடுத்த வெற்றியை தக்கவைத்துக் கொள்வதற்கான பாதுகாப்பற்ற உணர்வும் இருக்கும். நிறைய புகழ், பணமிருந்தும் அவனுடைய வாழ்வு முழுமை பெறாத உணர்விருக்கும். தன்னைச் சுற்றி எத்தனையோ அழகான நாயகிகள் இருந்தாலும் தன்னுடைய இளம் வயது தோழியே தன்னுடைய ஆழ்மனதில் முழுக்க நிரம்பியிருப்பதை உணர்வான். அவளைத் திருமணம் செய்ய உத்தேசிப்பான். ஆனால் அவனுடைய நடிக அடையாளமே அவனுடைய திருமணத்துக்குத் தடையாக இருக்கும். அந்த ஏமாற்றத்தின் கசப்பில் ஒரு நடிகையை மணந்து

கொள்வான். சில பல ஏமாற்றங்களையும் தோல்விகளையும் சந்திப்பான். பிறகு அவனுடைய நம்பகமான உதவியாளன் மூலம் தன் சறுக்கல்களிலிருந்து மீண்டு வருவான். சினிமா உலகின் உட்கூறுகளைத் துல்லியமாக விவரிக்கும் சில கிளைக்கதைகளும் உண்டு. என்றாவது ஒரு நாள் சிறந்த நடிகையாகிவிடமுடியும் என்கிற கனவிலும் நம்பிக்கையிலும் இருக்கும் துணை நடிகை, சினிமா தன்னை சக்கையாக மென்று துப்பிவிடும் துரோகத்தில் தற்கொலை செய்து கொள்வாள். கடுமையான வறுமையில் சினிமா வாய்ப்புக்காக ஓர் எளிய கவிஞன் சில பல இழப்புக்கும் அலைக்கழிப்புக்கும் பிறகு வெற்றிகரமான கவிஞனாகி புகழின் வெளிச்சத்தில் நிற்கும் வாய்ப்பை பெற்றுவிடுவான். ஆனால் அவனது சுயவாழ்க்கையின் ஆதாரமான அன்பை இழந்து விடுவான். தன்னுடைய கனவு சினிமாவை அதற்கான நம்பிக்கையுடன் மெல்ல உருவாக்கும் ஓர் இளைய இயக்குநனும் இருப்பான்.

சுஜாதாவின் நாவலில் உருவாகியிருக்கும் நடிகன் அருணில் கமல்ஹாசனின் சாயல் நிறைய இருக்கும். ஐரோப்பிய இயக்குநர்களின் மேற்கோள்களை நினைவுகூரும், அவர்களின் திரைக்கதையை வாசிக்கும், நிறைய திரைப்படங்களைப் பார்க்க விரும்பும், குறும்படம் உருவாக்க விரும்பும் அருணின் கனவுகள் போகிறபோக்கில் சித்திரிக்கப்பட்டிருக்கும். ஆனால், அவனுடைய கனவுகளை வணிக வெற்றி என்னும் மலைப்பாம்பு தொடர்ந்து விழுங்கியபடியே பின்னால் வந்துகொண்டிருக்கும். கமல்ஹாசன் இந்த நாவலையேகூட சில பல மாற்றங்களுடன் திரைப்படமாக உருவாக்கியிருந்தால் அதுவொரு அற்புதமான படைப்பாக உருமாறியிருக்கும்.

கமலின் மற்ற திரைப்படங்களைக் காட்டிலும் உத்தம வில்லனில் சித்திரிக்கப்பட்டிருக்கும் மனோரஞ்சனின் பகுதி அவருடைய அசலான பிம்பத்துக்கு மிக நெருக்கமாக உருவாக்கப்பட்டிருப்பதுதான் இத்திரைப்படத்தின் மிக முக்கியமான, பாராட்டக்கூடிய அம்சம். புனைவுக்கும் நிஜத்துக்குமான இடைவெளிகள் அதற்கான தடயங்களுடன் வெற்றிகரமாக இத்திரைப்படத்தில் தாண்டப் பட்டிருப்பதால் அது சார்ந்த யூகங்களை உருவாக்கிக் கொள்வதில் தவறில்லை என்று தோன்றுகிறது. இத்திரைப்படத்தில் மனோரஞ்சன் சில பல தடைகளால் திருமணம் செய்து கொள்ள முடியாமல் போன 'யாமினி' உண்மையில் யார் என்று யூகிப்பது அத்தனை கடினமான தொன்றில்லை. கேன்சர் நோயினால் அந்த நடிகை இறந்துபோன அந்த சம்பவத்தைப் போலவே அதே நோயினால் இந்தப் புனைவின் மனோரஞ்சனும் இறந்துபோகிறான் என்பது தற்செயலான ஒற்றுமையா திட்டமிடப்பட்டதா எனத் தெரியவில்லை.

ஒரு மிகச் சிறந்த நடிகனாக கமல்ஹாசன் தன்னை நிருபித்துக்கொள்ளும் அபாரமான தருணங்கள் மனோரஞ்சன் வரும் பகுதியில் உள்ளன. பல

வருடங்களுக்குப் பிறகு தன் மகளைக் காண நேரும் காட்சியில் அது குறித்த மனவெழுச்சி, அவளின் வெறுப்பை ஜீரணிக்க முயன்று மயங்கி விழும் காட்சி, தன் சாவை மகனிடம் சொல்லும் காட்சி, அதன் மூலம் இருவருக்கும் இடையில் இருந்த அதுவரைக்குமான பனித்திரை உடைவது, தன் வாழ்க்கையையே திருப்பிப்போட்ட, உதவியாளர் மறைத்த கடிதத்தை அவரையே வாசிக்கச் சொல்லும் தண்டனை கலந்த பிராயச்சித்தத்தை வழங்குவது, தன் பக்க கதையில் தானே உத்தமனாக இருப்பதை மகளிடம் நிரூபிக்கும் விருப்பத்தில் அதன் சாட்சியமான கடிதத்தை மகளையே வாசிக்கச் சொல்வது, கடிதத்தின் இறுதியில் ஒப்பனை கலைக்கப்பட்ட மனோரஞ்சனின் முகம் புன்னகையுடன் உறைவது என பல காட்சிகளில் கமல்ஹாசன் எனும் அற்புதமான நடிகனின் கலைநேர்த்தியுடன் கூடிய அனுபவங்கள் பதிவாகியுள்ளன. இதில் வரும் ஒவ்வொரு துணை பாத்திரமும் அதற்கான தனித்தன்மையுடன் பதிவாகியிருப்பதும் சிறப்பே. நடிகனுக்கு நம்பகமான விசுவாசி சொக்குவாகச் சிறப்பாக நடித்திருக்கும் எம்.எஸ்.பாஸ்கர், பணக்கார அப்பாவிடம் அடம்பிடித்து வாங்கிய விளையாட்டுப் பொம்மைபோல நடிகனைத் திருமணம் செய்து கொண்ட பிடிவாதக் குழந்தையாக ஊர்வசி, சாதாரணமான ஒருவனை வணிக உலகில் உச்ச நடிகனாக உயர்த்திய பெருமிதத்துடன் உலவும் விஸ்வநாத் என்று துண்டு துண்டான பல்வேறு குணச்சித்திரங்கள். துணை நடிகருக்கான இவ்வருட தேசிய விருதுப் பட்டியலில் ஆண்ட்ரியாவின் பெயர் நிச்சயம் இடம் பெறும், பெறவேண்டும் என எதிர்பார்க்கிறேன். அத்தனை சிறப்பான நடிப்பை அவர் இத்திரைப் படத்தில் வழங்கியிருக்கிறார். யாமினியிடம் இழந்து போன காதலை, மருத்துவர் அர்ப்பணாவிடம் மீட்டுக்கொள்ள மனோரஞ்சன் முயலும் போது அதைப் பொதுவில் சொல்ல முடியாத தவிப்பும் ரகசியமாக வைத்துக் கொள்ள முயலும் தியாகமுமான உணர்வை பல காட்சிகளில் சிறப்பாக வெளிப்படுத்தியிருக்கிறார்.

கமல்ஹாசன் உருவாக்கும் திரைப்படங்களின் சில சிறப்புகளுக்கான பாராட்டை அவருக்கே வழங்குவதா இயக்குநர் என்று அவர் சுட்டிக் காட்டும் நபருக்கு வழங்குவதா என்று குழப்பம் வழக்கமாக ஏற்படும். அன்பே சிவம் திரைப்படத்தை சுந்தர்.சி. இயக்கினார் என சொல்லப் பட்டாலும் அவர் இயக்கிய மற்ற அபத்தமான திரைப்படங்களில் அன்பே சிவத்தின் சிறு தடயத்தைக் கூட காண முடியாது என்பதே காரணம். இதிலும் அவ்வாறே. ரமேஷ் அரவிந்தின் பங்கு என்னவென்று தெரியவில்லையென்றாலும் மனோரஞ்சன் இயங்கும் பகுதியில் பல இடங்களில் அற்புதமாக உபயோகிக்கப்பட்டிருக்கும் திரைமொழியின் உன்னதங்களை வரிசையாக பாராட்டலாம். உதாரணத்துக்குச் சிலவற்றை சொல்ல வேண்டுமென்றால் மனோரஞ்சன் தன் மகளை

முதன்முறையாக சந்திக்கும் காட்சியில் படப்பிடிப்புக்கென உருவாக்கப் பட்டிருக்கும் புராதனமான பின்புலம் முதலிலும் சமகாலத்தின் பின்புலம் மாறி வரும். மனோரஞ்சன் ஒரு விநாடிக்குள் காலஇயந்திரத்துக்குள் பயணிக்கும் மனவெழுச்சியைப் பிரதிபலிக்கும் வகையில் உருவாக்கப் பட்டிருக்கும் அந்த திரைமொழி உத்தி பாராட்டத்தக்கது. அதுபோலவே தன் உதவியாளர் மறைத்த யாமினியின் கடிதம் வாசிக்கப்படும்போது திரையில் வில்லன் என்ற எழுத்துக்கு நிகராக கமலின் உருவம் வந்து நிற்கும். அந்தக் கடிதத்தின் நோக்கில் அவரே வில்லன் என்கிற மயக்கத்தை அந்தக் காட்சியின் அனுபவம் தரும்.

கமல்ஹாசனின் இவ்வாறான மாற்று முயற்சிகளைச் சிலாகிக்கும் போது அவற்றை தமிழ் சினிமாவின் அல்லது இந்தியச் சினிமாவின் எல்லைக்குள் நின்றுதான் பாராட்டவேண்டியிருப்பது ஒரு துரதிர்ஷ்டம். ஒரு பிரதியில் தன்னை பூதாகரமாக இட்டு நிரப்பிக் கொள்ளும் அல்லது அவ்வாறான பிரதிகளைத் தேடும் கமல்ஹாசனின் தன்முனைப்பு மோகம் அவர் முன் மிகப் பெரிய தடையாக இருக்கிறது. மனோரஞ்சனின் பாத்திர உருவாக்கத்தின் மூலம் அதிலிருந்து சற்றே சற்று விலகிய வகையில் உத்தம வில்லன் நம்பிக்கை ஏற்படுத்தி யிருக்கிறது. ஒரு சிறந்த கதையின் பாத்திர எல்லையை மீறவே மீறாத வகையில் சிறந்த இயக்குநரின் கையில் தம்மை கமல் ஒப்புக் கொடுப்பாராயின் அவரிடமிருந்து சர்வதேச தரத்தில் ஒரு திரைப் படத்தை எதிர்பார்க்கலாம் என்கிற நம்பிக்கையை உத்தம வில்லன் ஏற்படுத்தியிருக்கிறது. அந்த வகையில் இதுவொரு நல்ல முயற்சியே.

இந்தக் கட்டுரையின் துவக்கத்தில் மேற்கோள் காட்டப்பட்டிருந்த சுஜாதாவின் குறிப்பு இவ்வாறாக முடிகிறது. ‘உரக்கப் பேசும் உரக்க நடிக்கும் தமிழ் சினிமாவில் சற்று மென்மையாக, கற்பனையுடன், நம்பும்படி நடிக்கும் கமலஹாசனிடம் தமிழில் நவசினிமாவில் உதயத்தை எதிர்பார்க்கிறேன்.’

1976-ல் எழுதப்பட்டிருக்கும் இந்த நம்பிக்கையை 2015-ம் ஆண்டு வரைக்கும்கூட நம்பிக்கையாகவே நீடிக்கச் செய்து கொண்டேயிருக்கும் கமல்ஹாசனின் மீது ஏமாற்றம் கொள்வதா, அல்லது அபத்தமான ரசனையைத் தக்கவைத்துக் கொண்டிருக்கும் பார்வையாளர்கள் கொண்டு தமிழ் சினிமாவுலகில் சற்றேனும் விலகித் தொடர்ந்து அந்த நம்பிக்கையை உயிர்ப்போடு வைத்திருக்கிறாரே என ஆறுதல் கொள்வதா அல்லது என்றாவது ஒரு நாள் அந்த நம்பிக்கையை மெய்ப்பித்துவிடுவார் என்று மகிழ்ச்சி கொள்வதா என்று தெரியவில்லை. எப்படியாக இருந்தாலும் நம்பிக்கையளிக்கும் ‘மனோரஞ்சனுக்கு’ வாழ்த்தும் பாராட்டும்.

இறுதிச் சுற்று

ஒரு நாக்அவுட் அனுபவம்

ஒரு விளையாட்டை முழுக்க முழுக்க மையப்படுத்தி உருவாக்கப்பட்ட திரைப்படங்கள் தமிழில் குறைவு. ஏறத்தாழ இல்லை என்றே சொல்லிவிடலாம். இதுவரை விளையாட்டுடன் தொடர்புபடுத்தி உருவான திரைப்படங்களும் வெகுசன சினிமாவின் கூறுகளின் இடையில் அந்த விளையாட்டையும் ஒரு இழையாகப் பயன்படுத்தி யிருக்குமே ஒழிய முழுக்க அதை மையப்படுத்தியிருக்காது.

முழுக்க விளையாட்டை மையப்படுத்தி உருவான இந்தித் திரைப் படங்களாக ஷாருக்கானின் ‘சக்தே இந்தியா’, பிரியங்கா சோப்ராவின் ‘மேரிகோம்’ போன்றவற்றைச் சொல்லலாம். விளையாட்டுடன் தொடர்புள்ளவையாக உருவான தமிழ் திரைப்படங்கள் என்று ஜீவா, வெண்ணிலா கபடிக்குழு, எதிர்நீச்சல், வல்லினம், ஈட்டி, பூலோகம் போன்றவற்றை உதாரணம் சொல்லமுடியும் (கில்லி திரைப்படத்தை இதில் சேர்க்கவே முடியாதா என்று ஏக்கமாகக் கேட்கிறார் விஜய் ரசிகர் ஒருவர்). இதில் ஜீவாவும் வெண்ணிலா கபடிக்குழுவும் சாதிய

அரசியலையும் பூலோகம் விளையாட்டுத்துறையில் உள்ள சர்வதேச வணிக அரசியலையும் பேசும் முக்கியமான திரைப்படங்கள்.

இப்படியான விளையாட்டுத் திரைப்படங்களுக்கென்று ஒரு பொதுவான வார்ப்புரு இருக்கும். முன்பு புகழ்பெற்ற வீரராக இருந்தவர் இப்போது பயிற்சியாளராக இருப்பார். அவருக்குக் கடந்த காலக் கசப்பு ஏதாவது இருக்கும். அல்லது அவரால் தீவிரமாகப் பயிற்சியளிக்கப்பட்ட சீடன் எவனாவது அவருக்கு துரோகம் செய்து விட்டு எதிர்முகாமுக்குச் சென்றிருப்பான். தனிப்பட்ட வாழ்க்கையின் கடுமையான துயரம் ஏதாவது இருக்கும். முரட்டுத்தனமாகவும் சிடுசிடுவென்றும் இருக்கும் அவரிடம் அந்த விளையாட்டில் இளம் வயதிலிருந்தே மிக ஆர்வமுள்ள எந்த இளம் வீரனாவது கற்றுக் கொள்ள வருவான். முதலில் அவனை ஏற்றுக்கொள்ள மறுப்பார். பின்பு அவனது பிடிவாதத்தையும் தனித் திறமையையும் அடையாயம் கண்டு கொள்ளும் குரு, அவனைச் சீடனாக அரவணைத்துக் கொள்வார். சில பல தீவிரமான போராட்டங்களுக்குப் பின் குருவின் இழந்த புகழை விசுவாசமான அந்தச் சீடன் மீட்டுத் தருவான்.

இது போன்ற திரைப்படங்கள் விளையாட்டைப் பற்றியது என்பதால் அது தொடர்பான காட்சிகளே அதிகம் இருக்கும். அது தொடர்பான நுணுக்கங்கள், பயிற்சிகள், கட்டுப்பாடுகள், தவிர்க்கக்கூடிய தவறுகள், சறுக்கல்களால் நிறைந்திருக்கும். விளையாட்டுப் போட்டிகள் அடிக்கடி வராது. அதற்கான உணர்ச்சிகரமான சூழல் முதலில் வலுவாக அமைக்கப்படும். பார்வையாளன் அந்தப் போட்டியை மிகவும் ஆர்வமாகவும் பரபரப்பாகவும் எதிர்பார்க்கும்படி இருக்கும். மெல்ல மெல்ல அதன் உச்சத்தை நோக்கி நகரும். போட்டி நடக்கும்போது காட்சி பரபரப்பின் உச்சத்தை அடையும். பார்வையாளன் இருக்கையின் நுனிக்கே வந்துவிடுவான். முதல் சில சுற்றுகளில் நாயக வீரன் தோல்வியுற்றுக் காயப்பட்டுப் பதற்றத்தை ஏற்படுத்துவான். பிறகு குரு தரும் உத்வேகமான சமிக்ஞையின் மூலம் நுணுக்கமான அசைவின் மூலம் எதிரியை வீழ்த்துவான். அந்த உச்சக்கட்ட வெற்றியில் பார்வையாளனும் மிக்க மகிழ்ச்சியோடு பங்குகொள்வான்.

சில்வஸ்டர் ஸ்டோலோனின் 'ராக்கி' தொடர்வரிசையை இவ்வகைத் திரைப்படங்களின் முன்னோடியாகக் குறிப்பிடலாம். சமூகத்தின் எல்லாத் துறைகளையும் போலவே சினிமாவும் ஆண் மையச் சிந்தனைகளால் இயங்குவதால் இதில் நாயக வீரனாக உருவாக்கப்படும் மையப்பாத்திரங்கள் பெரும்பாலும் ஆண்களாகவே அமைவார்கள். வணிகச் சந்தையும் சமூக மனதின் பொது உளவியலும் இதற்கொரு முக்கியமான காரணம். ஆவேசமான விளையாட்டுக்களுடன் பெண்களை தொடர்புபடுத்தி எவரும் யோசிப்பதில்லை.

ஆனால், மேலே உதாரணம் காட்டப்பட்ட சக்தே இந்தியா மற்றும் மேரிகோம் ஆகிய இரண்டு திரைப்படங்களிலுமே பெண்கள்தான் விளையாட்டு வீரர்கள் என்பது ஆச்சரியமான விஷயம். ஓட்டப்பந்த வீராங்கனையான அஸ்வினி நாச்சப்பாவைக் கொண்டு மௌலி இயக்கிய தெலுங்குத் திரைப்படத்தையும் சொல்லலாம். மேரிகோமும் அஸ்வினியும் தங்களின் சுயமான திறமையால் அந்தந்த துறைகளில் ஏற்கெனவே நிறுவியிருந்ததால்தான் அவர்கள் குறித்தான திரைப்படங்கள் உருவாக முடிந்தது.

●

இதன் தொடர்ச்சியாக தமிழில் ஒரு பெண் வீரரை மையப்படுத்தி முதன்முதலில் வெளிவந்திருக்கும் திரைப்படம் 'இறுதிச்சுற்று'. இது பெரும்பாலும் விளையாட்டுத் திரைப்படங்களுக்கான உதாரண வார்ப்புருவைக் கச்சிதமாகவும் திறமையாகவும் பின்பற்றியிருந்ததால் மிகுந்த கவனத்துக்கு உரியதாகிறது. மற்ற வெகுசன திரைப்படங் களிலுள்ள வழக்கமான கூறுகளினால் இதன் திரைக்கதை பாய்மரம் போல் அலைபாய்வதில்லை. சாதாரண விளையாட்டுகளிலேயே பெண்கள் தொடர்பான திரைப்படங்கள் உருவாகாமல் இருக்கும் போது மிகுந்த உடல்வலிமையைக் கோரும் மற்றும் எளிதில் காயமேற்படும் ஆபத்துகளைக்கொண்ட குத்துச்சண்டை போன்ற ஆக்ரோஷமான விளையாட்டு தொடர்பான திரைப்படத்தில் ஒரு பெண்ணை மையப்படுத்தி உருவாக்கத் தனியான துணிச்சல் வேண்டும். மேரிகோம் போன்ற வெற்றிபெற்ற முன் உதாரணங்கள் இருந்ததால் இது சாத்திய மாயிற்று எனலாம்.

ஒரு படைப்பாளியைப் பால்பேதத்துடன் சுட்டிக்காட்டுவது முறை யானதல்ல என்றாலும் இத்திரைப்படத்தை இயக்கியது ஒரு பெண் என்பதாலும் தன்னுடைய இனத்தவரை பிரதானப்படுத்த வேண்டும் என்று அவர் சிந்தித்திருக்கலாம். ஏறத்தாழ எல்லாத்துறையில் பெண்கள் முன்னேறிக்கொண்டும் சாதனைகள் புரிந்துகொண்டிருந்தாலும்கூட அவர்களின் சாதனைகள் வெளியில் பரவலாக அறியப்படாமல் ஆணாதிக்க உலகில் மூழ்கடிக்கப்படும் சூழலில் இது போன்ற படைப்புகள் மிகவும் அவசியம்.

ஹாலிவுட் திரைப்படமான 'மில்லியன் டாலர் பேபி' இதன் கச்சிதமான உதாரணம். குத்துச்சண்டை விளையாட்டில் மிகுந்த ஆர்வமுடைய ஒரு பெண், புகழ்பெற்ற பயிற்சியாளரை நாடிப் போகிறாள். 'பெண்களுக்கு நான் பயிற்சியளிப்பதில்லை' என்று மறுக்கும் அவர், பிறகு அவளின் திறமையை இனங்கண்டு பயிற்சியளிக்க ஆரம்பிக்கிறார். குறுகிய காலத்திலேயே அவள் புகழ்பெற்ற வீராங்கனையாக உருவாகிறாள்.

தன்னுடைய மகளின் பிரிவின் துயரத்தால் மறுகிக் கொண்டிருக்கும் பயிற்சியாளர் இவளைத் தன் சொந்த மகளாகவே பாவிக்கிறார்.

●

இறுதிச்சுற்று திரைப்படத்துக்கு வருவோம்.

அங்கிங்கெனதாபடி எங்கும் நிறைந்திருக்கும் அரசியலானது குத்துச்சண்டை விளையாட்டுத்துறையிலும் இருக்கும் காரணத்தினால் திறமை வீணாக்கப்பட்டு அதன் துயரம் தன்னுடைய தனிப்பட்ட வாழ்க்கையிலும் எதிரொலிக்கும் கடந்த காலக் கசப்புகளுடன் இருக்கிறார் குத்துச்சண்டை வீரர் பிரபு (மாதவன்). பின்னாட்களில் திறமையான பயிற்சியாளர் என்கிற அடையாளத்துடன் இருந்தாலும் அவரது மூர்க்கத்தனமும் அங்கு நிகழும் அரசியலின் மீது அவர் வெளிப்படுத்தும் ஆவேசமும் பலருக்குப் பிடிப்பதில்லை. எனவே, பழிவாங்கும் நடவடிக்கையாக அவர் சென்னைக்கு மாற்றப்படுகிறார்.

வேண்டா வெறுப்பாக சென்னைக்குள் நுழையும் அவர் கண்ணில் படுகிறாள் மதி (ரித்திகா சிங்). மீனவக்குப்பத்தைச் சார்ந்த இளம்பெண். குத்துச்சண்டை விளையாட்டில் அவளுக்குள் ஒளிந்திருக்கும் அசாத்திய மான திறமையை வெளிக்கொணர முயல்கிறார். ஏறத்தாழ பிரபுவுக்கு ஈடான முரட்டுத்தனத்துடன் இருக்கும் மதி என்கிற அந்தப் பெண்ணுக்கும் இவருக்கும் ஆரம்பத்தில் நிறைய முரண்களும் மோதல்களும் நிகழ்கின்றன. சிலபல உணர்ச்சிகரமான நாடகங் களுக்குப் பிறகு மாஸ்டரின் லட்சியம், விருப்பம், நோக்கம் எல்லாமே குத்துச்சண்டையும் தன்னுடைய நலனும் மாத்திரமே என்பதைப் புரிந்துகொண்ட பின் குருவுக்குப் பெருமை தேடித்தரும் விதமாக சர்வதேச போட்டியின் கடைசி விநாடிகளில் எதிராளியை நாக்அவுட்டின் மூலம் வெல்கிறாள் மதி.

திறமையான பயிற்சியாளராக அற்புதமாக நடித்துள்ளார் மாதவன். சில வருடங்களுக்கு முன்பு 'அலை பாயுதே' திரைப்படத்தில் மென்மையான இளம் காதலனாக அறிமுகமான மாதவனா இவர் என்று பிரமிக்கும் படியாகத் தன்னுடைய தோற்றம், உடல்மொழி, அலட்சியமும் மூர்க்கமும் கொண்ட வசனங்கள் என்று தன்னை இந்தப் பாத்திரத்துக்காக மிகுந்த மெனக்கெடலுடன் உருமாற்றியிருக்கிறார். மணிரத்னத்தின் 'ஆய்த எழுத்து' திரைப்படத்தில் முரட்டுத்தனமான ஒரு ரவுடியாக இவ்வகையான பாத்திரத்தில் ஏற்கெனவே தன்னை நிலை நிறுத்திக்கொண்டவர் என்பது குறிப்பிடத்தக்கது. ஒரு திரைப்பட பாத்திர வடிவமைப்பின் தனித்தன்மைகளுக்காக தன்னையே வருத்திக் கொள்ளும் இது போன்ற நடிகர்களின் அர்ப்பணிப்பு உணர்வைப் பார்க்க மகிழ்ச்சியாக இருக்கிறது. மாதவனின் திரைப்படப் பயணத்தில்

இத்திரைப்படம் ஒரு முக்கியமான மைல்கல்லாக இருக்கும். அத்தனை அபாரமான நடிப்பு.

இத்திரைப்படத்தில் நடித்தற்காக நாசரையும் பிரத்யேகமாகப் பாராட்டியாக வேண்டும். ஏனெனில் துணை நடிகர்கூட ஒருவேளை நடிக்கத் தயங்குகிற ஒரு பாத்திரத்தில் இத்தனை வருட அனுபவமுள்ள சீனியர் நடிகர் தயங்காமல் நடித்த அந்த அர்ப்பணிப்பு உணர்வுக்காக. பயிற்சியாளர் என்கிற பெயரில் உள்ளூரில் பல வருடங்களாக இருந்தாலும் எந்தவொரு சாம்பியனையும் உருவாக்காத முதிர்ச்சியற்ற, மாதவனின் முரட்டுத்தனத்தினால் சமயங்களில் சிறுமைப்படுத்தப் படுகிற பாத்திரம் அவருக்கு. பயிற்சிக்கூடத்தில் உதவியாளராக இருக்கிறார் (மில்லியன் டாலர் பேபி திரைப்படத்தில் மார்கன் ப்ரீமென் நடித்த பாத்திரம் நினைவுக்கு வருகிறது). 'நீ கக்கூஸ் கழூவத்தான்யா லாயக்கு' என்று மாதவனால் ஒரு கட்டத்தில் அவமானப்படுத்தப்படும் போது.. ''ஆமாம். கக்கூஸ் நான் கழுவுறேன். ஆனா கப்பு உங்கள்து தானே?' எனும்போது அந்த ஒரு சிறிய வசனத்தில் காலங்காலமாக ஒடுக்கப்பட்ட மக்களின் உறைந்திருக்கும் சமூகக் கோபம் வெடித்துச் சிதறுகிறது.

மதி என்கிற மீனவக் குப்பத்துப் பெண்ணாக நடித்திருக்கும் நடிகை உண்மையிலேயே கிக் பாக்ஸிங் வீரராக இருப்பதால் அவருடைய உடல்மொழி நம்பகத்தன்மையுடன் இருக்கிறது. அதிலொன்றும் கூட ஆச்சரியமில்லை. ஆனால் இதற்கு முன் நடித்த அனுபவமேது மில்லாமல் முதல் திரைப்படத்திலேயே அத்தனை அபாரமாய் நடித்திருக்கிறார் பாருங்கள். அதுதான் ஆச்சரியம். மாதவனுக்கு ஈடான முரட்டுத்தனத்துடன் அவருடன் மோதிக்கொண்டேயிருப்பவர், ஒரு கட்டத்தில் மாதவனின் நல்லியல்பு புரிந்தவுடன் இனக்கவர்ச்சியினால் அவர் மீது காதல் கொள்வதும் போட்டியில் தோற்ற காரணத்துக்காக மாதவன் தன்னை நிராகரித்தவுடன் வேதனை கொள்வதும் பின்பு உத்வேகத்துடன் குருவின் மீது நெகிழ்ச்சி காட்டுவதும் என பல்வேறு உணர்ச்சியான முகபாவங்களால் அற்புதம் செய்திருக்கிறார்.

ராதாரவி சில காட்சிகளில் மட்டுமே வந்தாலும் ஆத்மார்த்தமாக நடித்திருக்கிறார். குத்துச்சண்டை அஷோசியேஷனின் தலைவராக அரசியலும் அற்பத்தனங்களும் செய்பவராக ஜாகீர் உசேனின் நடிப்பும் அபாரம்.

வழக்கமான போக்கில் சென்று கொண்டிருந்த தமிழ் திரையிசையில் அந்தந்தக் காலக்கட்டத்தில் தமது பிரத்யேகமான திறமையின் மூலம் அதை உற்சாகமான புதிய திசைக்குப் பயணிக்க வைத்து சாதனை புரிந்த இளையராஜா, ஏ.ஆர்.ரஹ்மான் போல சமகாலத்தில் அந்தச்

சாதனையைப் புரிந்துவருபவராக இசையமைப்பாளர் சந்தோஷ் நாராயணைச் சொல்லலாம் என்று தோன்றுகிறது. அதுவரையான மரபை ஆரோக்கியமாக மீறும் துணிவு, புதிய பாணியிலான இசையமைப்பு, விளிம்பு நிலை சமூகத்தின் கலையை அதன் தன்மை பெரிதும் மாறாமல் உபயோகிக்கும் உன்னதம் போன்றவை இந்த இசையமைப்பாளரைத் தனித்துக் கவனப்படுத்துகின்றன.

●

இறுதிச் சுற்று திரைப்படத்தின் இயக்குநரான சுதா கோங்கராவின் முதல் திரைப்படமான 'துரோகி' பார்த்திருக்கிறேன். பாத்திரங்களின் வடிவமைப்பு, திரை உருவாக்கம் ஆகியவை சிறப்பாக இருந்தாலும் திரைக்கதையின் பலவீனத்தால் சுமாரான திரைப்படமாக அது அமைந்தது. இவர் மணிரத்னத்தின் உதவியாளராக இருந்ததால் குருவின் செய்நேர்த்தியை மாத்திரம் எடுத்துக்கொண்டு திரைக்கதையை வடிவமைப்பதில் கோட்டை விட்டுவிட்டாரே என்று அப்போது நினைத்துக்கொண்டேன். ஆனால் அதற்கு வட்டியும் முதலுமாய் அற்புதமான திரைக்கதையின் மூலம் விட்டதைப் பிடித்துவிட்டார்.

இத்திரைப்படம் விளையாட்டுத் திரைப்படங்களுக்கேயுரிய தேய்வழக்கான வார்ப்புருவில் அமைந்திருந்தாலும் சுவாரசியமான, உணர்ச்சிகரமான, பரபரப்பான காட்சிக்கோர்வைகளின் மூலம் கவர்ந்திருக்கிறார். வழக்கமான தமிழ் திரைப்படம் போலல்லாமல் கச்சிதமான காட்சிகளுடன் சுமார் ஒன்றரை மணி நேரத்தில் முடிந்து விடுகிறது. இடையில் பாடல்கள் வந்தாலும் அவற்றுக்குள்ளும் திரைக்கதை நகர்வதால் பெரிய இடையூறாகத் தெரியவில்லை. தேவையற்ற காட்சிக்கோர்வை என்று எதையுமே சொல்லிவிட முடியாதபடி படைப்பின் மையத்துடன் ஒன்றுடன் ஒன்று பிணைந் திருக்கின்றன. கதாபாத்திரங்களின் உணர்வும் பார்வையாளர்களின் உணர்வும் பின்னிப்பிணையும்படி உணர்ச்சிகரமான காட்சிகளை உருவாக்குவது ஒரு திறமையான இயக்குநரின் அடையாளம். அந்த வகையில் சுதா கோங்ரா அபாரமான வெற்றியை அடைந்திருக்கிறார்.

பொதுவாக குருவைத் தேடி சீடன் கண்டடைவதும் அவருடைய துவக்க நிராகரிப்புகளைத் தாண்டி பிடிவாதத்துடன் தன் திறமையின் மூலம் அவரைக் கவர்வதும் என்கிற வழக்கமான போக்கு அல்லாமல் இத்திரைப்படத்தில் குருதான் தன்னுடைய சீடரைத் தானே அடையாளங்கண்டுகொள்கிறார்.

பெண் பித்தன் என்று அறியப்படும் மாதவன் அந்தக் காரணத்தினா லேயே தன் பின்னால் சுற்றுகிறானோ என்று ஆரம்பத்தில் சந்தேகப் படும் ரித்திகா, தன் சகோதரிக்காக விளையாட்டில் வேண்டுமென்றே

தோற்றுப்போய் மாதவனை வெறுப்பேற்றுகிறார். பின்பு திறமையை வளர்ப்பது மட்டுமே அவரது நோக்கம் என்கிற நல்லெண்ணத்தைப் புரிந்துகொண்டு அவர் மீது நேசம் கொள்கிறார். ஜெயிப்பதற்காகப் போராடும் நேரத்தில் சகோதரியின் துரோகத்தால் தோற்றுப் போவதும், முன்பு போலவே இப்போதும் வேண்டுமென்றே தோற்றுப்போனாள் என்கிற குற்றச்சாட்டுடன் குருவின் புறக்கணிப்பையும் ஆத்திரத்தையும் துயரத்தையும் எதிர்கொள்ள நேர்கிறது. இறுதியில் விடாமுயற்சியோடு குருவின் நம்பிக்கையைப் பெறுகிறார். இப்படியாக அதி நுட்பமான உணர்வுகளுடன் புனையப்பட்டிருக்கும் திரைக்கதை சுவாரசியமான வேகத்துடன் பயணிக்கிறது. உச்சக் காட்சியில் போட்டியில் வென்று விட்ட பிறகு தாயைத் தேடும் குழந்தைபோல மாஸ்டரை தேடி அவர் மீது பாய்ந்து அமரும் காட்சியின் உடல்மொழியும் ‘மில்லியன் டாலர் பேபி’ திரைப்படத்தை நினைவுப்படுத்துகிறது.)

பாத்திரங்களின் வடிவமைப்பும் அவற்றின் இயல்பான பரிணாம வளர்ச்சியும்கூட மிக நுட்பமாகக் காட்சிப்படுத்தப்பட்டிருக்கின்றன. மாதவனின் மீது காதல் கொள்ளும் ரித்திகா அவர் வாங்கித் தந்த தொப்பியை எப்போதும் அணிந்துகொண்டிருக்கிறார். அவர் பக்கத்தில் அமர்வதற்காகப் போட்டியிட்டு இடம் பிடிக்கிறார். அவருடன் பேசும் பெண் மீது பொறாமை கொள்கிறார். அதுவரை குருவின் காலைத் தொட்டுக் கும்பிடாத திமிருடன் இருந்தவர், குருவின் முழு நல்லெண்ணம் முழுவதும் புரிந்தவுடன் இறுதிப் போட்டிக்கு முன்பு காலில் விழுந்து வணங்கிச் செல்கிறார். இப்படியாக அந்தப் பாத்திரத்தின் மன மாற்றத்தைச் சிறப்பான நுணுக்கங்களுடன் பதிவு செய்திருக்கிறார் இயக்குநர்.

குருவுக்கும் பெண் சீடருக்கும் உள்ள உறவும் மிக அற்புதமாக ஆபாசக் கலப்பின்றி பதிவாகியிருக்கிறது. ரித்திகாவுக்குத் தன் மீதுள்ளது இனக்கவர்ச்சி என்பதைப் புரிந்துகொள்ளும் மாதவன் அவரைக் கவனமாக நல்வழிப்படுத்துகிறார். ஒரு காட்சியில் ரித்திகா புடவையணிந்து கொண்டு வந்து காதலை வெளிப்படுத்தும்போது ‘உன்னைப் புடவையில் பார்க்க பிடிக்கவில்லை. ரிங்கில் நின்று ஃபைட் பண்ணும் போதுதான் பிடிச்சிருக்கு’ என்று அவர் சொல்வதிலிருந்து குத்துச்சண்டையைத் தவிர அவருடைய கவனம் வேறெதிலுமே இல்லை என்கிறார். இதன் மூலம் அந்தக் கதாபாத்திரத்தின் வடிவமைப்பு மிக கவனமாக உருவாக்கப்பட்டிருக்கிறது. அதுபோலவே சகோதரிகளாக இருந்தாலும் காதல் என்று வந்துவிடும் போது ஏற்படும் விலகலும் துரோகமும்கூடத் திரைக்கதையின் மையத்துடன் பொருந்துமாறு உருவாக்கப்பட்டிருக்கிறது. ‘அவளுக்கு மாத்திரம் ஏன் மாஸ்டர் ஸ்பெஷலா டிரையினிங் தர்றீங்க’ என்று

ரித்திகாவின் சகோதரி மாதவனிடம் ஆவேசப்பட்டு அழும் காட்சி ஒன்று போதும், இயக்குநரின் திறமைக்கு சான்றாக.

●

விளையாட்டு தொடர்பான அத்தனை இந்தியத் திரைப்படங்களின் காட்சிகளிலும் சாதி, மதம், வர்க்கம் என்று ஏதோ ஒருவகையில் அதன் அரசியல் நுழைந்துவிடுவதைப் பார்க்கும்போது திரைக்கதையைக் கற்பனையாக உருவாக்கினாலும் இந்தியாவின் அவலமான யதார்த்தம் எப்படியோ உள்ளே பதிவாகிவிடுவதைக் காண முடிகிறது.

ஷாருக்கானின் சக்தே இந்தியா திரைப்படத்தில் அவன் ஒரு இசுலாமியன் என்பதற்காகவே விளையாட்டில் அவன் செய்யும் தவறொன்றின் மீது மதச்சாயமும் அது சார்ந்த அரசியல் வசைகளும் பூசப்படுகிறது. இந்திய கிரிக்கெட் அணியில் ஆதிக்க சமூகத்தினர் மட்டுமே தொடர்ச்சியாக பெரும்பாலும் தேர்வு செய்வு செய்யப்படும் சாதிய அரசியலை 'ஜீவா' திரைப்படம் பதிவு செய்கிறது. ஒடுக்கப்பட்ட சமூகத்தினர் மீது இடைநிலைச்சாதிகள் செய்யும் ஆதிக்கத்தையும் தீண்டாமையையும் 'வெண்ணிலா கபடிக்குழு' சொல்கிறது. புறக்கணிக்கப்பட்ட இந்திய மாநிலங்களிலிருந்து மிக அபூர்வமாக உருவாகி வரும் விளையாட்டு வீரர்கள் எதிர்கொள்ளவேண்டிய உளவியல் தடைகளை ''மேரிகோம்' விவரிக்கிறது.

இத்திரைப்படத்திலும் விளையாட்டுத் துறையில் உள்ள அரசியலும் அதிகார துஷ்பிரயோகமும் துல்லியமாகப் பதிவாகியிருக்கிறது. பெண் விளையாட்டு வீரர்கள் மீதான பாலியல் சுரண்டலும்.

இந்தியா இத்தனை பெரிய மக்கள் தொகை கொண்ட நாடாக இருந்தாலும் ஏன் சர்வதேசப் போட்டிகளில் பதக்கம் வெல்ல முடியவில்லை? என்கிற பொதுவான சலிப்பான புகாருக்கும் கேள்விக்குமான விடை இம்மாதிரியான அரசியல் ஆபாசங்களில் பொதிந்திருக்கிறது. தகுதியுள்ள விளையாட்டு வீரர்கள் புறக்கணிக்கப் படுகிறார்கள்; அரசியல் தடைகளைத் தாண்ட முடியாமல் விரக்தியுடன் விலகிப் போகிறவர்களும் சிபாரிசு காரணமாக உள்ளே நுழையும் பலவீனர்களாலும் நாம் தொடர்ந்து தோற்றுக்கொண்டேயிருக்கிறோம். நம்முடைய தேசம் வெல்ல வேண்டும் என்கிற பொதுவான நோக்கத்தைவிட தனிநபர்களின் சுயநலம் ஆதிக்கம் செய்வதே இம்மாதிரியான அவலத்துக்குக் காரணம்.

●

குத்துச்சண்டை மாதிரியான ஆபத்தான விளையாட்டுப் போட்டியின் பின்னுள்ள வணிகச் சந்தையையும் (பூலோகம் திரைப்படம் இதைப்

பற்றி பிரதானமாக உரையாடுகிறது) வீரர்களுக்கு இதில் ஏற்படும் உயிரிழப்பு உள்ளிட்ட ஆபத்துகளையும்பற்றி இத்திரைப்படம் கவனத்தில் கொள்ளவேயில்லை. ஒரு வழக்கமான விளையாட்டு தொடர்பான திரைப்படத்தைப்போலவே ஒரு பரபரப்பான, பரவசமான வெற்றியுடன் பார்வையாளர்களை மகிழ்ச்சிப்படுத்துவதோடு நின்றுவிடுகிறது.

குத்துச்சண்டை போன்ற ஆபத்தை விளைவிக்கும் விளையாட்டுகள் என்னதான் தற்காப்புக் கலை என்றும் மருத்துவர்கள் மற்றும் நடுவர்களின் கண்காணிப்பில் நிகழ்வது என்றாலும் மனித உடலை ஆபத்துக்கு இட்டுச் செல்லும் தன்மை வாய்ந்தது. மனதை ஒருமுகப் படுத்துதல், உடலினை உறுதி செய்தல், எதிராளியின் அசைவுக்கேற்ப குறைந்த நேரத்தில் சமயோசிதமாக செயல்பட்டு தாக்குதல் போன்ற திறன்களை வளர்த்துக் கொள்ளும் விளையாட்டு என்பது போன்ற காரணங்கள் சொல்லப்பட்டாலும் அதிலுள்ள ஆபத்தை மழுப்ப முடியாது.

மறுபடியும் மில்லியன் டாலர் பேபி திரைப்படத்தைத்தான் மேற்கோள் காட்ட வேண்டியிருக்கிறது.

அத்திரைப்படம் இறுதிச் சுற்று போல வெற்றியடைந்த மகிழ்ச்சியுடன் நின்றுவிடாமல் சக போட்டியாளரின் வன்மம் காரணமாகப் போட்டி நின்ற பிறகும் தொடர்கிற தாக்குதல் காரணமாக அதில் வரும் வீராங்கனை மீள முடியாத ஆபத்தோடு படுத்த படுக்கையாகி விடுகிறார். அவர் படும் அவதியை காண சகிக்க முடியாத அவருடைய பயிற்சியாளர் ஒரு நிலையில் அவளுக்கு மரணத்தை அளிப்பதோடு குத்துச்சண்டை பயிற்சியளிப்பதையே நிறுத்திவிட்டு அங்கிருந்து விலகி எங்கோ மறைந்துவிடுவதாக அத்திரைப்படம் முடிகிறது. குத்துச் சண்டையின் புகழ்பெற்ற வீரராக விளங்கிய முகம்மது அலி அதிலிருந்து விலகிய பிற்காலத்தில் 'பார்கின்ஸன் நோயால்' அவதிப்பட்டதை உதாரணமாக சொல்லலாம்.

குத்துச்சண்டை போன்ற ஆபத்தான விளையாட்டுகளுக்கு என்னதான் பல பெருமைகளுடன் கூடிய அரிதாரங்களைப் பூசினாலும் அவற்றில் உள்ள ஆபத்தை மழுப்ப முடியாது. மனிதர்களுக்கு எச்சமயத்திலும் ஆபத்தை விளைவிக்கக்கூடிய தன்மை கொண்டது. மட்டுமல்லாமல் ஒரு மனிதன் இன்னொரு மனிதனை ஆக்ரோஷமாக தாக்கிக் கொள்வதை சுற்றியுள்ள மனிதர் கூட்டம் ரசிப்பதென்பது அவர்களின் ஆழ்மனதில் உறைந்துள்ள குரூரமான வன்முறை உணர்வுகளுக்கு தீனிபோடுவது போல்தான் அமைந்துள்ளது. மன்னர்களும் சர்வாதிகாரிகளும் அரசாண்ட காலங்களில் பொழுதுபோக்குகள்

அதிகமில்லாத சூழலில் மனிதரை மனிதர் மோத விட்டு ரசிக்கும் போக்கு இருந்தது. அது நாகரிக உலகிலும் தொடர்வது பொருத்த மில்லாததுபோல் தோன்றுகிறது.

இறுதிச்சுற்று இது போன்ற விஷயங்களையும் திரைக்கதையினுள் உரையாடியிருந்தால் ஒரு முழுமையான திரைப்படமாக மலர்ந்திருக்கக் கூடுமோ என்று தோன்றுகிறது.

●

இந்தியாவில் பெண்களுக்கான குத்துச்சண்டை அறிமுகமான ஐந்தே வருடத்தில் அந்த இந்திய அணி சாம்பியன் பட்டம் பெற்றது எத்தனை பேருக்கு தெரியும் என்கிற கேள்வியுடன் இத்திரைப்படம் முடிகிறது.

பார்வையாளர்களை நோக்கி இயக்குநர் சுதா வைத்திருக்கும் ‘நாக்அவுட்’ குத்து அது.

(அம்ருதா - மார்ச் 2016)

விசாரணை

அதிகாரத்தின் பலியாடுகள்

மனித உரிமை என்றால் கிலோ என்ன விலை என்று கேட்கும் நாடுகளுள் ஒன்று இந்தியா. இஸ்லாமிய நாடுகளைப்போன்று இதையும் விட கடுமையான அடக்குமுறைகளும் கட்டுப்பாடுகளும் உள்ள பிரதேசங்களும் உண்டுதான். அங்கெல்லாம் டன் விலையைக் கேட்பார்கள் என்பதுதான் வித்தியாசம். இந்தியாவைவிடவும் கருத்துச் சுதந்திரமும் தனிநபர் உரிமையும் அதிகமாக உள்ள மேற்கத்திய பிரதேசங்களையே நாம் முன் மாதிரியாகக் கொள்ளவேண்டும்.

மானுட குலம் கூடிவாழத் துவங்கி நாகரிக சமுதாயமாக மலர்ந்ததின் அடிப்படைகளில் ஒன்று, ஒவ்வொரு தனிநபரின் சுதந்திரமும் உரிமையும் பாதுகாப்பும் உறுதி செய்யப்பட வேண்டும் என்பதே. ஆனால், உலகின் பெரும்பாலான அரசதிகாரங்கள் இதன் எதிர்துருவங்களில்தான் இயங்குகின்றன. உலகின் மிகப் பெரிய ஜனநாயக நாடு என்று பெருமையுடன் அறியப்படும் இந்தியாவும் அதில் ஒன்று.

1950-ல் குடியரசு மலர்ந்தபோதே ஒவ்வொரு குடிமகனுக்கும் எழுத்துரிமையும் பேச்சுரிமையும் வழங்கப்பட்டுவிட்டதே, இங்கு என்ன குறை என்று ஐந்தாம் வகுப்பு பாடத்தில் வாசித்ததை இன்னமும் நினைவில் வைத்துக்கொண்டு அந்த அறியாமையுடன் எவராவது கேள்வி கேட்பார்கள் எனில் அவர்களுக்கு நடைமுறை பயங்கரங் களைப்பற்றிய எவ்விதப் புரிதலோ அனுபவமோ இல்லை என்பதே பொருள். அரசதிகாரம் நினைத்தால் ஒரு தனிநபரின் பாதுகாப்பை அழித்து எந்நேரமும் அவருடைய வாழ்வைத் தலைகீழாகத் திருப்பிப் போட்டுவிட முடியும் என்பதே கசப்பான உண்மை. சமூக வலைதளத்தில் வெளியிடப்பட்ட ஒரு கருத்துக்காக விருப்பக்குறி இட்டவர்கள்கூட காவல்துறையின் கைதை எதிர்கொண்ட அவலம் இந்தியாவில்தான் நிகழ்ந்தது என்பது பனிப்பாறையின் நுனிபோல ஒரு சிறிய உதாரணம்.

எந்தவொரு அரசும் தன் குடிகளின் கருத்துரிமையை, சமூகக் கோபங்களை ஓரெல்லை வரைதான் அனுமதிக்கும். குக்கரின் மூடியை அவ்வப்போது திறந்து அதன் அழுத்தத்தைச் சற்று விடுவிப்பதுபோல தனிநபர்களின், அமைப்புகளின் கோரிக்கைகளும் போராட்டங்களும் எதிர்ப்புகளும் அவரவர்களின் செல்வாக்கின் பலத்தைப் பொறுத்து அனுமதிக்கப்பட்ட எல்லை வரைதான் நகர முடியும். முழுக்கவும் மூடிவிட்டால் அதன் அழுத்தம் தாங்காமல் வெடித்துவிடும் என்பது அதிகாரத்துக்குத் தெரியும். இது போன்ற அனுமதிக்கப்பட்ட எல்லைகூட பெரும்பாலும் சமூகத்தில் செல்வாக்கு பெற்ற உயர் வர்க்கம் மற்றும் நடுத்தர வர்க்கத்தினருக்கே பொருந்தும். சமூகத்தின் அடித்தட்டு மக்கள், விளிம்புநிலை சமூகத்தினரின் உதிரி மனிதர்களுக்கு இந்த அடிப்படையான வாய்ப்புகூடக் கிடைக்காது. அவர்களின் அறியாமை மற்றும் எவ்வித பின்புலமும் இல்லாத காரணத்துக்காக அற்பமான விஷயங்களுக்கு அல்லது சமயத்தில் அதுகூடத் தேவைப் படாமல் அதிகாரத்தினால் நசுக்கப்படும் அப்பாவி பலியாடுகளாக அவர்கள் அல்லல்பட நேரிடும்.

சமூகம் மற்றும் அரசியல் காரணங்களால் பொருளாதார நிலையிலும் சாதியப் படிநிலையிலும் விளிம்புகளில் நின்று ஏற்கெனவே துன்புறும் அச்சமூகத்து மக்களை காவல்துறை உள்ளிட்ட அதிகார வட்டமும் சேர்ந்து நசுக்கும் உண்மையின் அவலத்தை 'விசாரணை' திரைப்படத்தின் மூலம் மீண்டுமொருமுறை உறுதிப்படுத்தியிருக்கிறார் வெற்றிமாறன்.

●

ஒரு சாமானியன் தம்முடைய அடிப்படையான உரிமையைப் பெறுவதற்காகக்கூட எந்தவொரு அரசு அலுவலகத்திலும் கூனிக்குறுகி

நிற்க வேண்டியிருப்பதை அன்றாட நடைமுறையில் காண்கிறோம். அரசு அதிகாரிகள் தம்முடைய அடிப்படையான கடமையைச் செய்வதற்குக்கூட குடிமக்களை அலட்சியமான மெத்தனத்துடன் பலமுறை அலையவைப்பதையும் ஏழை எளியவர்களிடம் கூட வாய் கூசாமல் லஞ்சம் கேட்பதையும் அன்றாடம் காண முடிகிறது. மக்கள் செலுத்தும் வரிப்பணத்தில் இயங்கும் அரசு அமைப்புகள், அதில் சம்பளம் வாங்கும் அரசு ஊழியர்கள், மக்களுக்கு சேவை செய்ய வேண்டிய இடத்தில் இருப்பவர்கள் அந்த அடிப்படைகளையெல்லாம் மறந்துவிட்டு மக்களை அலட்சியமாக நடத்துவதை தினசரி பயணிக்கும் பேருந்தின் நடத்துநர்கள் முதல் அரசு இயந்திரத்தின் எந்தவொரு உதிரிப்பாகத்தின் முன்னாலும் அனுபவிக்கிறோம்.

இது போன்ற அரசு அமைப்புகளில் நாம் வழக்கமாக எதிர்கொள்ளும் அலட்சியத்தையும் லஞ்சத்தையும் தவிர கூடுதலாக அச்சத்தையும் எதிர்கொள்ள வேண்டியிருப்பது காவல்துறை என்னும் அமைப்பிட மிருந்து. மக்களின் பாதுகாப்பை உறுதி செய்து அவர்களுக்கு நம்பிக்கையையும் ஆசுவாசத்தையும் அளிக்கவேண்டிய காவல்துறை அதற்கு எதிர்மாறான எண்ணங்களை உற்பத்தி செய்வது துரதிர்ஷ்ட மானது. 'காவல்துறை உங்கள் நண்பன்' என்கிற சம்பிரதாயமான அறிவிப்பைத் தாண்டி காவல்துறையை அணுக வேண்டிய சந்தர்ப்பங் களை நடைமுறையில் எவ்வாறெல்லாம் நாம் தவிர்க்கிறோம், அச்சப்படுகிறோம் என்பதிலிருந்தே அதன் இயங்குமுறையின் அவலம் உறுதியாகிறது. 'இந்த அறுபது வருஷத்துல ஒருமுறைகூட நான் போலீஸ் ஸ்டேஷன் வாசலை மிதிச்சதில்ல' என்று பெருமையுடன் சொல்வதிலிருந்து அங்கு அவசியமான காரணத்துக்குச் செல்வதென்பதுகூட ஒழுக்கத்திலிருந்து பிறழும் செயலாகவே சமூகத்தில் எண்ணப்படுகிறது.

என்னுடைய தனிப்பட்ட அனுபவம் இது. நண்பருக்காக ஒரு முறை அவருடன் காவல்நிலையம் செல்ல வேண்டியிருந்தது. குடும்ப சச்சரவு காரணமாக அவருடைய மனைவி எவருக்கும் தகவல் தராமல் எங்கோ சென்றுவிட்டார். எங்கு தேடிப் பார்த்தும் கிடைக்கவில்லை. நண்பர்களின் யோசனைப்படி காவல்துறையில் புகார் தந்துவிடலா மென்று முடிவெடுக்கப்பட்டது. தயங்கிக் கொண்டிருந்த நண்பருக்கு தைரியம் தந்து அழைத்துச் சென்றேன். காவல் நிலையத்தில் நுழைந்து தயக்கத்துடன் வந்திருக்கும் விஷயத்தைச் சொன்னவுடன் காவல் துறையின் இளநிலை அதிகாரி அலட்சியத்துடன் கொச்சையான வார்த்தைகளால் கேட்ட முதல் கேள்வி. 'அவ எவன் கூடயாவது ஓடிப் போயிருப்பா. நல்லா விசாரிச்சுப் பார்த்தியா?'

எதிர்பாராத இந்த அதிரடியால் நண்பர் அவமானத்தினால் கூசிக் குறுகிப் போனார். நான் அவரை சைகைகாட்டி வெளியே அழைத்து வந்தேன். பிறகு வழக்கறிஞருடன் சென்றுதான் அந்தப் புகாரை பதிவு செய்ய முடிந்தது. இத்தனைக்கும் நண்பர் தனியார் நிறுவனம் ஒன்றில் பொறுப்பான பதவியை வகிப்பவர். அவருக்கே இந்த நிலைமை என்றால் ஓர் அடித்தட்டு ஆசாமி இன்னமும் எத்தனை அவலமான நிலைமையைச் சந்திக்கவேண்டும் என்பதை கற்பனை செய்துகூட பார்க்க முடியாது. வழக்குகளின் எண்ணிக்கை அதிகமாகிவிடக்கூடாது என்பதற்காக எந்தவொரு புகாரையும் எழுத்துபூர்வமாக அங்கீகரிக்காமல் தவிர்ப்பதே காவல்துறையின் பாலபாடம்.

இன்னொரு புறம் ஒரு காவல் நிலையத்தில் குறிப்பிட்ட எண்ணிக்கையில் வழக்குகள் பதிவாவதும் அது தீர்க்கப்படுவதுமான 'கணக்குகள்' உருவாக்கப்பட வேண்டிய அவசியமிருக்கிறது. இந்த வழக்குகளைத் தீர்ப்பதற்காக அவர்களுக்கு சாதகமான பல உண்மை களை 'உருவாக்கி' எதற்கு எது சரியாகப் பொருந்துமோ அந்த உண்மையைப் பொருத்திக்கொள்கிறார்கள். காவல்துறை தங்களின் 'இருப்பை' நியாயப்படுத்துவற்கான உபாயங்கள் இவை.

'நாலு போலீஸும் நல்லா இருந்த ஊரும்' என்றொரு தமிழ் திரைப்படம் சில நாட்களுக்கு முன் வெளிவந்தது. எந்தக் குற்றமுமே நிகழாத ஒரு கிராமத்தில் (?!) அங்குள்ள காவலர்கள் நிம்மதியாக பொழுதைக் கழித்துக் கொண்டிருப்பார்கள். ஆனால், அங்கு எந்தக் குற்றமுமே பதிவாகாத நிலையில் காவல்நிலையம் எதற்கு என்கிற கேள்வி உயர்மட்டத்தில் எழுவதால் அந்தக் காவல் நிலையத்தை மூடி விட்டு அந்தக் காவலர்களை குற்றம் அதிகம் நிகழும் ஆபத்தான இன்னொரு பகுதிக்கு மாற்றம் செய்யவிருப்பதாக தகவல் வரும். பதறிப் போகும் அவர்கள் அந்தக் கிராமத்திலேயே தங்குவதற்கான உபாயமாக அவர்களே அங்கு 'குற்றச் சம்பவங்களை' உருவாக்கிவிட்டு பின்பு அவர்களே தீர்க்க முயல்வார்கள். இது ஒரு நகைச்சுவை திரைப்படம் என்றாலும்கூட நடைமுறையில் நடப்பதுவும் இதுவே.

'திருடன் மணியன்பிள்ளை' என்கிற மலையாள மொழிபெயர்ப்பு நூலை வாசித்தால் உதிரிக் குற்றவாளிகளுக்கும் காவல்துறைக்குமான விநோதமான, பிரிக்கமுடியாத அழுத்தமான நடைமுறை உறவை உணர முடியும். தாழ்விலிருந்து உயர்ந்தெழுந்து மறுபடியும் அடங்கும் ஒரு கிராஃபை போல சந்தர்ப்பத்தால் சில்லறைத் திருடனாகி பிறகு அதையே தொழிலாக்கி அரசியல்வாதியாகி வெற்றி பெற்று ஓர் அபத்தமான சறுக்கலால் மீண்டும் துவக்க நிலையை நோக்கி வீழ்ச்சியடைந்த தன் சுய அனுபவங்களை அந்த நூலில் எள்ளலான கசப்புடனும் நகைச்சுவையுடனும் விவரித்திருப்பார் மணியன் பிள்ளை.

ஒரு சில்லறை வழக்கில் பிடிபட்டுவிட்டால் அவர் மீது நிலுவையில் இருக்கும் நாலைந்து வழக்குகளையும் சேர்த்துப்போடுவது காவல் துறையின் வழக்கமான நடைமுறை. அடிவாங்க விரும்பாமல் அவற்றை ஒரு ராஜமரியாதையுடன் ஏற்றுக்கொண்டு சிறை சென்ற அவருடைய அனுபவங்கள் அந்த நூலில் நிரம்பி வழியும். அடித்தட்டு சமூகத்தைச் சார்ந்த ஒருவர், அது பொய் வழக்காக இருந்தாலும்கூட, ஒரு முறை திருட்டு வழக்கில் பதிவாகிவிட்டால் போதும், அவர் ஒருபோதும் மீளமுடியாதபடியான ஒரு பாதைக்குள் செல்ல நேரிடும். காவல்துறை அவரை செய்த அல்லது செய்யாத ஏதாவதொரு வழக்கில் தொடர்புபடுத்திக் கொண்டேயிருக்கும். ஒரேயொரு முறையான இந்தக் குற்றத்தின் நிழல் அவர் வாழ்நாள் முழுக்க அவர்மீது கவிழ்ந்து அவரைத் துரத்திக் கொண்டேயிருக்கும்.

காவல்துறையும் சிறைச்சாலைகளும் குற்றங்கள் உருவாகாமல் தடுக்கவும் குற்றவாளிகள் மனந்திருந்தி மையநீரோட்டத்தில் மறுபடி இணைந்து வாழ்வதற்காக உருவான அமைப்புகள் என்கிற அடிப்படையிலிருந்து முற்றிலும் எதிர்விதமாக அவையே குற்றங்களின் ஊற்றுக்கண்களாகவும் அதிகார வட்டத்தின் குற்றங்களுக்கு உடந்தை களாகவும் இருக்கும் அவலத்தை வெற்றிமாறனின் ‘விசாரணை’ இயன்ற அளவுக்கான யதார்த்தத்துடன் பதிவு செய்திருக்கிறது.

●

சிறைச்சாலை என்றாலே வெள்ளை சீருடை அணிந்த குற்றவாளியுடன் கம்பி போட்ட சிறைக்குப் பின்னால் அவருடைய தாயாரோ காதலியோ சாவகாசமான நேரத்து உருக்கமான வசனங்களுடன் கண்ணீர் சிந்தி விட்டு வரும் இடம் என்கிற அபத்தமான கற்பனையை ‘மகாநதி’ திரைப்படம் அதிஉக்கிரமாக உடைத்துப் போட்டது. காவலர்களுக்கும் வலிமையான கைதிகளுக்கும் இருக்கும் வணிக ஒப்பந்தங்களையும் அங்குள்ள விநோதமான முரட்டு நடைமுறைகளையும் முதுகுத் தண்டை சில்லிட வைக்கும் விவரணைகளுடன் பதிவு செய்திருந்தது. அதைப் போலவே லாக்கப்பில் அடைத்து வைத்திருக்கும் விசாரணைக் கைதிகளை ஏதோ செட் பிராப்பர்ட்டி மாதிரியே இதுவரை பெரும் பாலும் சித்திரித்துக் கொண்டிருந்த சினிமாக்களிலிருந்து விலகி காவல் துறையின் லட்டிகளின் மூலம் எவ்வாறு அந்த அப்பாவி மனிதர்கள் குற்றவாளிகளாக ‘உருமாற்றம்’ செய்யப்படுகிறார்கள் என்கிற அவலத்தின் இருண்மையை சிறப்பாக பதிவாக்கியிருக்கிறது ‘விசாரணை’ திரைப்படம்.

பெரும்பாலான தமிழ் சினிமாவின் நாயகர்கள் காவல்துறை அதிகாரி களாக நடித்த திரைப்படங்களில் ஆக்ரோஷமான உரத்த குரலில் நிறைய

வசனம் பேசி நீதியை நிலைநாட்ட வந்த அவதார புருஷர்களாகவும் எவ்வித விதிமுறைகளுக்கும் இணங்காமல் குற்றவாளிகளை விரட்டி விரட்டிக் கொல்லும் மிகைத்தன்மையிலான நாடகங்களையே இதுவரை கைத்தட்டி பார்த்து வந்திருக்கிறோம். அந்தக் காட்சிகளில் ‘குற்றவாளிகள்’ அல்லது குற்றவாளிகளாகச் சித்திரிக்கப்படுபவர்கள், வானத்திலிருந்து குதித்தவர்கள் அல்ல; அவர்கள் உருவாவதற்கான சமூகவியல் காரணங்கள், குற்றவாளிகள் உருவாவதில் சமூகத்தின் பங்கு இவைபற்றியெல்லாம் கவலைப்படாமல் குற்றவாளியைக் கொன்று விட்டால் குற்றங்களும் இறந்துவிடும் என்று அப்பாவித்தனமான நம்பிக்கையை அந்தத் திரைப்படங்கள் வளர்த்தன. சாகடிக்கப் பட்டவர்கள் உண்மையிலேயே குற்றவாளிகள்தானா, அவர்களுக்கு பின்னால் இருந்து இயக்கும் அதைவிடவும் பெரிய குற்றவாளிகளின் பங்கு என்ன என்பதைப் பற்றியெல்லாம் நாம் சிந்திப்பதில்லை.

காவல்துறையிலேயே உள்ள பலர் தங்களின் சுயநலத்துக்காகவும் ஆதாயங்களுக்காகவும் அப்பாவிகளைப் பிடித்து வந்து வன்முறை மூலம் குற்றத்தை ஒப்புக்கொள்ளச் செய்பவர்களாக இருக்கிறர்கள்; அத்துறையில் அவர்களுக்கென்று உள்ள விநோதமான சடங்குகள், ஒப்பந்தங்கள், ‘உள்வட்ட’ ரகசியங்கள் ஆகியவற்றையெல்லாம் பட்டவர்த்தனமாக்கியிருக்கிறது இத்திரைப்படம்.

●

ஆந்திர மாநிலம், குண்டூரில் பிழைப்பு தேடி சென்ற நான்கு அப்பாவி தமிழக இளைஞர்கள் காவலர்களிடம் சிக்கிக் கொள்கிறார்கள். அவர்களுக்குத் தொடர்பேயில்லாத ஒரு வழக்கின் குற்றத்தை ஒப்புக் கொள்ளச் சொல்லி நையப்புடைக்கப்படுகிறார்கள். மறுக்க மறுக்க அடியும் உதையும் அதிகமாகிறது. ‘‘உங்களை திருடனையா பிடிக்கச் சொன்னேன், வழக்கைத்தானே முடிக்கச் சொன்னேன். அதுக்குக்கூடத் துப்பில்லையா?’’ என்று உயரதிகாரி, கீழ்நிலை அதிகாரிகளை மிரட்டுகிறார். மேலதிகாரிகளிடமிருந்து அழுத்தம் அதிகரிக்க அதிகரிக்க அப்பாவிகளுக்கு அடி உதையும் அதிகமாகிறது.

இன்னொரு வழக்குக்காக அங்கு செல்லும் தமிழக காவல்துறை அதிகாரி ஒருவர் உதவி செய்வதால் அந்த இளைஞர்கள் விடுவிக்கப் படுகின்றனர். அதிகாரியின் மீது உண்டாகும் நன்றியுணர்ச்சிக்காக ஓர் அரசியல் கட்சி தொடர்பான முக்கிய புள்ளியை வலுக்கட்டாயமாகக் காவல் நிலையத்துக்குக் கொண்டுவர அவருக்கு உதவுகின்றனர். கதை பின்பு தமிழகத்துக்கு இடம் மாறுகிறது. அரசியல் ஆசாமி லாக்அப்பில் உயிர்விட்டுவிட மேலிடத்திலிருந்து காவல்துறையினருக்கு ரகசிய உத்தரவுகளும் அதற்கேற்ப பேரங்களும் நிகழ்கின்றன. இந்த

உரையாடலின் ரகசியத்தை இளைஞர்கள் கேட்டுவிட்டார்களோ என்கிற சந்தேகத்தின் பேரில் அவர்களை இன்னொரு வழக்கில் தொடர்புப்படுத்தி என்கவுண்ட்டரில் போட்டுத்தள்ள உத்திரவிடுகிறார் உயர்காவல்அதிகாரி. அந்த இளைஞர்களைக் காப்பாற்றி அழைத்து வந்த இளநிலைஅதிகாரி நடைமுறை உண்மைக்கும் மனச்சாட்சியின் குரலுக்கும் இடையே தத்தளிக்க இந்தக் காரணத்துக்காகவே அவரும் இளைஞர்களோடு பலியாக்கப்படுவதோடு நிறைகிறது திரைப்படம்.

மு.சந்திரகுமார் என்பவர் இது போன்ற சந்தேகத்தின் அடிப்படையில் கைது செய்யப்பட்டு தாம் எதிர்கொண்ட காவல்துறை விசாரணை அனுபவங்களின் கதறல்களை 'லாக்கப்' என்கிற நூலாகப் பதிவு செய்திருக்கிறார். அந்த நூலில் இருந்து முன்பாதி திரைக்கதை உருவாக்கப்பட்டிருக்கிறது. பின்பாதி திரைக்கதை அதனுடைய நுட்பமான, பொருத்தமான நீட்சி என்றாலும் பின்னிணைப்பு என்பது தெளிவாகத் தெரியும்படி ஆகியிருப்பது திரைக்கதையின் ஒரு சறுக்கல்.

இந்தியாவெங்கிலும் காவல்துறையானது ஏறத்தாழ ஒரே மாதிரியாகத்தான் செயல்படுகிறது என்பதை ஆந்திராவிலும் தமிழகத்திலும் நிகழும் காட்சிகள் தெரிவிக்கின்றன. உதிரிக் குற்றவாளிகள் எவ்வித விளக்கத்துக்கும் வாய்ப்புத் தரப்படாமல் எடுத்த எடுப்பிலேயே இருட்டறையில் அடி, உதையைச் சந்திக்கும்போது அரசியல் புள்ளிகளுடன் தொடர்புள்ள வொயிட் காலர் கிரிமினல்கள் ஏஸி அறையில் மரியாதையுடன் விசாரிக்கப்படுகின்றனர். இரண்டு விசாரணைகளுக்கும் உள்ள வித்தியாசம், சட்டத்துக்கு முன் அனைவரும் சமம் என்கிற சம்பிரதாய வாக்கியங்களைக் கேலிக்கூத்தாக்குகின்றன.

ஆனால் ஏஸி அறையில் மரியாதையாக விசாரிக்கப்பட்டவரும் மேலிடத்திலிருந்து அதற்கான சமிக்ஞை வந்தவுடன் அவருமே உதிரிக்குற்றவாளிக்கான வன்முறையை எதிர்கொள்ள நேரிடுகிறது. சில நிமிடங்களில் ஒருவரின் மரியாதையும் நிலைமையும் தலைகீழாகி விடுகிறது. இந்த அபத்தங்களையும் இதன் பின்னால் உள்ள அரசியல் காரணங்களையும் பேரங்களையும் வெற்றிமாறன் மிக நுட்பமாகப் பார்வையாளர்களுக்கு உணர்த்திச் செல்கிறார்.

●

தண்டனை பெற்ற கைதிகளைத் தவிர சிறைச்சாலைகளிலும் காவல் நிலைய லாக்கப்களிலும் இருக்கும் விசாரணைக் கைதிகளே அதிகம் என்றொரு புள்ளிவிவரம் தெரிவிக்கிறது. ஜாமீன்தொகையைக் கட்டுவதற்கு வசதியில்லாத நபர்கள், அதற்கான வழிகாட்டுதல்களைப் பெற முடியாத நபர்கள் பெரும்பாலான காலத்தை விசாரணக்

காலத்திலேயே கழிக்க வேண்டிய அவலத்தை மனிதஉரிமை ஆணையம் பல முறை சுட்டிக்காட்டியிருக்கிறது. இவர்களில் பெரும் பாலானவர்கள் எந்தவிதப் பின்புலமும் அல்லாத அப்பாவி அடித்தட்டு மக்கள் என்பதைத் தனியாகக் குறிப்பிடத் தேவையில்லை.

உண்மையான குற்றவாளிகளைத் தேடிப்பிடிப்பதைவிட வழக்குகளை முடிக்கவேண்டும் என்கிற அழுத்தத்தின் காரணமாகவே அப்பாவி நபர்கள் குற்றவாளியாக்கப்படுகின்றனர். சிறைக்குச் சென்று வருவதின் மூலம் இவர்களும் தேர்ந்த குற்றவாளியாகவே மறுபடி சமூகத்தினுள் நுழைகின்றனர். இவ்வாறானவர்களை அவர்களின் குற்ற அடையாளத்துக்காக சமூகம் ஒருபுறம் புறக்கணிக்க, காவல் துறையினரும் இவர்களைத் திருந்தி வாழ அனுமதிப்பதில்லை. காவல் துறையும் சிறைச்சாலையும் குற்றங்களைத் தடுப்பதற்குப் பதிலாக புதிய புதிய குற்றவாளிகளை மேலதிகமாக உற்பத்தி செய்யும் அவலமே நடைபெறுகிறது. ‘ஆயிரம் குற்றவாளிகள் தப்பினாலும் ஒரு நிரபராதி கூடத் தண்டிக்கப்படக்கூடாது’ என்கிற நீதி சார்ந்த கேட்பாடு வெற்று முழக்கமாக அல்லாமல் உண்மையிலேயே நடைமுறைபடுத்தப் படுகிறதா என்பதை நீதித்துறையும் அரசாங்கமும் தொடர்ந்து கண்காணிக்கவேண்டும். கணக்கு காட்டுவதற்காக வழக்குகள் பதியப் பட்டும், முடிக்கப்படுவதுமான கொடூரமான சம்பிராதயங்கள் களையப்பட்டு ஒட்டுமொத்த அமைப்புமே சீர்திருத்தப்பட வேண்டும்.

ஒவ்வொரு மனித உறுப்புக்கான சிறப்பு மருத்துவர்கள் இருப்பதைப் போலவே லாக்கப் மரணங்களை திறமையாக மூடி மறைக்கவும் சாட்சியங்களை அதற்கேற்ப திறமையாகக் கலைக்கவும் கையாளவும் என்கவுண்ட்டர் மரணங்களை நிகழ்த்துவதற்கும் அந்தச் சம்பவங்களை தங்களுக்குச் சாதகமான வகையில் ஊடகங்களில் செய்தி வரவழைப் பதற்கும் அதற்கான சிறப்பு அனுபவம் உள்ள காவல்துறை நபர்கள் பயன்படுத்தப்படும் கறுப்பு நகைச்சுவையையும் இத்திரைப்படம் பதிவு செய்திருக்கிறது. கசாப்புக் கடைக்காரர்கள் விலங்குகளை கையாளும் அதே லாவகத்தோடு மனச்சாட்சியின் எவ்வித உறுத்தலும் அன்றி இவர்கள் மனித உடலைக் கையாளுகின்றனர். அரசியல் புள்ளியின் லாக்கப் மரணத்தை தற்கொலையாக மாற்றும் நோக்கத்துடன் உடலைத் தொங்கவிடும் காட்சியில் சிறப்பு அனுபவம் உள்ள அதிகாரி, இன்னொருவரிடம் ‘தொழிலைக் கத்துக்கடா’ (?!) என்கிறார்.

இறுதிக்காட்சியில் இளைஞர்களை என்கவுண்ட்டரில் சாகடிப்பதில் ஏற்பட்ட சறுக்கலை ‘அரை மணி நேரத்துல ஈசியா முடிச்சிருக்க வேண்டிய விஷயம். வேலை தெரியாம இப்படி இழுத்தடிக்கறீங்க’ என்கிறார் ஏதோ டிவியை ரிப்பேர் செய்வதுபோல. குற்றங்களுடன்

பழகிப் பழகி உணர்ச்சிகள் முற்றிலும் மரத்துப்போன இயந்திரங்களாக அவர்களை மாற்றியிருக்கிறது அரசு இயந்திரம்.

இதில் பலியாகும் அரசியல் புள்ளியின் மரணமும் காவல் அதிகாரியின் மரணமும் அப்பாவி இளைஞர்களின் மரணமும் தமிழகத்தில் இதற்கு முன் நிகழ்ந்த பல உண்மை சம்பவங்களின் கசப்பை மீண்டும் நினைவு படுத்துகின்றன.

உதிரிக் குற்றவாளிகளை, நிரபராதிகளை பலியாக்கும் காவல் அதிகாரிகள், அவர்களுக்கு மேலே அழுத்தம் தரும் மேல்நிலை அதிகாரிகள், அவர்களைப் பின்னிருந்து இயக்கும் அரசியல்வாதிகள், அதிகார வட்டங்கள், அரசாங்கத்தை மறைமுகமாக இயக்கும் தேசிய மற்றும் பன்னாட்டு நிறுவன முதலாளிகள் என்று இந்தப் படிநிலைகளில் நிகழும் பேரங்கள், ஆதாயங்கள், துரோகங்கள், அந்தந்த சூழலில் அரசியல் மேகங்களின் நகர்வுகளுக்கேற்ப மாறும் நடவடிக்கைகள் என்று இந்த ஒட்டுமொத்த விஷப்பின்னல் எங்கே துவங்கி எங்கே முடிகிறது என்பதைக் கண்டுபிடிக்கவே முடியாத படியாக இருக்கிறது.

ஒவ்வொருவருமே அவரவர்களின் நிலைகளில் பலியை நிகழ்த்துபவர் களாகவும் பலியாகிறவர்களாகவும் மாறிக்கொண்டே இருக்கிறார்கள். அரசியல் புள்ளி சாகும் தறுவாயில் தன்னைக் கைது செய்த காவல் அதிகாரியிடம் 'உன்னை வெச்சு என்னைத் தூக்கின மாதிரி வேறு எவனையாவது வெச்சு உன்னைத் தூக்கிடுவாங்க'' என்று சொல்கிறார். இறுதியில் அப்படியேதான் ஆகிறது. இந்த ஆடுபுலி ஆட்டத்தின் இடையில் நீதி, அறம், விசாரணை போன்ற விழுமியம் சார்ந்த சொற்களெல்லாம் எவ்வித பொருளும் இன்றிக் கேலிக்கூத்தாகி நிற்கின்றன.

●

பொருல் பொதிந்த காட்சிகளின் அழகியலோடும் நுண்ணுணர்வோடும் தமது படைப்புகளை இயக்குபவர்களில் வெற்றிமாறன் தனித்துத் தெரிகிறார். இதுவரையில் மிக குறைந்த எண்ணிக்கையிலான திரைப்படங்களை அவர் உருவாக்கியிருந்தாலும் ஒவ்வொரு திரைப்படத்துக்கும் இடையே அதைவிட அதிகமான உயரத்துக்கு நகர்ந்து கொண்டிருக்கிறார் என்பதை மெய்ப்பிக்கிறது 'விசாரணை'யின் உருவாக்கமும் செய்நேர்த்தியும். ஆந்திர மாநிலத்தின் லாக்கப் காட்சிகள் பெரும்பான்மையான இருளோடும் கசியும் வெளிச்சத் தோடும் நிகழ்வுகளின் பயங்கரத்தை எதிரொலிப்பதாக இருக்கின்றன.

தினேஷ், கிஷோர், முருகதாஸ் போன்றவர்கள் சிறப்பாக நடித்திருந்தாலும் அதிக அளவிலான கவனிப்பைப் பெறுவராக

சமுத்திரக்கனியைச் சொல்லவேண்டும். காவல்துறையின் உணர்ச்சியற்ற, கொடூரமான நடைமறை கசப்புகளுக்கும் தம்முடைய மனச்சாட்சியின் குரலுக்கும் இடையே தத்தளிப்பவராக சிறப்பான நடிப்பை வெளிப்படுத்தியிருக்கிறார்.

மனித உடல் வதைபடும் காட்சிகளில் பார்வையாளர்களிடம் அதன் இரக்கத்தைக் கோரும் பொருட்டு கதறியழும் இசை அதன் நோக்கத்துக்கு மாறாக எரிச்சலையே கூட்டுகிறது. சர்வதேச திரையிடல்களில் பின்னணி இசை உள்ளிட்ட இதர மசாலாக்கள் இல்லையென்று கூறப்படுகிறது. தரம் வாய்ந்த தேயிலையை மேலை நாடுகளின் ஏற்றுமதிக்கும் அதன் சக்கையை உள்ளூரில் சந்தைப்படுத்தும் வணிக ஏற்பாட்டின் அப்பட்ட மான மோசடியைப் போன்று இத்திரைப்படமும் ஆக நேர்ந்தது தயாரிப்பாளர்களின் கட்டாயத்தினாலா இயக்குநரின் தேர்வா என்பது தெரியவில்லை.

அதிகாரம் எனும் பிரம்மாண்ட இயந்திரத்தின் முன் சாமானிய நபர்கள் எவ்வித விசாரணையும் அன்றி தண்டிக்கப்படும் நடைமுறை அவலத்தை மிக நுட்பமாகவே காட்சிப்படுத்தியிருக்கிறது இத்திரைப்படம். இதைப் பார்த்துவிட்டு ஒரு சாமானியன் காவல்துறை மீது மேலதிகமாக பயங்கொள்ளும் விதத்தைவிட மீறப்படும் தம்முடைய அடிப்படை யான மனித உரிமையைப் போராடியாவது கோரிப்பெறும் நம்பிக்கை விதைகளுக்கான சங்கேதங்களையும் கற்றல்களையும் இத்திரைப் படத்தில் இணைத்திருக்கலாம் என்று தோன்றுகிறது. என்றாலும் சமகால உண்மையின் கசப்பை நேர்மையாகப் பதிவு செய்திருப்பதின் மூலம் ‘விசாரணை’ இதுவரையான தமிழ் திரையின் ஒரு முக்கியமான, கவனிக்கத்தக்க பதிவு என்கிற பெருமையைப் பெறுகிறது.

(உயிர்மை ஏப்ரல் 2016)

உப்பு கருவாடு

தமிழ் சினிமாவின் மீதான சுயபகடி

இயக்குநர் ராதா மோகனின் திரைப்படம் ‘உப்பு கருவாடு’.

பொதுவாகவே ஒரு தமிழ் சினிமா உருவாவதை அதற்குத் தொடர்பே யில்லாத பல அபத்தமான காரணிகளும் விதிகளும் தீர்மானிக்கின்றன. சினிமா என்கிற அற்புதமான ஊடகத்தின் தரத்தை மெல்ல உயர்த்த முயலும் கலைஞர்களுக்கு மத்தியில் அதன் அடிப்படையை அறியாத அதையொரு லாபமீட்டும் வணிகமாக மட்டும் பார்க்கும் இத்துறைக்கு சம்பந்தமேயில்லாத சில அசட்டு முதலாளிகள் இந்த விதிகளை உருவாக்குகிறார்கள். தமிழர்களின் ரத்தத்திலும் சுவாசத்திலும் வாழ்வியலோடும் அரசியலோடும் பின்னிப் பிணைந்த சினிமா என்கிற முக்கியமான பொழுதுபோக்கு வடிவம், அந்த முக்கியத்துவத்தின் பிரக்ஞையேதும் அல்லாமல் கல்யாணத்து சாம்பாரில் போடப்படும் உப்பைப்போல எவர் வேண்டுமானாலும் எப்படி வேண்டுமானாலும் கையாளலாம் என்கிற சூழலைக் கொண்டிருக்கிறது. இது சார்ந்த முரண் களையும் அபத்தங்களையும் உறுத்தாத மெல்லிய நகைச்சுவையுடனும்

சுயபகடித்தன்மையுடன் சொல்லிச் செல்கிறது இத்திரைப்படம். மேற்பார்வைக்கு சாதாரணதொரு படைப்பாகத் தெரியும் இந்த திரைப்படத்தை இந்த நோக்கில் மையப்படுத்தி பார்க்கும்போது இதன் பரிமாணங்கள் அவல நகைச்சுவையுடன் விரிவதைப் பார்க்க முடிகிறது.

சினிமாவைத் தவிர வேறு எந்த ஊடகமும் தம்முடைய துறையில் உள்ள அபத்தங்களைப் பற்றி வெளிப்படையாக சுய பகடியோ சுய விமர்சனமோ செய்து கொள்வதில்லை. சினிமாவிலும் அவை உருவாவதின் ரகசியங்கள் ஒரு காலக்கட்டம்வரையில் வெளியில் தெரியாமல் பாதுகாக்கப்பட்டிருந்தன. தன்னுடைய அபிமான நாயகன் தீயவர்களை பாய்ந்து பாய்ந்து தாக்கும் சண்டைக்காட்சிகளை உண்மை என்றே நம்பிய பாமரத்தனம்கூட முன்பு இருந்தது. நாயகர்கள் இந்த ரகசியங்களைப் பாதுகாப்பதின் மூலம் தங்கள் பிம்பங்களின் முகமூடி வெளியில் தெரியாமலிருப்பதற்காக மிகவும் மெனக்கெட்டார்கள். மேலும் ஒரு சினிமா உருவாவதைப் பற்றிய நடைமுறை ரகசியங்கள் வெளியில் தெரிந்துவிட்டால் அவற்றின் மீதான சுவாரசியம் மக்களுக்கு போய் விடும் என்றும் பொதுவாக நம்பப்பட்டது. எனவே சினிமாத்துறை சார்ந்த நபர்களைத் தவிர வேறு எவரையும் படப்பிடிப்புத் தளத்துக்குள் அனுமதிக்காமலிருந்த சூழல் பொதுவாக இருந்தது. ஆனால் 'இன்டோர் ஷூட்டிங்' எனப்படும் மூடிய படப்பிடிப்புத் தளங்களில் சினிமா உருவாகும்வரையே இந்த ரகசியங்களைக் காப்பாற்ற முடிந்தது. அவற்றைத் தாண்டி காமிராக்கள் வெளியே பயணப்படத் துவங்கியவுடன் இதன் ரகசியங்களைப் பார்வையாளர்கள் மெல்ல அறிந்து கொள்ளத் துவங்கினார்கள். இன்று ஒரு சினிமா உருவாக்கப்படும் பல அடிப்படையான நுட்ப விஷயங் களையும் அதன் பின்னணிகளையும் ஒரு பொதுப்பார்வையாளன்கூட அறிந்திருக்கிறான். அவற்றைப் பற்றி விவாதிக்கிறான். அதிலுள்ள குறைகளை எள்ளலுடன் விமர்சிக்கத் துவங்கியிருக்கிறான்.

சமூகத்தில் புரையோடிப் போயிருக்கும் பல மூடநம்பிக்கைகளை விமர்சிக்கும் தமிழ் சினிமாத் துறையின் உள்ளேயே பல மூடநம்பிக்கைகளும் சென்ட்டிமென்ட்டுகளும் இருக்கின்றன என்பது ஒரு சுவாரசியமான முரண்நகை. படப்பிடிப்பு துவங்குவதற்கு முன் கேமராவின் முன்னால் தேங்காய் உடைப்பது முதல் கடைசி நாளன்று பூசணிக்காய் உடைப்பதுவரை பல அசட்டு நம்பிக்கைகள் இருக்கின்றன. பெரும் முதலீட்டோடு செய்யப்படும் வணிகம் என்பதால் அது சார்ந்த வேண்டுதல்களும் பதற்றங்களும் இயல்பாகவே அமைகின்றன. அறிவுசார் விஞ்ஞானிகள் புழங்கும் விண்வெளி ஆராய்ச்சி நிலையத்திலேயே ஏவுகணைகளை வானில் ஏவுவதற்கு

முன்னால் பூஜை நடக்கும் என்று சொல்லப்படும் போது இவை எம்மாத்திரம்? நாயகனுக்கோ நாயகிக்கோ படப்பிடிப்பில் சிறு விபத்து ஏற்பட்டால் அத்திரைப்படம் உறுதியான வெற்றி என்பது முதல் குறிப்பிட்ட நடிகர் படத்தில் இருந்தால் மிக அதிர்ஷ்டம் என்பதுவரை முன்பு தற்செயலாக நடந்த விஷயங்கள் பின்பு அதிர்ஷ்டவிதிகளாக்கப் பட்டன. இதில் என்ன கூடுதல் நகைச்சுவை என்னவென்றால் பொதுவாக எந்தவொரு பணியையும் துவங்கும்போது மின்சாரத் தடை ஏற்பட்டால் அது அபசகுனமாக கருதப்பட்டது. ஆனால், அதைப் போன்றதொரு தடையை தன்னுடைய முதல் ரெக்கார்டிங்கிலேயே எதிர்கொண்ட இளையராஜா அடைந்த மகத்தான வெற்றிக்குப் பிறகு அதுவே அதிர்ஷ்டமாக மாறிவிட்டது.

திரைத்துறையில் நிலவும் இது போன்ற மூடநம்பிக்கைகளை தகர்த்தெறிந்தவர்களில் முக்கியமானவராக பாலச்சந்தரைச் சொல்லலாம். ‘நீர்க்குமிழி’ எனும் அவருடைய முதல் திரைப்படத்தின் தலைப்பு சென்ட்டிமென்டுக்கு எதிரானதாகக் கருதப்பட்டது. அதை மாற்றச் சொல்லி அவரை எச்சரித்தார்கள். என்றாலும் தன்னுடைய திறமையின் மீதுள்ள நம்பிக்கை காரணமாக பிடிவாதமாக அந்தத் தலைப்பையே வைத்து வெற்றியும் பெற்றார். சிவப்பான நிறத்தில் அழகாக உள்ளவர்கள் மட்டுமே சினிமாவில் நடிக்கத் தகுதியானவர்கள் என்கிற பொதுவான விதியை உடைத்து ரஜினிகாந்த், சரிதா போன்றவர்களை பிரதான பாத்திரங்களில் நடிக்கவைத்து வெற்றி பெறவைத்தவர். சினிமா உருவாகும் படப்பிடிப்புக்காட்சிகளை, பாடல்பதிவுக் காட்சிகளை தன் திரைப்படத்தின் உளளேயே வெளிப்படையாகக் காட்டியவர். ‘சர்வர் சுந்தரம்’ படத்தில் தமிழ் சினிமா ஹீரோவாக இருக்கும் நாகேஷ், குதிரையொன்றில் வேகமாக பயணிக்கும் காட்சியானது எப்படி Rear Projection Screen உத்தியின் மூலமாக அம்பலப்படுத்தியிருப்பார். இது போன்ற விஷயங்களை மக்கள் அறிந்து கொள்வதைப் பற்றி அவர் கவலைப்படவில்லை. இது போன்று தன்னுடைய திறமை மீது மட்டும் நம்பிக்கை வைக்கும் அரிதான சில படைப்பாளிகள் திரையுலகினுள் இருக்கிறார்கள். மணிரத்னம் கூட தன்னுடைய படப்பிடிப்புகளை ஆரம்பிக்கும் முன் பூஜைகள் ஏதும் செய்வதில்லை என்று கூறப்படுகிறது.

●

தமிழ் சினிமாவில் உருவாகும் ஆபாசமும் அசட்டுத்தனமும் கலந்த பெரும்பாலான கசடுகளுக்கே இடையே கண்ணியமான முறையில் ஒரு திரைப்படத்தைத் தருவதுகூடப் பெரிதில்லை; அதிலிருந்து விலகாமல் தொடர்ச்சியாக அதேபோன்று நல்ல படங்களை இயக்குவதென்பது பெரிய சவால். இந்த வகையில் இயங்கும் இயக்குநர் ராதா மோகனை

நிச்சயம் பாராட்டியாகவேண்டும். ஏனெனில் சுசி கணேசன் என்ற இன்னொரு இயக்குநரின் முதல் திரைப்படமான 'ஃபைவ் ஸ்டார்' அருமையான திரைக்கதையுடன் கூடிய நல்ல முயற்சியாக இருந்தது. அடுத்த திரைப்படமான 'விரும்புகிறேன்' சுமாரான முயற்சி என்றாலும் மோசமானதில்லை. ஆனால், இந்த திரைப்படங்கள் அதிக அளவில் வெற்றி பெறாமல் போனதில் அவர் சோர்வடைந்திருக்கலாம். எனவே அடுத்தடுத்து அவர் உருவாக்கிய 'திருட்டுப் பயலே, 'கந்தசாமி' போன்ற திரைப்படங்கள் மோசமான மசாலா திரைப்படங்களின் வடிவமைப்பில் சிக்கிக் கொண்டுவிட்டன. இந்த சூழலுக்கு அவர் மட்டுமே காரணமில்லை. நல்ல முயற்சிகளை பெரும்பாலும் கைவிடும் பார்வையாளர்களும்தான். இந்த நோக்கில்தான் ராதாமோகனின் தொடர்ச்சியான கண்ணியமான திரைப்படப் பங்களிப்பு கவனத்துக் குரியதாகிறது.

'மிஸ்ஸியம்மாவின்' திரைக்கதையை மெருகேற்றி உருவாக்கிய முதல் திரைப்படமான 'அழகிய தீயே', எழுத்திலும் சினிமாவிலும் தாயின் அன்பே பொதுவாக அதிகம் பேசப்பட்டுக் கொண்டிருக்கும் போது தந்தைக்கும் மகளுக்கும் இடையே உள்ள அன்பைச் சொன்ன 'அபியும் நானும்', மாற்றுத் திறனாளிகளின் நோக்கில் காதலுணர்வையும் அவை சார்ந்த அகச்சிக்கல்களையும் சொன்ன 'மொழி' போன்ற சிறப்பான திரைப்படங்களை உருவாக்கிய ராதாமோகனின் இந்த திரைப்படம் 'உப்பு கருவாடு'. தமிழ் இலக்கணப்படி நடுவில் வந்திருக்க வேண்டிய 'க்' என்கிற ஒற்றெழுத்து தவிர்க்கப்பட்டிருப்பதை, இலக்கணத்தை ஒதுக்கி நியூமரலாஜிப்படி தப்பும் தவறுமாக திரைப்படத்தின் தலைப்புகள் வைக்கப்படுவதின் மீதான கிண்டலாகக் கொள்ளலாமோ, என்னவோ.

உப்பு கருவாட்டின் கதைப் பின்னணி என்னவென்பதைப் பார்ப்போம்.

முதல் படம் தோல்வியிலும் இரண்டாவது படம் பாதியிலேயே நின்று போன சோகத்தில் இருக்கும் ஓர் இளம் இயக்குநரை அணுகிறார் ஒரு திரைப்பட மீடியேட்டர். அடுத்த படத்துக்கான வாய்ப்பு கிடைக்கிறது. ஆனால் அதிலுள்ள முக்கியமான நிபந்தனை பணம் போடும் முதலாளியின் மகள்தான் கதாநாயகி. தன் கனவுகளைப் புதைத்துவிட்டு வேறு வழியில்லாமல் நடிக்கவே வராத அந்தப் பெண்ணை வைத்து இயக்குநர் ஒத்திகை பார்ப்பதும் தன்னுடைய சில உதவாக்கரை உதவி இயக்குநர்களுடன் கதைவிவாதம் செய்வதும் அதில் ஏற்படும் ஒரு முக்கியமான சிக்கலும்தான் இத்திரைப்படம். வளரும் நகைச்சுவை நடிகராக இருக்கும் கருணாகரனை இத்திரைப்படத்தில் நாயகனாகி யிருப்பதற்கு அசாத்திய துணிச்சல் வேண்டும். கருணாகரனும்

தன்னுடைய முக்கியத்துவத்தை உணர்ந்து நகைச்சுவைக்கும் தீவிரத் தன்மைக்கும் இடையிலான ஒரு தன்மையை தன்னுடைய பாத்திரத்துக்கு வழங்கி இயக்குநரின் தேர்வுக்கு நியாயம் செய்திருக்கிறார்.

படமுதலாளியாக எம்.எஸ்.பாஸ்கர். மீன், கருவாடு வியாபாரத்தில் பணம் அமோகமாக வருவதால் சினிமாவில் முதலீடு செய்வதில் பிரச்னையில்லை. தனது இரண்டாவது மனைவியின் மகளின் நடிப்பார்வத்துக்காக இரண்டு, மூன்று கோடியை தூக்கிப்போடுவது இவருக்குப் பெரிய விஷயமில்லை. போதாக்குறைக்கு இவரே ஒரு பார்ட்-டைம் கவிஞராகவும் இருக்கிறார். அவ்வப்போது சில அசட்டுத் தனமான கவிதைகளை (?!) சொல்லி பயமுறுத்துகிறார். இவருக்கு வலதுகரமாக ஒரு போலி சாமியார். சினிமாவில் நடிக்க வேண்டு மென்பது இவரது ரகசிய ஆசைகளில் ஒன்று. ஒரு தமிழ் திரைப்படம் உருவாவதை எத்தனை அபத்தமான விதிகள் தீர்மானிக்கின்றன என்று முதல் வரியில் எழுதியிருந்தேன் அல்லவா? அதற்கான உதாரணங் களுடன் இது போன்ற பல ரகளைகளுடன் நகர்கிறது திரைப்படம்.

நடிகர் நாசர் ஒரு விழாவில் பேசும் போது ஒரு சம்பவத்தை நினைவு கூர்ந்தார். ஓர் இயக்குநருக்கு வாய்ப்பு தர விரும்பிய தயாரிப்பாளர், இயக்குநர் வரும்போது அவருடைய ஜாதகத்தையும் எடுத்து வரச் சொன்னாராம். ஏன்? தயாரிப்பாளரின் ஜாதகமும் இயக்குநரின் ஜாதகமும் பொருந்தினால்தான் படம் தயாரிக்க ஒப்புக்கொள்வாராம். நடக்கப் போவது படப்பிடப்பா இருவருக்குமான முதலிரவா என்று குழப்பமாக இருக்கிறது. முதலில் இந்தத் தகவலைக் கேட்டபோது வேடிக்கையாக இருந்தாலும் சினிமாவில் நிகழும் பல சென்ட்டி மென்டுகளை அறியும்போது இதுவே பரவாயில்லை என்பதாகத் தோன்றியது.

இடைத்தரகராக மயில்சாமி. எந்தவொரு சகுனத்தையும் சூழலுக்கும் தனக்கும் ஏற்றபடி சரியாக்கிக் கொள்ளும் இவரது சாதுர்யமான பேச்சு சிரிப்பை வரவழைக்கிறது. கனவுத் தொழிற்சாலை நாவலை எழுதின சுஜாதா, அதில் கிட்டு என்கிற, பொய்யையும் புரட்டையும் மிக சகஜமாக செய்கிற ஒரு சினிமாவுலக இடைத்தரகரின் சித்திரத்தை மிக துல்லியமாக எழுதியிருப்பார். மயில்சாமியின் கதாபாத்திரம் அதற்கு மிகப் பொருத்தமாக அமைந்திருந்தது.

கடந்த பத்தாண்டுகளுக்கு மேலாகவே தமிழ் ஹீரோயின்கள் ஏன் பெரும்பாலும் லூஸுகளாகவே சித்திரிக்கப்படுகிறார்கள் என்று எனக்கு குழப்பமாகவே இருந்தது. ஒருவேளை நாயகனின் பிம்பத்தை இன்னமும் ஊதிக்காட்ட நாயகியை ஒன்றும் தெரியாத அப்பாவியாக,

வெள்ளந்தியாக, நாயகனால் காப்பாற்றப்படவிருக்கும் அபலையாகக் காட்டுகிறார்களோ என்று தோன்றியது. சாவித்திரி, சரிதா, ரேவதி, சுஹாசினி போன்று தனித்த ஆளுமையையும் நடிப்பாற்றலையும் கொண்டு உருவாகிய நாயகிகள் ஏன் சமீபத்தில் எவருமே இல்லை என்று தோன்றியது. அதற்கான விடை ஒருவேளை இத்திரைப்படத்தில் இருப்பதாகக் கண்டுகொண்டேன். முன்பெல்லாம் சுமாரான பொருளாதாரப் பின்னணியில் உள்ள பெண்கள்தான் நடிக்கவருவார்கள். சினிமாவுலகம் பெண் பித்தர்கள் நிறைந்த கயவர்களின் உலகம் என்பதான ஒரு சித்திரம் பொதுவில் இருந்ததால் நடுத்தர மற்றும் பணக்காரப் பெண்கள் அதில் நுழையத் தயங்கினார்கள். அதற்கான தேவையும் அவர்களுக்கு இல்லாமலிருந்தது.

ஆனால் இப்போது நிலைமை நிறையவே மாறிவிட்டது. தமிழ் தெரிந்த, நடிப்புத் திறமை இருக்கும் பெண்களுக்குத்தான் வாய்ப்பு கிடைக்காது. நுனிநாக்கு ஆங்கிலத்தில் பேசி சிவப்பான நிறத்தில், கொடியிடை யாளாக இருந்தால் போதும். நடிப்புத் திறமைக்கான அவசியமே இல்லை. எனவேதான் மாடலிங் செய்யும் பெண்கள், உயர் வர்க்கத்து பெண்கள், படமுதலாளிகளின் உறவினர்களின் பெண்கள் போன்றவர்கள்தான் இன்றைய நாயகிகள். தங்களின் பாக்கெட் மணிக்காககூட சிலர் நடிக்க வருகிறார்கள். இரண்டு கவர்ச்சிப் பாடல் களுக்கும் மூன்று காட்சிக் கோர்வைகளில் மட்டும் வருவதற்கு நடிப்பாற்றல் எதற்கு? எனவே பெண்களின் சிறப்பை, அவர்களின் ஆளுமைக் குணங்களை பிரதானப்படுத்தும் திரைப்படங்கள் உருவாவ தில்லை. அப்படியே ஒன்றிரண்டு உருவாகி வந்தாலும் இளைஞர்களே இன்றைய சினிமாவின் துவக்க வெற்றியை தீர்மானிப்பவர்களாக இருப்பதால் அது போன்ற திரைப்படங்கள் ஓடுவதில்லை.

எனவே, செல்வச் செழிப்பின் பினனணியில் இருந்து வருபவர்களுக்கு மெனக்கெட்டு நடிக்க வேண்டும் என்கிற அவசியமேதுமில்லை. அந்தச் சூழலில் மிகச் செல்லமாக வளர்க்கப்பட்ட கல்யாண குணங்களை நடிப்புக்காகக்கூட அவர்களால் மாற்றிக் கொள்ள இயலவில்லை. எனவே நடுத்தர வர்க்கத்தைச் சார்ந்த பெண்ணாக நடிக்கவேண்டி வந்தாலும் அந்த வறுமையுலகம் குறித்த அனுபவமோ கற்பனையோ அல்லாமல் கொஞ்சி கொஞ்சிப் பேசுகிறார்கள். இது போன்ற பெண்களின் இந்தப் பிரத்யேக குணாதியசங்களே நாளடைவில் தமிழ் சினிமா நாயகியின் குணாதிசயமாக எதிரொலித்து அதுவே நிலைபெற்று விட்டதோ என கருதத் தோன்றுகிறது.

இதில் கருவாடு வியாபாரியின் பணக்கார மகளாக வரும் நந்திதாவுக்கு சுட்டுப்போட்டாலும் நடிப்பு வருவதில்லை. அவரை வைத்துக் கொண்டு மாரடிக்கிறார் இயக்குநர். உண்மையில் இந்தப் பாத்திரத்துக்

காக அவர் முதலில் யோசித்து வைத்திருந்தது நடிப்புத் திறமையுள்ள தனது தோழி ஒருவரை. ஆனால் அவரை இத்திரைப்படத்தில் உபயோகப்படுத்த முடியாதபடியான நெருக்கடி. தோழியின் தாயும் நல்ல வாய்ப்புக்காகக் காத்திருந்து காத்திருந்து துணை நடிகையாகவே காலம் தள்ளும் தகவல் படத்தின் ஓரிடத்தில் வசனமாகச் சொல்லப் படுகிறது. நடிக்கத் திறமையிருந்தும் பலருக்கு வாய்ப்பு கிடைக்காமல் போகிற அபத்தமும் அந்தத் திறமை துளிகூட இல்லாதவர்களுக்கு வாய்ப்பு தங்கத் தட்டில் தேடி வருகிற அபத்தமும் என இரண்டுக்குமான முரணை இயக்குநர் மிக நுட்பமாக சொல்லிச் செல்கிறார். இது போல பல காட்சிகள் படம் பூராவும் வந்து தமிழ் சினிமா ஏன் பல காலமாகவே பூட்டகேஸாக இருக்கிறது என்பதை மெல்லிய நகைச்சுவையுடன் சொல்லிக் கொண்டிருக்கின்றன.

படமுதலாளியின் உதவியாளர் ஒருவர் சினிமா ஆட்களுக்கு உதவுவதாக நியமிக்கப்படுகிறார். சினிமாவில் ஆர்வமுள்ள அவரும் தன்னுடைய யோசனைகளை இயக்குநருக்கு சொல்லிக் கொண்டேயிருக்கிறார். இயக்குநருக்கு என்ன செய்வதென்றே தெரியாத தர்மசங்கடம். ஹாலிவுட்களில் ஒரு திரைக்கதையை பல முன் விவாதங்களுக்குப் பிறகு தயார் செய்து ஒரு கச்சிதமான திரைக்கதைப் புத்தகமாக மாற்றிக் கொள்வார்கள். மிக மிக அத்தியாவசியம் என்றால்தான் இடையில் இதை சில மாற்றங்களை செய்வார்கள். இந்தப் புத்தகத்தில் திரைக்கதை, காமிரா கோணங்கள், பாத்திரங்களின் வடிவமைப்புகள், அது சார்ந்த வசனங்கள், உடல்மொழிகள், அசைவுகள் என்று எல்லாமே முன்கூட்டிய திட்டமிடலுடன் கச்சிதமாக தீர்மானிக்கப்பட்டிருக்கும். சீட்டுக்கட்டு மாளிகையிலிருந்து அடியில் ஒரு சீட்டை உருவினாலும் மொத்தமும் கவிழ்ந்துவிடுவதுபோல பிறகு செய்யப்படும் மாற்றங்கள் ஒட்டுமொத்த படைப்பையும் ஒழுங்கையும் பாதித்துவிடும் என்கிற பிரக்ஞை அவர்களுக்குண்டு.

ஆனால் துரதிர்ஷ்டமாக தமிழ் சினிமாவில் சில இயக்குநர்களே இந்த முறையைப் பின்பற்றுகிறார்கள். மற்ற உருவாக்கங்கள் எல்லாம் முன்பே குறிப்பிட்டபடி கல்யாண சாம்பாரில் உப்பு போடும் கதைதான். பட முதலாளியின் மச்சினன், ஒன்று விட்ட சித்தப்பா, வீட்டு கூர்க்கா என்று எல்லோரும் சொல்லும் தங்கள் இஷ்டப்படி சொல்லும் ஆலோசனைகளை வேறு வழியில்லாத நெருக்கடியில் கேட்டு மோசமான கூட்டு அவியல் மாதிரி உருவாகி அசட்டுத்தனமாக நிற்பதுதான் தமிழ் சினிமா.

பயணம் என்கிற தனது முந்தைய திரைப்படத்தில் சூப்பர் ஹீரோக்களின் போலித்தன்மையை கதறக் கதற கிண்டலடித்த ராதா மோகன், இந்தத்

திரைப்படத்தில் ஒரு தமிழ் சினிமாவின் உருவாக்கத்தில் எப்படி யெல்லாம் அபத்தங்களும் இடையூறுகளும் நிகழ்கின்றன என்பதை தனது பிரத்யேக நகைச்சுவையோடு சொல்கிறார். இது போன்ற spoof திரைப்படங்கள் தமிழிலேயே வரத் துவங்குவதும் ரசிகர்களின் மனநிலையும் அதையே வழிமொழிவதுமான சூழல் பெருகும் போது இது போன்ற அபத்தங்கள் வருங்காலத்தில் பெருமளவு தவிர்க்கப் படலாம். அதற்கு ராதாமோகனின் இத்திரைப்படமும் ஒரு துளி காரணமாக இருக்கும்.

(அம்ருதா - ஜனவரி 2016)

இறைவி

ஆண் விளையாட்டின் பகடைக்காய்

இத்திரைப்படத்தை விடவும் இதை தமிழ் இணையச் சமூகம் பதற்றத்துடன் எதிர்கொண்ட விதம்தான் அதிக சுவாரசியமாக இருந்தது. படத்தின் முதல் காட்சி முடிந்த அடுத்த நொடியிலிருந்தே பல்வேறு விதமான எதிர்வினைகள் இணையத்தில் கொட்டத் துவங்கின. 'இது ஒரு சமூக விரோத திரைப்படம்' என்பதில் துவங்கி இது பெண்ணியப் படமா அல்லவா என்கிற ஆராய்ச்சி முடிவுகள் வரை பல்வேறு பார்வைகள். நிறைய எதிர்மறை விமர்சனங்கள். ஒரு திரைப்படம் இத்தனை விவாதங்களைக் கிளப்புகிறதென்றால் அது ஏதோவொரு வகையில் குறிப்பிடத்தக்க வகையான படைப்பு என்றுதானே பொருள்? அந்த சாதகத்தின் பலனைக்கூடத் தர பலர் தயாராக இல்லை. யார் அதிக சத்தத்துடன் அடிக்கிறார்களோ அந்தப் பக்கம் அதிக கவனம் திரும்பும் என்பதால் குண்டாந்தடியால் அடித்து வீழ்த்துவதற்குப் பலத்த போட்டி நிலவியது.

இறைவி திரைப்படத்தை சமகாலத்தில் உருவான மிகச் சிறந்த தமிழ் சினிமா என்று கொண்டாடவில்லை. மையத்தை விட்டு விலகிச்

செல்லும் கிளைக்கதை கோளாறுகளுடனும் தவறுகளுடனும் உருவான திரைப்படம்தான் இது. ஆனால் ஒரு கோணத்தில் இதன் சில பகுதிகள் அதுவரையான தமிழ் சினிமா தவறவிட்டதை உரையாடு பவை. பெண்களின் பிரத்யேக சில அகச்சிக்கல்கள், ஏக்கங்கள் போன்ற இருண்மைப் பிரதேசங்களின் மீது சிறிது வெளிச்சம் பாய்ச்சியிருக்கிற திரைப்படம் இது. குறிப்பாக அஞ்சலியின் பாத்திரம் சித்திரிக்கப் பட்டிருக்கும் விதம் மிக நுட்பமாக உருவாகி வந்துள்ளது.

இது போன்ற காரணங்களை குண்டாந்தடி விமர்சகர்கள் சற்று கருணை யோடு பரிசீலித்துப் பார்க்கலாம். ஏனெனில் சராசரி பார்வையாளர் களால் புரிந்துகொள்ளமுடியாத விஷயங்களின் மீது வெளிச்சத்தைப் பாய்ச்சி அதன் முக்கியத்துவத்தை உணர்த்த வேண்டியது விமர்சகர்களின் அடிப்படையான கடமை. விமர்சனங்களால் ஒரு திரைப்படத்தின் வணிக ரீதியான வெற்றி தோல்வியை நிர்ணயிக்க முடியாதென்றாலும் பகுதியளவிலாவது நிறைவடைந்திருக்கும் ஒரு நல்ல முயற்சிக்கு ஆதரவளிக்க வேண்டியது விமர்சகர்களின் கடமை. ஏற்கெனவே தமிழ் சினிமா மசாலாத்தனமான கழிவுகளால் நிரம்பியிருப்பது நமக்குத் தெரியும். அது குறித்த புகார்களும் நமக்கிருக்கின்றன. இது போன்ற சூழலில் அவற்றிலிருந்து சற்று விலகி ஆர்வத்துடன் மேலெழுந்து வரும் படைப்பைக் கருணையோடு அணுகாமல் அதன் தலை மேலேயே ஆவேசத்தோடு அடிப்பதால் யாருக்கு என்ன லாபம்?

●

என்னளவில் இறைவி திரைப்படத்தை மூன்று காரணங்களுக்காகக் குறிப்பிடத்தக்க படைப்பாக நினைக்கிறேன்.

ஒன்று, பெண்ணுரிமையைப் பேசும் இதுவரையிலான திரைப்படங் களை சற்று பொதுவாக நினைவுகூருங்கள். குடும்பத்தாலும் கணவனாலும் சமூகத்தாலும் உணர்வுகள் மழுங்கடிக்கப்பட்டு அடக்கி வைக்கப்பட்ட ஒரு பெண் பாத்திரம் அந்தக் கட்டுப்பாடுகளிலிருந்து தன்னை உடைத்து மீறிக்கொண்டு ஆவேசமாக வெளியே வரும். 'ஓ.. ஒரு தென்றல் புயலாகி வருதே' என்பதுபோல. அல்லது முதலில் இருந்தே தன் உரிமைகளைப் பற்றிய பிரக்ஞையுடன் உரையாடிக் கொண்டே இருக்கும். 'அவள் ஒரு தொடர்கதை' சுஜாதா போல. பெண்களின் கோணத்தில் பெண்களின் பிரச்னைகள் -சற்று மிகையான, நாடகத் தொனியில் இருந்தாலும் - உரையாடப்பட்டு வந்தன.

ஆனால் இறைவி திரைப்படம் இதிலிருந்து வித்தியாசப்பட்டு நிற்கிறது. ஆண்களின் உலகம் வழியாக பெண் இனம் எதிர்கொள்ளும் அவதிகள் நமக்கு உணர்த்தப்படுகின்றன. முந்தைய பாணியின் எதிர்பிம்பம் இது.

ஆண்மைய சிந்தனையுலகின் கண்ணாடியின் வழியாக பெண் உலகத்தை இதில் காண்கிறோம். பெண்களின் வழியாக காட்டப்பட்ட முந்தைய பாணி ஆணாதிக்க சிந்தனையுள்ள பார்வையாளர்களுக்கு எரிச்சலைக்கூடத் தந்திருக்கலாம். ஆனால் அவர்களின் முகத்தை அவர்களே கண்ணாடியில் பார்க்கும்விதமாக அவர்களின் நோக்கில் பெண்களின் பிரச்னைகளை ஆராயும்போது அது ஆணின் சிந்தனையைக் கிளறி தன்னை சுயபரிசீலனை செய்துகொள்ளும் சாத்தியம் 'இறைவி'யில் உள்ளது. இத்திரைப்படத்துக்கு வந்த சில நேர்மையான, உணர்வுபூர்வ மான எதிர்வினைகள் அவ்வாறுதான் அமைந்திருந்தன என்பதைக் கவனிக்கவேண்டும்.

இரண்டாவது. முந்தைய பாணி திரைப்படங்களில் பொதுவாக ஆண்கள் அயோக்கியர்களாக, பெண்கள் குறித்து சிறிதுகூட அனுதாபமோ, அன்போ, இரக்கமோ கொள்ளாத அரக்கர்களாகச் சித்திரிக்கப்பட்டிருந்தார்கள். அல்லது நல்லவர்போல் நடித்து ஏமாற்றும் கயவர்களாக. கதை சொல்லும் பாணியில் அது இயல் பானதும்கூட. அப்போதுதான் பார்வையாளர்களின் முழு அனுதாபத்தையும் பெண்களின் மீது பாய்ச்ச முடியும். அவர்களின் ஆவேசமான மீறலில் உள்ள நியாயத்தைப் புரிந்துகொள்ள முடியும். ஆனால் இறைவியில் வரும் ஆணகள் எவரும் பெண்கள் மீது அன்பில்லாதவர்களாக, கொடூரர்களாகச் சித்திரிக்கப்படவில்லை. பெண்களின் அன்புக்கு ஏங்குபவர்களாக, அதற்காக எதையும் செய்யத் தயாராக இருப்பவர்களாக இருக்கிறார்கள். சந்தர்ப்ப சூழல்களால், கட்டுப்படுத்த முடியாத கோபத்தால் அவர்கள் விழும் படுகுழிகள், அனிச்சையாக அவர்கள் குடும்பத்து பெண்களையும் பாதிக்கும் விஷயத்தைதான் இயக்குநர் மீண்டும் மீண்டும் சொல்கிறார்.

மூன்றாவது, பெண்ணியம் என்றால் அதுபற்றிப் பேசும் பெண்கள் சிலரிடையேகூடத் தவறான புரிதல்கள் உள்ளதாக தோன்றுகிறது. ஆண்களின் புற அடையாளங்களை, கீழ்மைகளைத் தாங்களும் போட்டிக்கு, வீம்புக்கு நகலெடுப்பது, அவர்களை வெறுத்து ஒதுக்குவது, எளிதில் சரிசெய்யக்கூடிய எந்தவொரு பிசிறையும் உயர்வு மனப்பான்மையுடன் பூதாகரமாக்குவது, கட்டற்ற பாலியல் சுதந்திரம் அல்லது அதிலிருந்து முழுவதுமாக விலகுவது போன்றவைதான் பெண்ணியத்தின் அடையாளங்கள் என்பதாகச் சிலரால் நம்பப்படுகிறது. ஆணைச் சார்ந்து, சகித்துக்கொண்டு அவனுக்கு அடிமையாக இருக்கத் தேவையில்லைதான், ஆனால் அவனை உதறுவதுதான் பெண் உரிமையை நிறுவுவதற்கான வழியா?

தங்களின் இருப்பின் முக்கியத்துவத்தை ஆண்களுக்கு உணர்த்துவது, சமூக, அரசியல், பொருளாதார தளங்களில் தங்களின் அடையாளங் களை, உரிமைகளை நிறுவுவது, அதற்கான போராட்டங்களை

நிகழ்த்தியபடியே இருப்பது, ஆணைச் சாராமலிருக்கும் தன்னிறைவு களை அடைவது, அறியாமையில் வீழ்ந்திருக்கும் பாமரப் பெண்களிடம் பெண்ணுரிமையின் முக்கியத்துவம் குறித்த விழிப்புணர்வை பரப்புவது போன்றவைதானே பெண்ணுரிமைப் போராட்டங்களின் ஆக்கப்பூர்வமான செயற்பாடுகளாக இருக்கமுடியும்? ஆணாதிக்க உலகின் அடிமையாகவே வளர்ந்த பழக்கத்தில் 'அதுதானே யதார்த்தம்' என்று தன்னிச்சையாக நம்பி அந்தப் பாரபட்சத்தோடு ஆண் பிள்ளை களை வளர்க்கும் பெண்களும் இந்தச் சூழலுக்கு ஒருவகையில் காரணம். வளரும்போதே ஆண்மைய சிந்தனைகளுக்கான விதைகளுடன் வளரும் ஆண் பிள்ளைகளின் உயர்வு மனப்பான்மையை முளையில் கிள்ளி எடுப்பது ஒரு முக்கியமான வழியல்லவா? ஆணும் பெண்ணும் தங்களின் சமத்துவ உலகத்தில் இணைந்து இயங்குவதும் அதற்கான நடவடிக்கைகளை முன்னெடுப்பதும்தானே யதார்த்தமான, ஆக்கபூர்வ மான வழிமுறை?

இத்திரைப்படத்தில் வரும் பெண்கள் அப்படித்தான் முட்டி மோதுகிறார்கள். தங்களின் சகிப்புத்தன்மையின் சாத்தியமான எல்லை வரை போராடுகிறார்கள். ஆண்களின் அன்பை வெல்வது, தங்களின் அன்பைப் புரிய வைப்பது அவர்களுக்கு பெரிய போராட்டமாக இருக்கிறது. அது ஒரெல்லையில் முறிந்து போகும்போதுதான் விலகலைப் பற்றி யோசிக்கிறார்கள். மழை என்பது இதில் சுதந்திரத்தின் குறியீடாகச் சித்திரிக்கப்படுகிறது. 'மழையில் நனைவதுதான்' அவர்களின் நெடுங்கால விருப்பமாக இருக்கிறது. ஆனால் அதில் கை நனைக்கத்தான் முடிகிறது. முட்டி மோதிய அத்தனை முயற்சிகளிலும் தோற்றுப்போன ஒருத்தி மட்டுமே மழையில் நனைகிறாள். மழைக்குப் பின் வெயில் வரும் என்பதுதானே இயற்கையின் நியதி?

●

வெவ்வேறு வயதில், சூழலில் உள்ள மூன்று பெண்களின் உலகங்கள் இதில் சித்திரிக்கப்படுகின்றன. மூவருமே குடும்ப வன்முறையில் சிக்கி தவிப்பவர்கள். கடந்த தலைமுறை பெண் தன் வாழ்நாள் முழுதும் அதைச் சகித்து புழுங்கிக்கொண்டு வாழ அடுத்தடுத்த தலைமுறைப் பெண்கள் தங்கள் சகிப்புத்தன்மையை நீட்டிக்கவும் அதிலிருந்து விலகவும் முடியாமல் தத்தளிப்பவர்களாக இருக்கிறார்கள்.

காலம் பூராவும் ஆணாதிக்கக் கொடுமையை அனுபவித்து மௌன சாட்சியாய் விளங்கும் வடிவுக்கரசி, பெரும்பாலான ஆண்களைப் போல தங்களின் வயோதிக காலத்தில் மனைவியின் அன்பை, சகிப்புத் தன்மையை புரிந்துகொண்டு மனம் திரும்பும் ராதாரவி, தனது வருங்காலத்தைக் குறித்து நிறைய கனவுகளுடன் திருமண வாழ்க்கையில் நுழையும் கமலினி, குடிகார கணவனான சூர்யாவிடம் தன் சகிப்புத்தன்மையின் எல்லைவரை நீடிக்க முயல்கிறாள்.

என்றாலும் அவனுடைய திரைப்படம் வெளிவராததால் உண்டான அதீத குடிப்பழக்கத்தின் பின்னணியை அனுதாபத்துடன் நோக்கி அவனைப் பிரிய முடியாமலும் தத்தளிக்கிறாள். நடிகர்களுக்கான சாயலுடன் உள்ள கணவனை எதிர்பார்க்கும் அஞ்சலி, ஒரு சராசரியான ஆணை திருமணம் செய்துகொண்டு முதலிரவிலேயே தன் கணவனின் மனவிலகலைக் கண்டு அதிர்ச்சியடைந்து ‘ஆம்பளைங்கன்னா அப்படி இப்படித்தாண்டி இருப்பாங்க’ என்கிற மூத்த பெண்களின் உபதேசத்தின் மூலம் அவனுடன் வாழ முயற்சிக்கிறாள். முட்டி முட்டி மோதி ஒரு கணத்தில் ‘நான் என்ன உன்ன திருத்தி வாழ வெச்சு குழந்தை பெத்து அதை வளர்க்கற மெஷினா?’ என்று வெகுண்டெழுகிறாள்.

இதில் மிக நுட்பமாகப் பதிவாகியிருப்பது அஞ்சலியின் அகம் சார்ந்த பகுதி. படம் துவங்குவதற்கு முன் திரையில் காட்டப்படும் திரைப்பட முன்னோடிகளான பாலச்சந்தர் மற்றும் பாலுமகேந்திராவின் பயணத்தில் தாவி ஒருபடி முன்னேறும் சாதனையை கார்த்திக் சுப்புராஜ் சாதித்திருக்கிறார்.

அஞ்சலிக்கு தன் வருங்கால வாழ்வு குறித்து பெரிதான கனவுகள் ஒன்றுமில்லை. ஒரு சராசரியான பெண்ணின் கனவுகள் மாத்திரமே. திருமணம் செய்து இரண்டு பிள்ளைகளைப் பெற்றுக்கொள்ள வேண்டும், தன் கணவன் தன் மீது தொடர்ச்சியான அன்பு செலுத்த வேண்டும் என்பது மட்டுமே. ஆனால் முதலிரவில் மீது அவள் மீது பாய்ந்து முடிக்கும் விஜய்சேதுபதி, பிறகு ‘என் விருப்பத்துடன் இந்தத் திருமணம் நடைபெறவில்லை’ என்கிறான். கணவனை இழந்த ஒரு பெண்ணுடன் அவனுக்கு தொடர்பிருக்கிறது. அவளைத் திருமணம் செய்து கொள்ள விரும்பி அது மறுக்கப்பட்டு பிறகுதான் அஞ்சலியை மணக்கிறான். மூத்த பெண்களின் வழக்கமான ஆலோசனைப்படி இதைச் சகித்துக்கொள்ளும் அஞ்சலி அவன் மனம் மாறக் காத்திருக்கிறாள்.

தன்னுடைய காதலியால் துரத்தப்பட்டு வெறுப்புடன் வரும் விஜய் சேதுபதி தன் மனைவிக்குக் குழந்தை பிறக்கவிருப்பதை அறிந்தவுடன் தான் அந்த மன மாற்றம் நிகழ்கிறது. ஆனால் அதற்குள் நிகழும் சம்பவங்களின் எதிர்வினையாக சிறைக்குப் போகிறான். மனைவியின் அன்பு அப்போதுதான் அவனுக்கு புரியத் துவங்குகிறது. இந்த திரைப்படத்தில் வரும் எல்லா ஆண்களுமே மிக மிகத் தாமதமாகவே தங்கள் துணையின் அன்பை உணர்கிறார்கள். அஞ்சலியிடம் அதுவரை யாருமே தன் அன்பைச் சொன்னதில்லை. அவளை ஆராதித்ததில்லை. விஜய்சேதுபதி சிறை சென்றிருக்கும் சமயத்தில் பாபி சிம்ஹா அவளிடம் தன் காதலை சொல்கிறான். முதன்முறையாக ஓர் ஆணிடமிருந்து வெளிப்படும் காதல் சொல். அஞ்சலி சற்று தடுமாறினாலும் அவனிட

மிருந்து விலகி ஊருக்குச் சென்றுவிடுகிறாள். மனத்துக்குள் மட்டுமே இந்தக் காதல் புகுகிறது. 'நீ ஒருத்தியை இச்சையுடன் பார்த்தாலே அவளுடன் விபச்சாரம் செய்ததற்கு சமமானது' என்கிற வேதாகமம். அவள் ஒரு கிறிஸ்துவப் பெண்.

பிறகு இந்த விஷயங்களை அறிந்து கொள்ளும் விஜய்சேதுபதி ஆத்திரம் கொள்கிறான். 'அவன் கூடப் படுத்தியா?' என்கிறான். இந்தக் கேள்விக்கு விடையறிவதுதான் அவனுக்குப் பெரிய விஷயமாக இருக்கிறது. பெண்ணின் உடலுக்குள் புகுவதைவிட மனத்துக்குள் புகுவது மிக முக்கியமானது என்பது அவனுக்குப் புரியவில்லை.

தன் கணவன் புரியும் அதுவரையான குற்றங்களுக்காக, விலகலுக்காக, திருமணத்துக்கு முன்பான தொடர்புக்காக இந்தக் கேள்வியை ஒரு நிராகரிப்பின் மூலம் அஞ்சலி அவனைச் சரியானபடி தண்டிக்கிறாள். 'ஆமாம். அவனை நானும் லவ் பண்ணேன். ஆனா விவரமால்லாம் சொல்ல முடியாது. விருப்பம் இருந்தா என் கூட வா'. இந்த ஆண்-பெண் சதுரங்க விளையாட்டில் மிக நுட்பமான அசைவின் மூலம் அஞ்சலி வெற்றி பெறும் இடம் இது. ஓர் அபாரமான செக் மேட்.

தமிழ் பார்வையாளர்களின் ஆசார மனங்களைக் குறித்து கவலை கொள்ளும் இயக்குநர் இந்தப் பகுதிகளை எல்லை தாண்டாமல் மிக நுட்பமாகக் கையாண்டிருக்கிறார். சுஜாதா எழுதிய 'ஜன்னல் மலர்' என்கிற குறுநாவலுக்கு இயக்குநர் நேர்மையாக கிரெடிட் தந்திருப்பதைப் பாராட்டவேண்டும். விதம் விதமாக கதைகளை உருவும் உலகில், அவர் சொல்லியிருக்காவிட்டால் இது பெரும் பாலோனோர்க்கு தெரிந்திருக்கப் போவதில்லை. குறுநாவலை மிக நுட்பமாகக் கலைத்துப் போட்டிருக்கிறார். குறுநாவலில் வரும் பெண் பாத்திரம் கணவன் சிறைக்குப் போயிருக்கும் நேரத்தில் வேறு வழியில்லாமல் இன்னொரு ஆணுடன் சோரம் போகும். கணவனின் நண்பனே அவனை சட்டத்திடம் மாட்டிவிட்டு அந்த இடைவெளியை தனக்கு சாதகமாகப் பயன்படுத்திக் கொள்வான். இது திரைக்கதையில் கலாசாரக் காவலர்களுக்காக மாற்றப்பட்டு சரியாகப் பொருத்தப் பட்டிருக்கிறது.

●

இதைப் போலவே விஜய்சேதுபதியின் தோழியாக வரும் பூஜா தேவரியாவின் பாத்திரமும் சிறப்பாக வடிவமைக்கப்பட்டுள்ளது. தன் கணவனுடன் இன்பமான வாழ்க்கை நிகழ்த்திய இவர், அவருடைய மறைவுக்குப் பிறகு விஜய்சேதுபதியுடன் நெருங்கிப் பழகுகிறார். தங்களுடைய தொடர்பு உடல் சார்ந்தது மட்டுமே, காதல் என்பதெல்லாம் கிடையாது என்பதை விஜய்சேதுபதிக்குத் தொடர்ந்து

தெளிவுப்படுத்திக் கொண்டேயிருக்கிறார். ஆனால் அவரோ 'உடலின் பத்தைத் தாண்டி தான் உண்மையாகவே காதலிப்பதாகவும் திருமணம் செய்யத் தயாராக இருப்பதாகவும் தெரிவிக்கிறார். பூஜாவிற்கு திருமணத்தில் நம்பிக்கையில்லை. எனவே அந்த உடன்பாட்டை வலுவாக மறுக்கிறார். 'வேறு பெண்ணைத் திருமணம் செய்து கொள்' என்கிறார்.

விஜய்சேதுபதி - அஞ்சலி திருமணம் முடிந்தவுடன் விஜய்யின் 'வருகையை' பூஜா விரும்புவதில்லை. அப்போது தற்செயலாக வரும் ஓர் ஆணை (கணினி பழுது பார்ப்பவர்) தன்னுடைய புது நண்பராக சித்திரிப்பதின் மூலம் விஜய்யின் வெறுப்பை வேண்டுமென்றே சம்பாதிக்கிறார். அப்போதுதான் அவர் தன் மனைவியுடன் இணைந்து வாழவேண்டுமென. இந்தத் திட்டம் சரியாக வேலை செய்கிறது. ஆனால் விஜய் கோபத்துடன் கிளம்புவதைப் பார்த்து பூஜா ஏன் அழ வேண்டும்? அது செயற்கையான மெலோடிராமாவாக இருக்கிறதே என்பது பலரின் எண்ணமாக இருந்ததை இணையப்பதிவுகளின் மூலம் உணர முடிந்தது.

இதனால்தான் இந்தப் பாத்திரமும் நுட்பமாக வடிவமைக்கப்பட்டிருப்ப தாகச் சொல்கிறேன். ஜெயகாந்தனின் 'புது செருப்பு கடிக்கும்' என்கிற சிறுகதையை மிகப் பொருத்தமாக இங்கு நினைவுகூரலாம். மிக அபாரமாக எழுதப்பட்ட சிறுகதை அது. புதிதாக திருமணமான ஒருவன் புது மனைவி செய்யும் சண்டித்தனத்தை வெறுப்புடன் உணர்ந்த ஓர் இரவில் தாம் பழகிய 'முன்னாள் காதலியின்' இல்லத்துக்கு ஆறுதல் தேடி செல்வான். இவன் அவளுடன் பழகிய முந்தைய காலம் பற்றிய விவரணைகள் சிறுகதையில் நன்கு விவரிக்கப்பட்டிருக்கும். முன்னாள் காதலி புதிதாக திருமணமான பெண்ணின் உணர்வுகளை, மிரட்சிகளை எடுத்துச் சொல்லி உபதேசம் செய்து இவனைத் திருப்பி அனுப்புவாள்.

ஏறத்தாழ பூஜாவின் பாத்திரமும் இத்தகையதே. அவள் ஆணின் உடலை மட்டுமே விரும்பும் பாலியல் துய்ப்பு இயந்திரம் அல்ல. ஒரு பெண் பாலியல் தொழிலாளியாகவே இருந்தாலும் கூட தன் மனத்துக்குப் பிடித்த ஆடவனுடன் பாலுறவு கொள்ளும்போது மட்டுமே உயிர்ப்புடன் இருப்பாள். பூஜாவுக்கு விஜய்சேதுபதி மீது அன்பிருந்தாலும் அவன் இன்னொரு பெண்ணுடன் ஒரு புது வாழ்க்கை வாழத் துவங்கவேண்டும் என்று விரும்புகிறாள். முந்தைய திருமணத்தின் மூலம் நிகழ்ந்த கசப்புகள் அவள் இன்னொரு திருமணத்தை நாடவிடாமல் தடுத்திருக்கலாம். எனவேதான் விஜய்சேதுபதியை வலிந்து விலக்கிவிட்டாலும் அவனின் மீதுள்ள அன்பை நினைத்து ரகசியமாக அழுகிறாள். மனித மனதின் சிக்கல் வெளிப்படும் நுட்பமான ஒரு தருணம் இது.

●

எஸ்.ஜே.சூர்யா, விஜய்சேதுபதி, பாபிசிம்ஹா, அஞ்சலி, கமலினி என்று ஏறத்தாழ எல்லோருமே அவரவர்களின் நட்சத்திர அடையாளங் களைக் கழற்றிவிட்டு பாத்திரத்தின் வார்ப்புக்குள் கச்சிதமாக இயங்கி யிருக்கிறார்கள். வடிவுக்கரசியால் ஒரு முழு வாழ்க்கையின் துயரத்தை ஒரே ஷாட்டில் சொல்லி விட முடிகிறது. ராதாரவி, சீனு மோகன் போன்றவர்களின் இயல்பான நடிப்பு பாராட்டத்தக்கது. குறிப்பாக ராதாரவி பெரிய ஆச்சரியம்.

பாபிசிம்ஹாவின் பாத்திர வடிவமைப்பும் நுட்பமானதே. ஆண் உலகத்தில் சீரழியும் பெண்கள் மீது அவனுக்கு அனுதாபம் இருக்கிறது. அவர்களைக் காப்பாற்றவேண்டுமென்கிற ஆதாரமான உணர் விருக்கிறது. அதற்காக நடைமுறை விழுமியங்களைக்கூட இயல்பாகத் தாண்டத் தயாராக இருக்கிறான். திருமணத்தின் போதே நண்பனின் மனைவி மீது அவனுக்கு ஈர்ப்பு வருகிறது. தன்னைக் கட்டுப்படுத்திக் கொள்கிறான். ஆனால் விஜய்சேதுபதி முன்கோபத்தில் ஒரு கொலையைச் செய்து விட்டு சிறைக்குப் போய் மனைவியைத் தவிக்க விடும்போது அந்த அனுதாபம் மீண்டும் காதலாகப் பெருக அந்தச் சமயத்தில் தன்னை வெளிப்படுத்துகிறான். அவன் சொல்லும் முறையின் நாகரிகத்தால் அஞ்சலி ஈர்க்கப்படுகிறாள். ஆனால் மனதளவில் மட்டுமே. இறுதிக்காட்சியில் கூட வேறு ஊருக்குச் செல்லும் விஜய்சேதுபதியிடம் ‘உன் மனைவியைப் பார்த்துக் கொள்’ என்று பாபி சிம்ஹா எச்சரிக்கை செய்கிறான். அதுவரை ஆத்திரத்தைக் கட்டுக்குள் வைத்திருந்த விஜய்சேதுபதிக்கு இந்த ஒரு புள்ளி கரையைக் கடக்கும் பொருளைத் தருகிறது.

சந்தோஷ் நாராயணின் சில பாடல்கள் இடையூறாக அமைகின்றன. கதை சொல்லும் பாணியும் எடிட்டிங்கும் இத்திரைப்படத்தில் அற்புத மாக உள்ளன. என்றாலும் சில காட்சிகளைக் கத்தரித்திருந்தால் இதுவொரு செம்மையான திரைப்படமாக உருவாகியிருக்கக்கூடும். எஸ்.ஜே. சூர்யாவின் குடிதொடர்பான காட்சிகள், சிலைக்கடத்தல் போன்ற நம்பகத்தன்மையற்ற காட்சிகள் போன்றவை மையத்திலிருந்து விலகியிருக்கின்றன. என்றாலும் ‘எவராலும் ஆராதிக்கப்படாமலிருக்கும் இறைவி சிலைகளை அவை போற்றப்படும் இடத்துக்கு நகர்த்திச் செல்வது ஒருவித அறம்’ என்கிற பொருளை பெண்களுக்கும் பொருத்திப் பார்க்க இயக்குநர் நினைப்பது நுட்பமானதொன்று.

●

படத்தயாரிப்பாளர் என்கிற நபர் இதன் இயக்குநருக்குள் ஒரு கசப்பான, வன்மமாக படிமமாக உறைந்திருக்கிறார் என்று தோன்றுகிறது. முந்தைய திரைப்படமான ‘ஜிகர்தண்டா’விலும் படத்தயாரிப்பாளர் குறித்தான பகடி இருந்தது. இதிலும் ஒரு குரூரமான,அகங்காரமுள்ள

தயாரிப்பாளர் வருகிறார். 'உன்னுடைய கோபத்தை உன் படைப்பில் காட்டு' என்றொரு வசனமும் இத்திரைப்படத்தில் வருகிறது. தயாரிப்பாளரின் கோபத்தினாலும் அவருடைய குடும்பம் பாதிக்கப் படுகிறது. இயல்பான நற்குணங்களைக் கொண்டாலும் ஓர் ஆணின் அதீதமான கோபம் அவனையும் அவனைச் சேர்ந்தவர்களையும் எவ்வா றெல்லாம் பாதிக்கிறது என்பதைப் பல்வேறு பாத்திரங்கள் மூலம் மீண்டும் மீண்டும் இயக்குநர் வலியுறுத்துகிறார்.

இத்திரைப்படத்தில் படத்தயாரிப்பாளர் பாத்திரம் குரூரமாகக் காட்சிப் படுத்தப்பட்டதற்காக தயாரிப்பாளர் சங்கம் இயக்குநரைக் கண்டித்தது மோசமான போக்கு. அதுவரையான தமிழ் திரைப்படங்களில் அரசியல், காவல்துறை என்று சமூகத்தின் பெரும்பாலான தரப்பினர் விமர்சிக்கப்பட்டிருக்கிறார்கள், கிண்டலடிக்கப்பட்டிருக்கிறார்கள். ஏன், சினிமா நாயகர்கள் கூட பகடி செய்யப்பட்டிருக்கிறார்கள். சுய துறை விமர்சனம் செய்யப்பட்டதற்கு ஏன் தயாரிப்பாளர் சங்கம் கோபப்பட வேண்டும்? அவ்வாறான தயாரிப்பாளர்களே இல்லையா என்ன, அவர்களும் நிறை, குறையுமுள்ள மனிதர்கள்தானே?

முதல் திரைப்படத்தில் திரில்லர், இரண்டாம் திரைப்படத்தில் இருண்மை நகைச்சுவை, மூன்றாம் திரைப்படத்தில் டிராமா என்று வேறு வேறு வகைமைகளைக் கையாளும் இயக்குநரின் ஆர்வம் பாராட்டப்பட வேண்டியது. கிளைக்கதைகளைக் குறைத்து மையத்தில் இன்னமும் அதிக கவனம் செலுத்தியிருந்தால் 'இறைவி' தமிழில் ஒரு முக்கியமான படமாகியிருக்கக்கூடும். இதன் சில பகுதிகளில் அதற்கான அழுத்தமான தடயங்களைக் காண முடிகிறது. கார்த்திக் சுப்புராஜ் அடுத்த படைப்பில் அந்த எல்லையைத் தொடுவார் என நம்புவோம்.

(உயிர்மை, ஜூலை 2016)

கபாலி

வணிகத்துக்குள் கரைந்த சமூகநீதி

இரண்டு திரைப்படங்களை மட்டும் இயக்கியுள்ள ஓர் இளம் இயக்குநரிடம் தம்மை இயக்குவதற்கான படவாய்ப்பை ரஜினிகாந்த் தந்திருக்கிறார் என்கிற தகவல் வெளியான சமயத்தில் தமிழ் திரையுலகில் மட்டுமல்ல ரசிகர்களிடையேயும் பரபரப்பு கூடியது. அந்த இயக்குநர் பா.ரஞ்சித் என்பதால் அது அரசியல் சார்ந்த படமாக இருக்கக்கூடும் என்ற நோக்கில் பரபரப்பு இன்னமும் உயர்ந்தது. அது போதாது என்று ரஜினியை வைத்துக்கொண்டு 'முள்ளும் மலரும்' காளி போன்றதொரு பாத்திரத்தை மீள்உருவாக்கம் செய்வதே தம் நோக்கம் என்று ரஞ்சித் தெரிவித்தது வேறு ரசிகர்களின் ஆவலை எகிறச் செய்தது.

ஆனால் கபாலி திரைப்படம் வெளிவந்தவுடன் ரசிகர்களின் ஆவல்கள் எல்லாம் பூர்த்தியானதா? இத்திரைப்படம் பேசிய அரசியல்தான் என்ன?

இந்த விஷயங்களைப் பார்ப்பதற்கு முன்னால், தம் அடுத்த படத்தை ஓர் இளம் இயக்குநரிடம் ஒப்படைக்கும் அளவுக்கு ரஜினிக்கு எந்த

வகையான நெருக்கடியான சூழல் இருக்கமுடியும் என்கிற காரணத்தைப் பற்றி யோசிக்கவேண்டும்.

அதற்கு ரஜினியின் இதுவரையான கலையுலகப் பயணத்தை மிகச் சுருக்கமாகப் பார்த்துவிடலாம்.

வில்லனாக தம் நடிப்பை ஆரம்பித்த ரஜினிகாந்த் பிறகு குணச்சித்திர நடிகராகப் பரிணமித்து பின்பு நாயகனாக உயர்ந்தார். ஒரு கட்டத்துக்குப் பிறகு அவரை வைத்து வெகுசன மசாலாக்களை மட்டுமே உருவாக்க முடியும் என்கிற சூழலாக அது மாறியது. குறிப்பாக 'பாட்ஷா' திரைப்படத்தின் வெற்றிக்குப் பிறகு அவரது வணிக மதிப்பும் சந்தையும் ஏற்றம் பெற்றது. அந்தச் சூழலில் நிகழ்ந்த அரசியல் சர்ச்சையையும் திரைப்படத்துக்கான வெற்றிகரமான கச்சாப்பொருளாக ரஜினியும் அவரது திரைப்பட இயக்குநர்களும் பயன்படுத்திக்கொண்டார்கள். தம் அரசியல் நிலைப்பாட்டை தெளிவாக முன்வைக்காமல் 'சரியான நேரத்துல வருவேன்', அல்லது 'வரமாட்டேன்' என்கிற கண்ணாமூச்சி ஆட்டத்தை சில காலம் நிகழ்த்தினார்.

திரையில் அடித்தட்டு மக்களுக்காக உதவும் பாவனையில் இயங்கும் அவதார நாயகர்களை நிஜத்திலும் நம்பி 'இவராவது நம்மை காப்பாற்ற மாட்டாரா' என்கிற ஏக்கத்தில் நடிகர்களிடம் அதிகாரத்தை ஒப்படைத்த அனுபவமுள்ள தமிழ் சமூகத்துக்கு இவரும் ஒரு நம்பிக்கையான அடையாளமாகத் தெரிந்ததில் ஆச்சரியமில்லை. ஆனால் ஒரு கட்டத்துக்குப் பிறகு அவரது அரசியல் விளையாட்டு சலித்துப்போய் எரிச்சலையூட்டியது. ஏறத்தாழ இதே காலக்கட்டத்தில் ஒரே மாதிரியான தேய்வழக்கு வடிவமைப்பில் அமைந்த இவரது மசாலா திரைப்படங்களும் சலிப்பூட்டத் துவங்கின. கடந்த சில ஆண்டு களாகவே அவரது சூப்பர் ஸ்டார் எனும் கிரீடத்தில் மெல்ல விரிசல் விடத் துவங்கியது. போதாக்குறைக்கு இதர மசாலா மன்னர்களான விஜய், அஜித் போன்றவர்களின் வணிக மதிப்பு உயரத் துவங்கியதும் உப காரணங்களில் ஒன்று.

பாபா திரைப்படத்தின் அப்பட்டமான வணிக தோல்வி அந்த வீழ்ச்சியின் முதல் சமிக்ஞை. மோசமான திரைக்கதையாக இருந்தால் ரஜினிகாந்த்தின் திரைப்படங்களும் தோற்கும் என்கிற முக்கியமான செய்தியை மக்கள் சமர்ப்பித்தார்கள். பின்பு உருவான சந்திரமுகி, எந்திரன் போன்றவற்றின் மூலமாக அவர் மீண்டும் மேலெழ முடிந்த தென்றாலும் பரமபத பாம்பில் சறுக்குவதுபோல குசேலன், கோச்சடை யானில் மறுபடியும் சறுக்கி விழ நேர்ந்தது. ஹாலிவுட் திரைப்படங்களைப்போல அனிமேஷன் திரைப்படங்களுக்கென ஒரு சந்தையை தமிழிலும் உருவாக்கக்கூடிய சாத்தியத்தை, முறையற்ற

ஒருங்கிணைப்பினாலும் மோசமான உருவாக்கத்தினாலும் கோச்சடையான் இழந்தது. அதன் பிறகு வெளியான 'லிங்கா' திரைப்படமும் பெரிய வெற்றியைப் பெறவில்லை.

ரஜனிகாந்த் உச்ச நட்சத்திரமாக உயர்ந்த பிறகு அவரை வெகுசன மசாலா இயக்குநர்கள் மட்டுமே கையாண்டு கொண்டிருந்தனர். ஆனால் துவக்க கால திரைப்படங்களில் வெளிப்பட்ட ரஜினி எனும் இயல்பான நடிகனை மீண்டும் காணும் விருப்பம் ஏறத்தாழ எல்லோரிடமும் இருந்தது. வடக்கில் சூப்பர் ஸ்டாராக இருந்த அமிதாப் பச்சன், ஒரு காலக்கட்டத்துக்குப் பிறகு தனது வயதுக்கேற்ற பாத்திரங்களிலும் இளம் இயக்குநர்களிடம் தம்மை ஒப்படைத்துக்கொண்டு வித்தியாச மான படங்களில் நடிப்பதைப் போன்று ஏன் ரஜினியும் அதைப் பின்பற்றக்கூடாது என்கிற பொதுவான எதிர்பார்ப்பு, அவரது ரசிகர்கள் உட்பட்டு பெரும்பாலோனோரிடம் இருந்தது. ஷாரூக்கான், சல்மான் கான் என்று இதர நடிகர்களின் செல்வாக்கு உயர்வினால் அமிதாப் தன் வணிக மதிப்பை இழந்ததின் காரணமாகவே வேறுவழியில்லாமல் இவ்வாறான மாற்றுப் பாதையை தேர்ந்தெடுத்தார் என்பது ஒரு காரணமாக சொல்லப்பட்டாலும் ஏறத்தாழ ரஜினியும் இங்கு அந்தப் பாதையில்தான் சென்றுகொண்டிருந்தார் என்பதைக் கவனிக்க வேண்டும்.

வழக்கமான இயக்குநர்களிடமிருந்து விலகி ஒரு புதிதான இளம் படைப்பாளியிடம் தம்மை ஒப்படைப்பதின் மூலம் அந்தப் பாதையை செப்பனிட வேண்டிய நெருக்கடியும் கட்டாயமும் ரஜினியின் தரப்பிற்கு ஏற்படுகிறது. இந்த நிலையில் ரஜினி மற்றும் பா.ரஞ்சித் கூட்டணியின் அறிவிப்பு வெளிவந்த போது அதில் தென்பட்ட புத்துணர்ச்சி காரணமாகவே அது பரவலாக வரவேற்கப்பட்டது. 'அட்டகத்தி' 'மெட்ராஸ்' எனும் இரண்டு திரைப்படங்களின் மூலம் கவனிக்கத்தக்க ஓர் இயக்குநராக ரஞ்சித் இருந்ததால் இந்தக் கூட்டணியின் மீது நம்பிக்கையும் ஆர்வமும் ஏற்பட்டதில் வியப்பில்லை.

●

தம் திரைப்படங்களில் மிக நுட்பமாக தலித் அரசியலை உரையாடுபவர் என்கிற கூடுதலான படிமம் இயக்குநர் ரஞ்சித்தின் மேல் உள்ளது. இதுவுமே கபாலி திரைப்படத்தின் மீதான ஆர்வம் பெருக ஒரு காரணமாக இருந்தது. அதுவரை வில்லனின் அடியாளாகவும் விளிம்புநிலைச் சமூகத்தின் அடையாளப் பெயராகவும் சினிமாவில் சித்திரிக்கப்பட்டுக் கொண்டிருந்த 'கபாலி' எனும் பெயரை நாயக அந்தஸ்துக்கு மேல்நிலையாக்கம் செய்தது குறிப்பிடத்தகுந்த விஷயம். ஆனால் 'கோட் அணிவது' போன்ற சில புற அடையாளங்களைத்

தவிர்த்து கபாலி தலித் அரசியலை வலுவாக முன்வைக்கிறதா? அல்லது எம்.ஜி.ஆர் திரைப்படங்களைப்போன்று மேலோட்டமாக வர்க்க அரசியலைப் பற்றி மட்டும் பேசும் படமாகச் சுருங்கி நிற்கிறதா?

இரண்டே திரைப்படங்களை வைத்து ஒரு இயக்குநரின் படைப்புலகை அவதானிக்க முயல்வது சரியல்லதான் என்றாலும் தலித் சினிமா இயக்குநர் என்கிற அடையாளம் ரஞ்சித்தின் மேல் உள்ளதால் இதைப்பற்றிப் பேச வேண்டியிருக்கிறது. ரஞ்சித்தின் முதல் திரைப்படமான 'அட்டகத்தி' சில விமர்சகர்கள் கூறுவது போல் தலித் சினிமா அல்ல என்று தோன்றுகிறது. தாழ்த்தப்பட்ட சமூகத்து இளைஞனின் பின்னணியையும் அதன் வாழ்வியல் கூறுகளையும் அத்திரைப்படம் கொண்டிருந்தாலும் அது பிரதானமாக உரையாடுவது, ஒரு இளைஞன் ஒரு பெண்ணின் காதலை அடைவதென்பது பார்வை யற்றவன் ஒரு வண்ணத்துப்பூச்சியை பிடிப்பது போன்று சிரமமான காரியம் என்பதை இயல்பான நகைச்சுவையில் விவரிக்கிற திரைப்படம். ஒன்றுக்கும் மேற்பட்ட பெண்கள் காதல் தாபத்தோடு நாயகனை துரத்துகிற தமிழ் சினிமாக்களின் போலியான சித்திரிப்புகளை உடைத்துப்போட்டு ஒரு இளைஞன் காதலை சம்பாதிப்பதற்கு எப்படியெல்லாம் லோல்பட வேண்டியிருக்கிறது என்கிற யதார்த்தத்தை பேசிய திரைப்படம். மட்டுமல்லாமல் ஒருவனின் வாழ்வில் ஒரு காதல்தான் பூக்கும் அல்லது பூக்க வேண்டும் என்கிற கற்பித பிம்பங்களை உடைத்து ஒவ்வொரு காலக்கட்டத்திலும் வேறு வேறு காதல்களின் மீது உண்டாகும் இயல்பை முன்வைத்தது. அடுத்து வந்த 'மெட்ராஸ்' திரைப்படத்தில் இயக்குநர் தம் அரசியல் சார்ந்த அடையாளத்தை இன்னமும் சற்று முன்னகர்த்தி உரையாட முயன்றார் என்றாலும் அது பூடகமான உரையாடலாகத்தான் இருந்தது. சென்னை போன்ற ஒரு தொன்மையான பிரதேசத்தின் அடித்தட்டு மக்கள் எவ்வாறு நெடுங்காலமாக ஆதிக்க அரசியல் சக்திகளால் சுரண்டப் பட்டுக் கொண்டேயிருக்கிறார்கள் என்கிற உண்மையை 'மெட்ராஸ்' பேசினாலும் அது தலித் சினிமாவுக்கான துல்லியமான அடையாளமாக இல்லை.

பொதுவான மைய நீரோட்ட சினிமா வடிவமைப்புக்கு இடையில் சாத்தியமான எல்லையில் நின்று தம் அரசியல் குரலை ஒலிக்கவிடுவதை மட்டும்தான் இயக்குநர் தம்முடைய பாணியாகப் பின்பற்றுகிறார் என்பதை அவதானிக்க முடிகிறது. இது புரிந்துகொள்ளக்கூடிய இயல்பான விஷயம்தான். சினிமா என்பது பெரும் முதலீட்டில் உருவாகும் படைப்பு எனும்போது அதற்கேற்ற சமரசங்களோடுதான் அதில் இயங்க முடியும். ரஞ்சித் வெளிப்படையான அரசியல் உரையாடலாளரா அல்லவா என்கிற விவாதத்தைத் தாண்டி

நுண்ணுணர்வுள்ள காட்சிகளை உருவாக்குவதின் மூலம் தாம் ஒரு சிறந்த சினிமா படைப்பாளி என்கிற தகுதியை மெட்ராஸ் திரைப்படத்தின் மூலம் நிறுவிக்கொண்டார்.

என்றாலும்கூட ரஞ்சித் என்கிற இயக்குநர் தலித் சமூகத்தின் சினிமாக் குரலாக ஆரவாரமாகவும் உற்சாகமாகவும் அடையாளம் காணப்படுவதில் கலாசாரரீதியிலான நியாயமுண்டு. தமிழ் சினிமா துவக்கத்தில் உயர்சாதிகளாக கருதப்பட்டவர்களின் பங்களிப்பில் உருவானது. திராவிட இயக்க அரசியலுக்குப் பிறகு அது மெல்ல ஒய்ந்து இடைநிலைச்சாதிகள் தங்களின் சாதியப் பெருமிதங்களை சித்திரிக்கும் வெளியாக உருமாறியது. தமிழ் எழுத்துலகில் தொன்னூறுகளில் தலித் இலக்கியம் என்கிற வகைமை உருவானதுபோல், சில மெல்லிய விதிவிலக்குகளைத் தவிர்த்து, தலித் சமூகத்தின் கலாசாரக் கூறுகளை, அதன் துயரத்தை, வலியை, கலகத்தை அழுத்தமாக பிரதிநிதித்துவப் படுத்தும் ஒரு பிரத்யேகமான தலித் சினிமாகூட இதுவரை உருவாக வில்லை. இந்த சூழலில் ரஞ்சித்தின் துவக்க கால முயற்சிகள் அதன் ஆரவாரத்தோடு வரவேற்கப்படுவதில் உள்ள சமூக நியாயத்தை புரிந்து கொள்ளலாம். தொடர்ந்து தலித் சினிமா என்கிற வகைமை பரவலாக உருவாகும்வகையில் இதன் பின்னால் நிறைய படைப்பாளிகள் வரக்கூடும். ரஞ்சித் என்கிற முன்னோடி இதற்கு காரணமாக அமைவார்.

●

கபாலி திரைப்படத்தின் பாடல் வரிகளிலும் முன்னோட்டக் காட்சிகளிலும் அதிகாரத்தால் நசுக்கப்பட்ட சமூகத்தின் எதிர்ப்பையும் கலகத்தையும் வெளிப்படுத்தும் குரல்கள் இருந்தன. இந்தக் காரணத்தினாலேயே கூட இதுவொரு வலுவான அரசியல் திரைப்பட மாக இருக்கும் என கருதப்பட்டது. ஆனால் திரைப்படம் வெளிவந்த பிறகு பார்த்தால் அது மேற்குறிப்பிட்ட வகையில் ரஞ்சித்தின் பாணியாகக்கூட அல்லாமல் வலுவிழந்திருந்தது. மைய நீரோட்ட சினிமாவின் வடிவுக்குள் சாத்தியமான அளவில் மேலோட்டமாக சில முற்போக்கு தீற்றல்கள் மட்டுமே அதில் வரையப்பட்டிருந்தன.

வழக்கமான ரஜினி படங்களில் உள்ள தேய்வழக்குகள், வணிக அபத்தங்கள் இதில் இல்லையென்பது பெரிய ஆறுதல் என்றாலும்கூட, ரஜினி சில காட்சிகளில் அற்புதமாக நடிக்க முயன்றிருந்தாலும்கூட ஒட்டுமொத்த நோக்கில் இதுவொரு சிறந்த சினிமாவாக உருவாக வில்லை. ரஞ்சித்துக்காக ரஜினி பல படிகள் இறங்கி வந்திருந்தார் என்றாலும் ரஜினிக்காக ரஞ்சித் அதையும்விடப் பல படிகள் தாண்டி இறங்கிச் சென்றுவிட்டாரோ என்று நினைக்கத் தோன்றுகிறது. இது வழக்கமான ரஜினி படமாகவும் இருக்காமல், இயக்குநர் முன்பு அளித்த

வாக்குறுதியின் படி 'முள்ளும் மலரும்' வகையிலான யதார்த்தப்பட மாகவும் அல்லாமல் இரண்டும்கெட்டானாக அமைந்ததுதான் சோதனை.

கபாலி என்ன மாதிரியான திரைப்படம்? கேங்க்ஸ்டர் வகையிலான படமா? தமிழகத்திலிருந்து புலம் பெயர்ந்து அயல் பிரதேசங்களில் பல ஆண்டுகளாக குடிமக்களாக வாழ்ந்து கொண்டிருந்தாலும் இன அரசியலால் இரண்டாம் தர பிரிவினராக நடத்தப்படும் சமூகத்திலிருந்து வீறுகொண்டு எழும் ஒரு தலைவனைப் பற்றிய படமா? தன்னுடைய வன்முறை வாழ்க்கையினால் மனைவியைப் பிரிந்து சிறைக்குச் சென்று நடுத்தர வயதுக்குப் பின்னான ஒரு காலத்தில் அவளைத் தேடும் ஒரு அன்பான கணவனைப் பற்றிய படமா? இதன் திரைக்கதை ஒத்திசைவான தன்மையில்லாமல் துண்டு துண்டான சித்திரிப்புகளுடன் அலைபாய்வதால் கோர்வையற்ற படைப்பாகி சலிப்பூட்டுகிறது. ரஜினி என்கிற பிரம்மாண்டமான வணிக பிம்பத்தை சற்று வளைக்க முயன்ற சாதனையைத் தவிர வேறு எதையும் இயக்குநரால் சாதிக்க முடியவில்லை.

காட்பாதரின் அழுத்தமான தழுவலாக இருந்தாலும் இந்த நோக்கில் மணிரத்னம் உருவாக்கிய 'நாயகன்' திரைப்படத்தின் செய்நேர்த்தியை இங்கு நினைவுகூரலாம். வேலு நாயக்கர் என்கிற நபரின் துவக்க காலம் முதல் மரணம் வரையான வாழ்க்கை ஒரு தெளிவான நேர்க்கோட்டில் நம்பகத்தன்மையுடனான காட்சிகளுடன் சொல்லப்படுகிறது. சந்தர்ப்பச் சூழல் காரணமாக பம்பாயின் வன்முறை வாழ்க்கைக்குள் விழுந்த இளைஞனான வேலு அங்குள்ள தமிழர்களின் தலைவனாக எப்படி உருமாறுகிறார், அவருடைய நிழலான காரியங்கள், அதன் பின்னணி, சக மாஃபியா கும்பலுடனான மோதல்கள், அதிகார தரப்பினுடனான உரசல்கள், சமரசங்கள் போன்றவை துல்லியமான சித்திரங்களால் நிரப்பப்பட்டிருந்தன.

கபாலியில் அப்படியாக எதுவும் நிகழவில்லை. ஒரு மாஃபியா டான் 'ஆண்டவன் நம்மளை காப்பாற்றுவான்' என்று பொருந்தாத விதத்தில் பாட்சா படத்தில் சொல்வதுபோல ஒரு பரிசுத்தமான டானாகவே இதிலும் காட்டப்படுகிறார். நெருக்கடியான சூழலில் சிறைக்குச் சென்றாலும் கூட தலைமைப்பண்புள்ள ஒரு கேங்க்ஸ்டரால் சிறையில் இருந்தபடியே தம் செல்வாக்கைப் பயன்படுத்தியபடி தம்முடைய நிறுவனங்களை செயல்படுத்தவும் கண்காணிக்கவும் முடியும் என்பதை யதார்த்தத்தில் அறிகிறோம். ஆனால் இருபது வருடங்களுக்கும் மேலாக தம்மை துண்டித்துக்கொண்டு ஏதும் அறியாமல் வெளியே வரும் அப்பாவியை ஒரு டானாக எப்படிப் புரிந்து கொள்வது? மட்டுமல்லாமல் எந்தவொரு சூழ்நிலையையும் கருத்தில் கொள்ளாமல் அதற்கான யூகங்களை வகுக்காமல் சிறையிலிருந்து வெளியே

வந்தவுடனேயே பேட்டை ரவுடி போல இன்னொரு கூட்டத்தினரின் ஆட்களை தாக்கச் செல்வது எந்த வகையில் புத்திசாலித்தனமானது? மனைவியைத் தேடும் பயணம் ஏன் தேவையின்றி அத்தனை இழுவையான காட்சிகளோடு அமைந்திருந்தன?

இப்படி பல நெருடலான கேள்விகள் கிளம்பிக் கொண்டேயிருப்பது தான் இத்திரைப்படத்தின் பிரதானமான பலவீன அம்சம். மெட்ராஸ் திரைப்படத்தில் பணியாற்றிய அதே குழுவை விசுவாசத்துடன் உபயோகிக்க முயன்ற இயக்குநரின் நல்ல மனசைப் புரிந்துகொள்ள முயன்றாலும், பழைய காலத்தில் நாடகக்குழுவினரே மாற்றி மாற்றி சில வேடங்களில் வருவதுபோன்று இதிலும் சில நடிகர்களின் நல்ல நடிப்புகளைத் தவிர்த்து திணிக்கப்பட்டதுபோல 'மெட்ராஸ்' குழுவினர் வந்து கொண்டேயிருந்தது பொருத்தமாக இல்லை. மலேசிய அரசியலின் இனவாத சிக்கல்கள், கலாசார ணதச்ணஞினுண் நன்றாக பதிவாகியிருப்பதாக அந்தச் சூழலை அறிந்தவர்கள் சொன்னாலும் சுமாரான திரைக்கதைக்கு இவ்வகையான நுண்மைகளின் பங்கு எவ்வாறு உதவக்கூடும்?

சமூக அரசியலும் அது சார்ந்த விழிப்புணர்வும் மக்களிடம் பரவுவதின் மூலமே நல்ல மாற்றத்தை உண்டாக்கமுடியும் என்கிற நம்பிக்கையான செய்தியை தனது 'மெட்ராஸ்' திரைப்படத்தின் மூலம் அளித்திருந்த இயக்குநர், வன்முறையைக் கையாளும் ஒரு நாயகனாக்கி பிரதானப் படுத்தியிருப்பதின் மூலம் அந்த நம்பிக்கையில் பின்னடைவை ஏற்படுத்திவிட்டாரோ என்று யோசிக்கத் தோன்றுகிறது.

மற்றபடி ரஜினி என்கிற நடிகரின் கவர்ந்திழுக்கும் வசீகரம் அதன் துவக்கக் காட்சிகளில் குறையாமலிருப்பதைக் காண... மகிழ்ச்சி! இந்தப் பாதையில் அவர் தொடர்ந்து செல்ல முடிவு செய்வாராயின் கூடுதல் மகிழ்ச்சி ஏற்படும்.

●

மராத்தி இயக்குநர் நாகராஜ் மஞ்சுளேவையும் ரஞ்சித்தையும் ஒரு இணைக்கோட்டில் நிறுத்திப் பார்க்கலாம். நாகராஜின் முதல் திரைப்படமான 'ஃபன்றி' சமரசங்கள் அதிகமில்லாத ஒரு மாற்று சினிமா. வளரிளம் பருவத்தில் உள்ள ஒரு தாழ்த்தப்பட்ட சமூகத்து சிறுவன் தன் சக வயதில் உள்ள பெண்ணின் மீது கொள்ளும் காதல் சொல்லப்பட இயலாமலேயே தோற்றுப் போகும் துயரத்தைச் சொல்லுகிறது. சாதிய பாகுபாடு என்னும் பிரம்மாண்டமான சுவர் இருப்பதே காரணம். இத்திரைப்படம் சர்வதேச விருதுகளையும் பெற்றது. அட்டகத்தியையும் இத்திரைப்படத்தையும் ஒருவகையில் ஒப்பிடமுடியும் என்றாலும் தலித் சினிமாவுக்கான பிரதானமான கூறுகளை ஃபன்றி அழுத்தமாகக் கொண்டிருந்தது.

நாகராஜின் அடுத்த திரைப்படமான சய்ராட் வெகுசன திரைப்படத்துக் கான வடிமைப்பைக் கொண்டிருந்தாலும் அதன் அடிநாதமாக தலித் அரசியலை தெளிவாகவே பேசியது. முக்கியமாக அதிர வைக்கும் அதன் உச்சக்காட்சியின் மூலம் அதன் அடையாளம் துல்லியமாக தெளிவாகியது. ரஞ்சித்தின் படைப்புலகமும் வெகுசன வடிவத்துக் குள்ளாக தாழ்த்தப்பட்ட சமூகத்தின் கலக அடையாளங்களைக் கொண்டிருந்தாலும் அது திணிக்கப்பட்டதாக அல்லது பொருத்த மற்றதாக ஆகிப்போகும் விபத்தைக் கவனிக்கவேண்டும். ஏறத்தாழ ஒரே கோட்டில் பயணித்தாலும் நாகராஜின் படைப்பு மேலானதாகவும், ரஞ்சித்தின் படைப்பு விலகிச் செல்வதும் இந்தப் புள்ளியில்தான் நிகழ்வதாகத் தோன்றுகிறது.

கபாலி பேசியது வர்க்க அரசியலா அல்லது அதன் உட்பிரிவாக சாதிய அரசியலையும் இணைத்துப் பேசுகிறதா என்று பார்த்தால் மிக நுட்பமாக கவனித்தால் தட்டுப்படும் சில தடயங்களைத் தவிர எந்தவொரு அரசியலும் இந்த வெகுசன திரைப்படத்தில் அழுத்தமாகப் பேசப்படவேயில்லை. வெகுசன படைப்புகளில் அதன் மெல்லிய இணைக்கோடாக தம்முடைய அரசியல் குரலை ஒலிப்பதுதான் என் நோக்கம் என்னும் பொருள்படி இயக்குநர் தம்முடைய நேர்காணலில் சொல்கிறார். ஆனால் அறிவுஜீவிக்குழுமங்கள், உயர்வர்க்க முற்போக்கு பிரிவினர் ஆகியவர்களைத் தவிர ஒரு சராசரி ரசிகன், இத்திரைப்படத்தை தம்மை திருப்தியடைய வைக்காத ஒரு வழக்கமான ரஜினி படமாக மட்டுமே பார்த்து மறக்கக்கூடிய அபாயமுண்டு.

ஜோக்கர்

அறத்தின் உதிரி நாயகன்

பழைய தமிழ் சினிமாக்களில், குறிப்பாக எம்.ஜி.ஆரின் திரைப்படங்களில் ஒரு காட்சி கண்டிப்பாக வரும்: எளிய சமூகத்தைச் சார்ந்த சிலர் வில்லனால் பயங்கரமாகக் கொடுமைப்படுத்தப்பட்டுக் கொண்டிருப்பார்கள். அவர்களில் ஒருவர் துயரம் தாங்காமல் 'இதையெல்லாம் கேட்கறதுக்கு ஒருத்தன் வராமயா போயிடுவான்' என்று கழிவிரக்கத்துடன் சொல்லும்போது நாயகனின் ஆரவாரமான வருகை நிகழும். அவன் வந்து வில்லனையும் அவனது ஆட்களையும் அடித்து வீழ்த்துவான். ஹீரோவின் அறிமுகக்காட்சியே பெரும்பாலும் இவ்வாறுதான் உருவாகும்.

இவ்வாறான தேய்வழக்கு காட்சிகள் இப்போது பெரும்பாலும் இல்லையென்றாலும் வேறு வேறு வகைகளில் அவதார நாயகர்களின் மிகையான அலட்டல்கள் இந்த பாணியில்தான் நீடிக்கின்றன. 'இதையெல்லாம் கேட்க யாராவது வர மாட்டாரா' என்பது திரையில் மட்டுமே ஒலிக்கும் குரல் அல்ல. அதிகார வர்க்கங்களால் நெடுங்காலமாக

ஒடுக்கப்பட்டுக் கொண்டிருக்கும் எளிய சமூகத்தைச் சார்ந்த பார்வையாளர்களின் குரலும் கூட. ஏறத்தாழ எல்லோரின் மனதிலும் தம்மை இப்படி துன்பத்திலிருந்து விடுவிப்பதற்கான அவதார நாயகர்களுக்கான தேடல் அரசியல், ஆன்மிக நோக்கில் இருந்து கொண்டேயிருக்கிறது. இந்த ஏக்கத்தைச் சரியாகப் பயன்படுத்திக் கொள்ளும் சில நடிகர்கள் குறுக்குவழியின் மூலம் அதிகாரத்தைக் கைப்பற்றுவதற்கான கனவுகளில் ஈடுபடுகிறார்கள். அதில் சிலர் வெற்றியும் அடைந்திருக்கிறார்கள்.

இவ்வாறு எளிய மக்களைக் காப்பாற்ற வருவது புஜபலபராக்கிரமுள்ள ஆக்ஷன் நாயகர்களாகத்தான் இருக்கவேண்டுமென்பதில்லை. அந்த சாகசங்கள் பெரும்பாலும் புனைவு சார்ந்த கதையாடல்களாகத்தான் இருக்கும். ஆனால், உடல் வலிமையால் அல்லாது தன்னுடைய கோமாளித்தனம் கலந்த சாதுர்யத்தாலும் புத்திசாலித்தனத்தாலும் போராட்டக் குணத்தினாலும் தலைமைப் பண்பினாலும் சிலர் நிஜத்தில் மக்களின் துயரங்களுக்காகப் போராட முன்வருவார்கள். அஹிம்சை எனும் புதிய வகைப் போராட்டத்தைக் கண்டுபிடித்த காந்தி மாதிரியான அரசியல் போராளிகள் ஆளுமைகள் ஒருவகை. இந்தப் போராட்டங்களை நகைச்சுவை எனும் ஆயுதத்தைக் கொண்டு கையாள்பவர்கள் வேறு வகையாக இருப்பார்கள். மன்னர் காலங்களில் அரசவைகளில் இப்படியான புத்திசாலியான கோமாளிகள் இருந்தார்கள். அரசருக்குப் பயந்து கொண்டு இதர அமைச்சர்கள் சொல்லத் தயங்கும், மழுப்பும் விஷயங்களை இவர்கள் புத்திசாலித்தனமான நகைச்சுவையுடன் சாதுர்யமாக மன்னருக்கு எடுத்துரைப்பார்கள். தெனாலிராமன், பீர்பால் என்று வெவ்வேறு காலக்கட்டங்களில், பிரதேசங்களில் இம்மாதிரியான நபர்கள் இருந்தார்கள் என்பதை அறிந்திருக்கிறோம்.

பதினேழாம் நூற்றாண்டில் எழுதப்பட்ட, ஐரோப்பாவின் முதல் நவீன நாவலான, செர்வான்ட்டிஸ் எழுதிய டான் குவிசாட் என்கிற புதினம் இவ்வகைப்பட்டது. தாம் வாசித்த புனைவுகளைக் கொண்டு மாறிவரும் உலகின் யதார்த்தத்தை உணராமல் டான் குவிசாட் செய்யும் பயணங்களின் நகைச்சுவைக் கதைகள் யதார்த்தத்துக்கும் கற்பனாவாத லட்சியங்களுக்கும் இடையில் அல்லாடும் மனதின் அவஸ்தைகளை விவரிக்கிறது. ஜார்ஜ் ஆர்வெல்லின் 'விலங்குப் பண்ணை' போன்று பல அரசியல் அங்கதப் புனைவுகள் பிறகு உருவாகின. அரச பயங்கரவாதத்தின் கொடுங்கோல்களை இவை பூடகமான நகைச்சுவையில் கடுமையாக விமர்சித்தன.

●

சினிமா எனும் ஊடகத்தின் துவக்க காலக்கட்டத்தில் இந்த வகையிலான சிறந்த உதாரணமாக சார்லி சாப்ளினைச் சொல்லலாம்.

ஹிட்லர், முஸோலினி போன்ற கொடூரமான சர்வாதிகாரிகளின் ஃபாஸிஸச் செயல்களைக் கண்டு உலகமே நடுங்கிக் கொண்டிருந்த வேளையில் ஹிட்லரை பகடி செய்து அவர் இயக்கிய The Great Dictator பலத்த வரவேற்பைப் பெற்றது. ஃபாஸிஸத்துக்கு எதிராக உருவாக்கப்பட்ட முதல் நகைச்சுவைத் திரைப்படம் இது.

தமிழ் திரைப்படயுலகில் சோ இயக்கிய 'முகம்மது பின் துக்ளக்', பாலச்சந்தரின் 'அச்சமில்லை, அச்சமில்லை' போன்ற திரைப்படங்களைச் சொல்லலாம். 'இந்தியன் தாத்தா' வணிக மசாலாவின் தளத்துக்குள் இயங்கிய ஒரு படைப்பு. அமீர்கானின் PK மற்றும் Peepli Live என்று சமகால இந்தி திரைப்பட உதாரணங்களும் உள்ளன. இவ்வாறான அரசியல் அங்கதப் புனைவுகள், திரைப்படங்கள் அதிகாரத் தளத்தில் எரிச்சலோடும் வெறுப்போடும் பார்க்கப்பட்டாலும் இதன் உள்ளர்த்தம் உணர்ந்த பொதுமக்களால் ஆரவாரமாக வரவேற்கப் படுகிறது. அதிகாரத்துக்கு எதிராக எவ்வித குரலையும் எழுப்ப முடியாத, அதற்கான வெளிகள் கிடைக்காத சாமான்ய மக்களின் மனப்புழுக்கங்களை இது போன்ற புனைவுகள்தான் ஆற்றுப்படுத்து கின்றன; எதிரொலிக்கின்றன. இன்னொரு வகையில் அதிகாரத்தின் மீதான இவர்களின் சமூகக் கோபங்கள் சற்று தணிந்து போகும் விபத்துக்களும் இவ்வகை புனைவுகளால் உருவாகின்றன என்பதையும் கவனிக்க வேண்டும். அது சமூக மனங்களின் பலவீனமே ஒழிய படைப்புகளின் குற்றமல்ல.

இந்த வகையில் தமிழ் சினிமாவில் சமீபத்தில் உருவாகியிருக்கும் அரசியல் அங்கதத் திரைப்படம் 'ஜோக்கர்'. தமிழ் கலாசாரத்தை வளர்க்க தமிழக அரசு ஏற்படுத்தியிருக்கும் உன்னதமான ஏற்பாட்டின் படி ஆங்கிலத் தலைப்பைத் தவிர்த்திருந்தால் இத்திரைப்படம் சாமர்த்தியமாக வரிவிலக்கு பெற்றிருக்கலாம். இயக்குநர் தலைப்பி லேயே தம் கலகத்தைத் துவங்கிவிட்டார் போலிருக்கிறது.

இதில் வரும் பிரதான பாத்திரமான 'மன்னர் மன்னர்' தன்னை இந்திய நாட்டின் ஜனாதிபதியாக உருவகித்துக்கொண்டு பல சமூக அநீதிகளைத் தட்டிக் கேட்கிறார். அதற்காகப் பல விநோதமான போராட்டங்களை நிகழ்த்துவதன் மூலம் பொதுமக்களின் கவனத்தை ஈர்க்க முயல்கிறார். ஆனால் வழக்கம்போல் பெரும்பான்மை சமூகம் இவரை கேலியாக அணுக, அதிகார தளங்கள் இவரது போராட்டங்களை எரிச்சலுடன் இடதுகையால் அப்புறப்படுத்துகின்றன.

மன்னர் மன்னர் என்கிற பாத்திரம் முற்றிலும் புனைவல்ல. இதற்கு யதார்த்தத்தில் சமகால உதாரணங்களாக சில நபர்களைச் சொல்லலாம். நெடுங்கால மதுவிலக்குப் போராட்டத்தில் இறந்துபோன

சசிபெருமாள் முதற்கொண்டு பல்வேறு வகை அரசியல் போராட்டங் களைக் களத்தில் நிகழத்திக் கொண்டிருக்கும் டிராஃபிக் ராமசாமி வரை ஒவ்வொரு பிரதேசத்திலும் இவ்வகையான பரவலாக அறியப்படாத தனிநபர் போராட்ட வீரர்கள் இருப்பார்கள். தன்னுடைய அரசு ஊதியத்தில் கிடைத்த வாழ்நாள் பணத்தை நூலகங்களுக்காகவும் பள்ளிப்பிள்ளைகளின் கல்விச் செலவுக்காகவுமே செலவிடும் 'பாலம்' கல்யாணசுந்தரம் போன்ற நபர்களின் சேவை இன்னொரு வகை. ஆயுதப்படையின் சிறப்பு அதிகாரங்கள் சட்டத்தை இந்திய அரசாங்கம் மீளப் பெறவேண்டும் என்று தொடர்ந்து 16 ஆண்டுகாலம் உண்ணாவிரதப் போராட்டம் இருந்த ஐரோம் சர்மிளா வேறுவகையான உதாரணம்.

இவர்கள் போராட்டக் களத்துக்குள் வருவது பெரும்பாலும் தற்செயலானதாக இருக்காது. ஏதாவதொரு தனிமனித சோகம் அல்லது சமூகக் கலவரத்தின் துயரம் இவர்களைத் தாக்கியிருக்கும் அல்லது ஏதாவது ஒரு ஆளுமையினால், முன்னோடியின் தியாகத்தினால் பெரிதும் கவரப்பட்டு தாங்களும் சமூகப் போராட்டத்தில் குதித்திருப் பார்கள். விளம்பரக் கவனத்துக்காகப் போராட்ட பாவனை செய்பவர் களுக்கும் இவர்களுக்கும் வித்தியாசம் உண்டு. அதிகாரத்தின் அச்சுறுத்தல் களுக்கும் எதிர்ப்புகளுக்கும் அஞ்சாமல் தொடர்ந்து போராடக்கூடிய தன்மை இவர்களிடம் இருக்கும். இப்படியானவர்களின் கலவைதான் 'மன்னர் மன்னன்'.

படத்தின் இறுதிக்காட்சியில் பொன்னூஞ்சல் புலம்புவதுபோல எந்த சமூகத்தின் மக்களுக்காக இவர்கள் போராடுகிறார்களோ, தங்கள் உயிரையும் வாழ்நாளையும் பணயம் வைக்கிறார்களோ, அவர்களே இவர்களைக் கோமாளிகளாகவும் பிழைக்கத் தெரியாதவர்களாகவும் காணும் அவலம் தொடர்ந்து நடக்கிறது. அதிகாரத் தளங்களில் தாங்கள் தொடர்ந்து அவமதிக்கப்படுவதால், அதிகாரத்தின் சிறுபகுதியைக் கைப்பற்றினாலாவது அதன் மூலம் தங்களின் சேவையைச் செய்யலாம் என்கிற இவர்களின் கனவும் நோக்கமும் எளிதில் நிறை வேறுவதில்லை. அவ்வாறு தேர்தலில் பங்கெடுத்த சில போராளிகள் டெபாசிட்கூடக் கிடைக்காமல் தோற்றுப் போன அவலம் இங்கு நிகழ்ந்துள்ளது. அவதார நாயகர்கள் ஏற்றுக் கொள்ளப்படும் அளவுக்கு இவர்கள் ஏற்கப்படுவதில்லை.

உலகமயமாக்க காலக்கட்டத்தில் அறத்தின் குரலைவிடப் பணத்தின் குரலே ஓங்கிக் கேட்கிறது. பன்னாட்டு நிறுவனங்களின் முதலாளிகள், செல்வந்தர்கள்தான் நம்மை மறைமுகமாக ஆளக்கூடிய அதிகாரத்தை வைத்திருக்கிறார்கள். மக்களால் தேர்ந்தெடுக்கப்பட்டவர்கள், இவர்களின் கொள்ளை லாபத்துக்கும் வணிக மோசடிகளுக்கும் துணை போகிற

அவலத்தைதான் பெரும்பாலும் பார்க்க முடிகிறது. பல கோடிகளை ஊழல் செய்த ஒரு அரசியல் பிரமுகர் பொதுமக்களின் அவமதிப்பை ஒருபுறம் தற்காலிகமாகப் பெற்றாலும் இன்னொரு புறம் அவர்தான் சூப்பர் ஹீரோவாகக் கருதப்படுகிறார். அதிக ஊழலுக்கேற்ப அதிக மதிப்பு. ஊழல் செய்யாதவர்கள் 'பிழைக்கத் தெரியாதவர்கள்'. இந்த மனோபாவம் பெரும்பான்மையான சமூக மனங்களில் படிந்திருக்கிறது.

சமூக விழுமியங்கள் பெரும்பாலும் கவிழ்ந்திருக்கும் இது போன்ற சூழலில் 'மன்னர் மன்னர்' போன்ற பாத்திரங்கள் கேலிகளின் அடையாளமாகப் பார்க்கப்படுவதில் ஆச்சரியமில்லை. அவர்கள் சமூகத்தின் மனச்சாட்சிகளாகவும் அறத்தின் அடையாளங்களாகவும் விளங்குவதால் அந்த உண்மையின் பிரகாசத்தைக் கண்டு நம்முடைய அழுக்கடைந்த அகம் கூசுகிறது. ஏனெனில், நம்மால் அடைய முடியாத இடம் அது. எனவே அந்தக் கூச்சத்தை கேலியாக மாற்றி அவர்களின் மீதே எறிவதில் நமக்கு பெரும் ஆறுதல் கிடைக்கிறது. அதுதான் இந்த திரைப்படத்தின் மையமாகச் சுற்றிக்கொண்டேயிருக்கிறது.

●

மன்னர் மன்னர் மனம் பிறழ்ந்த ஒரு கதாபாத்திரமாக வடிவமைக்கப் பட்டதே பகடியின் அடையாளம்தான். அநீதிக்குத் துணை போகிற, அவற்றைக் கண்டும் காணாமல் இருக்கிற சராசரி நபர்கள் புத்திசாலி களாகக் கருதப்படும்போது அதை எதிர்த்துப் போராடுகிற இவர்கள் 'மனம் பிறழ்ந்தவர்களாகத்தானே இருக்கமுடியும்? அங்கத நகைச் சுவையின் மூலம் சமூக அவலங்களை எடுத்துரைப்பது ஒரு பாணி. அதைத்தான் இத்திரைப்படத்தில் இயக்குநர் ராஜு முருகன் சிறப்பாகக் கையாண்டிருக்கிறார்.

மன்னர் மன்னன் சராசரியான நபராக, இயல்பான மனநிலையில் இருக்கும்போது இங்கு ஏற்பட வேண்டிய சமூக மாற்றங்களைப் பற்றி செக்யூரிட்டி தாத்தா போகிற போக்கில் சொல்லும் விஷயங்கள் எல்லாமல் அவன் ஆழ்மனதில் அடுக்குகளாக பதிந்து, பிறழ்ந்த நிலையில் அவை அமல்படுத்தப்பட வேண்டிய சாத்தியங்களாக வெளிப்படுவது பாத்திர வடிமைப்பின், திரைக்கதையின் நல்ல கட்டுமானம். இது ஒருவகை கதையாடல் பாணி. 'ஒரு பைத்தியத்தால் எப்படி இப்படில்லாம் சிந்திக்க முடியும்?' என்கிற தர்க்கம் சார்ந்த கேள்விகள் இங்கு செல்லுபடியாகாது.

சமூகத்தின் எளிய மனிதர்களின் துயரங்களை, வாழ்வின் அவலங்களை, அவர்களின் மெல்லுணர்வுகளைத் தம் படைப்புகளில் சித்திரிப்பதைத் தொடந்து கையாள்வதை ஒரு வழக்கமாகவே ராஜு முருகன் கொண்டிருக்கிறார் என்பதை ஆனந்தவிகடனில் வெளிவந்த தொடரான

'வட்டியும் முதலும்' கட்டுரைகளின் மூலம் அறிகிறோம். இவர் இயக்கிய 'குக்கூ'வும் இவ்வகையாக எளிய மனிதர்களின் சித்திரிப்பே. ஜோக்கரில் வரும் மன்னர் மன்னனும், பொன்னூஞ்சலும், இசையும், கழிப்பிட கனவுடன் இறந்து போகும் மல்லிகாவும், செக்யூரிட்டி தாத்தாவும் அவ்வகையான மனிதர்களே.

●

இந்தியாவின் 53 சதவீத வீடுகளில் கழிப்பிட வசதி இல்லாததால் சுமார் 60 கோடி பேர் திறந்தவெளியைப் பயன்படுத்துவதாக உலக வங்கி தெரிவித்துள்ள ஒரு புள்ளி விவரம் உள்ளது. பெருநகரத்தின் சேரிகளிலும் கிராமப்புறங்களிலும் பெண்கள் சூரிய வெளிச்சத்துக்கு முன்போ இருட்டிய பின்போதான் குளியலையும் இயற்கை உபாதை களைக் கழித்தலையும் செய்ய முடிகிறது. ரயில் பயணங்களின்போது, மலம் கழிக்க தண்டவாளங்களில் அமர்ந்திருக்கும் பெண்கள், ரயில் வரும்போது சட்டென்று எழுந்து திரும்பி நிற்கும் அவலக் காட்சிகள் அனுதினமும் நிகழ்கின்றன. ஒரு சராசரி நபரின் அடிப்படையான தேவை அவனது வாழ்நாள் கனவாகவும் ஏக்கமாகவும் இருக்கும் அவலம் இன்னமும் நீடிக்கிறது. கழிப்பறை அவசியத்தைப் பற்றிய பரப்புரைகளும் செயல்திட்டங்களும், இந்தியா சுதந்திரமடைந்து இத்தனை ஆண்டுகளுக்குப் பிறகுதான் சற்று உயிர்பெறுகின்றன. பெரும்பாலான அரசுக் கட்டடங்களில், அரசுப் பள்ளிகளில் இன்னமும் கூட சுகாதாரமான கழிப்பிட வசதிகள் கிடையாது. தலித் இலக்கியம் என்பது உருவானபிறகுதான் இப்படியும் கூட பிரச்னைகள் உள்ளன என்பதை இதர பிரிவினர் உணரத் துவங்கியிருக்கின்றனர்.

அதுபோலவே இப்படியான குரல்களை இப்போதுதான் தமிழ் சினிமா உரையாடத் துவங்கியிருக்கிறது. 'ஆடாம ஜெயிச்சோமடா' என்கிற 2014-ல் வெளிவந்த ஒரு திரைப்படத்தில் நாயகன் தன் திருமண விருப்பத்தை தன் காதலியிடம் முன் வைக்கும்போது 'உங்கள் வீட்டில் கழிப்பறை இருக்கிறதா?' என்கிற கேள்வியைத்தான் முதலில் கேட்கிறாள். சாலையோரத்தில் உணவகம் நடத்தும் அவளுக்குக் கழிப்பறை உள்ள வீடென்பது பெரும் கனவாக உள்ளுக்குள் நிறைந்திருக்கும் அளவுக்கு நடைமுறைச் சிரமங்களினால் பாதிக்கப் பட்டிருப்பாள். பெரும்பாலான சேரிப் பெண்களின் பிரதிநிதிதான் அவள். இந்த திரைப்படத்துக்குப் பிறகு கழிப்பறை கனவுடனும் ஏக்கத்துடனும் உருவாகியுள்ள எளிய நாயகியின் சித்திரம் பிரதானமான அளவில் 'ஜோக்கரில்'தான் சாத்தியப்பட்டிருக்கிறது.

உயிருடன் வாழ விடாத அரசு இயந்திரம் நிம்மதியாக சாகவும் விடாது என்கிற நோக்கில் நிகழும் மல்லிகாவின் மரணம் தொடர்பான காட்சிகள் அவல நகைச்சுவையோடு சித்திரிக்கப்பட்டிருக்கின்றன.

ஜனாதிபதியின் வருகை காரணமாக மன்னர் மன்னரின் வீட்டில் கட்டத் திட்டமிடப்படும் கழிவறை, அதிகாரிகளின் குளறுபடிகளால் மாற்றப்படுவது மல்லிகாவுக்கு பெருத்த ஏமாற்றத்தை மட்டுமல்லாமல் மரணத்தையும் வழங்குகிறது.

The Pope's Toilet என்கிற உருகுவே நாட்டுத் திரைப்படத்தில் சித்திரிக்கப்படும் அவலத்தை இந்தக் காட்சிகள் நினைவுப் படுத்துகின்றன. பிரேசிலின் எல்லையில் உள்ள அந்த சிறிய கிராமத்துக்கு போப் வருகிறார் என்கிற அறிவிப்பைக் கேட்டு கிராமத்தின் எளிய மக்கள் அந்தச் சந்தர்ப்பத்தைப் பயன்படுத்தி வரவிருக்கும் திரளான மக்களின் மூலம் வணிக வாய்ப்பை உருவாக்கிக் கொள்ளலாம் என திட்டமிடுவார்கள். படத்தின் நாயகனும் தானும் அவ்வாறே ஒரு கழிப்பறையைக் கட்டினால் வரும் கட்டணத்தில் தன்னுடைய வறுமை நீங்கும் என கனவு காண்கிறான். அதற்காக அவன் பல சிரமங்களை எதிர்கொண்டு நிறைவேற்ற முயலும் இறுதிக் கட்டத்தில் ஊழல் அதிகாரிகள் செய்யும் இடைஞ்சல்களால் அவனுடைய கனவு கலைந்து இன்னமும் மோசமான வறுமையில் அவனுடைய குடும்பம் புதைந்துப் போகும் துயரத்தை அந்தத் திரைப்படம் சித்திரிக்கிறது.

●

வாழ்ந்து கெட்ட ஜமீனாக ‘ஆரண்ய காண்டம்’ படத்தில் சோம சுந்தரத்தின் அபாரமான நடிப்பைக் கண்டு பிரமித்துப் போனேன். ஹாலிவுட்டில் ஜாக் நிக்கல்சன், ராபர்ட் டி நீரோ போன்று நம் ஊரிலும் ஒரு அற்புதமான கண்டுபிடிப்பை நிகழ்த்திய தியாகராஜன் குமார ராஜாவை எத்தனை பாராட்டினாலும் தகும் என்று தோன்றியது. ஆனால் அதற்குப் பிறகு தமிழ் சினிமா இயக்குநர்கள் இவரை சரியாகப் பயன்படுத்திக் கொள்வார்களா என்கிற சந்தேகம் தோன்றியது. அதை நிரூபிக்கும்விதமாக சில முக்கியமல்லாத துணைப் பாத்திரங்களில் மட்டுமே இவர் வந்து போகும் அவலம் நீடித்தது. அந்தக் குறையை ராஜூ முருகன்தான் நீக்கியிருக்கிறார்.

எவ்வித அடையாளமும் அல்லாத ஒரு சராசரி நபருக்கும், தன்னை ஜனாதிபதியாக கற்பனை செய்து கொள்ளும் மிடுக்குக்குமான உடல் மொழியின் மாற்றத்தை சோமசுந்தரம் அபாரமாக வெளிப்படுத்தி யுள்ளார். ஜெயகாந்தனை நினைவுப்படுத்தும் தோற்றத்தில் நடித்திருக்கும் மு.ராமசாமியின் ஆவேசமான நடிப்பு உத்வேகம் அளிக்கக்கூடியது. இத்தனை எளிய, இயல்பான தோற்றத்தில் ஒரு தமிழ் சினிமா நாயகியைக் கண்டு பல வருடங்களாகிறது.

இத்திரைப்படம் வசனங்களால் நிரம்பியிருப்பதாகவும் நாடகத் தன்மையுடன் இருப்பதாகவும் பிரசாரத் தொனியுடன்

எரிச்சலூட்டுவதாகவும் 'உலக சினிமா வல்லுநர்களால்' சில பல கருத்துகள் வெளிப்படுவதை இணையத்தில் காண்கிறேன். அறியாமையிலிருந்து உற்பத்தியாகும் முதிராத எண்ணங்களாகவே இவற்றைப் பார்க்கிறேன்.

ஒரு சிறந்த சினிமா என்பது எப்போதுமே அதன் இலக்கணத்தை, விதியை கறாராகப் பின்பற்றும் படம் மட்டுமே அல்ல. அது மக்களுக் கான, எளிய முறையிலான சினிமாவாகவும் இருக்கலாம். எந்தவொரு திரைப்படம் மக்களின் பிரச்னைகளை, துயரத்தை எவ்வித வணிக நோக்கமும் அல்லாமல் யோக்கியமாக உரையாட முயல்கிறதோ அதுவும் சிறந்த சினிமாதான். அரசியல் விழிப்புணர்வு சார்ந்த அறியாமை நிறைந்திருக்கும் இந்தியா போன்ற தேசங்களில் அதன் சுரணையைத் தட்டியெழுப்பும் இம்மாதிரியான பிரசார இலக்கிய அழகியலும் தேவைதான்.

மக்களுக்காகத்தான் கலை என்பதில் எவ்வித சந்தேகமும் தேவையில்லை. இது சர்வதேச அரங்கில் எவ்வித விருதும் பெறாமல் போகலாம். ஆனால், பொதுச்சமூகத்தின் மனச்சாட்சியை எழுப்பும் நோக்கிலும், அதிகார தளங்களை நோக்கி முன்வைத்த கூர்மையான கேள்விகளின் முக்கியத்துவத்தினாலும் ஒரு குறிப்பிடத்தக்க திரைப் படமாகி நிற்கிறது. சமகாலச் சூழலில் இவ்வகையான படைப்புகளே நமக்கு அதிகம் தேவைப்படுகின்றன. 'மன்னர் மன்னன்கள்' அல்ல, அவர்களின் பொதுநலத்தை எள்ளி நகையாடும் நாம்தான் உண்மையான 'ஜோக்கர்கள்'.

---

www.ingramcontent.com/pod-product-compliance
Ingram Content Group UK Ltd.
Pitfield, Milton Keynes, MK11 3LW, UK
UKHW042134021026
15589UKWH00003B/818

9 788183 689489